# अजिंक्य

स्वातंत्र्यसेनानी
चुडामणअण्णा पाटील
यांचे चरित्र

सोमनाथ पाटील

सकाळ प्रकाशन

सकाळ प्रकाशन

**Ajinkya**

Swatantryasenani Chudamananna Patil yanche charitra


**अजिंक्य**

स्वातंत्र्यसेनानी चुडामणअण्णा पाटील यांचे चरित्र


| | | |
|---|---|---|
| प्रथम आवृत्ती | : | जून २०२६ |
| प्रकाशक | : | सकाळ मीडिया प्रा. लि.<br>५९५, बुधवार पेठ, पुणे ४११ ००२ |
| मुखपृष्ठ | : | सकाळ प्रकाशन |
| संपादन साहाय्य | : | वर्षा आठवले |
| मांडणी | : | संदीप घावरे |
| ISBN | : | 978-81-69355-03-2 |
| संपर्क | : | ९८८१५ ९८८१५ / ८८८८८ ४९०५०<br>sakalprakashan@esakal.com |

# प्रेरणा

रेणूबाई आनंदा पाटील

आनंदा रामजी पाटील

सुंदरबाईजी उर्फ बायजाआई

चुडामणअण्णा पाटील

**अर्पणपत्रिका**

*मातृभूमीच्या स्वातंत्र्यासाठी सर्वस्व अर्पण करणाऱ्या*
*स्वातंत्र्यसैनिकांच्या पवित्र स्मृतीस*
*कृतज्ञतापूर्वक अर्पण*

# अनुक्रम

# मनोगत

धुळे जिल्ह्याच्या राजकीय आणि सामाजिक इतिहासात ज्यांनी अजरामर ठसा उमटवला, स्वातंत्र्य चळवळ आणि संयुक्त महाराष्ट्र चळवळीत सक्रिय सहभाग घेतला असे आमचे आजोबा, स्वातंत्र्यसेनानी अण्णासाहेब चुडामण पाटील यांचा संघर्ष, सहकार आणि जनसेवेचा प्रवास आजच्या पिढीला कळावा, पुढील अनेक पिढ्यांसाठी प्रेरणादायी ठरावा असे जीवन चरित्र प्रकाशित करावे अशी इच्छा आमचे वडील लोकनेते दाजीसाहेब रोहिदास पाटील यांनी व्यक्त केली होती. त्यांच्या मार्गदर्शनाखाली या पुस्तकाच्या निर्मितीला सुरुवात झाली. या पुस्तकाचे लेखक सोमनाथ पाटील हे धुळे तालुक्यातील गोताने गावातील दाजीसाहेबांचे स्नेही तानाजी भिका पाटील या आदर्श शिक्षकाचे सुपुत्र. माझ्या मतदार संघातील, माझ्या स्नेह्याचा मुलगा अण्णासाहेबांच्या जीवन प्रवासाचे उपलब्ध माहिती आणि संशोधन करून जीवन चरित्र रेखाटणार ही घटनाच दाजीसाहेबांसाठी आनंददायी ठरली आणि या ग्रंथाच्या निर्मितीला सुरुवात झाली.

लेखक सोमनाथ पाटील यांनी सुचवलेल्या अनेक नावांमधून दाजीसाहेबांना भावलेले, त्यांच्या हृदयापर्यंत पोहोचलेले आणि त्यांनी अंतिम केलेले नाव म्हणजे 'अजिंक्य'. आठवड्यातून दोन दिवस मुंबईत स्वतःचे डायलिसिस सुरू असूनही सोमनाथ पाटील यांनी या ग्रंथ निर्मिती कार्याला नकार दिला नाही हे विशेष म्हणावे लागेल. काम सुरू झाल्यानंतर ते अनेक महिने दर आठवड्यात दोन दिवस धुळे येथे येत होते. अनेकदा झालेल्या भेटीत ते म्हणाले होते, मी श्री शिवाजी विद्या प्रसारक संस्थेचा विद्यार्थी असल्यापासून चुडामण अण्णा माझे आदर्श होते. त्यांच्या अनेक सभांना उपस्थित राहता आले. लहानपणी मोठ्या माणसांकडून त्यांच्या कार्याबद्दल, पक्ष निष्ठेबद्दल ऐकलेले असल्याने ते व्यक्तिमत्त्व मी कधीच विसरू शकलो नव्हतो. सुदैवाने मला त्यांचे जीवन चरित्र लिहिण्याची संधी मिळाली

हे माझं भाग्य समजतो.

अण्णासाहेबांनी स्वातंत्र्योत्तर काळात सहकार, शिक्षण आणि लोकसेवा क्षेत्रात भरीव योगदान दिले. त्यांच्या संघर्षमय आणि प्रेरणादायी जीवनप्रवासाचे संशोधन करून दस्तऐवजीकरण सोमनाथ पाटील यांनी आपल्या सिद्धहस्त लेखणीतून साकार केले आहे. दुर्दैवाने या ग्रंथाचे निर्माते दाजीसाहेब रोहिदास पाटील, या ग्रंथातून भूमिका मांडणारे आमचे काका डॉ. अण्णासाहेब भाईदास पाटील आणि या ग्रंथाचे लेखक, ज्येष्ठ पत्रकार सोमनाथ पाटील हे तिघेही आज आपल्यात नाहीत. ग्रंथ आणि प्रकाशन समारंभ अनुभवल्यानंतर तिघांना मनस्वी आनंद झाला असता.

या ग्रंथाच्या निर्मितीसाठी अनेकांचे सहकार्य लाभले. त्या सर्वांचे श्री शिवाजी विद्या प्रसारक संस्थेतर्फे व आमच्या परिवारातर्फे मी आभार मानतो.

**– कुणाल रोहिदास पाटील**

अध्यक्ष

श्री शिवाजी विद्या प्रसारक संस्था, धुळे

# भूमिका

धुळे जिल्ह्याचे स्वातंत्र्यपूर्व काळापासूनचे काँग्रेस नेते व स्वातंत्र्यसेनानी आणि स्वातंत्र्योत्तर काळात राज्य विधिमंडळ आणि देशाची लोकसभा येथे लोकप्रतिनिधी म्हणून प्रदीर्घ कामगिरी बजावलेले लोकनेते चुडामणअण्णा पाटील यांचे 'अजिंक्य' हे चरित्र समाजापुढे सादर करताना आम्हाला एक प्रकारचे समाधान वाटत आहे. चुडामण आनंदा पाटील, ज्यांना जनता अण्णा म्हणून ओळखत असे व आम्ही कुटुंबीय त्यांना तात्या म्हणत असू, यांचे जीवन हे केवळ समाजसेवेला वाहिलेले होते. काँग्रेसची विचारसरणी त्यांनी वयाच्या सोळाव्या वर्षी स्वीकारली आणि काँग्रेसचे व गांधीजींच्या स्वातंत्र्यचळवळीचे प्रतीक असलेली खादीही त्यांनी त्याच वेळी आपल्या जीवनाचा अविभाज्य भाग बनवली. या दोन गोष्टी त्यांनी कधीही त्यागल्या नाहीत. त्यांना धुळे जिल्ह्यातील शेतकरी, कष्टकरी, गोरगरीब यांच्या कल्याणाचीच सदैव चिंता असायची. ते दिवसातले अठरा तास जनतेसाठी कार्यरत असायचे. जनसेवेपुढे त्यांना आपल्या प्रकृतीचीही फिकीर नसायची. धुळे जिल्हा काँग्रेस कमिटीची 'काँग्रेस भवन' ही भव्य वास्तू त्यांनी धुळे शहरात उभी केली, तेव्हा त्यांनी श्रीमंत लोकांकडून देणग्या घेण्याऐवजी काँग्रेससदस्य व हितचिंतक यांच्याकडून छोट्या देणग्या घेऊन निधी उभारला. आमचे तात्या हे स्वाभिमानी नेते होते, त्याच स्वाभिमानाचे प्रतीक ही वास्तू आहे. दोनदा आमदार व तीनदा खासदार आणि अनेक वर्षे धुळे जिल्हा काँग्रेस कमिटीचे अध्यक्ष ही तात्यांच्या राजकीय कारकिर्दीची वैशिष्ट्ये.

धुळे जिल्ह्याच्या विकासाचा राजमार्ग खुला करून देणाऱ्या सहकारी, आर्थिक व शैक्षणिक संस्थांची उभारणी हे त्यांचे फार मोठे योगदान आहे. जिल्ह्यातील अनेक पिढ्या त्याबद्दल त्यांच्या ऋणी राहतील. अशा या थोर नेत्याचे चरित्र उपलब्ध नसावे, ही खंत आम्हा कुटुंबीयांना व तात्यांच्या चाहत्यांना होती.

त्यांच्या जन्मशताब्दीच्या निमित्ताने दोन वर्षांपूर्वी हे चरित्र प्रकाशित करण्याची योजना आम्ही हाती घेतली होती. पण देशातील व राज्यातील निवडणुका आणि इतर घडामोडींमुळे ते काम पुढे ढकलावे लागले. धुळे जिल्ह्यातील ज्येष्ठ पत्रकार श्री. सोमनाथ पाटील यांनी आमच्या विनंतीवरून हे कार्य हाती घेतले व पूर्ण केले. चुडामणअण्णांच्या निधनाला आता २५ वर्षे होत झाली आहेत. देशातील, राज्यातील व जिल्ह्यातील परिस्थिती खूपच बदलली आहे. तथापि, गोरगरिबांसाठी अंग झोकून देऊन पदरमोड करून समाजसेवा करणाऱ्या तात्यांसारख्या नेत्याची उणीव आणि गरज अधिकच भासत आहे. या वातावरणात त्यांचे हे चरित्र नक्कीच मार्गदर्शक ठरेल, यात शंका नाही. या चरित्रग्रंथनिर्मितीस अनेकांचा हातभार लागलेला आहे. त्याबद्दल त्यांचे आभार मानणारा स्वतंत्र ऋणनिर्देश ग्रंथात समाविष्ट आहे. हा ग्रंथ सिद्धीस जाण्यासाठी ज्यांचे सहकार्य लाभले अशा सर्वांचे 'श्री शिवाजी विद्या प्रसारक संस्थे'तर्फे व आमच्या परिवारातर्फे मी आभार मानतो.

**– डॉ. भाईदास चुडामण पाटील**
एम.बी.बी.एस., एफ.आर.सी.एस.
१ मे २०१५

# लेखकाचे मनोगत

स्वातंत्र्यआंदोलनात व त्यानंतरही सुमारे चाळीस वर्षे धुळे जिल्ह्याच्या राजकारणात काँग्रेस कार्यकर्ता, नेता व राज्यातील आणि केंद्रातील लोकप्रतिनिधी म्हणून महत्त्वाची भूमिका बजाविणारे स्वातंत्र्यसेनानी कै. चुडामण आनंदा पाटील ऊर्फ चुडामणअण्णा यांचे निधन १२ जून १९९० रोजी झाले. त्यालाही आता २५ वर्षे उलटून गेली आहेत. जिल्ह्याच्या पक्षसंघटनेवर, मतदारांवर आणि मतदारसंघावर पंचवीस-तीस वर्षे सलग व तेही चांगल्या अर्थाने 'अधिराज्य' गाजवणारे नेते आता दुर्मीळ होऊ लागले आहेत. महाराष्ट्रासारख्या जागरूक मतदारांच्या प्रांतात असे प्रतिनिधी कधीकाळी चांगल्या संख्येने होते. अर्थात, जनता त्यांचाही कस वेळप्रसंगी अजमावत असे आणि मधेच अशी एखादी लाट येई, की तिच्यात भलेभले नेतेही भुईसपाट होऊन आसमान पाहत असत. महाराष्ट्रात आलेल्या अशा दोन लाटा म्हणजे १९५७च्या निवडणुकीच्या वेळी आलेली 'संयुक्त महाराष्ट्र समिती'च्या आंदोलनाची लाट आणि १९७७च्या मार्च महिन्यात आणीबाणी संपताना आलेली 'जनता लाट'. या दोन्ही लाटा काँग्रेसविरोधी होत्या.

१९५७ सालच्या निवडणुकीत चुडामणअण्णा यांनी आपली व काही सहकारी आमदारांच्या जिल्ह्यातील जागा कायम राखल्या. १९७७च्या निवडणुकीत ते स्वतः उमेदवार नव्हते, पण काँग्रेस पक्षाचा धुळे जिल्ह्यातील विजय त्या लाटेत उल्लेखनीय ठरला. या प्रतिकूल परिस्थितीतही तेथे काँग्रेसला मिळालेल्या यशाचे श्रेय इंदिराजींच्या लोकप्रियतेला जसे होते, तसेच काँग्रेस संघटनेची आघाडी तोपर्यंत वर्षानुवर्षे सांभाळणाऱ्या चुडामणअण्णांनाही होते. चुडामणअण्णा म्हणजे काँग्रेस हे समीकरण धुळे जिल्ह्यात अनेक वर्षे रूढ होते. आजच्या अस्थिर आणि बेभरवशाच्या राजकीय वातावरणाच्या तुलनेत चुडामणअण्णांची स्थिर व प्रदीर्घ राजकीय कारकीर्द हा एक चमत्कार म्हणावा लागेल. अशा व्यक्तीचे एक संपूर्ण

जीवनचरित्र आजच्या आणि उद्याच्या पिढीसाठी लिहिले जावे, असे अनेकांना वाटत होते. काहीजणांना अण्णांबद्दल असलेल्या आदरापोटी व आपुलकीपोटी तसे वाटते, तर काहींना उत्सुकतेपोटी तसे वाटते. मात्र राजकीय नेत्याचे किंवा कोणाचेही चरित्र लिहून प्रसिद्ध होण्यासाठी असे वाटणे पुरेसे नसते, ते काम तडीस नेण्यासाठी अनेक व्यक्ती व घटक यांचा मेळ जमून येणे अत्यावशक असते. तसा तो गेल्या वीस-बावीस वर्षांत एक-दोन संकल्प आणि प्रयत्न करूनही जमला नाही, हे खरे आहे. कोणत्याही कामासाठी 'योग जुळून यावा लागतो' असे म्हणतात, ते चुकीचे नाही. कै. चुडामणअण्णांच्या चरित्रलेखनासाठी असाच योग काही महिन्यांपूर्वी जुळून आला. अण्णासाहेबांचे नातू श्री. कुणाल रोहिदास पाटील ऊर्फ कुणालबाबा यांनी हे काम करवून घ्यायचेच, अशा निर्धाराने या कामाला हात घातला. सध्या 'जवाहर ग्रुप'मध्ये विशेष कार्य अधिकारी म्हणून कार्यरत असलेले माझे पत्रकारस्नेही प्रकाश न. पाटील यांनी माझे नाव या कामासाठी सुचवले. माझ्या तब्येतीच्या अनेक अडचणी असूनही मुंबई-धुळे वारंवार प्रवास आणि खूपसे संशोधन, अनेकांच्या भेटीगाठी आणि वेळेशी स्पर्धा करीत लेखन पूर्ण करणे अशी अडथळ्याची शर्यत पार करीत उपलब्ध (खरेतर आम्हीच शोधून जमवलेली) साधने व मुलाखती यांच्या मदतीने हा चरित्रग्रंथ अखेर सिद्ध होत आहे. तो परिपूर्ण असणे शक्यच नाही, कारण अण्णांनी या कामासाठी उपयोगी पडतील अशी साधने म्हणजे पत्रव्यवहार किंवा त्यासारखी वैयक्तिक कागदपत्रे मागे ठेवलेली नाहीत. काहीतर त्यांनी राजकीय निवृत्तीच्या काळात जाळून टाकली, असे सागंण्यात आले. अशा परिस्थितीत लेखकापुढे प्रथम दोन पर्याय येतात. एक म्हणजे अशा चरित्रनायकाच्या समकालीन मंडळींच्या आठवणीतून ती व्यक्ती जाणून घेणे आणि दुसरे म्हणजे तत्कालीन वृत्तपत्रे व चरित्रे आणि आत्मचरित्रे यांसारखे ग्रंथ.

चुडामणअण्णा हे 'बाते कम, काम ज्यादा' हे तत्त्व पाळणारे गृहस्थ होते. त्यामुळे त्यांचे सहकारी जी काही पक्षकार्याची प्रसिद्धी करतील तेवढीच त्यांना मिळत असे. हे काम तेव्हाच्या 'साप्ताहिक वार्ता'च्या माध्यमातून मगनलाल भावसार, स्वतः संपादक अतुलभाई जोशी आणि गोपीनाथकाका लिंगायत यांनी केले. ही काँग्रेसनिष्ठ मंडळी होती. इतर पत्रांनी व संपादकांनी काही कारणास्तव अण्णांना प्रसिद्धी देणे टाळले व अण्णाही 'मला प्रसिद्धी द्या' असे म्हणत त्यांच्यामागे धावले नाहीत. त्याचे कारणही तसेच होते. अण्णांचे जनसवेचे, जनसंपर्काचे आणि पक्षसंघटनेवरील निष्ठेचे नाणे कलदार व खणखणीत होते. अण्णांच्या स्वतःच्या

भाषणाचा मुख्य मथळा असलेली बातमी खूप प्रयासाने शोधून काढावी लागली. त्यांनी आपल्या काही आठवणी १९८८च्या सुमारास एका साहाय्यकाला सांगितल्या व त्याने त्या लिहून घेतल्या. अनेक वर्षांनी आठवणी जुळवून सांगण्याच्या त्या प्रयत्नात काही कालविसंगती, पुनरावृत्ती तसेच घटनांची एकमेकांत सरमिसळ असे दोष राहिले. स्वतः अण्णांनीच त्या आपल्या साहाय्यकाला काही वर्षे व तारखा शोधण्याचे काम सांगितले होते. तथापि, पुढील वर्षीच अण्णांचे निधन झाल्याने त्या कामाचा पाठपुरावा झाला नाही. त्या आठवणी अण्णांनी पुन्हा तपासल्या असतील असे वाटत नाही. आख्यायिका आणि प्रत्यक्ष घटना यांत बऱ्याचदा अंतर जाणवले, ते पुसण्यासाठी पुन्हा वृत्तपत्रांचा आधार घ्यावा लागला. हे काम किती जिकिरीचे असते, हे मी सांगण्यापेक्षा थोर संशोधक-लेखक प्रा. डॉ. य. दि. फडके त्याबद्दल काय म्हणतात ते येथे नमूद करतो. ते म्हणतात, 'युद्धाच्या कथा जशा ऐकताना रम्य वाटतात, तशाच भूमिगत आंदोलनाच्या आठवणीही रम्य असतात. कालांतराने त्या सांगताना त्यात माणसाच्या कल्पनाशक्तीने भरलेले रंगही बेमालूम मिसळले जातात. ज्यांनी अशा आंदोलनात प्रत्यक्ष भाग घेतलेला असतो ते आपल्या आयुष्यातील त्या सोनेरी क्षणांच्या, मंतरलेल्या दिवसांच्या आठवणींना उजाळा देताना इतके रंगून जातात, की त्यांना स्थळकाळाचे भान राहत नाही. तारखा, दिवस यांचा ते गोंधळ उडवून देतात, तो कधीकधी इतका की अनेकजण एकतर तारीखवार हकीकत सांगतच नाहीत किंवा स्मृतीने दगा दिल्यामुळे चुकीच्या तारखा नमूद करतात. घटनांचा क्रम नीट सांभाळत नाहीत. त्यांनी सांगितलेल्या हकीकती चटकदार म्हणून वाचनीय असल्या, तरी त्या विश्वासनीय असतातच असे नाही. इतिहास लिहिणाऱ्याला त्या पारखून घ्याव्या लागतात. एकाच घटनेशी संबंधित असलेल्या व्यक्तींनी निरनिराळ्या वेळी सांगितलेल्या साहसकथांतही एकवाक्यता असतेच असे नाही. त्यामुळे प्रत्यक्ष घटना घडली तेव्हाच्या प्रकाशित व अप्रकाशित साक्षीपुराव्याशी ताळमेळ जमत नसेल, तर इतिहासकाराला सावधगिरीने त्यातील सत्यांश स्वीकारावा लागतो.'

मी दीर्घ अनुभव असलेला पत्रकार असलो, तरी बातमादीर नव्हे आणि राजकीय बातमीदार तर मुळीच नव्हे. शिवाय धुळे जिल्ह्यातील मूळ रहिवासी व चुडामणअण्णांच्या मतदारसंघातील असलो, तरी गेली अनेक वर्षे मुंबईकर असल्याने मी हे चरित्र लिहिण्याचे काम का स्वीकारले, असा प्रश्न उपस्थित होतो. माझ्या काही मित्रांनाही तो पडला. या विषयाबाबत मी अगदीच अनभिज्ञ नाही,

कारण माझे बालपण व प्राथमिक शिक्षणाचा कालावधी याच परिसरात गेला आहे. चुडामणअण्णांच्या दोन तरी निवडणुका मला स्पष्टपणे आठवतात. त्यांना मी काही वेळा भेटलो आहे. पत्रकार म्हणून महाराष्ट्राच्या राजकारणाचे मुंबईतून का होईना, पण निरीक्षण मी करीत होतो.

अण्णांच्या निधनाच्या वेळी मुंबईतील काही पत्रकारांनी त्यांची माहिती माझ्याकडूनच घेतली होती. माझे पत्रकारमित्र व राजकारणात असणारे काही स्नेही यांच्याकडून मला बरीच माहिती मिळत होती. तसेच 'श्री शिवाजी विद्या प्रसारक संस्थे'च्या महाविद्यालयाचा मी १९७१-७२ व १९७७-७८ या वर्षी विद्यार्थी होतो. या काळातील धुळ्यातील राजकीय घटना मी जवळून पाहिल्या आहेत. त्यामुळे आणि संशोधनाचे परिश्रम घेतल्यास शेकडो वर्षांपूर्वीचा इतिहासही लिहिता येतो, हे सर्वमान्य असल्याने चुडामणअण्णांचे चरित्र मी लिहिण्यास हरकत नाही, असे मला वाटले. यशवंतराव चव्हाण चरित्राच्या प्रस्तावनेत ज्येष्ठ नेते व माजी केंद्रीय मंत्री श्री. शरद पवार म्हणतात, की 'चरित्रलेखन ही लेखकाची सत्त्वपरीक्षाच असते. एकीकडे ऐतिहासिक वस्तुस्थितीशी प्रामाणिक राहून चरित्रनायकाच्या व्यक्तित्वाचे व कर्तृत्वाचे यथातथ्य वर्णन करावे लागते व त्या त्या काळातील घटना व विचारप्रवाह यांच्या संदर्भात चरित्रनायकाच्या कृतींचा अर्थ लावावा लागतो. थोर व्यक्ती आपल्या कर्तृत्वाने त्या त्या कालखंडावर ठसा उमटवीत असतात. परंतु त्यांच्याही जीवनाशी देशकालपरिस्थितीचा संबंध अनिवार्यपणे येतो. यशवंतरावांसारख्या राजकीय नेत्याच्या जीवनातील संघर्ष म्हणजे चरित्रलेखकाची कसोटीच असते. कारण त्या त्या संघर्षमय प्रसंगात चरित्रनायकाने घेतलेली भूमिका व तिचे यथायोग्य विवेचन करीत असतानाच चरित्रनायकावर किंवा त्या प्रसंगातील इतर नेत्यांच्या भूमिकेवर अन्याय होणार नाही, याचीही दक्षता घ्यावी लागते.'

पवारसाहेबांच्या या विचाराप्रमाणेच चुडामणअण्णांचे जीवनचरित्र कथन करताना इतर नेत्यांच्या भूमिकांवर अन्याय होणार नाही, याची दक्षता घेण्याचा प्रयत्न केला. त्यांच्या राजकारणाचे जवळून दर्शन घेतलेल्या काही नेत्यांशी बोलण्याचा प्रयत्न केला, काहींना एक प्रश्नावली पाठवली. परंतु खान्देशातील नेत्यांना असा काही प्रकार असतो व चरित्रलेखनास त्याचे साहाय्य होत असते आणि म्हणून या प्रश्नांची उत्तरे दिली पाहिजेत, असे काही वाटलेले दिसले नाही. मात्र काहींनी प्रत्यक्ष भेटीत चांगला प्रतिसाद दिला. त्यातून शक्य तेवढे वस्तुनिष्ठ निवेदन येथे केले आहे. हाती असलेला कमी वेळ आणि प्रवासावरच्या मर्यादा यांमुळे फार

नेत्यांच्या भेटी घेता आल्या नाहीत, हे खरे आहे. ती या ग्रंथाची मर्यादा समजायला हरकत नाही. आजची धुळे जिल्ह्याची राजकीय स्थिती व काँग्रेस पक्षातील एकूणच वातावरण यांचा चुडामणअण्णांच्या काळातील संबंधित परिस्थितीशी फारसा संबंध उरलेला नाही, हेही स्पष्ट आहे. त्यामुळे तेव्हाचे वेगळेपण शोधण्यासाठी अनेक मार्ग वापरावे लागले.

मानवी स्वभाव हा कितीही अभ्यास केला, तरी शेवटी अनाकलनीय आहे, ही बाब विसरता येत नाही. काही नेत्यांचे इतरांबद्दलचे राग-लोभ इतके तीव्र असतात, की अनेक वर्षांनंतरही ते जुने वाद विसरू शकत नाहीत. त्यांची अशा चरित्रांना फारशी मदत होत नाही. पूर्वग्रह त्यागून निवेदन करणारे जे नेते या काळात भेटले त्यांचा मी खरोखरच फार आभारी आहे. यशवंतराव चव्हाणसाहेब आणि चुडामणअण्णा यांच्यातील एक समान बाब म्हणजे, वयाच्या पहिल्या काही वर्षांतील गरिबी व त्यामुळे होणारी ओढाताण, नंतर राजकारणातील धकाधकी यांमुळे यशवंतरावांचे मन निबर न बनता, ते कायम संवेदनशील राहिले, राजकारणामुळे संवेदनशीलता कमी झाली नाही. यशवंतरावांच्या व्यक्तिगत गुणांचा अनुभव त्या वेळच्या अनेकांना आला. त्याची ओळख नंतरच्या पिढीच्या लोकांना या संबंधात कोणी काय लिहून ठेवले असेल, त्यावरून होऊ शकते. पण अण्णांच्या बाबतीत असे फारसे काही लिहिले गेले नाही. ही वस्तुस्थिती आहे. त्यामुळे मला लेखक म्हणून काही गोष्टी नव्याने माहिती मिळवून लिहाव्या लागल्या. या सर्व प्रक्रियेतून खान्देशला व महाराष्ट्राला आजवर केवळ निवडक घटना व आख्यायिका यांच्या माध्यमातून ठाऊक असलेले स्वातंत्र्यसेनानी चुडामणअण्णा यांचे एक सलग व साद्यंत जीवनचरित्र साकारले आहे. महाराष्ट्राला आजवर असलेली अर्धवट आणि अपूर्ण माहिती येथे शक्य तेवढ्या पूर्ण स्वरूपात दिली आहे. हा चरित्रग्रंथ सिद्ध होण्यासाठी अनेकांचा हातभार लागला. त्यांचा ऋणनिर्देश स्वतंत्रपणे केला आहे, तरीही ज्या कोणाची प्रत्यक्ष वा अप्रत्यक्ष मदत या कामी लाभली, त्यांचे पुनश्च जाहीर आभार मानून हा ग्रंथ वाचकांपुढे सादर करीत आहे.

**– सोमनाथ पाटील**

मुंबई.

१२ मे २०१५

# कै. खासदार अण्णासाहेब चुडामण पाटील
# जीवन परिचय

**पूर्ण नाव :** चुडामण आनंदा ऊर्फ अण्णासाहेब पाटील
**वडिलांचे नाव :** आनंदा रामजी पाटील, **आईचे नाव :** रेणूबाई
**पत्नीचे नाव :** सुंदरबाई
**जन्म :** अभोणे, ता. चाळीसगाव, **जन्म दिनांक :** १ जुलै १९१३
**प्राथमिक शिक्षण :** इ. १ ली आणि २ री सामनेर, ता. पाचोरा, जि. जळगाव येथे, इ. ३ री मोहाडी, ता. धुळे येथे इ. ४ थी आणि ५ वी धुळे नगरपालिका शाळा क्र. १
**इंग्रजी माध्यमातील शिक्षण :** इ. १ ली ते ३ री गरुड हायस्कूल, धुळे
सन १९२९ : काँग्रेस पक्षाचे प्राथमिक सदस्य
सन १९३० : अध्यक्ष, मिल कामगार संघटना, प्रताप मिल, धुळे
सन १९३० : जंगल सत्याग्रहात सहभाग
सन १९३१ : सेक्रेटरी, धुळे तालुका काँग्रेस कमिटी
सन १९४२ : 'चलेजाव आंदोलना'त सहभाग, त्यामुळे २ वर्षे नाशिक कारागृहात कारावास
सन १९४८ : जिल्हाध्यक्ष, धुळे जिल्हा काँग्रेस कमिटी, धुळे
सन १९५२ : स्थानिक स्वराज्य संस्था मतदारसंघातून विधान परिषद सदस्य म्हणून निवड
सन १९५४-५७ : धुळे जिल्हा मध्यवर्ती बँक, तंत्रनिकेतन संस्था, जिल्हा दूध संघ, पुरमेपाडा धरण, सय्यदनगर धरण या संस्था / प्रकल्पांच्या निर्मितीत सक्रिय पुढाकार

सन १९५७ : कुसुंबा विधानसभा मतदारसंघातून विधानसभा सदस्य म्हणून निवड
सन १९६२ ते १९७७ : लोकसभा सदस्य (धुळे लोकसभा मतदारसंघ) सलग तीनदा विक्रमी मतांनी विजयी
सन १९७८ : निवडणूक राजकारणातून निवृत्त
सन १९५८ ते ८० : श्री शिवाजी विद्या प्रसारक संस्थेत खजिनदारपासून अध्यक्षपदापर्यंत महत्त्वाची भूमिका
सन १९८४ : धुळे शहराच्या सांस्कृतिक संवर्धनासाठी 'हिरे भवन' वास्तूची उभारणी
निधन : दि. १२ जून १९९०

❖❖❖

# श्री. चुडामण आनंदा रवंदळे पाटील
# निवडणूक निकाल यशोगाथा

- **१९५२ :** मुंबई राज्य विधान परिषद (स्थानिक स्वराज्य मतदारसंघ धुळे-अहमदनगर) पक्ष काँग्रेस (विरोधी उमेदवार कृष्णाराव शिकारे) मते उपलब्ध नाहीत.
- **१९५७ :** मुंबई राज्य विधानसभा (धुळे तालुका मतदार संघ) पक्ष काँग्रेस, चिन्ह बैलजोडी (विरोधी उमेदवार पुनाजीराव लळिंगकर) मते - १९,५२०
- **१९६२ :** धुळे लोकसभा मतदारसंघ (धुळे, शिरपूर, शिंदखेडा, पारोळा, भाडगाव, अमळनेर) पक्ष काँग्रेस, चिन्ह - बैलजोडी (विरोधी उमेदवार उत्तमराव पाटील) मते - १,४८,४५२
- **१९६७ :** धुळे लोकसभा मतदारसंघ (वरील प्रकारे) पक्ष (नव) काँग्रेस, चिन्ह बैलजोडी (विरोधी उमेदवार झेड्. बी. पाटील) मते - १,६४,३४९
- **१९७१ :** धुळे लोकसभा मतदारसंघ पक्ष - काँग्रेस, चिन्ह गाय वासरू (विरोधी उमेदवार-सोनुसिंह धनसिंह पाटील) मते - २,०४,४६१
- तीनही लोकसभा निवडणुकांत चुडामणअण्णांचे मताधिक्य वाढतच गेले आहे.
- **१९५७ :** निवडणुकीत संयुक्त महाराष्ट्र समितीची जोरदार लाट होती, तरीही चुडामणअण्णा हे आव्हान स्वीकारून निवडून आले होते.
- **१९६२ :** पंतप्रधान पंडित जवाहरलाल नेहरू यांना फुलपूर मतदारसंघातून १,१८,९३१ मते मिळाली होती. त्यामुळे चुडामणअण्णा यांची चर्चा पंतप्रधानांपेक्षा जास्त मतांनी निवडून आलेला खासदार अशी झाली होती.

❖❖❖

# पडदा उघडण्यापूर्वी

खान्देशचे भाग्यविधाते आणि काँग्रेस पक्षाचे एकनिष्ठ कार्यकर्ते व ग्रामीण भागातील मुलांच्या शैक्षणिक विकासासाठी प्रचंड मोठे शैक्षणिक संस्थांचे जाळे उभारणारे समाजसेवक, लोकप्रिय लोकप्रतिनिधी कै. चुडामण आनंदा पाटील ऊर्फ चुडामणअण्णा यांचे जीवन हे अनेकांना एक कोडेच आहे.

अण्णा... तात्या... बाप्पाजी

आपल्या उण्यापुऱ्या साठ वर्षांच्या राजकीय कारकीर्दीत जिल्हा काँग्रेस अध्यक्ष, आमदार व खासदार आणि काही संस्थांचे चेअरमन अशी मोठी पदे भूषविणारे चुडामणअण्णा हे फोनवरून कोणाशीही बोलताना "मी चुडामण पाटील बोलतो आहे" एवढीच आपली ओळख सांगत. त्यांचा लौकिक आणि दरारा असा होता, की जिल्ह्यातील कोणालाही आणखी काही सांगण्याची गरज पडत नसे. हा कणखर व झुंजार नेता समाजात, सार्वजनिक जीवनात व राजकारणात 'अण्णा' या नावाने सुपरिचित होता. अगदी मा. यशवंतराव चव्हाणदेखील त्यांना तोंडभरून 'या अण्णा' अशी प्रेमाने हाक मारत असत. त्यांच्या काळातील बहुतेक सर्व मुख्यमंत्र्यांकडे त्यांना थेट प्रवेश असे. कधीकधी काही कारणास्तव ते नंबर येण्याची वाट पाहत थांबले, तर मुख्यमंत्रीच 'का बाहेर थांबलात?' असे विचारत असत.

मुलेबाळे व इतर नातेवाईकमंडळी मात्र त्यांना 'तात्या' या नावानेच हाक मारत असत. पुढे वानप्रस्थाश्रमात म्हणजे राजकीय निवृत्तीच्या काळात ते आपल्या नातवंडांचे 'बाप्पाजी' बनले.

श्री. चुडामण आनंदा पाटील ऊर्फ अण्णा ऊर्फ तात्या आणि बाप्पाजी यांची ही जीवन कहाणी तत्कालीन खान्देशी शेतकऱ्याच्या दैन्यावस्थेपासून सुरू होते. त्या शेतकऱ्यांच्या मुलाबाळांच्या भावी पिढ्यांसाठी हा खडकाळ ओसाड प्रदेश जमेल तसा सुजलाम् सुफलाम् करून औद्योगिक विकासाची दालने उघडून त्यांच्यासाठी

रोजगाराच्या संधी निर्माण करण्यावर लोकप्रतिनिधी चुडामणअण्णा यांनी कायम भर दिला. या रोजगाराच्या संधींचा लाभ घेण्याची पात्रता नव्या पिढीच्या अंगी यावी म्हणून व्यावसायिक व उच्च शिक्षणाची गंगा त्यांनी खान्देशात आणली. खान्देशी माणसाचे जीवनमान व आर्थिक परिस्थिती यांत सारखी उन्नती होत राहावी यासाठी साठ वर्षे आपण केलेले कार्य आपल्या पुढच्या पिढीनेही सुरू ठेवावे अशी शिकवण व प्रेरणा त्यांनी दिली. त्यांच्या दूरदृष्टीमुळे साधत गेलेल्या खान्देशच्या विकासाची आणि समृद्धीची ही कहाणी आहे.

बालपणी कुटुंबाचे कर्जबाजारीपण, अर्धवट सोडून द्यावे लागलेले शिक्षण आणि पुढे तरुणवयात करावी लागलेली मिल कामगाराची नोकरी आणि गावात काही चांगले करू पाहताना गावगुंडांचा झालेला त्रास अशा प्रतिकूल परिस्थितीतून महात्मा गांधींच्या स्वातंत्र्यचळवळीकडे धुळ्याजवळील मोहाडी गावचा एक तरुण पुढे येत होता, तेव्हा काँग्रेस पक्षातील उच्चवर्णीय व शेठ-सावकार लोकांनी त्याला अडवण्याचा व नाउमेद करण्याचा प्रयत्न केला. परंतु गांधीजींच्या तत्त्वज्ञानावरील निष्ठा आणि स्वाभिमान व आत्मविश्वास यांच्या जोरावर काँग्रेस संघटनेत आणि स्वातंत्र्यचळवळीत ठाम उभे राहून या तरुणाने आपले कर्तृत्व सिद्ध केले. वैयक्तिक सत्याग्रह (१९४०) आणि भारत छोडो आंदोलन (१९४२) यात तुरुंगवास भोगून स्वातंत्र्याच्या स्वागताला हजर असणाऱ्या य तरुणाने धुळे जिल्ह्याच्या ग्रामीण भागांत, तसेच धुळ्याच्या कामगार आणि मजूरवस्तीत आपल्या सेवाभावाने एक मोठा चाहता वर्ग निर्माण केला.

खेडोपाडी काँग्रेस विचाराच्या, सर्व जातिधर्माच्या सहकाऱ्यांचे एक व्यापक जाळे विणले. त्या ताकदीवर १९४८मध्ये त्यांच्या गळ्यात धुळे जिल्हा काँग्रेस कमिटी अध्यक्षपदाची माळ पडली. हे पद प्रांतिककडून नेमणुकीने नव्हे, तर कार्यकर्ते, पक्ष सभासद यांच्याकडून निवड होऊन मिळाले होते. हे पद २२ वर्षे सांभाळण्याचा विक्रम त्यांनी केला. त्यांच्या अध्यक्षपदाच्या कारकीर्दीत धुळे जिल्हा काँग्रेस भवनची स्वतःची वास्तू लोकांच्या देणग्यांतून उभी राहिली. शेठ-सावकारांच्या माडीवर काँग्रेसच्या बैठका घेण्याचा काळ त्यांनी संपवला. अनेक जणांना खासदार आणि आमदार बनवण्यासाठी रक्ताचे पाणी केले. त्यांच्या कारकिर्दीत एखाददुसरा अपवाद सोडला, तर संयुक्त महाराष्ट्र समितीच्या काळातील जिल्ह्यात काँग्रेसचा विजय १०० टक्के होता. ते स्वतःही दोन वेळा विधानसभेवर व तीन वेळा लोकसभेवर प्रचंड मताधिक्याने निवडून आले.

काँग्रेस पक्षाचे एकनिष्ठ कार्यकर्ते व ग्रामीण भागातील मुलांच्या शैक्षणिक विकासासाठी प्रचंड मोठे शैक्षणिक संस्थांचे जाळे उभारणारे समाजसेवक, लोकप्रिय लोकप्रतिनिधी कै. चुडामण आनंदा पाटील ऊर्फ चुडामणअण्णा यांचे जीवन हे अनेकांना एक कोडेच आहे.

नव महाराष्ट्राच्या विकासाच्या मॉडेलमध्ये अभिप्रेत असलेल्या सहकारी दूध उत्पादक संस्था, सहकारी बँक, खरेदी-विक्री संघ यांसारख्या नागरी सहभागावर आधारलेल्या संस्था जिल्ह्यात उभ्या करताना ग्रामीण भागातील नवनेतृत्वाला, त्यातही प्रस्थापित व्यवस्थेत बाहेरच्या गुणी तरुणांना अधिकारपदे देण्याचे त्यांचे धोरण होते. त्यासाठी त्यांनी काँग्रेस अध्यक्षपदाचा वापरही केला. मात्र स्वतःसाठी यातील कोणतेही पद घेतले नाही. जिल्हा परिषद, पंचायत समित्या यातही नवनेतृत्वाला वाव देण्याची त्यांची भूमिका राहिली.

सार्वजनिक जीवनात असे कर्तृत्व गाजवीत असताना एक पालक व कुटुंबप्रमुख म्हणून त्यांना जे यश मिळाले ते उच्चशिक्षित प्राध्यापक, कुलगुरू, उद्योगपती यांना हेवा वाटावा इतके उज्ज्वल आहे. चारही मुले आपापल्या क्षेत्रात उच्चविद्याविभूषित आणि कर्तृत्ववान निघाली. महाराष्ट्रभर त्यांचे नाव आहे. आणि तोच वारसा तिसऱ्या पिढीतही त्याच तेजाने तळपतो आहे. अशा कर्तृत्ववान नेत्याबद्दल इतरत्र कौतुकांचे ग्रंथच्याग्रंथ रचले गेले असते. त्यांच्या उपकाराच्या शिदोरीवर मोठ्या झालेल्या लोकांनी त्यांची भव्य स्मारके उभारली असती, परंतु दुर्दैवाने उत्तर महाराष्ट्राला चुडामणअण्णा पाटील यांच्या कार्य व कर्तृत्वाची पुरेशी कृतज्ञतापूर्वक जाणीव आहे, असे दिसत नाही.

स्वतः अण्णांना आपल्यासाठी अमृत महोत्सव वगैरे, तसेच दरवर्षीचा वाढदिवस साजरा करणे मान्य नव्हते. त्याचप्रमाणे चरित्र किंवा आत्मवृत्त याबाबतचे प्रस्तावही त्यांनी आपल्या हयातीत फेटाळून लावले. 'चरित्रे महापुरुषांची लिहायची असतात आणि आत्मवृत्त लिहिण्याइतका मी मोठा नाही', असे ते सतत म्हणत राहिले. अत्यंत प्रतिकूल परिस्थितीत असे कर्तृत्व गाजवणे आणि कोणतीही कौटुंबिक व राजकीय पार्श्वभूमी नसताना सलग पाच निवडणुका जिंकून दाखवणे हे आजच्या युगात अशक्य असे काम आहे. ते करून दाखवणाऱ्या या असामान्य नेत्याच्या कार्याचा व जीवनकथेचा पट महाराष्ट्रातील वाचकांसाठी प्रथमच उलगडला जात आहे. त्यांचे हे जीवन आजच्या तरुणांना नक्कीच मार्गदर्शक व प्रेरणादायी ठरेल, यात शंकाच नाही.

प्रत्येक मनुष्य हा आपापल्या काळाचे अपत्य (प्रॉडक्ट ऑफ हिज टाईम) असतो असे म्हणतात. त्याप्रमाणे १९१३मध्ये जन्मलेले आपले चरित्रनायक कै. चुडामण आनंदा पाटील ऊर्फ चुडामणअण्णा हेही त्या वेळच्या सामाजिक परिस्थितीमुळे घडले. त्यांच्या जीवनाला आणि जीवनविषयक तत्त्वज्ञानाला वळण आणि दिशा देण्यात तत्कालीन सामाजिक परिस्थितीचा फार मोठा वाटा होता. त्यांचा जन्म जरी अभोणे गावी झाला असला, तरी धुळ्याजवळील मोहाडी गाव व हळूहळू विस्तारणारे धुळे शहर या धुळे शहराला औद्योगिक क्रांतीचे परिणाम व दुष्परिणाम दोन्ही दाखवणारा प्रताप मिलचा परिसर येथे त्यांचे जीवन घडले.

शेत व कारखाना दोन्हीकडे एकाच वेळी काम करणे त्यांच्या नशिबी होते. त्यामुळे शेतकरी व कामगार दोन्ही वर्गांच्या दुःखाशी व अडचणींशी ते स्वानुभवामुळे चांगल्या प्रकारे परिचित होते. त्यामुळे या वर्गाचे नेतृत्व करताना त्यांच्यात एक प्रकारचे अद्वैत होते. हा वर्ग कायम त्यांचा पाठीराखा राहिला. भले उच्चभ्रू नेते व उच्चविद्याविभूषित मंडळींनी त्यांना अशिक्षित व अडाणी कार्यकर्ता म्हणून उपेक्षित ठेवण्याचा प्रयत्न केला असेलही, नव्हे तो केलाच होता. त्या उपेक्षेची किंचितही दखल न घेता स्वप्रयत्नाने अग्निलोळासारखी वर उफाळून येण्याची क्षमता चुडामणअण्णा यांनी आपल्या जडणघडणीच्या काळात संपादित केली होती. हे त्या वेळच्या परिस्थितीत त्यांनी घेतलेल्या निर्णयावरून पुरेसे स्पष्ट होते. त्यासाठी त्यांच्या गौरवाच्या शब्दांचे बुडबुडे उडवण्याची गरज नाही. त्यांच्या आयुष्यातील घटनाच पुरेशा बोलक्या आहेत. आजवर अज्ञात असलेल्या किंवा फार थोड्या लोकांना माहीत असलेल्या या घटनांची येथे नोंद केली आहे एवढेच.

## जनसेवक चुडामणअण्णा पाटील जीवनपटाविषयी

कै. चुडामणअण्णा पाटील यांचा चरित्रग्रंथ सिद्ध करीत असताना मुख्य अडचण आली ती त्यांच्या आयुष्यातील घटना व प्रसंग नेमके केव्हा आणि कधी घडले याचा तपशील मिळवताना. त्यांनी १९८९च्या सुमारास काही आठवणी सांगून त्यांची नोंद एका डायरीत करून घेतली आहे. यापलीकडे आत्मनिवेदन म्हणता येईल असे कोणतेही साहित्य उपलब्ध नाही. ते लोकप्रतिनिधी असण्याचा कालखंड निवडणूक आयोग आणि विधान मंडळ व संसद येथील नोंदींवरून उपलब्ध आहे, तसेच तो सर्वांना ठाऊकही आहे. मात्र अण्णा जिल्हा काँग्रेस अध्यक्ष कोणत्या तारखेस झाले, एवढेच काय, प्रताप मिल कामगार सहकारी क्रेडिट सोसायटीचे

चेअरमन कोणत्या वर्षी झाले, याचा अचूक तपशील खूप प्रयत्न करूनही मिळाला नाही. त्यामुळे त्या घटनांशी संबंधित किंवा त्या सुमारास घडलेल्या इतर घटनांच्या आधारे या घटनांचा कालावधी ठरवावा लागला. तसेच चुडामणअण्णा हे मुळातच प्रसिद्धीपासून दूर राहणारे व जास्तीत जास्त वेळ समाजसेवेत घालवणारे असल्याने 'बाते कम काम ज्यादा' हे त्यांचे सूत्र होते.

सुदैवाने १९४८ नंतरच्या पक्षीय तसेच समाजसेवाविषयक कामांच्या नोंदी तेव्हाच्या 'साप्ताहिक वार्ता'च्या अंकातून आढळून येतात. त्याचे श्रेय 'वार्ता'च्या संपादक-मालक जोशी कुटुंबाला द्यावे लागते. त्यांच्या तीन पिढ्या म्हणजे बापू (दत्तात्रय जोशी), अतुलभाई आणि आता आशुतोष जोशी यांनी काँग्रेसच्या कार्याला प्रसिद्धी देण्याचे काम चांगल्या प्रकारे केले आहे म्हणून हे श्रेय. दुसरे मानकरी अण्णांचे सहकारी काँग्रेसचे तत्कालीन सचिव मगनलाल भावसार हे आहेत, तर तिसरे मानकरी श्री. गोपीनाथ म. लिंगायत (पत्रकार व स्वातंत्र्यसैनिक) हे ठरतात.

चुडामणअण्णा हे स्वातंत्र्यसैनिक, कामगार नेते, काँग्रेस कार्यकर्ते व सत्याग्रही आणि पुढे जिल्हा काँग्रेस अध्यक्ष व नंतर आमदार आणि खासदार, अनेक संस्थांचे पदाधिकारी, संचालक व अध्यक्ष आणि आश्रयदाते असल्याने १९२९ ते १९९० या प्रदीर्घ कालखंडात स्वातंत्र्य चळवळ, कामगार चळवळ, काँग्रेसचे कार्य, निवडणुका, जिल्हा पातळीवरील सहकारी आणि विकास संस्था, महाराष्ट्राच्या आणि देशाच्या राजकारणावर परिणाम घडविणाऱ्या महत्त्वाच्या समकालीन घटना अण्णांच्या आयुष्याचा भाग ठरतात.

१९५२ ते ६० हा महाराष्ट्रातील संयुक्त महाराष्ट्र आंदोलनाचा कालावधी, त्या वेळी अण्णासाहेब आमदार होते. अनेक उलथापालथी त्या काळात झाल्या. १९६२ ते ६७ हा अण्णांचा लोकसभा सदस्यत्वाचा पहिला कालावधी. यात देशाने तीन पंतप्रधान पाहिले. अण्णा त्यांचे केवळ मूक साक्षीदार नव्हते, तर अनेक घटनांत ते सहभागी होते. मोरारजी देसाई, भाऊसाहेब हिरे आणि यशवंतराव चव्हाणसाहेब या तिघाही नेत्यांशी त्यांचे निकटचे वैयक्तिक संबंध होते. त्यांच्याशी संबंधित घटना त्यामुळेच या जीवनपटात आहेत.

मात्र पत्रव्यवहार किंवा दैनंदिन कामांच्या नोंदी, विधिमंडळ व संसदीय कामकाजाशी संबंधित नोंदी व्यवस्थित ठेवण्याची गरज चुडामणअण्णांना वाटलेली दिसत नाही. ते विधिमंडळ किंवा संसदेतही फारसे बोलत नसत. जे काही बोलायचे

ते काँग्रेस विधिमंडळ पक्षाच्या बैठकीत बोलायचे, अशी त्यांची सवय होती. मात्र त्या भाषणांच्याही नोंदी उपलब्ध होत नाहीत.

धुळे जिल्ह्यात लोकप्रतिनिधी म्हणून, तसेच जिल्हा काँग्रेस अध्यक्ष या नात्याने जिल्ह्याचे एकप्रकारे पालक म्हणून त्यांनी केलेले कार्य फार मोठे आहे. मात्र प्रसिद्धीपासून दूर राहण्याची सवय आणि सहकाऱ्यांच्या सोबतीने केलेल्या कामाचे ज्याचे श्रेय त्याला देऊन टाकण्याची त्यांची वृत्ती यामुळे तत्कालीन वृत्तपत्रांतही चुडामणअण्णा हे अनेक कार्यक्रमांना आणि समारंभांना अध्यक्ष म्हणून उपस्थित असल्याच्या नोंदी आढळतात. यापलीकडे त्यांच्या भाषणाचे वृत्तांत सापडले नाहीत. मात्र त्यांनी आपल्या प्रदीर्घ सार्वजनिक जीवनात उभे केलेले काम हिमालयाएवढे नक्कीच आहे. त्यातील स्पष्टपणे उपलब्ध झालेल्या काही घटनांचा वर्षानुक्रमे पट येथे उलगडून दाखवला आहे.

❖❖❖

# जीवनपट व कार्य आलेख

मा. चुडामणअण्णा पाटील
(स्वातंत्र्यसेनानी, ज्येष्ठ काँग्रेस नेते, माजी आमदार व माजी खासदार)

## १९१३ ते १९९० पर्यंत

### जन्म व बालपण

**१९१३ :** अभोणे, ता. चाळीसगाव येथे आजोळी जन्म
१ जुलै १९१३, मंगळवार, विक्रम संवत् १९७०, शके १८३८, आषाढ महिना, कृष्ण पक्ष. वृषभ राशी, कृत्तिका नक्षत्र.
**पिता :** आनंदा रामजी पाटील (रवंदळे), रा. मोहाडी
**माता :** रेणूबाई (राघो पाटील, अभोणे यांची कन्या)
चुडामण पाटील यांचे ज्येष्ठ बंधू वामन आनंदा पाटील यांचा तीर्थक्षेत्र काशी येथे विवाह. विवाहानंतर ९ दिवसांत वामनभाऊ यांचे दुःखद निधन. वामनभाऊंच्या अस्थिविसर्जनासाठी चुडामण पाटील काकांसोबत मातृगयेस जाऊन आले.

### शिक्षणास आरंभ व अडचणी

- सामनेर, ता. पाचोरा (जि. जळगाव) येथे मावशींकडे मराठी दोन इयत्ता.
- दुसरीनंतर तिसरी इयत्ता मोहाडी येथील शाळेत.
- इयत्ता चौथीसाठी धुळे नगरपालिका शाळा नं. १ मध्ये. तेथे इयत्ता पाचवी पूर्ण. माध्यमिक शिक्षणासाठी इंग्रजी पहिलीत गरुड हायस्कूल, धुळे येथे दाखल.
- तेथे इंग्रजी १ली, २री व ३री अशा तीन इयत्ता पूर्ण, इयत्ता चौथीपासून हायस्कूलची फी भरणे जड जाऊ लागल्याने शिक्षणाला रामराम. शाळा सोडावी लागली.
- टिळक-गांधी यांचा खान्देश दौरा.
- १ ऑगस्ट १९२० रोजी लोकमान्य टिळकांचे निधन.

## नोकरी व शेती, कर्जफेड

मोहाडी येथे वडिलांची शेती करण्यास सुरुवात. कर्जफेडीसाठी शेतीचे उत्पन्न पुरेसे नसल्याने नोकरीचा शोध.

## १९२९

- मोहाडीचे शंकर जिभाऊ (शंकर सदा पाटील) यांच्या ओळखीने धुळे येथील प्रताप मिलमध्ये नोकरी व उरलेल्या वेळात शेती.
- काँग्रेसमध्ये व राजकीय चळवळीत प्रवेश.
- मोहाडीतील गावगुंडांशी संघर्ष.
- चॅप्टर केसचे कारस्थान उलटवून लावले व सूत्रधार गुंडांना तसेच हेडमास्तरला धडा शिकवला.
- लोकल बोर्ड शिक्षण सभापतीकडून मोहाडी भेटीत चुडामण पाटील यांच्या कार्याची प्रशंसा व गावच्या शाळा कमिटीवर सभासद म्हणून चुडामण पाटील यांना नेमण्याचा हुकूम.
- लाहोर काँग्रेसमध्ये स्वातंत्र्याचा ठराव, २६ जानेवारी स्वातंत्र्यदिन

## १९३०

- १२ मार्च रोजी गांधीजींची दांडीयात्रा साबरमतीपासून सुरू.
- ६ एप्रिल : मिठाचा सत्याग्रह (या काळात चुडामणअण्णा यांनी धुळे येथे मीठ विकले, पण अटक नाही)
- ५ मे : गांधीजींना अटक.

## १९२९ ते १९३४ या काळात कौटुंबिक आघाडीवर

- लग्न झाले. वडिलांच्या इच्छेप्रमाणे हिरापूर (ता. चाळीसगाव) येथील श्री. म्हसू पाटील यांच्या कन्या सुंदरबाई ऊर्फ बायजा यांच्याशी विवाह (महारू म्हसू पाटील यांच्या भगिनी)
- या काळात मिल नेतृत्वात, तसेच गावात जम बसवला.
- स्वातंत्र्यासाठी प्रभातफेऱ्या, सभा, मोर्चात सहभाग.
- मराठा कॉन्फरन्स धुळे येथे उधळली.

## १९३०

- २७ मे रोजी सायमन कमिशनचा अहवाल प्रसिद्ध
- पहिला सत्याग्रह व स्वातंत्र्यलढा

## १९३०

- देशव्यापी जंगल सत्याग्रहाचा भाग म्हणून काँग्रेस कार्यकर्ता या नात्याने चुडामणअण्णांचा लळींग (ता. धुळे) येथे जंगल सत्याग्रहात भाग (पण शिक्षेतून वाचले), साक्री-म्हसदी मांगी-तुंगीसह जंगल सत्याग्रहात भाग.
- इंग्लंडमध्ये पहिली गोलमेज परिषद आरंभ १२ नोव्हेंबर १९३०, समाप्ती १९ जानेवारी १९३०
- दुसरी गोलमेज परिषद आरंभ ७ सप्टेंबर १९३१, समाप्ती १ डिसेंबर १९३१

## २३ मार्च १९३१

- भगतसिंग, राजगुरू, सुखदेव यांना लाहोर येथे फाशी.
- १९३२ : सप्टेंबर गांधीजींचे उपोषण व गांधी-आंबेडकर यांच्यात 'पुणे करार', जातीय (मतदारसंघ) निवाडा जाहीर आणखी गोलमेज परिषद, पण काँग्रेस सहभागाशिवाय.

## १९३४

- २१ मार्च १९३४ चुडामणअण्णांचे ज्येष्ठ सुपुत्र श्री. भास्करदादा (पुढे आय.ए.एस. अधिकारी झालेले) यांचा जन्म (आजोळी हिरापूर येथे).

## १९३५

- प्रांतिक काँग्रेस अध्यक्षपदी श्री. शंकरराव देव, चुडामणअण्णा धुळे तालुका व जिल्हा सरचिटणीस.
- देव, जेधे, गाडगीळांचा काँग्रेस सुवर्ण महोत्सवानिमित्त धुळे दौरा.
- २ ऑगस्ट १९३५चा 'गव्हर्नमेंट ऑफ इंडिया ॲक्ट' संमत
- १९३१ ते १९४० न्यू प्रताप मिलमध्ये नोकरी.
- धुळे तालुका काँग्रेस कमिटीचे व नंतर धुळे जिल्हा काँग्रेस कमिटीचे चिटणीस.
- मिल कामगार संघटनेचे अध्यक्ष, मिल कामगार पतपेढीचे पहिले कामगार अध्यक्ष.

## राजकारणाच्या व्यापक पटांगणात

### १९३६

- मुंबई प्रांतिक लेजिस्लेटिव्ह कौन्सिल, तसेच सेंट्रल लेजिस्लेटिव्ह असेंब्लीच्या निवडणुकीत प्रचार
- काँग्रेसचे फैजपूर अधिवेशन, गांधी-नेहरूंची खान्देशास भेट.
- अधिवेशनात चुडामणअण्णांची महात्मा गांधी व पंडित जवाहरलाल नेहरूंशी भेट व चर्चा.

### १९३७

- मोहाडी येथे प्रौढ शिक्षणवर्ग सुरू, त्यास मंत्री (मुंबई सरकार) ना. अण्णासाहेब लठ्ठे यांची भेट व तरुण चुडामण पाटील यांच्या कार्याचे कौतुक.
- २४ जानेवारी १९३७ : भाचा व मानसपुत्र बंकटअप्पा यांचा जन्म मोहाडी येथे.
- २४ मार्च १९३७ : द्वितीय सुपुत्र लोकसेवक धन्वंतरी डॉ. भाईदासअण्णा यांचा जन्म हिरापूर येथे आजोळी.
- भाऊसाहेब हिरे यांचा राजकीय क्षितिजावर उदय. प्रांतिक सरकारात पार्लमेंटरी सेक्रेटरी म्हणून नियुक्ती

### १९३७-३८

- मुंबईचा गव्हर्नर रॉजर लमले (१९३७-४३) यांस चुडामणअण्णांनी मोहाडीच्या तालमीच्या उद्घाटनप्रसंगी तालमीबाहेर बूट काढावयास लावले. अण्णांच्या गोठ्यावरचा तिरंगी झेंडा त्याच्यासाठी काढण्याचे आदेश अधिकारी वर्गाने दिल्याचा बदला अण्णांनी घेतला. मिल कामगारांचा मोर्चाही आणला.

### १९३९

- काँग्रेसचे मंत्रिमंडळ व कौन्सिलचे राजीनामे.
- १ सप्टेंबर १९३९ : हिटलरच्या राक्षसी महत्त्वाकांक्षेमुळे दुसऱ्या जागतिक महायुद्धास सुरुवात.

### १९४०

- १३ जून१९४० : रोहिदास पाटील (दाजीसाहेब) यांचा जन्म हिरापूर येथे.

- ११ जून १९४२ : डॉ. विश्वासनाना (मधुनाना) यांचा जन्म हिरापूर येथे.

## सत्याग्रह व ४२ चा लढा, तुरुंगवास.

### १९४०

- चुडामणअण्णांचा काँग्रेसच्या वैयक्तिक सत्याग्रहात सहभाग, सत्याग्रहींची यादी व सूचना फिरवल्या.
- बाळूभाई मेहतांबद्दल भ्रमनिरास, वैयक्तिक सत्याग्रह करणाऱ्यांत धुळ्यात सत्याग्रही.
- सहा महिने शिक्षा व १०० रुपये दंड, दंड न भरल्यास त्यापोटी तीन महिने शिक्षा. (एकूण नऊ महिने धुळे कारागृहात)
- पू. साने गुरुजी यांच्या समवेत (कैद्यांना मदत).
- ५ डिसेंबर १९४० : भाऊसाहेब हिरेंचा वैयक्तिक सत्याग्रह, १ वर्ष शिक्षा मालेगाव येथे.

### १९४२

- २३ मार्च १९४२ : क्रिप्स योजना घेऊन मंडळी भारतात, २३ मार्च ते १० एप्रिल हिंदी नेत्यांची चर्चा.
- ११ एप्रिल : क्रिप्स मिशन फसल्याची जाहीर कबुली.
- ८ ऑगस्ट १९४२ : मुंबईतून 'चले जाव' / 'करेंगे या मरेंगे'ची घोषणा. देशभर अटकसत्र.
- १९४२ : चुडामणअण्णांना मोहाडी येथून अटक व नाशिक कारागृहात दोन वर्षांसाठी रवानगी. वर्ग अ.
- काकासाहेब गाडगीळ तेथे सोबत होते.

## कारावासातून मुक्तीनंतरची देशसेवा

- १९४४ : नाशिक कारागृहातून सुटका, धुळे जिल्हा काँग्रेस कमिटी सचिव म्हणून कार्य सुरू, धुळे येथे रेल्वे लाईनलगत नवे घर बांधले.
- १९४५ : मध्यवर्ती कौन्सिल निवडणूक ऑगस्ट १९४५
- चुडामणअण्णांकडून गाडगीळ-हिरेंचा प्रचार, ते विजयी झाले.
- प्रांतिक कौन्सिलवर धुळ्यातून शा. रा. भारतीया यांची निवड.

- १९४६ : देशाच्या घटना परिषदेचे काम सुरू. गाडगीळ-हिरे सदस्य होते. स्वातंत्र्य जवळ आले.
- ९ डिसेंबर १९४६ : काकासाहेब वाघ काँग्रेसमध्ये आले.
- ३ जून १९४७ : १५ ऑगस्ट १९४७ रोजी देश स्वतंत्र होणार अशी घोषणा, व्हाईसरॉयपदी लॉर्ड माऊंटबॅटनचे आगमन.

## १९४७ स्वातंत्र्य व फाळणी

- १४ व १५ ऑगस्ट : धुळे येथील झेंडावंदन, धुळे पोलिस मैदानावर टोणगावकरांच्या हस्ते झेंडावंदन. मुला-मुलींनी भास्करदादांच्या नेतृत्वाखाली मोहाडीत झेंडावंदन केले.
- १९४८ : ३० जानेवारी १९४८ : म. गांधींजींची दिल्लीत हत्या. महाराष्ट्रात जाळपोळ.
- २७ मे १९४८ : (काँग्रेस प्रांतिक अध्यक्ष) जेधे, मोरे, राऊत आदींचा काँग्रेस त्याग व शेतकरी कामगार पक्षाच्या स्थापनेची तयारी.
- १३ जून १९४८ : स्वा. भाऊसाहेब हिरे प्रांतिक काँग्रेसचे अध्यक्ष झाले. यशवंतराव चव्हाण प्रांतिक चिटणीस.
- जुलै १९४८मध्ये चुडामणअण्णा पाटील धुळे जिल्हा काँग्रेस कमिटीचे अध्यक्ष झाले.
- १४ जून १९४८ : शेतकरी कामगार पक्षाची स्थापना.
- १५ ऑगस्ट : पहिला स्वातंत्र्यदिन उत्साहात साजरा.
- १३ सप्टेंबर : भारतीय सैन्य निजामाच्या हद्दीत शिरून हैदराबाद मुक्ती सुरू.
- धुळ्यात भाऊसाहेब फिरोदिया यांच्या हस्ते म. गांधींच्या पूर्णाकृती पुतळ्याचे अनावरण.
- ११ डिसेंबर : बाळूभाई मेहतांच्या मार्गदर्शनाखाली धुळे पोलिस मैदानावर सहा विद्यार्थ्यांची सांघिक कवायत.
- १५ मार्च १९४९ : धुळे जिल्ह्यात सर्वाधिक ८,००० पोती लेव्हीधान्य वसुली.
- १८ मे : चुडामणअण्णांच्या अध्यक्षतेखाली काँग्रेसचे लोकल बोर्ड उमेदवार ठरविण्यासाठी बैठक.

## १९५०

- काँग्रेसचे नाशिक अधिवेशन (अध्यक्ष टंडन बाबू)

**२६ जानेवारी १९५०**

- घटना परिषदेचे पार्लमेंटमध्ये रूपांतर, घटना जारी

**१९५१**

- जिल्ह्यात दुष्काळी परिस्थिती, पूरमेपाडा व सय्यदनगर धरणाबाबत सरकारशी चर्चा, हिरे-मोरारजींकडे प्रस्ताव.
- भाऊसाहेब हिरेंच्या अध्यक्षतेखाली बोरकुंड येथे दुष्काळी परिषद.

**१९५२**

- पंतप्रधान नेहरूंचा झाडी धरणासाठी मालेगाव व खान्देश दौरा.
- पहिली सार्वत्रिक निवडणूक जाहीर.
- लोकसभा व राज्यांमध्ये विधानसभा निवडणुका जाहीर.
- काँग्रेसला बहुमत, पण मोरारजींचा बलसाडमध्ये अमोल देसाईंकडून पराभव.
- धुळे जिल्ह्यातून साक्री-नवापूर वगळता काँग्रेसचे आमदार विजयी.
  खासदार - शा. रा. भारतीया व नटावदकर
- हिरेंचा विरोध डावलून मोरारजींनी चुडामणअण्णांना विधान परिषदेचे तिकीट दिले.
- चुडामणअण्णांची विधान परिषदेवर धुळे-नगर स्थानिक स्वराज्य संस्था मतदारसंघातून निवड.
- २० मे १९५२ : श्री. भास्करदादा व शकुंतलाताई शुभविवाह
- १२ जून : काँग्रेस सदस्य नोंदणीसाठी चुडामणअण्णांचा तालुका दौरा. शिरूड येथे १५० सदस्य नोंदले. नरव्हाळ येथे १०० सदस्य नोंदले. नेर येथे ३५० सदस्य नोंदले.
- १४ जून : काँग्रेसमधील धुळे जिल्ह्यातील बंडखोरांवर कारवाई. सत्तरसिंग वसावे, जयदेवसिंग राणा, उखडू पाडवी व कृष्णराव शिकारे यांचे सदस्यत्व रद्द.
- २० सप्टेंबर : शेतकी मंत्री भाऊसाहेब हिरे यांचा जिल्ह्याच्या दुष्काळी भागात दौरा.
- धुळे जिल्हा विकास मंडळावर चुडामणअण्णा यांची नियुक्ती.
- १ नोव्हेंबर : धुळे जिल्हा लोकल बोर्ड निवडणूक प्रचारास अण्णांच्या अध्यक्षतेखाली वेग.
- ९ नोव्हेंबर : मोरारजींची खांडबारा येथे भेट. धरणांचा प्रश्न, दुष्काळाची चर्चा.

- २९ नोव्हेंबर : जिल्हा लोकल बोर्ड निवडणुकीत काँग्रेसचे बहुमत ५० पैकी ३३ जागा जिंकल्या.

## १९५३

- ७जानेवारी १९५३ धुळे जिल्हा काँग्रेस कमिटीच्या अध्यक्षपदी चुडामणअण्णांची निवड. जिल्हा मंत्री म्हणून ना. स. पाटील व भावसार यांची निवड.
- १७ जानेवारी : धुळे जिल्ह्यासाठी चुडामणअण्णांच्या प्रयत्नाने दुष्काळी कामासाठी ४५ लाख रुपये मंजूर. त्यात २० लाख रुपये सय्यदनगर बंधारा व १५ लाख रुपये पूरमेपाडा बंधाऱ्यासाठी.
- ३१ जानेवारी : बांधकाम मंत्री नामदार मालोजीराव नाईक निंबाळकरांची दुष्काळी भागास भेट. सय्यदनगर येथे मजुरांना ब्लँकेटचे वाटप.
- ५ फेब्रुवारी : उपमंत्री वांद्रेकर यांची बोरकुंड बोरविहीर दुष्काळी भागास भेट.
- १४ फेब्रुवारी : नामदार भाऊसाहेब हिरे यांची दुष्काळी भागास भेट. धुळे येथे चुडामणअण्णांच्या उपस्थितीत जाहीर सभा.
- एप्रिल : साक्री व नवापूर तालुक्यात विधानसभा पोटनिवडणुकीचा प्रचार.
- पोटनिवडणुकीत काँग्रेसतर्फे काँग्रेसचे दोन्ही उमेदवार, श्री. सखाराम देसले व बकाराम सुखाराम कोकणी विजयी.
- २ व ३ मे : पंतप्रधान पं. जवाहरलाल नेहरूंचा मनमाड, मालेगाव, धुळे, जळगाव जिल्ह्यातील दुष्काळी भागाचा दौरा.
- २९ ऑक्टोबर : चुडामणअण्णांच्या अध्यक्षतेखाली जिल्ह्यातील पाणीपुरवठा योजना पूर्ण करण्याच्या मागणीसाठी आमदार व प्रमुख पुढाऱ्यांची बैठक.
- २८ नोव्हेंबर : चुडामणअण्णा यांनी काँग्रेस भवन उभारणीसाठी शहादे तालुक्यात देणग्या गोळा करण्यासाठी दौरा केला.
- धुळे तालुक्याचे आमदार बॅरिस्टर सु. ता. मोरे यांचा आमदारकीचा राजीनामा.
- २९ डिसेंबर : काँग्रेस भवनाचे काम रखडल्याने निधी गोळा करण्यासाठी पुन्हा आवाहन व दौरे.

## १९५४

- १६ जानेवारी : प्रांतिक काँग्रेस कमिटीचे अध्यक्ष देवकीनंदन नारायण यांचा धुळे दौरा. धुळे तालुका विधानसभा पोटनिवडणुकीसाठी उमेदवार निवडीची चर्चा.

- ३० मार्च : धुळे तालुका विधानसभा पोटनिवडणुकीत काँग्रेसचे नवलभाऊ आनंदा पाटील विजयी.
- १७ जुलै : धुळे नगराध्यक्षपदी काँग्रेसच्या जयंतीबेन शहा यांची निवड.
- १२ ऑगस्ट : श्री शिवाजी विद्या प्रसारक संस्थेच्या सर्वसाधारण सभेत धुळ्यात आर्टस्, सायन्स कॉलेज काढण्याबाबत ठराव आणि लोकांना मदतीचे आवाहन.
- २३ नोव्हेंबर : शे.का. पक्षातून काँग्रेसमध्ये परतलेले देशभक्त केशवराव जेधे यांचा काँग्रेस भवनात चुडामणअण्णा पाटील यांच्या अध्यक्षतेखाली सत्कार, तसेच त्यांच्या अध्यक्षतेखालीच रात्री धुळ्यात जाहीर सभेत जेधे यांचे भाषण.
- २३, २४ डिसेंबर : दानशूर उद्योगपती श्रीमंत प्रताप शेठ यांचा अमृत महोत्सव दादासाहेब मावळणकर यांच्या अध्यक्षतेखाली साजरा.

**१९५५**

- गोवा मुक्ती आंदोलन सुरू.
- १९ ते २३ जानेवारी: आवडी (मद्रास) येथे काँग्रेसचे अधिवेशन. जिल्ह्यातून अनेक सदस्य रवाना.
- २६ फेब्रुवारी : धुळे जिल्हा काँग्रेस कमिटी अध्यक्षपदी पुन्हा चुडामणअण्णा पाटील यांची निवड. ग. द. माळी गुरुजी भावसार व ना. स. पाटील चिटणीसपदी.
- २७ मे : श्री. बाळासाहेब भारदे यांच्या उपस्थितीत नवलनगर (नावरी) येथे जिल्हा काँग्रेस कार्यकर्ता शिबिर, चुडामणअण्णांच्या हस्ते झेंडावंदन.
- ११ जुलै : चुडामणअण्णांच्या अध्यक्षतेखाली काँग्रेस भवनात झालेल्या बैठकीत नवीन जमीन विषयक कायद्याला पाठिंबा.
- २३ जुलै : शेतकी व जंगल खात्याचे उपमंत्री के. एफ. पाटील यांचा धुळे दौरा.
- ३१ जुलै : नामदार भाऊसाहेब हिरे यांच्या समवेत चुडामणअण्णा व काँग्रेस पदाधिकाऱ्यांचा जिल्हा दौरा.
- १६ ऑगस्ट : सीतापूर काँग्रेस अधिवेशन.
- २२, २३ सप्टेंबर : इंदिरा गांधींचा धुळे जिल्हा दौरा. मुकटी येथे भव्य स्वागतास चुडामणअण्णा उपस्थित. काँग्रेस भवनास भेट व भवनाच्या उभारणीचे कौतुक. गरुड हायस्कूलच्या मैदानावर जाहीर सभा.

## १९५६

- काँग्रेस राज्य विधिमंडळ नेता निवड. यशवंतराव विरुद्ध हिरे, यशवंतराव चव्हाण विजयी.

## १९५७

- ग. द. माळी धुळे जिल्हा काँग्रेस चिटणीस.
- १९५७ : धुळे जिल्हा मध्यवर्ती सहकारी बँकेची स्थापना.
- २२ मार्च १९५७ : धुळे जिल्हा दूध संघाची स्थापना, धुळे पॉलिटेक्निकची स्थापना.
- ६ ऑक्टोबर १९५७ : सारंगखेडा पुलाचे उद्घाटन
- ३१ नोव्हेंबर १९५७ : जिल्हा लोकल बोर्ड निवडणूक
- १९५७ : दुसरी सार्वत्रिक निवडणूक जाहीर
- १९५७ : चुडामणअण्णांना काँग्रेसचे विधानसभेचे तिकीट यशवंतरावांनी दिले. चुडामणअण्णा विजयी.

## १९५८

- १ जानेवारी : चुडामणअण्णा यांना लुटारूंनी धुळ्याकडे येताना रस्त्यात अडवून लुबाडले.
- काँग्रेसचे पाण्डे वकील धुळे नगराध्यक्षपदी.
- २५ जानेवारी : विधान परिषद निवडणुकीत काँग्रेसचे ग. द. माळी गुरुजी विजयी.
- १८ फेब्रुवारी : पूरमेपाडा येथे चुडामणअण्णांच्या उपस्थितीत धरणाच्या संदर्भात शेतकऱ्यांचा मेळावा.
- २५ फेब्रुवारी : धुळे जिल्हा लोकल बोर्डाच्या अध्यक्षपदी काँग्रेसचे शहा यांची निवड.
- १८ एप्रिल : धुळे जिल्हा मध्यवर्ती बँकेच्या नव्या इमारतीचे उद्घाटन.
- २४ मे : श्री शिवाजी विद्या प्रसारक संस्थेच्या कॉलेजच्या नवीन इमारतीचे राज्यपालांच्या हस्ते उद्घाटन.
- लोकल बोर्ड निवडणुकीत आव्हान देऊन झेड. बी. पाटील यांना पाडून अण्णांनी भैरूलाल जैन यांस निवडून आणले.

- कुसुंबे येथील निवडणुकीत पूर्वी आव्हान दिल्याप्रमाणे अण्णांनी लक्ष्मणजीभाऊ यास मागासवर्गीय उमेदवार बुधाभाऊ यांच्याकडून पराभूत केले.
- १२ डिसेंबर १९५९ : ग. द. माळी गुरुजी जिल्हा काँग्रेसचे काही काळ अध्यक्ष झाले.

## १९६०

- २१ एप्रिल : यशवंतराव चव्हाण यांची संकल्पित महाराष्ट्र विधिमंडळ काँग्रेस पक्षाच्या नेतेपदी निवड, उपनेतेपदी कन्नमवार.
- १ मे : संयुक्त महाराष्ट्राची स्थापना, पंतप्रधान पं. नेहरूंच्या हस्ते नव्या राज्याचे उद्‌घाटन.
- जून : आमदार चुडामणअण्णा यांच्या हस्ते आणि पाटबंधारे मंत्री शंकरराव चव्हाण यांच्या अध्यक्षतेखाली नगाव येथील ग्रामपंचायत इमारतीचे उद्‌घाटन.
- जळगाव जिल्ह्यातील अबूट बारा व भारडू धरणाची शेतकरी मेळाव्यात मागणी.
- ३ सप्टेंबर : महाराष्ट्रात पंचायत राज व्यवस्थेचा अभ्यास करण्यासाठी नाईक समितीची नियुक्ती.
- मो. अशीम प्रेमजी यांनी धुळे येथील प्रताप मिलचे व्यवस्थापन ताब्यात घेतले.

## १९६१

- ३० एप्रिल महाराष्ट्र राज्याचा प्रथम वर्धापन दिन धुळ्यात उत्साहात साजरा.
- १ मे : मुख्यमंत्री श्री. यशवंतराव चव्हाण यांचा चाळीसगाव व धुळे दौरा व विविध कार्यक्रम.
- १० सप्टेंबर : धुळे जिल्हा काँग्रेसची आगामी विधानसभा, लोकसभा निवडणुकांच्या तयारीसाठी व उमेदवारयादी बनवून प्रांतिककडे पाठवण्यासाठी बैठक. लोकसभेसाठी चुडामणअण्णा व तु. हु. गावीत यांची एकमताने शिफारस.
- ६ नोव्हेंबर : श्री. भाऊसाहेब हिरे यांचे धुळे येथे दुःखद निधन.
- २८ डिसेंबर : चुडामणअण्णांच्या उपस्थितीत मोगलाई भागात दोन हजार कामगारांची सभा. मिल कामगारांतील मोठा वर्ग असलेल्या जोशी समाजाचा कम्युनिस्ट पार्टीला रामराम करून काँग्रेसमध्ये प्रवेश.

## १९६२

- ८ जानेवारी : धुळे जिल्हा काँग्रेस कमिटीच्या बैठकीत आगामी निवडणुकीच्या दृष्टीने चुडामणअण्णा व माळी गुरुजी यांचे मार्गदर्शन.
- १७ व १८ जानेवारी महाराष्ट्र प्रदेश काँग्रेस अध्यक्ष डॉ. आबासाहेब खेडकर यांचा धुळे जिल्हा दौरा व जाहीर सभा.
- १३ जानेवारी : १९६२च्या लोकसभा व विधानसभा निवडणुकीचा कार्यक्रम जाहीर.
- २२ व २५ फेब्रुवारी : नंदुरबार लोकसभा व त्याअंतर्गत विधानसभा मतदारसंघात आणि २५ फेब्रुवारी रोजी धुळे लोकसभा व त्याअंतर्गत विधानसभा निवडणुकीसाठी मतदान.
- १ मार्चः लोकसभा निवडणुकीत चुडामणअण्णा विक्रमी मतांनी विजयी. नंदुरबार लोकसभा मतदारसंघातून काँग्रेसचे लक्ष्मण वेडू वळवी विजयी. संसद सदस्य म्हणून चुडामणअण्णा यांचा पहिल्या कालावधीचा शपथविधी.
- ९ मार्च : यशवंतराव चव्हाण यांच्या नेतृत्वाखाली नवीन महाराष्ट्र राज्याच्या मंत्रिमंडळाचा शपथविधी.
- २० एप्रिल : श्री शिवाजी विद्या प्रसारक संस्थेतर्फे नवनिर्वाचित खासदार चुडामणअण्णा यांच्यासह सर्व नवनिर्वाचित लोकप्रतिनिधींचा सत्कार.
- १ मे : महाराष्ट्रात नवा 'जिल्हा परिषदा व पंचायत समिती विषयक कायदा १९६१' लागू होऊन जिल्हा परिषद निवडणुका जाहीर (मतदान दोन टप्यात २७ व ३० मे रोजी).
- जून : धुळे जिल्हा परिषदेत काँग्रेसचा अभूतपूर्व विजय. धुळे जिल्हा परिषद अध्यक्षपदी श्री. बुला नारायण पाटील (दादा) यांची निवड.
- २० ऑक्टोबर : चिनी फौजांचे भारतीय हद्दीत आक्रमण.
- २६ ऑक्टोबर : चिनी आक्रमणामुळे सुरक्षा कारणास्तव देशात आणीबाणी जाहीर.
- ५ नोव्हेंबर : चुडामणअण्णांच्या पुढाकाराने धुळ्यात संरक्षण निधी संकलन.
- २० नोव्हेंबर : भारत-चीन दरम्यान युद्धबंदी करार. (६ नोव्हेंबर रोजी पंतप्रधान नेहरूंनी यशवंतराव चव्हाणांना दिल्लीत संरक्षणमंत्री म्हणून येण्याबाबत विचारणा केली.)
- २१ नोव्हेंबर : भारताचे संरक्षणमंत्री म्हणून यशवंतराव चव्हाण यांचा शपथविधी.

- २० नोव्हेंबर : महाराष्ट्राचे मुख्यमंत्री म्हणून मा. सा. कन्नमवार यांची निवड. मुख्यमंत्री म्हणून शपथविधी.

## १९६३

- १२ मे रोजी धुळे येथे ना. स. गो. बर्वे यांची महाराष्ट्र बेलिफ परिषदेच्या निमित्ताने भेट. परिषदेचे स्वागताध्यक्ष खासदार चुडामणअण्णा.
- २५ मे : धुळ्यात पांझरा नदीकाठी बाजूरस्ता (काँग्रेसचे) पाटबंधारे मंत्री शंकरराव चव्हाण यांच्या हस्ते उद्घाटन.
- काँग्रेस पक्षातील ज्येष्ठ नेत्यांसाठी 'कामराज योजना' जाहीर. काहींना मंत्रिपद सोडून पक्षकार्य करण्याचा आदेश.
- ११ जून : गृहमंत्री पी. के. सावंत यांची धुळ्यास भेट. काँग्रेस भवनातील बैठकीत धुळे जिल्हा परिषद अध्यक्षपदाबाबत चुडामणअण्णांची स्पष्टोक्ती.
- २८ जुलै : धुळे जिल्हा काँग्रेस कमिटी व पक्षांतर्गत निवडणुकांबाबत बैठक. चुडामणअण्णांच्या मध्यस्थीने बैठक शांततापूर्ण वातावरणात व निवडणूक कार्यक्रम तयार. निवडणूक अधिकारी म्हणून श्री. पाकळे यांची नेमणूक.
- ११ ऑगस्ट : खा. श्री. चुडामणअण्णा पाटील, ना. ना. स. पाटील व इतर आमदारांची प्रदेश काँग्रेसवर प्रतिनिधी म्हणून निवड.
- २२ ऑक्टोबर : धुळे येथे सहकारी सूत गिरणी सुरू करण्यासाठी कार्यकर्त्यांशी विचारविनिमय. एक कोटी रुपये जमवण्याचा संकल्प.
- २० नोव्हेंबर : मुख्यमंत्री ना. मा. सा. कन्नमवार यांचा धुळे दौरा. शहरात कार्यक्रम. काँग्रेस भवनात कार्यकर्त्यांच्या मेळाव्यास मार्गदर्शन. फागणे येथे होमगार्ड शिबिराच्या समारोपास उपस्थिती.
- २४ नोव्हेंबर : मुख्यमंत्री मा. सा. कन्नमवार यांचे मुंबईत आकस्मिक निधन.
- मुख्यमंत्री म्हणून वसंतराव नाईक यांची निवड.

## १९६४

- १७ जानेवारी : मुख्यमंत्री वसंतराव नाईक यांच्या हस्ते धुळे जिल्हा सहकारी बँकेच्या नव्या इमारतीचे उद्घाटन.
- मार्च : अंचलवाडी, तालुका अमळनेर येथील रवंदळे घराण्याच्या जोगमाता मंदिराच्या नवीन बांधकामाचे आश्वासन चुडामणअण्णांकडून पूर्ण. लोकसभा

निवडणूक प्रचाराच्या प्रारंभी देवीची पूजा करताना अण्णांनी आश्वासन दिले होते.

- २७ मे : भारताचे पहिले पंतप्रधान जवाहरलाल नेहरू यांचे दिल्लीत दुःखद निधन. भारत शोकसागरात बुडाला. गुलझारीलाल नंदा हंगामी पंतप्रधान झाले.
- ९ जून : पंतप्रधानपदी लालबहादूर शास्त्री यांचा शपथविधी.
- ३ जुलै : चुडामणअण्णांचे द्वितीय चिरंजीव डॉ. भाईदासअण्णा यांचा शुभविवाह कै. भाऊसाहेब हिरे यांच्या कन्या पुष्पाआक्का यांच्याशी संपन्न. यशवंतराव चव्हाण इतर अनेक मान्यवरांची उपस्थिती.
- डॉ. भाईदासअण्णा यांचे उच्च शिक्षणासाठी सपत्निक इंग्लंडला प्रयाण.

**१९६५**

- ८ फेब्रुवारी : धुळे जिल्हा काँग्रेस कमिटीतील वाद सोडवण्यासाठी प्रांतिक काँग्रेस कमिटीचा जिल्हा परिषद पदाधिकाऱ्यांना राजीनामे देण्याचा आदेश.
- एप्रिल : पाकिस्तानी सैन्याचा पाच भारतीय ठाण्यांवर हल्ला.
- २६ मे : धुळ्यातील जुन्या पिढीतील डॉक्टर भा. म. कीर्तने यांचे आकस्मिक निधन.
- ऑगस्ट : हाजीपीर खिंड व जम्मू-काश्मीर भागात जोरदार लढाई.
- ४ सप्टेंबर : धुळ्याची न्यू प्रताप मिल सहकारी खरेदी-विक्री आणि प्रक्रिया सोसायटीला चालवण्यास देण्याची मागणी.
- ६ ते ८ सप्टेंबर : भारतीय फौजांचे प्रत्युत्तर म्हणून सिंध सीमेकडे व लाहोरकडे कूच. भारत-पाक युद्ध तीव्रतेने सुरू.
- १० सप्टेंबर : भारत सरकारला पाठिंबा देण्यासाठी खासदार चुडामणअण्णा पाटील यांच्या पुढाकाराने धुळे शहर संरक्षण साहाय्यक समितीची स्थापना. निमंत्रकपदी चुडामणअण्णा, तर सचिवपदी श्री. व्यं. म. पाटील यांची नियुक्ती.
- १० ऑक्टोबर : संरक्षण निधीसाठी पाच लाख रुपये जमवण्याचा खासदार चुडामणअण्णा यांचा निर्धार.
- धुळे जिल्हा परिषद अध्यक्ष श्री. बुला नारायण पाटील व उपाध्यक्ष सत्तरसिंग वसावे यांचे पक्षाच्या आदेशानुसार राजीनामे.
- २३ नोव्हेंबर : युद्धबंदी जाहीर.

## १९६५

- २२ डिसेंबर : धुळे जिल्हा परिषद अध्यक्षपदी कॉंग्रेसचे श्री. शिवाजी रायमल देवरे ऊर्फ देवरे बापूजी यांची निवड, उपाध्यक्षपदी सरवरसिंग वीरसिंग पाडवी यांची निवड. नवनिर्वाचित अध्यक्ष व उपाध्यक्ष, तसेच मावळते अध्यक्ष आणि उपाध्यक्ष यांचा खासदार चुडामणअण्णा पाटील यांच्या हस्ते सत्कार.

## १९६६

- ८ जानेवारी : भारत-पाकिस्तान युद्धविराम झाल्यानंतर ताश्कंद येथे भारत-पाकिस्तान दरम्यान वाटाघाटी सुरू. भारतातर्फे पंतप्रधान शास्त्रीजी व संरक्षणमंत्री यशवंतराव चव्हाण सहभागी.
- १० जानेवारी : भारत-पाकिस्तान दरम्यान शांतता करार.
- ११ जानेवारी : पंतप्रधान शास्त्रीजींचे ताश्कंद येथे हॉटेलात हृदयविकाराच्या तीव्र धक्क्याने निधन. हंगामी पंतप्रधान म्हणून गुलझारीलाल नंदा यांचा शपथविधी.
- १९ जानेवारी : श्रीमती इंदिरा गांधी यांची कॉंग्रेस नेतेपदी व पंतप्रधानपदी निवड.
- १३ जानेवारी : धुळे जिल्हा मध्यवर्ती सहकारी बँकेच्या अध्यक्षपदी पी. के. पाटील यांची फेरनिवड, तसेच शिवसिंग हाटेसिंग राजपूत, बुला नारायण पाटील यांची जिल्हा कॉंग्रेस उपाध्यक्षपदी निवड.
- १७ फेब्रुवारी : चुडामणअण्णा यांच्या अध्यक्षतेखाली धुळे जिल्हा भूविकास बँकेच्या नवीन इमारतीची कोनशिला मुख्यमंत्री वसंतराव नाईक यांच्या हस्ते बसवण्यात आली.
- २६ मार्च : राष्ट्रपती डॉ. राधाकृष्णन यांच्या उपस्थितीत धुळे येथे श्री शिवाजी विद्या प्रसारक संस्थेचा सुवर्ण महोत्सव साजरा. चुडामणअण्णांच्या प्रयत्नांमुळे राष्ट्रपती व संरक्षणमंत्री आले. धुळे नगरपालिकेच्या शताब्दी समारंभासही राष्ट्रपती उपस्थित.
- आर्थिक धोरणावरून कॉंग्रेसमध्ये मतभेद, जुने-नवे वाद. १९६७च्या निवडणुकीची तयारी सुरू.

**१९६७**

- मार्च : अण्णांची दुसरी लोकसभा निवडणूक, ॲड. झेड. बी. पाटील यांचा पराभव करून चुडामणअण्णा पुन्हा लोकसभेवर.
- १३ मार्च : इंदिरा गांधींचा पंतप्रधानपदी शपथविधी. काँग्रेसमध्ये वाद सुरू. अनेक राज्यांत काँग्रेसचा पराभव.
- ३ मे : राष्ट्रपतिपदी काँग्रेसचे डॉ. झाकिर हुसेन यांची निवड.
- ११ मे : महाराष्ट्राचे मंत्री ना. दिगंबरराव पाडवी यांचे निमगुळनजीक मोटार अपघातात चाळिसाव्या वर्षी दुःखद निधन.

**१९६८**

- ऑगस्ट : धुळे जिल्ह्यातील गंभीर ओल्या दुष्काळी परिस्थितीकडे मुख्यमंत्र्यांचे एका मेळाव्यात लक्ष वेधण्यात आले. तसेच जिल्ह्यातील पूरग्रस्त व अतिवृष्टिग्रस्त यांच्या व्यथा खा. चुडामणअण्णांनी सभेत मांडल्या.
- १७ मार्च : चुडामणअण्णांचे चिरंजीव श्री. रोहिदासदाजी यांचा विवाह श्री. शिवाजी रायमल देवरे (बापूसाहेब) यांच्या सुकन्या लताताई यांच्याशी संपन्न झाला.
- २४ मार्च : चुडामणअण्णांचे कनिष्ठ चिरंजीव डॉ. विश्वास ऊर्फ मधुनाना यांचा महाराष्ट्राचे मंत्री ना. बी. जे. खताळ पाटील यांच्या कन्या प्रमिलाताई यांच्याशी विवाह.
- ३ मे : धुळे जिल्ह्यातील पहिल्या सहकारी साखर कारखान्याचा कोनशिला समारंभमुख्यमंत्री ना. वसंतराव नाईक यांच्या हस्ते संपन्न.
- २ नोव्हेंबर : धुळे प्रताप मिलच्या कामगार पतपेढी निवडणुकीत काँग्रेस प्रणीत 'इंटक'चा जोरदार विजय.

**१९६९**

- १९ फेब्रुवारी : अण्णांच्या सांगण्यावरून काँग्रेसच्या पाठिंब्याने कम्युनिस्ट पक्षाच्या सौ. नलिनी सुधाकर मदाने धुळ्याच्या नगराध्यक्षपदी.
- १ मार्चः श्री शिवाजी विद्या प्रसारक संस्थेच्या महाविद्यालयात पद्मश्री बहुमान मिळाल्याबद्दल संस्थाध्यक्ष डॉ. दादासाहेब घोगरे यांचा अण्णांच्या हस्ते सत्कार.
- ३ मे : भारताचे राष्ट्रपती डॉ. झाकिर हुसेन यांचे दुःखद निधन.

- ९ जुलै : बंगळुरू येथील अधिवेशनात श्रीमती इंदिरा गांधींनी काँग्रेस दुभंगल्याची घोषणा केली व काँग्रेसचे इंडिकेट व सिंडिकेट असे दोन तुकडे झाले.
- १९ जुलै : देशातील १४ प्रमुख खासगी बँकांचे वटहुकमाद्वारे राष्ट्रीयीकरण केल्याची पंतप्रधान इंदिरा गांधींची घोषणा.
- २४ ऑगस्ट : राष्ट्रपती निवडणुकीत काँग्रेसचे अधिकृत उमेदवार नीलम संजीव रेड्डी यांच्या विरोधात व्ही. व्ही. गिरी यांना निवडून आणले. या निवडणुकीत सी. डी. देशमुख हे तिसरे उमेदवार होते.
- २८ ऑगस्ट : व्ही. व्ही. गिरी यांचा राष्ट्रपती म्हणून शपथविधी.
- २७ ऑक्टोबर : अण्णांचे चिरंजीव डॉ. विश्वासनाना उच्च शिक्षणासाठी इंग्लंडला सपत्निक रवाना.
- संस्थानिकांच्या पदव्या व तनखे रद्द करण्याचा लोकसभेत निर्णय, परंतु राज्यसभेत त्या विधेयकाचा पराभव.
- १२ नोव्हेंबर : काँग्रेसमधील मतभेद वाढल्याने काँग्रेस (ओ) गटाने इंदिरा गांधींना पक्षातून काढून टाकले. परंतु कम्युनिस्टांच्या पाठिंब्याने सत्ता राखून इंदिरा गांधी पंतप्रधानपदी कायम.

**१९७०**

- डिसेंबर : पंतप्रधान इंदिरा गांधींनी चौथी लोकसभा विसर्जन करण्याची शिफारस केल्याप्रमाणे राष्ट्रपतींनी चौथी लोकसभा विसर्जित केली. नव काँग्रेसचा कार्यक्रम घेऊन खासदार मतदारांच्या भेटीस रवाना.
- १९७१ : मार्च : देशात लोकसभेच्या मुदतपूर्व निवडणुका घेऊन इंदिरा गांधींनी लोकमताचा कौल आजमावला.
- १५ मार्च : पाचवी लोकसभा गठित (तिला १ वर्ष अधिक मुदतवाढ मिळाली व ती १९७७ पर्यंत अस्तित्वात राहिली.) चुडामणअण्णांची दणदणीत बहुमताने लोकसभेवर फेरनिवड, सोनुसिंग पाटील पराभूत.
- २४ मार्च : इंदिरा गांधींचा पंतप्रधानपदी शपथविधी.
- ऑगस्ट : धुळे जिल्हा परिषद अध्यक्षपदी श्री. व्यंकटराव धोबी (रणधीर) यांची निवड.
- पूर्व पाकिस्तानातून भारताकडे मोठ्या प्रमाणावर निर्वासितांचे स्थलांतर. भारतात आर्थिक आणीबाणी.

- १६ डिसेंबर : पाकिस्तानातील पेचप्रसंग चिघळून तेथे लष्करी दडपशाही सुरू झाल्याने भारताने हस्तक्षेप केला. त्या वेळी पाकिस्तानी लष्कराने शरणागती पत्करली व सार्वभौम बांगलादेशची निर्मिती.

## १९७२

- डॉ. भाईदासअण्णा एफ. आर. सी. एस.ची पदवी घेऊन सौ. पुष्पाआक्का व दोन मुलांसह हिंदुस्थानात परतले.
- रोहिदासदाजी यांच्या राजकीय कारकिर्दीस प्रारंभ. धुळे जिल्हा परिषदेवर निवडून आले.
- इंदिरा गांधी व पाकिस्तानचे पंतप्रधान भुत्तो यांच्या सिमला करारावर सह्या.
- १९७३ : गुजरातमध्ये विद्यार्थ्यांच्या नवनिर्माण समितीचे मुख्यमंत्री चिमणभाई पटेल यांच्या विरुद्ध आंदोलन.
- १९७४ : देशभर जयप्रकाश नारायण यांच्या संपूर्ण क्रांती व भ्रष्टाचार निर्मूलन मोहिमेला सुरुवात.
- मे : जॉर्ज फर्नांडिस प्रणीत रेल्वे संप सुरू.
- २४ ऑगस्ट : फक्रुद्दिन अली अहंमद यांची भारताच्या राष्ट्रपतिपदी निवड.

## १९७५

- जानेवारी : रेल्वेमंत्री ललित नारायण मिश्रा यांची हत्या.
- २० फेब्रुवारी : महाराष्ट्राचे मुख्यमंत्री वसंतराव नाईक यांचा राजीनामा, शंकरराव चव्हाण यांची मुख्यमंत्रिपदी निवड.
- १२ जून : अलाहाबाद उच्च न्यायालयाकडून इंदिरा गांधींची लोकसभेवरील निवड रद्द.
- २४ जून : सर्वोच्च न्यायालयाच्या स्थगितीमुळे इंदिरा गांधींना दिलासा, पण लोकसभेत मतदान करण्यास मनाई.
- २५ जून : घटना स्थगित करून देशात आणीबाणी जारी.
- २६ जून : जयप्रकाश नारायण व प्रमुख नेत्यांना आणीबाणीअंतर्गत 'मिसा' खाली अटक.
- १२ नोव्हेंबर : आजारपणामुळे जयप्रकाश नारायण यांची सुटका.
- १ जुलै : इंदिरा गांधींचा वीस कलमी कार्यक्रम जाहीर.

- १ नोव्हेंबर : महाराष्ट्र शासनाने आदिवासींच्या जमिनी हस्तांतर कायदा अमलात आणला.
- ३१ डिसेंबर : चंडीगढला इंदिरा काँग्रेसचे अधिवेशन.

**१९७६**

- २५ मे : जनसंघ, समाजवादी, भारतीय लोक दल, संघटना काँग्रेस इत्यादी पक्षांचा जनता पक्ष नावाचा नवा पक्ष स्थापण्यासाठी जयप्रकाश नारायण यांच्या प्रेरणेने हालचाली सुरू.

**१९७७**

- १८ जानेवारी : इंदिरा गांधींनी आणीबाणी शिथिल केली. मार्चमध्ये निवडणुका घेण्याची घोषणा.
- २३ जानेवारी : जनता पक्षाची स्थापना, अध्यक्षपदी मोरारजी देसाई, उपाध्यक्षपदी चरणसिंग.
- २० मार्च : लोकसभा निवडणुकांचे निकाल जाहीर. जनता पक्षाला २७१ जागा, इंदिरा गांधी व अनेक मंत्र्यांचा पराभव.
- २१ मार्च : देशातील आणीबाणी पूर्णपणे समाप्त.
- २४ मार्च : राजघाटावर सर्व पक्षांच्या खासदारांना एकनिष्ठेची सामूहिक शपथ. देशात पंतप्रधान मोरारजी देसाईंच्या नेतृत्वाखाली नवे सरकार स्थापन.

## आणीबाणी व नंतर

**१९७५**

- २६ जून : देशात आणीबाणीची परिस्थिती जाहीर, वृत्तपत्रांवर आणि वृत्तप्रसारणावर सेन्सॉरशिप जाहीर.
- २९ जून : मिसा कायद्याखाली कोणालाही कारणे न देता स्थानबद्ध करण्याचा वटहुकूम जारी.
- १ ऑगस्ट : ३८वी घटनादुरुस्ती मंजूर करून आणीबाणी घोषित करण्याचा निर्णय न्यायालयाच्या अधिकार कक्षेच्या बाहेर नेण्यात आला.
- १० ऑगस्ट : ३९व्या घटनादुरुस्ती अन्वये पंतप्रधानांच्या निवडणूक निकालाविषयीची प्रकरणे न्यायालयाच्या अधिकार कक्षेबाहेर नेण्यात आली.

- १७ ऑक्टोबर : 'मिसा' खालील स्थानबद्धांच्या अटकेची कारणे न्यायालयास देण्याची गरज नाही, अशी तरतूद असणारी दुरुस्ती संमत. तसेच एकदा सुटका झालेल्याला पुन्हा कारणे न देता अटक करण्याची तरतूद जारी.

**१९७६**

- ८ जानेवारी : राज्यघटनेच्या १९व्या कलमाखालील मूलभूत हक्क व स्वातंत्र्य यांची अंमलबजावणी करण्याचा हक्क तहकूब करणारा वटहुकूम राष्ट्रपतींकडून जारी.
- ११ फेब्रुवारी : आक्षेपार्ह मजकुराच्या प्रसिद्धीस प्रतिबंध करणारा कायदा मंजूर.
- २८ एप्रिल : कैदी न्यायालयात हजर करण्याच्या मागणीचा हक्क हेबियस कॉर्पस-हा स्थगित करण्याचा सर्वोच्च न्यायालयाचा निर्णय.
- २७ मे : आक्षेपार्ह मजकुराच्या प्रसिद्धीस प्रतिबंध करणारा कायदा न्यायालयीन अधिकाराच्या कक्षेबाहेर नेला.
- ५ नोव्हेंबर : लोकसभेची मुदत एक वर्षाने म्हणजे मार्च १९७८ पर्यंत वाढवण्याचा निर्णय संमत.

**१९७७**

- २ जानेवारी : ४२वी घटनादुरुस्ती अमलात येऊन न्यायालयांना त्या घटनादुरुस्तीची वैधता ठरवण्याच्या अधिकारापासून दूर ठेवणारी तरतूद संमत करण्यात आली.
- १८ जानेवारी : आणीबाणी संपवण्याच्या दृष्टीने लोकसभा निवडणुका जाहीर.
- २१ मार्च : आणीबाणी अधिकृतरीत्या मागे घेण्यात आली. (या टप्प्यात इंदिरा गांधींचा पराभव होऊन जनता पक्षाचे सरकार मोरारजी देसाई यांच्या नेतृत्वाखाली सत्तेवर आले, तो तपशील जीवनपटात त्या सालाखाली आहे.)
- १२ डिसेंबर : चुडामणअण्णांचे चिरंजीव डॉ. विश्वासनाना इंग्लंडमधून एम.आर.सी.पी.पदवी घेऊन भारतात सौ. प्रमिलाताई व पुत्र आशिष आणि उत्कर्ष यांच्यासह परतले.

**१९७८**

- महाराष्ट्रात विधानसभेच्या निवडणुका झाल्या. वसंतदादा पाटील मुख्यमंत्रिपदी, तिरपुडे उपमुख्यमंत्री.

- रोहिदासदाजी यांची कुसुंबा मतदारसंघातून विधानसभेवर निवड.
- १८ जुलै : शरद पवारांची बंडखोरी, 'पुलोद' स्थापून मुख्यमंत्री बनले.
- २१ नोव्हेंबर : जनता पक्ष सरकारकडून इंदिरा गांधींना अटक करून तिहार जेलमध्ये रवानगी.

### १९७९

- १९ जुलै : मोरारजी देसाईंचा राजीनामा, जनता पक्षाचे सरकार गडगडले.
- २८ जुलै : पंतप्रधानपदी चरणसिंग यांचा शपथ विधी, काँग्रेसच्या पाठिंब्याने सरकार स्थापन.

### १९८०

- १४ जानेवारी : पंतप्रधान चरणसिंग यांचे सरकार गडगडून मुदतपूर्व निवडणुका.
- लोकसभेच्या मुदतपूर्व निवडणुकीत इंदिरा गांधी व काँग्रेसचा दणदणीत विजय, इंदिराजी पुन्हा पंतप्रधानपदी.
- १७ फेब्रुवारी : महाराष्ट्रातील शरद पवारांचे पुलोद सरकार बरखास्त (राष्ट्रपती राजवट लागू).
- जून : महाराष्ट्र विधानसभा निवडणुकीत काँग्रेसला बहुमत, मुख्यमंत्रिपदी ए. आर. अंतुले. रोहिदास पाटील पुन्हा विधानसभेवर निवडून आले.
- २३ जून : संजय गांधी यांचे विमान अपघातात निधन.

### १९८२

- १२ जानेवारी : अंतुले यांचा राजीनामा, बाबासाहेब भोसले मुख्यमंत्रिपदी.

### १९८३

- १ फेब्रुवारी : बाबासाहेब भोसले यांचा मुख्यमंत्रिपदाचा राजीनामा, वसंतदादा पाटील पुन्हा मुख्यमंत्रिपदी.
- २१ ऑगस्ट : रोहिदासदाजींच्या नेतृत्वाखाली स्थापन झालेल्या जवाहर सहकारी सूत गिरणीचा मोराणे तालुका धुळे येथे उपमुख्यमंत्री नामदार रामराव आदिक यांच्या हस्ते कोनशिला समारंभ संपन्न. प्रमुख अतिथी म्हणून सहकारमंत्री अभयसिंहराजे भोसले, आदिवासी कल्याण मंत्री सुरूपसिंग नाईक आदी नेते उपस्थित होते.

**१९८४**

- ३१ ऑक्टोबर : पंतप्रधान इंदिरा गांधी यांची निवासस्थानी सुरक्षा रक्षकाकडून हत्या, पंतप्रधानपदी राजीव गांधींचा शपथविधी.
- डिसेंबर : लोकसभेच्या निवडणुका राजीव गांधी अभूतपूर्व बहुमताने पुन्हा पंतप्रधानपदी.

**१९८५**

- महाराष्ट्र विधानसभेच्या निवडणुका (रोहिदास पाटील यांना तिकीट नाकारले). वसंतदादा पुन्हा मुख्यमंत्री.
- ३ जून : वसंतदादा यांच्या जागी शिवाजीराव निलंगेकर मुख्यमंत्रिपदी.

**१९८६**

- ६ मार्च : निलंगेकर यांचा राजीनामा. मुख्यमंत्रिपदी शंकरराव चव्हाण.
- १२ मार्च : शंकरराव चव्हाण यांच्या मंत्रिमंडळात रोहिदास पाटील यांचा राज्यमंत्री म्हणून शपथविधी, नंतर राज्य विधान परिषदेवर निवड.

**१९८७**

- शरद पवार यांचा काँग्रेसमध्ये प्रवेश.

**१९८८**

- २६ जून : शंकरराव चव्हाण यांच्या जागी शरद पवार यांची मुख्यमंत्रिपदी निवड.

**१९९०**

- रोहिदासदाजी पाटील यांची कुसुंबा मतदारसंघातून विधानसभेवर निवड.
- मे : प्रकृती अस्वास्थ्यामुळे चुडामणअण्णा यांना मुंबईतील बॉम्बे हॉस्पिटलमध्ये दाखल केले.
- १० जून : चुडामणअण्णा यांना त्यांच्या सांगण्यावरून धुळे येथे हलवले.
- १२ जून : चुडामणअण्णा यांचे दुःखद निधन. अंत्यदर्शनासाठी हजारो लोकांची रीघ.

- १३ जून : धुळ्याच्या हमरस्त्यावरून चुडामणअण्णांची अभूतपूर्व गर्दीत अंत्ययात्रा, श्री शिवाजी विद्या प्रसारक संस्थेच्या पटांगणावर मोठ्या जनसमुदायाच्या उपस्थितीत अंत्यसंस्कार.
- जवाहर मेडिकल फाउंडेशन संचालित 'अण्णासाहेब चुडामण पाटील वैद्यकीय महाविद्यालया'ची स्थापना.

### १९९१

- जून : रोहिदासदाजी पाटील यांची कृषी, फलोत्पादन व सेवायोजन खात्याच्या मंत्रिपदी नियुक्ती.

### १९९२

- नोव्हेंबर : रोहिदासदाजी पाटील यांची ग्रामविकास, कामगार, फलोत्पादन, सेवायोजन खात्याच्या मंत्रिपदी नियुक्ती.

### १९९४

- १६ फेब्रुवारी : कै. भाऊसाहेब हिरे स्मृती मंगल कार्यालय व नाट्यगृह या चुडामणअण्णांनी बांधून घेतलेल्या संकुलाचे पाटबंधारे मंत्री डॉ. पद्मसिंह पाटील यांच्या हस्ते, दाजीसाहेब रोहिदास पाटील यांच्या अध्यक्षतेखाली बापूसाहेब देवरे, ना. स. पाटील, शिवाजीराव पाटील, आमदार अमरीशभाई पटेल, माजी मंत्री हेमंत देशमुख व आमदार के. सी. पाडवी यांच्या उपस्थितीत उद्घाटन.
- सप्टेंबर : रोहिदासदाजी पाटील यांची पाटबंधारे व लाभक्षेत्र विकास खात्याच्या मंत्रिपदी नियुक्ती.

### १९९५

- रोहिदासदाजी पाटील यांची कुसुंबा मतदारसंघातून विधानसभेवर निवड.

### १९९७

- २ मार्च : चुडामणअण्णांच्या धर्मपत्नी श्रीमती सुंदरबाई पाटील ऊर्फ बायजाबाई यांचे दुःखद निधन.

**१९९९**

- रोहिदासदाजी पाटील यांची कुसुंबा मतदारसंघातून विधानसभेवर निवड.
- ऑक्टोबर : रोहिदासदाजी पाटील यांची गृहनिर्माण व संसदीय कार्य खात्याच्या मंत्रिपदी नियुक्ती.
- रोहिदास पाटील यांचा १९९८-१९९९ चा संसदपटू पुरस्कार देऊन गौरव.

**२००४**

- रोहिदासदाजी पाटील यांची कुसुंबा मतदारसंघातून विधानसभेवर निवड.

**२००६**

- ६ ऑक्टोबर : चुडामणअण्णांचे कनिष्ठ चिरंजीव डॉ. विश्वासनाना यांचे दुःखद निधन.

**२००९**

- २२ एप्रिल : चुडामणअण्णांचे ज्येष्ठ चिरंजीव श्री. भास्करदादा पाटील (आय.ए.एस. निवृत्त) यांचे दुःखद निधन.

**२०१२**

- १२ जुलै : चुडामणअण्णा यांच्या जन्मशताब्दीनिमित्त विविध उपक्रमांचे आयोजन.

❖❖❖

# तो काळ असा होता...

विसावे शतक, म्हणजे कालपुरुषाच्या विशाल कॅलेंडरमधील एका कोपऱ्यातील चौकोनात लिहिलेले १९०० ते १९९९ हे शंभर अंक. कालपुरुषाच्या दृष्टीने या काळाला एखादी घटका किंवा एखादे पळ यापेक्षा जास्त किंमत नसेल. पण परमेश्वराने निर्माण केलेल्या मानवजातीच्या इतिहासात मात्र ही शंभर वर्षे हा केवळ नुसता प्रचंड नव्हे, तर प्रचंड घडामोडींनी भरलेला कालखंड आहे. नुसत्या घडामोडी नव्हेत, तर प्रचंड उलथापालथींनी भरलेला. इतिहास व भूगोल या दोन गोष्टींच्या आधारे आपण मानवजातीच्या प्रगतीचे चित्र रेखाटतो व हा इतिहास आणि भूगोल हळूहळू आपल्या गतीने बदलत असतो. ही गती परमेश्वराने सूर्य-चंद्र, पृथ्वी व ग्रहगोलांना, अगदी धुमकेतूलाही दिली आहे. प्रतिभावंत माणसाने त्याची गणितेही मांडली आहेत. कोणता तारा किती लाख वर्षांनी कोठे उगवेल आणि मावळेल, याची गणिते माणूस मांडू शकतो. ही सर्व गती त्याला आकळली असली, तरी एक गती अजून कोणाला समजलेली नाही ती म्हणजे दैवगती (आणि मानवी मनाची मती!).

विसाव्या शतकाची दैवगती अशीच आहे. ती त्या खेळासाठी परमेश्वराने निर्माण केलेल्या पात्रांना माहिती नव्हती. माणसाने निर्माण केलेल्या नाटकाच्या खेळात प्रत्येक पात्राला आपले सुरुवातीपासूनचे ते शेवटच्या सीनचा पडदा पडेपर्यंतचे प्रसंग आणि संवाद पाठ असतात. ते बदलत नाहीत, पण परमेश्वरी नाटकाचे तसे नाही. येथे कोणालाच काही ठाऊक नसते. प्रत्येकाला वाटते, की मी हे ठरवले आणि मी हे केले. तो परमेश्वर नावाचा नाटककार फार चतुर आहे. त्याने अशी मी हे ठरवीन व मी हे करेन, असे म्हणणारी जीभ जरी सर्वांना दिली असली, तरी तसे कर्तृत्व दाखवण्याची धमक, जिगर व ताकद तो फार थोड्यांना देतो. त्यातीलही काही ती ताकद निर्मितीसाठी, घडवण्यासाठी वापरतात, तर

काही ती ताकद विध्वंसासाठी वापरतात. अशा दोन्ही प्रकारची लेकरे परमेश्वराने विसाव्या शतकाच्या रंगमंचावर मोठ्या संख्येने पाठवली. एकाच वेळी अनेक ठिकाणी पाठवली. त्यांनी या जगाचा इतिहास आणि भूगोल विसाव्या शतकात वेगाने बदलला, घडवला आणि बिघडवलाही!

या विसाव्या शतकाने दोन महायुद्धे पाहिली. अनेक लहानमोठ्या क्रांत्या पाहिल्या. क्रांतीची चक्रे उलटी फिरलेली पाहिली. राजेरजवाडे यांचाच नव्हे, तर त्यांनी जिंकलेल्या राज्यांचा उदयास्तही पाहिला. पुरुषोत्तम पाहिले, नराधम पाहिले. महात्मे पाहिले, क्रूरकर्मा पाहिले. साध्या शब्दांत सांगायचे, तर महात्मा गांधीही पाहिले आणि हिटलरही पाहिला. एवढेच काय, कधी एकच माणूस दोन टोकांच्या दोन रूपांतही पाहिला. असा माणूस केवळ दोन तोंडांचा किंवा दोन चेहऱ्यांचाच होता असे नाही. तो अनेकदा किंवा वेळोवेळी वेगवेगळे मुखवटे लावून जगाच्या रंगमंचावर वावरत असे. शिवाय रंगमंचाच्या पाठीमागचा चेहरा खरा वेगळाच! कालपुरुषाच्या या रंगमंचावरचे जसे विविध मुखवट्यांचे एक पात्र म्हणजे इंग्रज, भारताचा वसाहतवादी राज्यकर्ता. त्याचे अनेक चेहरे व मुखवटे या विसाव्या शतकाने पाहिले. कधी तो उपकारकर्ता व हिंदी जनतेच्या कल्याणासाठी परमेश्वराने पाठवलेला दूत होई, कधी करडा प्रशासक होई, पण बहुदा क्रूरकर्मा हुकूमशहा आणि नफ्यासाठी हिंदी माणसांची चामडी लोळवणारा दुष्ट व्यापारी असे. नफ्यापुढे व अनिर्बंध सत्तेच्या वापरापुढे विवेक, माणुसकी, वगैरे गुण तुच्छ मानणारा गोऱ्या वर्णाचा अभिमान असलेला आक्रमकच असे.

या आक्रमकांचे राज्य पहिल्यांदा कंपनी सरकारच्या नावाखाली सुरू झाले आणि १८५७च्या स्वातंत्र्यलढ्यानंतर ते राणी सरकारच्या नावाने सुरू झाले. बघता बघता राणीचे राज्यही जुने झाले आणि भारतात स्वराज्याची मागणी देशाच्या सर्व कानाकोपऱ्यांतून केली जाऊ लागली. या स्वातंत्र्यलढ्यात वैशिष्ट्यपूर्ण चळवळ सुरू केली ती मोहनदास करमचंद ऊर्फ महात्मा गांधी यांनी. अगदी १८८५मध्ये स्थापन झालेली काँग्रेससारखी संघटना किंवा गावोगावी देशभक्तीची ज्योत प्रज्वलित करणारे भारतमातेचे अनेक सुपुत्र महात्मा गांधींच्या अभिनव चळवळीत सामील झाले. देशभरच्या या वातावरणात भारताच्या मध्यभागी असलेला खान्देश तरी कसा अपवाद असेल?

जळगाव आणि धुळे या दोन जिल्ह्यांचा बनलेला खान्देश हा कधी मोगल, तर कधी होळकर यांच्या ताब्यात असे. १९व्या शतकात तो इंग्रजांनी बळकावला,

तरी येथील विंध्य पर्वताच्या पायथ्याशी आणि सातपुड्याच्या घनदाट जंगलात असलेल्या आदिवासींनी इंग्रजांशी कडवी झुंज दिली. १८५७च्या स्वातंत्र्ययुद्धात लढलेली झाशीची राणी लक्ष्मीबाई ही खान्देशकन्याच होती. पेशव्यांचे सेनापती तात्या टोपे यांची जन्मभूमी येवले ही खान्देशला लागूनच आहे. अशा या खान्देशात निरनिराळ्या प्रकारे स्वातंत्र्याचे वारे वाहत होते. १८८५च्या राष्ट्रीय सभेच्या किंवा काँग्रेसच्या स्थापनेनंतर येथेही काँग्रेसची स्थापना झाली होती. तसेच रशियन क्रांतीचा संदेश येथे पोहोचून कम्युनिस्टांची चळवळही काही भागात प्रस्थापित झाली होती. सशस्त्र क्रांतीचा मार्ग चोखाळू पाहणारे लहान-मोठे क्रांतिकारक गटही उदयाला येत होते. काँग्रेसचा परिचय खेडोपाडी फारसा झालेला नव्हता, ती शहरी भागात, तालुक्यांच्या गावापर्यंत मर्यादित होती. खान्देशात काँग्रेसचे सदस्य राजस्थान-गुजरातमधून आलेले श्रीमंत व्यापारी, टिळक-गोखले यांच्या प्रेरणेने काँग्रेसकडे ओढले गेलेले नवशिक्षित ब्राह्मण आणि बहुजन समाजातील डॉक्टर, वकील, बॅरिस्टर असेच लोक प्रामुख्याने होते. त्यांनी स्वदेशी चरखा, खादी या चळवळीद्वारे काँग्रेस रुजवण्याचा प्रयत्न केला. पण लोकांना काँग्रेस खरी ठाऊक झाली ती महात्मा गांधींच्या चळवळींमुळे. हळूहळू खेड्यापाड्यांतील लोकही 'गांधी बाबा की जय' म्हणत खादी वापरत देशभक्त होऊ लागले होते.

१९१३पासून महाराष्ट्रात व देशात अनेक खळबळजनक घडामोडी घडत होत्या. नंतर एकच वर्षाने लोकमान्य टिळक यांची मंडालेतील सहा वर्षांचा कारावासानंतर सुटका होऊन ते पुण्यात परत आले होते. यामुळे राजकारणात काही जीव आला. तसेच १९१४ला पहिले महायुद्ध सुरू झाले. या वेळी लोकमान्य, तसेच हिंदी लोक युद्धविरोधी भूमिका घेतील आणि मग सैन्यभरतीचा कार्यक्रम पार पाडता येणार नाही, अशी ब्रिटिश सरकारला भीती वाटत होती. पण झाले उलटेच. लोकमान्यांनी युद्धाला पाठिंबा दिला. महात्मा गांधी तर सैन्यभरतीच्या कामात सहभागी होते. दक्षिण आफ्रिकेतील हिंदी लोकांना मिळणाऱ्या अमानुष वागणुकीचा प्रतिकार, सविनय कायदेभंगाची अभिनव चळवळ करून गांधींनी चालवला होता. ते काम इतरांवर सोपवून स्वदेशी परत येण्याची सूचना गोखले यांनीच गांधींना केली होती. १९०७मध्ये सुरतेला काँग्रेसमध्ये फूट पडल्यावर लोकमान्यांना काँग्रेसमध्ये मज्जाव झाला होता. तेव्हा मंडालेहून आल्यावर त्यांनी 'होमरूल लीग'ची स्थापना केली व नंतर ते काँग्रेसमध्ये सामील झाले. १९१६मध्ये लखनौ येथे भरलेल्या काँग्रेस अधिवेशनात लोकमान्यांनी मुस्लिम लीगचे नेते बॅरिस्टर जिना यांच्याशी

विधिमंडळात मुसलमानांना किती जागा द्यायच्या, याबाबत करार केला. हाच तो लखनौ करार.

लखनौच्या काँग्रेस अधिवेशनास महात्मा गांधी हजर होते. आफ्रिकेतील त्यांच्या कामगिरीमुळे त्यांच्याबद्दल भारतात सर्वत्र कुतूहल होते व त्यांची मदत घेण्यासाठी अनेक जण उत्सुक होते. यातील एक म्हणजे राजकुमार शुक्ला. ते बिहारच्या चंपारण भागातील होते आणि जमिनीविषयक सरकारी धोरणांची झळ लागलेल्यांत त्यांची गणना होत होती. त्यांच्या आग्रहामुळे गांधीजी १९१७ सालच्या प्रारंभी चंपारणमध्ये गेले. चंपारणमधील बहुतेक शेती तीन जमीनदारांकडे होती. ती ते खंडाने देत. त्यासाठी ठेकेदार निवडले जात. गांधी चंपारणमध्ये जाईपर्यंत निम्याहून अधिक शेती युरोपीय ठेकेदारांकडे होती. बंगालप्रमाणे चंपारणमध्ये कुळांना काही अधिकार नव्हते. यामुळे जमीनदार व ठेकेदार मन मानेल तसे विलासात राहत. सावकारी त्यांच्याकडे असे. जमिनीची मोजणी, जिल्हा मंडळे इत्यादी सर्वच जमीनदारांच्या हाती होते. पहिले महायुद्ध संपल्यावर शेतीचे भाव खाली आले. या शेतीत निळीचेही उत्पन्न घेतले जात होते. भाव खाली आले म्हणून जमीनमालकांनी खंडाची रक्कम मोठ्या प्रमाणात वाढवली. आपण सर्व करार कायदेशीरपणे केल्याचा दावा जमीनदार करीत होते. या स्थितीत गांधींनी चौकशी समिती नेमण्याची मागणी केली. नायब राज्यपाल सर एडवर्ड गेट यांनी चौकशी समिती नेमून गांधींना तिचे सदस्य म्हणून काम करण्याची विनंती केली. ती गांधींनी स्वीकारली. समितीचे काम संपल्यावर तिने अहवाल दिला. चंपारणमध्ये तीन तिखिया या नावाची पद्धती रूढ होती. या पद्धतीखाली जमिनीचे वीस भाग करून त्यातील तीन निळीसाठी वापरले जात. ती रद्द करण्याची समितीने शिफारस केली आणि ठेकेदारांनी बेकायदा घेतलेल्या रकमा कुळांना परत कराव्या, अशी सूचना केली. या दोन मागण्या मान्य झाल्यामुळे शेतकऱ्यांचा फार वर्षांचा प्रश्न सुटला. गांधीजींच्या या प्रयत्नामुळे एक नवे पर्व सुरू झाले.

गुजरातच्या खेडा जिल्ह्यात दुष्काळ व प्लेग यांमुळे शेतकरी हैराण झाले होते. तेव्हा १९१८मध्ये शेतकऱ्यांनी गुजरात सभेतर्फे सारामाफीची मागणी केली. ही सभा होमरूल लीगवाल्यांची असल्याच्या समजुतीमुळे मुंबई सरकारने ही मागणी अमान्य केली. तेव्हा सारा न भरण्याचा सत्याग्रह सुरू झाला. गांधीजींचे त्यास मार्गदर्शन होते. पुढे काही सधन शेतकरी सारा भरू लागले, तेव्हा इतर सधन शेतकऱ्यांनी सारा दिल्यास गरीब शेतकऱ्यांना माफी देण्याची तडजोड सरकारने

मान्य केली. गांधींनी मग म्हटले, की तडजोड करावी लागून सर्व मागण्या मान्य झाल्या नसल्या, तरी शेतकऱ्यांना काही लाभ झाला आणि मुख्य म्हणजे गुजरातचा शेतकरी यामुळे जागा झाला.

पहिले महायुद्ध संपण्याच्या सुमारास इंग्रज सरकारने देशातील क्रांतिकारी चळवळीची वाढ होईल या कल्पनेने प्रतिबंधक उपाययोजनेचा विचार करण्यासाठी एक समिती नेमली. रौलैट यांच्या अध्यक्षतेखाली नेमलेल्या या समितीने भारतीयांवर काही बंधने लादली. जर्मनीचा पराभव झाल्यावर तुर्कस्तानच्या सुलतानाची सद्दी संपली. तो जसा राजा होता, तसाच धर्मगुरू खालिफा होता. ही दोन्ही पदे गेल्यावर भारतातील मुस्लिम संतप्त झाले. खिलाफतीचे पुनरुज्जीवन करण्याची मागणी गांधींनी उचलून धरली. जिनांना या मागणीत तथ्य वाटत नव्हते. तथापि, मुस्लिम पुढाऱ्यांच्या मागणीला दुजोरा दिल्यामुळे हिंदू-मुस्लिम एकी निर्माण होईल, असा गांधीजींचा कयास होता. यामुळे रौलैट कायदा व खिलाफत या दोन्हींसाठी त्यांनी असहकार चळवळ सुरू केली. ती सुरू होण्याच्या वेळी म्हणजे १ ऑगस्ट १९२० रोजी लोकमान्यांचे निधन झाले. खिलाफत चळवळीमुळे हिंदू-मुस्लिम एक होतील, हा गांधीजींचा कयास मात्र खोटा ठरला. कारण केरळात थोड्याच दिवसांत मोपल्यांनी बंड केल्यामुळे हिंदू व मुसलमान यांच्यातील तणाव वाढण्यास मदत झाली.

पहिल्या महायुद्धात भारताची इंग्लंडला झालेली मदत लक्षात घेता युद्ध संपल्यावर भरीव राजकीय सुधारणा अमलात येतील, अशी अपेक्षा होती. पण जो कायदा आला तो निराशाजनक होता. म्हणून 'उजाडले, पण सूर्य कोठे आहे?' असा मोठा अन्वर्थक मथळा असलेला अग्रलेख लोकमान्यांनी लिहिला. या सुधारणा कायद्याचे गांधीजींनी स्वागत केले असले, तरी मोतीलाल नेहरू आदी नेत्यांनी नाराजी व्यक्त करून तो सशर्त राबवण्याचे धोरण काँग्रेसने ठरवले. या सुमारास अमृतसर येथील जालियनवाला बागेत जमलेल्या सभेवर जनरल डायरने अमानुष गोळीबार केल्यामुळे देशभर हाहाकार झाला. सरकारने मग चौकशी समिती नेमली. पण तीवर बहुसंख्य युरोपीय सभासद नेमल्यामुळे सत्य बाहेर आले नाही, तर मोतीलाल नेहरूंच्या अध्यक्षतेखालील काँग्रेसने समिती नेमली, तेव्हा या अत्याचाराचे भीषण स्वरूप जगजाहीर झाले आणि ब्रिटिश पार्लमेंटमध्ये त्यावरून वादळ उठले.

सुधारणा कायदा राबवण्याविरुद्ध काँग्रेसमध्ये मतभेद होते आणि गांधींच्या असहकाराच्या चळवळीमुळे तो राबवावा म्हणणाऱ्यांना अडचण वाटू लागली.

असहकाराच्या चळवळीमुळे गांधी कारावासात होते. ते सुटल्यावर त्यांच्याशी मोतीलाल व चित्तरंजन दास यांनी यासंबधी चर्चा केली. तेव्हा या दोघांनी स्थापन केलेल्या स्वराज्य पक्षास कायदे मंडळाची निवडणूक लढवण्यास मुभा देण्यात आली, पण वर्षभर अनुभव घेऊन फेरविचार करावा असेही ठरले. या वेळी गांधींनी पुरस्कारलेली काँग्रेसची नवी घटना संमत झाल्यामुळे जिनांनी काँग्रेसचा त्याग केला. या घटनेप्रमाणे सविनय कायदेभंग हे काँग्रेसचे धोरण ठरले. मुंबई प्रांतात नव्या कायद्याखाली झालेल्या निवडणुकीत काही जुन्या नेमस्तांनी भाग घेतला, तसेच ब्राह्मणेतर पक्षही निवडणुकीत सहभागी झाला. (संदर्भ : 'यशवंतराव चव्हाण' ले. गोविंद तळवलकर)

याच वर्षी १२ मार्च १९१३ रोजी सातारा जिल्ह्यात महाराष्ट्राचे भावी भाग्यविधाते यशवंतराव चव्हाण यांचा जन्म झाला. राजकारणात याच चव्हाणसाहेबांचे निकटवर्ती ठरलेले, मुंबई प्रांत व महाराष्ट्र विधानमंडळ आणि नंतर देशाच्या संसदेत सहकारी म्हणून अनेक वर्षे बसणारे चुडामण आनंदा पाटील आपले चरित्रनायक यांचाही जन्म काही महिन्यांनी १ जुलै १९१३ रोजी खान्देशच्या भूमीत झाला.

धुळे या गजबजलेल्या शहरापासून अक्षरशः हाकेच्या अंतरावर असलेल्या खडक मोहाडी या छोट्याशा गावातील आनंदा रामजी रवंदळे-पाटील यांच्यापोटी १ जुलै १९१३ रोजी जन्माला आलेला त्यांचा सुपुत्र चुडामण यांचा जन्म जरी अभोणे गाव, ता. चाळीसगाव, जि. जळगाव (पूर्व खान्देश) येथे झाला असला, तरी त्यांची कर्मभूमी धुळे शहर व धुळे जिल्हा पश्चिम खान्देश ही राहिली. रामजी पाटील हे तसे अमळनेर तालुक्यातील अंचाडे या गावचे रहिवासी. तेथून ही मंडळी काही कारणास्तव धुळे तालुक्यातील लळींग परगण्यातील खडक मोहाडी येथे येऊन स्थायिक झाली. मात्र अंचाडे गावाशी त्यांचे संबंध कायम होते व आजही आहेत.

रामजी पाटलांची सोयरिक अभोणे येथील राघो पाटील या तालेवार घरातील रेणूबाईशी झाली होती. राघो पाटील हे गावचे वतनदार पाटील होते आणि गावात आल्या-गेल्याची खबर ठेवून रोज गावच्या चावडीवर येऊन बसायचे. गावकामगारास वेशीवर पाठवून रस्त्याने जाणाऱ्या-येणाऱ्या वाटसरूला गावात बोलावून त्याचे आदरातिथ्य करायचे. सकाळची वेळ असेल तर चहा व न्याहारी आणि दुपारची वेळ असेल तर जेवण व मुक्काम करायला लावत. त्यांचा हा पाहुणचार आजूबाजूच्या गावांत प्रसिद्ध होता. अभोणे गाव तालुक्याच्या

गावापासून दूर व आडवळणाचे होते. पाटलांचे कुटुंब खाऊनपिऊन सुखी होते. राघो पाटलांना दोन मुली – एक शिवबाई व दुसऱ्या रेणूबाई. तसेच चार मुले वेडू, लक्ष्मण, काशिराम व हिराजी. यांपैकी रेणूबाई या मोहाडी येथील रामजी पाटील यांच्या घरी दिलेल्या होत्या. रामजी पाटील हेही मोहाडीतील खाऊनपिऊन सुखी कुटुंब होते. रामजी पाटील यांचे सुपुत्र आनंदा यांच्याशी रेणूबाईंचा विवाह झाला. रामजी पाटलांचा शेतीचा पसारा मोठा होता. त्यांना व रेणूबाईंना तीन अपत्ये झाली. त्यात दोन मुलगे व एक मुलगी. मोठा मुलगा वामन आनंदा पाटील आणि दुसरा चुडामण आनंदा पाटील. या दोघा भावांची बहीण गयाबाई.

तत्कालीन प्रथेप्रमाणे वामन आनंदा पाटील यांचे लग्न ठरवल्यानंतर ते एखाद्या मोठ्या तीर्थक्षेत्री करावे, असा विचार आनंदा पाटील यांच्या मनात आला. त्या काळी तीर्थक्षेत्रावर लग्न लावणे हे प्रतिष्ठेचे मानले जाई. वामन यांचा विवाह मोठ्या क्षेत्री करायचा. नाशिक नाही, त्र्यंबक नाही, तर क्षेत्र महातीर्थ काशी येथेच हा सोहळा घडवून आणायचा, असे आनंदा पाटील यांनी ठरवले. त्याप्रमाणे काशीच्या तीर्थावर वामन यांचे लग्न लावण्यासाठी मोहाडी आणि अभोणेचे वऱ्हाड काशी येथे गेले. रेणूबाईंनी आपल्या भावाची मुलगी वामनसाठी वधू म्हणून पसंत केली होती. त्याप्रमाणे काशी तीर्थावर हे लग्न लागले. लग्न आटोपून वऱ्हाड मोहाडीला परतले. मात्र नियतीच्या मनात काहीतरी वेगळेच होते. मोहाडीस परतल्यानंतर नवव्या दिवशी नवविवाहित वामन यांच्यावर काळाने झडप घातली. या दुःखद वातावरणात वडील बंधूंच्या अस्थी घेऊन लहान बंधू चुडामण व गावातील आणखी काहीजण मातृगया तीर्थक्षेत्री अस्थिविसर्जनास गेले. तेथे अस्थिविसर्जन करून चुडामण मोहाडीस घरी परतले. त्यापूर्वी त्यांना शालेय शिक्षणासाठी सामनेर, तालुका पाचोरा येथे मावशीच्या घरी ठेवले होते. त्यांचे पहिली व दुसरीचे शिक्षण तेथे झाले. मात्र कुटुंबावर अचानक कोसळलेल्या या संकटामुळे त्यांना सामनेरहून आपल्या गावी मोहाडी येथे परत आणण्यात आले. आणि धुळ्याच्या नगरपालिकेच्या शाळेत दाखल करण्यात आले. धुळे येथील सुप्रसिद्ध शाळा नं. १ या शाळेत त्यांचे शिक्षण पुढे सुरू झाले. त्यांचे एकूण जीवनच धुळे शहरात जावयाचे होते.

या वेळी मोहाडी येथील परिस्थिती फारशी सुखाची नव्हती. कुटुंब नावाला मोठ्या शेतकऱ्याचे होते आणि जरी एकत्र कुटुंबाच्या नावावर दोनशे एकरांच्या आसपास शेती होती, तरी दुर्दैवाने कर्जही भरपूर होते. आनंदा पाटील यांना गावातील

संगतगुणामुळे आणि वातावरणामुळे दारूचे व्यसन लागले होते. जवळपासची सर्वच मंडळी दारूच्या आहारी गेली होती. त्यांच्या व्यसनीपणाचा गैरफायदा घेऊन लोकांनी त्यांना कर्जबाजारी करून ठेवले होते.

शेतीवर फार मोठे कर्ज होते आणि त्या वेळच्या प्रथेप्रमाणे त्याचे व्याजही भरमसाट होते. चार महिन्यांत कर्ज सव्वापट होई. त्याला सव्वाई म्हणत, म्हणजे २५ टक्के व्याज. लगेच दहा महिन्यांत ते दीडपट होई म्हणजे दीडी. व्याज ५० टक्के आणि वर्ष संपताना ते दामपुप्पट झालेले असे. रुपयाला रुपया किंवा १०० टक्के व्याज. अशा वेगाने वाढत जाणाऱ्या कर्जाच्या डोंगराखाली शेती कितीही मोठी असली तरी काय उपयोग! मुळात मोहाडीच्या खडकाळ जमिनीत शेतीचे उत्पन्न फार कमी येत असे. वडिलांची ही अवस्था आणि घरावर येणारी ही संकटे पाहून आता घरातील एकमेव मुलगा म्हणून चुडामण यांनी कारभारात लक्ष घालण्याचे ठरवले. एकीकडे शिक्षण सुरू होते. एक नंबर शाळेत ५ वी उत्तीर्ण झाल्यानंतर इंग्रजी शिक्षणासाठी (माध्यमिक) धुळ्याच्या प्रसिद्ध गरुड हायस्कूल येथे त्यांचे नाव घालण्यात आले. त्यांची शिक्षणातील प्रगती उत्तम होती. मात्र तेथे चौथीत प्रवेश घेतल्यानंतर फीचे पैसे देण्याची कुवत नसल्याने शाळा सोडून शिक्षण थांबवावे लागले.

शिक्षण सोडण्याचा निर्णय विद्यार्थी चुडामणला व त्याच्या आईला खूप दुःखदायक वाटला. आईचे मन खिन्न आणि उदास झाले. मोठा मुलगा अकाली वारल्यामुळे दुसऱ्या मुलाने तरी शिकावे, अशी आईची इच्छा होती. त्या वेळी वडिलांच्या नावाने ५०-६० एकर बरड जमीन होती. खरेतर त्यांच्या जन्माच्या वेळी आजोबांच्या नावे ३०० एकर जमीन होती. मोहाडी येथील या जमिनीपैकी २०० एकर उत्तम जमीन वडिलांच्या दारूच्या व्यसनापोटी सावकारांच्या घशात गेली. उरलेल्या १०० एकर जमिनीपैकी ४० एकर जमीन आनंदा पाटील यांचे बंधू व चुडामण यांचे काका चिंधा पाटील यांच्या नावावर गेली. उरलेली ६० एकर बरड जमीन आनंदा पाटील यांच्या नावावर होती. त्या वेळी आनंदा पाटील यांच्याकडे चार बैल व दोन सालदार होते. परंतु कर्जाचा डोंगरही मोठा होता. ही परिस्थिती पाहून गावातील काही मंडळींनी आनंदा पाटील व त्यांच्या पत्नीला शेती विकून कर्जमुक्त होण्याचा सल्ला दिला. कर्जबाजारी असले तरी अशा प्रकारे सर्व जमीन विकून टाकण्याचे दुष्परिणाम त्यांनी ओळखले होते. लोकांच्या या सल्ल्यावर उत्तर देताना ते म्हणत, की 'आज शेती विकून कर्ज फेडायचे म्हणजे शेती गेल्यानंतर

आमच्या मुलाने तुमच्याकडे सालदार (सालदारी पद्धत म्हणजे माणसाने दुसऱ्या मालकाकडे वर्षभराच्या ठरावीक मजुरीच्या करारावर काम करणे.) म्हणून राबावे, अशी तुमची इच्छा दिसते आणि ते होणार नाही. आम्ही सर्वजण शेतात राबू, उपाशी राहू आणि सावकाराचे कर्ज फेडू.' त्याप्रमाणे सर्वजण गडी माणसांसह शेतीत राबत होते.

शाळा सोडावी लागलेल्या चुडामणच्या मनात शाळेतील आठवणी येत होत्या. एकदा मावशीच्या गावी सामनेर येथे दुसरीत शिकत असताना तिमाही इन्स्पेक्शनला इन्स्पेक्टर आले होते. त्यांनी मुलांना तोंडी हिशेब घातला व हिशेबाचे उत्तर पाटीवर लिहिण्यास सांगितले. सर्व मुले पाटीवर उत्तर लिहून उभी राहिली. इन्स्पेक्टर सर्वांची उत्तरे तपासत चुडामणजवळ आले व त्यांनी त्याच्या पाटीवरील उत्तर चूक असल्याची फुली मारली. आपले उत्तर बरोबर असल्याची खात्री असल्याने चुडामणने त्यांना अडवून 'माझे उत्तर चूक कसे काय ते सांगा' असे विचारले. इन्स्पेक्टरने रागाने त्याचा हात झिडकारला. परंतु सर्व विद्यार्थ्यांची उत्तरे तपासून झाल्यावर चुडामणला जवळ बोलावून ते म्हणाले, 'तुझा हिशेब कसा बरोबर आहे ते सांग.' चुडामणने सर्व नीट प्रकारे खुलासा करताच इन्स्पेक्टरसाहेबांनी त्यांची पाठ थोपटून 'तू फार हुशार आहेस' अशी त्याची प्रशंसा केली. एवढेच नव्हे, तर दुसरीच्या वार्षिक परीक्षेत उत्तीर्ण झाल्यानंतर त्या इन्स्पेक्टरसाहेबांनी चुडामणला चार पुस्तकेही बक्षीस दिली होती. मात्र वामनभाऊंच्या अकाली निधनामुळे चुडामणला सामनेरची शाळा सोडून मोहाडीला यावे लागले होते आणि धुळ्याच्या शाळेत शिक्षण सुरू असताना गरिबीमुळे ती शाळाही सोडावी लागली होती. या घटनाक्रमामुळे चुडामण आणखीनच उदास होई. परंतु शाळेच्या आठवणी निर्धारपूर्वक विसरून यापुढे व्यवहारी जगाची शाळा हीच आपली खरी शाळा असे समजून त्यांनी शेतीत राबायला सुरुवात केली.

याच दिवसांत त्यांना प्रताप मिलमध्ये नोकरी मिळाली. शेतीतील तो प्रसंगही त्यांच्या आयुष्याला वळण देणारा ठरला. एके दिवशी ते शेताकडे जात असताना प्रताप मिलमध्ये काम करणारे त्यांच्या गावचे शंकरजीभाऊ त्यांना वाटेत भेटले. त्यांनी विचारले, 'काय रे कुठे चाललास?' 'शेतात चाललोय', असे चुडामणने उत्तर दिल्यावर त्यांनी विचारले, 'तू शाळा सोडून दिलीस का?' चुडामणने 'हो' असे उत्तर देताच शंकरजीभाऊंनी विचारले, 'तू मिलम्हा काम करशीका? मिलम्हा काम करनं व्हई ते मी तुले घडीखाताम्हा लायी दिसू.' (तू मिलमध्ये काम करशील

का? जर मिलमध्ये काम करायला तयार असशील, तर तुला मी घडी खात्यात लावून देईन.) त्यांच्या सूचनेवर चुडामणने होकार दिला आणि दुसऱ्याच दिवशी त्यांच्याबरोबर मिलमध्ये जाऊन घडी खात्यातली नोकरी स्वीकारली. नोकरी सुरू झाल्यानंतर मिलच्या सुट्टीच्या दिवशी शेतात सालदारांबरोबर काम करणेही चुडामणने सुरू ठेवले. एकूण परिस्थिती लक्षात घेऊन ते शेतात काम करीतच होते. नोकरीच्या पैशांतून कर्ज फेडत होते आणि शेतीतून फारसे काही हाताला लागत नाही, हे त्यांना अनुभवाने कळून चुकले होते. शेतीतून फारशा उत्पन्नाची आशा नाही आणि कर्जाचा डोंगर व सावकारांचे तगादे तर वाढताना दिसत होते. अशा परिस्थितीमुळे गावात अपमानित जीवन जगावे लागत होते.

शेतीचा आणि कुटुंबाचा भार खांद्यावर घेतलेल्या चुडामण यांनी वडिलांना दारूच्या व्यसनात गुंतवून ठेवणाऱ्या लोकांना विरोध करायला सुरुवात केली. त्यांचा हा बाणेदारपणा भाऊबंदकीतील काही लोकांना आवडत नव्हता. ते म्हणायचे, की हे लोक गुंड असून, त्यांना विरोध केल्यास जास्त त्रास देतील. परंतु या इशाऱ्याचा चुडामण यांच्यावर काही परिणाम झाला नाही. ते आपल्या निर्णयावर ठाम होते. ही लढाई लढत असताना दुसरीकडे त्यांनी कर्जाचा डोंगर कसा कमी करता येईल, याचा विचार करून हळूहळू कर्जफेड करायला सुरुवात केली. शिक्षण सोडल्यानंतर गावात शेती करीत असताना गावातील एक मित्र शंकरजीभाऊ पाटील यांच्या ओळखीने मिळालेली नोकरी सुरू ठेवली. शेतीवर भागणार नाही, याची त्यांना जाणीव होती. त्यामुळे मिल कामगाराच्या स्वीकारलेल्या नोकरीतील उत्पन्नातून कुटुंबाचा खर्च भागवायचा आणि उरलेली रक्कम तसेच शेतीतून मिळणारे तुटपुंजे उत्पन्न यातून जमेल तशी रक्कम सावकारांना द्यायची, असा क्रम त्यांनी स्वीकारला. ज्या सावकारांचे एक हजार रुपये देणे होते, त्यांच्याशी वाटाघाटी करून रुपयाला आठ आणे देऊन खोट्या व्याजातून मुक्त होऊन जमेल तसे तंटे तोडण्याचा प्रयत्न केला. जे सावकार ऐकत नव्हते, त्यांच्याविरुद्ध कोर्टात दावे करून कोर्ट सांगेल त्या पद्धतीने हप्ते देऊन कर्जफेड सुरू केली.

मिलमध्ये काम करीत असताना गावात आजूबाजूला आणि समाजात सर्वत्र निरनिराळ्या प्रकारचे अन्याय होत असताना ते पाहत होते. या अन्यायाचा प्रतिकार केला पाहिजे, हा विचार त्यांच्या मनात घट्ट रुजत चालला होता. मग तो गावातला स्वतःवरचा अन्याय असो, की मिलमधील सहकारी कामगारांवरचा अन्याय असो, किंवा देशबांधवांविरुद्ध इंग्रज सरकार व त्यांच्याकडून होणारा अन्याय असो,

या सर्वच प्रकारच्या अन्यायाला आपण विरोध केला पाहिजे, हे त्यांना पटले. त्या काळात काँग्रेसची चळवळ देशभर पसरत होती. तिचा प्रभाव सर्व थरांतील नागरिक आणि युवकांवर पडत होता. खान्देशातही काँग्रेसची चळवळ शहरांत, खेड्यापाड्यांत शेतकरी व कामगारांत पसरली होती. या चळवळीचा परिणाम म्हणून शेतकरी कुटुंबातून कापड गिरणी कामगार झालेला सोळा वर्षांचा चुडामण आनंदा पाटील हा तरुण १९२९मध्ये काँग्रेसचा प्राथमिक सदस्य झाला. पुढच्या ६० वर्षांच्या आयुष्यात काँग्रेस आणि कामगार यांच्यासाठी चुडामण पाटील यांनी सर्व तऱ्हेचे कष्ट घेतले. त्यामुळे काँग्रेस व चुडामण पाटील आणि काँग्रेस व कामगार यांचे एक वेगळ्या प्रकारचे अद्वैत निर्माण झाले होते, ते अखेरपर्यंत कायम राहिले. त्यांच्या या राजकीय वाटचालीचा खरा मूलाधार प्रत्येक अन्यायाविरुद्धचा लढा हाच होता.

अगदी सुरुवातीच्या काळात गावातील गुंडांच्या विरुद्ध त्यांनी आपला संघर्ष सुरू केला, तेव्हा गावातील तथाकथित प्रतिष्ठित गुंडांनी त्यांच्याविरूद्ध चॅप्टर केस (गुंडगिरीच्या वर्तनाची तक्रार) दाखल केली. या केसच्या चौकशीला मामलेदार मोहाडीच्या चावडीवर आले. तेथे चुडामण यांना चौकशीसाठी बोलवण्यात आले. पण कसलीही विचारपूस न करता गावगुंडांच्या सांगण्यावरून त्यांना दम भरण्यास सुरुवात केली. गावातील लोकांना त्रास दिल्यास काय परिणाम होईल, याचा विचार केला आहेस का? असा दम मामलेदाराने त्यांना भरला. मामलेदाराच्या या दमबाजीला न घाबरता तरुण चुडामण पाटील यांनी पुढीलप्रमाणे उत्तर दिले. "साहेब, मी विचार करूनच या कामाला सुरुवात केली आहे. गावातील हे प्रतिष्ठित गुंड लोकांमध्ये भांडणे लावतात आणि नंतर मामलेदाराला व फौजदाराला पैसे द्यायचे आहेत, असा बहाणा करून रोज त्यांच्याकडून पैसे खातात. या गुंडांशी लढायचा ठाम निर्णय मी जाणीवपूर्वक घेतला आहे." चौकशी आटोपून मामलेदार निघून गेल्यावर त्यांची तर खात्रीच झाली, की मामलेदार ही चॅप्टर केस पुढे चालवल्याशिवाय राहणार नाही.

तसे वाटण्याला आणखी एक कारण आहे. असे झाले होते, की ते दिवस उन्हाळ्याचे असल्याने चावडीवर भयंकर गरम होत होते व अंगाला घाम येत होता. यामुळे चुडामण पाटील यांनी आपल्या टोपीने हवा घालायला सुरुवात केली होती. मामलेदाराला तो त्यांचा अपमान वाटला व ते रागावले. 'माझ्यासमोर अशी हवा घालतोस. तुला काही वाटत नाही का?' असे त्यांनी विचारले. त्यावर 'उन्हाळ्याचे दिवस व प्रचंड गर्मी असल्याने हवा घातली, यात काही गुन्हा आहे काय?' असा सवाल करून तरुण चुडामण पाटील या मीटिंगमधून बाहेर पडले होते.

या चॅप्टर केसची आणि मोहाडी गावातील एकूण गावगुंडगिरीची पार्श्वभूमी अशी, की त्या गावातील गुंडांना मदत करणारा व त्यांच्या गैरवर्तनाला खतपाणी घालणारा खरा सूत्रधार हा मोहाडी गावच्या शाळेचा तेव्हाचा हेडमास्तर होता. या हेडमास्तरच्या कळलावेपणाला आणि भ्रष्टाचाराला गावातील लोक कंटाळले होते. गावातील लोकांच्या असाहाय्यतेचा व अडाणीपणाचा गैरफायदा घेऊन हा हेडमास्तर त्यांना विविध प्रकारे धमकावून त्यांच्याकडून पैसे किंवा इतर वस्तू उकळत असे. चुडामण पाटील यांनी गुंडगिरीविरुद्ध संघर्ष सुरू केल्याचे पाहताच त्यांचे वय तेव्हा लहान असूनही मोहाडीचे गावकरी हळूहळू हेडमास्तरच्या विरुद्ध त्यांच्याकडे तक्रारी करू लागले व या हेडमास्तराची आणखी एक वाईट सवय अशी होती, की तो मुलांच्या पालकांना धमकावून सांगत असे, की 'मला इतके गहू पाठव, इतकी बाजरी पाठव किंवा इतके कापड आणून दे. म्हणजे तुमच्या मुलाला किंवा मुलांना मी पास करीन'. बिचारे गावकरी नाईलाजाने या मागण्या पूर्ण करीत. मात्र काही पालकांनी हेडमास्तरच्या या चिठ्ठ्या चुडामण पाटील यांच्याकडे दिल्या. त्या हातात आल्यावर त्यांनी आता हेडमास्तराला चांगला धडा शिकवायचे ठरवले. यातील एक चिठ्ठी एका विश्वासू मुलाबरोबर त्यांनी हेडमास्तरला दाखवण्यासाठी पाठवली. त्यासोबत निरोप पाठवला, की 'हेडमास्तर, ही चिठ्ठी म्हणजे तुमचे मृत्युपत्र आहे, नीट वाचा आणि तुमच्या गावगुंडमित्रांना माझ्यावरची चॅप्टर केस काढून टाकायला लावा.' या अस्त्राचा योग्य तो परिणाम होऊन हेडमास्तरचे चाळे थांबले. तसेच हातातील चिठ्ठीचा उपयोग करून जिल्ह्याच्या स्कूल बोर्डाच्या चेअरमनकडे हेडमास्तरविरुद्ध तक्रार करण्यात आली. चुडामण पाटील यांनी या तक्रारीच्या चौकशीला स्कूल बोर्ड चेअरमनला गावात आणले. त्यांनी गावकऱ्यांचे म्हणणे ऐकून घेऊन 'एका लहान मुलाचे योग्य असतानासुद्धा त्याच्याविरुद्ध गुंडगिरी करून उलट त्याच्यावरच चॅप्टर केस भरण्याचा निंद्य प्रकार करता, याबद्दल तुम्हाला काहीच वाटत नाही का?' असा सवालही त्यांनी तेथे विचारला. ते चेअरमन येताना मामलेदारांना सोबत घेऊन आले होते व एका सालस विद्यार्थ्यावर खोटी केस करण्यात आली आहे ती काढून टाका, असे त्यांनी मामलेदारांना सांगितले. त्यामुळे ही केस तेथेच संपली.

त्याचे असे झाले होते, की चुडामण पाटील यांच्या भाऊबंदकीतील एका चुलत्याकडे त्यांच्या मुलीचे म्हणजे चुडामण यांच्या चुलतबहिणीचे लग्न निघाले होते. तत्कालीन प्रथेप्रमाणे येणारे वऱ्हाड उतरवण्यासाठी तसेच लग्न लावण्यासाठी गावचावडीचा वापर सर्वजण करीत असत. मात्र चुडामण पाटील यांनी सुरू

केलेल्या संघर्षामुळे गावातील काही मंडळींनी वऱ्हाड उतरवण्यासाठी चावडी देण्याचे नाकारले. त्या वेळी चावडीची किल्ली आणि व्यवस्था हेडमास्तरच्या ताब्यात होती, कारण तेथे प्राथमिक शाळा भरत होती. खरेतर लग्नाच्या काही दिवस आधी चावडी देण्याचे ठरलेही होते, पण वऱ्हाड येण्याच्या आदल्या दिवशी हेडमास्तरने चावडीची किल्ली देण्याचे नाकारले, नंतर मात्र लग्नाच्या दिवशी वऱ्हाड येताना त्याने पाहुण्यांच्या समोर किल्ली दिली व 'घे किल्ली आणि उतरव तुझं वऱ्हाड', असे सांगितले. मात्र चुडामण पाटील यांनी तीच किल्ली त्याच्या अंगावर भिरकावून 'तुझी चावडी आम्हाला नको आणि ही चावडी तुझी नाही तर गावाची आहे. जेवढी तुझी आहे तेवढीच माझी आहे. लहान आहे म्हणून कणखर प्रतिकार करू शकत नाही. माझे भाऊबंद तुम्हा गुंडांना घाबरतात, पण एक दिवस असा येईल, की मी तुम्हाला चावडीच्या खाली उतरवून देईन.' चुडामण पाटील यांच्या या इशाऱ्यामुळे समोरचे गुंड अधिकच चिडले आणि हा मुलगा आडदांड व उद्धट आहे, असा प्रचार त्यांनी सुरू केला.

चावडीवर वऱ्हाड उतरवायचे नाही असे ठरवून वऱ्हाडाची सोय सर्वांच्या घरांमध्ये व ओसरीवर करून घरासमोर लग्न लावण्यात आले. या अपमानाचा परिणाम म्हणूनही चुडामण यांच्यावर चॅप्टर केस घालण्याची पावले गावातील गुंडमंडळींनी उचलली होती. दुर्दैवाने ज्या लोकांसाठी चुडामण पाटील यांनी ही लढाई सुरू केली होती, ते नातेवाईक लोकही त्यांच्या पाठीशी नव्हते. पण आपला निश्चयी स्वभाव आणि धाडस यांच्या जोरावर गावगुंडांविरुद्धची ही लढाई चुडामण पाटील यांनी जिंकली. चॅप्टर केस तर निकाली निघालीच, पण जिल्हा स्कूल बोर्ड चेअरमन (आता शिक्षण समिती अध्यक्ष) यांनी चुडामण पाटील यांची नेमणूक मोहाडीच्या स्कूल कमिटीवर एक सदस्य म्हणून करण्याचा आदेश गावच्या कमिटीला दिला. या संघर्षातील यशामुळे चुडामण पाटील हे गावातील महत्त्वाच्या कमिटीचे सभासद झाले. गुंडांच्या विरोधातील पहिली लढाई जिंकल्यामुळे अन्यायाविरुद्ध लढणाऱ्याला निश्चितच यश मिळते, हा आत्मविश्वास त्यांच्या मनात वाढू लागला. तेव्हापासून ते आजूबाजूला दिसणाऱ्या सर्व प्रकारच्या अन्यायाविरुद्ध लढायला उभे राहू लागले. त्यांच्या निर्धारामुळे ते प्रत्येक लढ्यामध्ये यशस्वी झाले. त्यांचे जीवन हा अशा निर्धारपूर्वक दिलेल्या लढ्यांच्या मालिकेचा इतिहास आहे. १९२९मध्ये त्यांनी रीतसर राष्ट्रीय कॉंग्रेसमध्ये प्रवेश केला आणि त्याच्या पुढच्या वर्षी गांधीजींच्या दांडी सत्याग्रहासाठी धुळे जिल्ह्यातून जाणाऱ्या

स्वयंसेवकांच्या कॅम्पमध्ये हजर राहून दांडीला जाण्याची तयारी केली. पण हा ऐतिहासिक सत्याग्रह करण्याचे त्यांच्या नशिबात नव्हते. कारण एकतर ते मिल कामगार होते व वयानेही लहान होते. त्यामुळे जिल्ह्यातून इतरांना पाठवले गेले. या नकाराने निराश न होता नंतर सुरू झालेल्या कायदेभंग चळवळीत चुडामण पाटील यांनी जोरदार सहभाग घेतला आणि स्वातंत्र्यचळवळीतील त्यांची वाटचाल सुरू झाली. दुसरीकडे मिलमधील नोकरी कुटुंबाच्या चरितार्थासाठी सुरूच होती.

या वेळी देशातील आंदोलन गांधीजींच्या असहकार आणि सविनय कायदेभंग यांसारख्या शांततामय आणि अहिंसक मार्गाने सुरू होते. दुसरीकडे काँग्रेस पक्ष लोकांमध्ये स्वातंत्र्याची ऊर्मी जागवत होता. १९२९च्या डिसेंबर महिन्यात लाहोर येथे भरलेल्या काँग्रेस अधिवेशनात पूर्ण स्वातंत्र्याची घोषणा करण्यात आली आणि २६ जानेवारी १९३० हा 'स्वातंत्र्य दिवस' म्हणून पाळण्यात यावा, असे ठरवण्यात आले. तसेच गांधीजींच्या नेतृत्वाखाली सविनय कायदेभंगाच्या आंदोलनाला मान्यता देण्यात आली. याचवेळी गांधीजींनी १२ मार्च १९३० पासून दांडीयात्रा सुरू करण्याचे ठरवले होते. त्या यात्रेच्या शेवटी दांडी येथे मिठाचा कायदा तोडण्याचा कार्यक्रम ठरला होता. निवडक कार्यकर्ते साबरमती आश्रमातून गांधीजींबरोबर निघणार होते. या सत्याग्रहाची तयारी जिल्ह्याजिल्ह्यांतूनही सुरू होती.

धुळे जिल्ह्यातूनही काही सत्याग्रही पाठवण्याच्या दृष्टीने पूर्वतयारीसाठी सत्याग्रही कॅम्प विजय व्यायामशाळेत उभारण्यात आला होता. आपल्याला या सत्याग्रहात पाठवण्यात यावे, अशी विनंती चुडामण पाटील यांनी जिल्हा काँग्रेसच्या प्रमुखांकडे केली व तसा अर्जही दिला. त्यासाठी त्यांनी आठ दिवस कॅम्पमध्ये हजर राहून तयारीही केली होती, मात्र या अर्जविनंतीचा काही उपयोग न होता जिल्हा नेत्यांनी त्यांना सत्याग्रही म्हणून जाण्याची परवानगी नाकारली. मात्र या नकाराचे कारण देताना चुडामणअण्णांचे वय कमी असल्याचे, तसेच ते साधे मिल कामगार असल्याने त्यांना पाठवता येणार नाही, असे सांगितले गेले. इतर काही कार्यकर्त्यांना जिल्ह्यातून या सत्याग्रहासाठी पाठवण्यात आले. शिरोडा सत्याग्रह / विलेपार्ले सत्याग्रहासाठी काही कार्यकर्ते गेले होते. उरलेल्या काँग्रेस कार्यकर्त्यांनी धुळ्यातच विविध ठिकाणी कायदेभंग करून मीठ विकावे असे ठरले. देशभरही तसाच कार्यक्रम होता. १९३०चा मार्च महिना अशा प्रकारे स्वराज्यध्येयाने मंतरलेले वातावरण घेऊन आला आणि चुडामणअण्णा व त्यांच्यासारख्या तरुण देशभक्तांच्या मनात चळवळीचे स्फुल्लिंग चेतवून गेला. गांधीजी ६ मार्चला

७९ सत्याग्रहींसह साबरमती आश्रमातून निघाले आणि वाटेत शेकडोंच्या नव्हे, तर हजारोंच्या संख्येने लोक त्यात सामील होत गेले. खान्देशातील वातावरण पूज्य साने गुरुजींच्या नेतृत्वाखाली सत्याग्रहमय झाले होते. त्यांनाही कायदेभंग केल्याबद्दल अटक झाली आणि धुळे जेलमध्ये रवाना करण्यात आले. ६ एप्रिल १९३० रोजी गांधीजींनी व त्यांच्या स्वयंसेवकांनी दांडी येथे समुद्रकिनाऱ्याचे मीठ उचलून सत्याग्रह केला. त्याचीच पुनरावृत्ती देशभरच्या सत्याग्रहींनी आपापल्या परीने केली. धुळ्याच्या राजकमल चित्रपटगृहाच्या समोरच्या चौकात सत्याग्रहींनी मीठ विकले व मिठाच्या कायद्याच्या विरोधात भाषणे केली. या सत्याग्रहींमध्ये चुडामण पाटील आघाडीवर होते, मात्र त्यांना ओळखणाऱ्या पोलिसाने ते मिल कामगार आहेत व तसे लहान आहेत म्हणून त्यांना अटक न करता सोडून दिले. प्रौढ कार्यकर्त्यांपैकी काहीजणांना अटक करण्यात आली. या वेळी देशाच्या विविध भागांतून सुमारे तीन हजार सत्याग्रहींना पकडून धुळ्याच्या तुरुंगात पाठवण्यात आले होते. साने गुरुजी २९ एप्रिल १९३० रोजी धुळे तुरुंगात आले. त्यांना १५ महिन्यांची सजा झालेली होती. तीन महिन्यांनी त्यांची रवानगी त्रिचनापल्ली येथे करण्यात आली.

तुरुंगात गेलेल्या हजारो सत्याग्रहींच्या आंदोलनापासून स्फूर्ती घेऊन, तसेच गांधीजींच्या हाकेला 'ओ' देऊन कायदेभंगाबरोबरच जंगल सत्याग्रहाचाही कार्यक्रम काँग्रेसने आखला होता. त्याप्रमाणे धुळ्याचे काँग्रेस सत्याग्रही धुळ्यानजीकच्या लळींगच्या जंगलात सत्याग्रहाला गेले. तेथे चुडामण पाटील यांनी सत्याग्रह केला, पण मिल कामगार म्हणून त्यांना अटक करण्याचे पोलिसांनी टाळले. नंतर त्यांनी साक्री तालुक्यातील म्हसदी या गावानजीक पुन्हा जंगल सत्याग्रहात भाग घेतला व तेथेही लळींगप्रमाणेच अनुभव आला. देशभर अशा प्रकारे सत्याग्रहाचे वातावरण सुरू होते. लोक सत्याग्रह करीत होते आणि तुरुंगात जात होते. एक शिक्षा पूर्ण होऊन सुटका झाली, की पुन्हा सत्याग्रह करीत व पुन्हा जेलमध्ये जात. साने गुरुजींची त्रिचनापल्ली येथून सुटका झाल्यानंतर पुन्हा सविनय कायदेभंग केल्याबद्दल त्यांची रवानगी धुळ्याच्या तुरुंगात करण्यात आली. १९३२मध्ये तर या तुरुंगात साने गुरुजी आचार्य विनोबा भावे यांच्याबरोबर होते. या सजेच्या वेळी विनोबाजी कैद्यांसाठी, ज्ञानासाठी गीतेवर प्रवचने देत आणि साने गुरुजी ती प्रवचने आपल्या सुवाच्य अक्षरात उतरवून काढत. या प्रवचनांचे पुस्तक 'गीता प्रवचने' या नावाने प्रकाशित झाले. आजही त्याच्या नवीन आवृत्त्या निघतात. धुळे

कारागृहाची ती एक समाजाला देणगीच होय. गुरुजींनी आपला कोठलाही तुरुंगवास केवळ सजा म्हणून भोगला नाही, तर त्या काळात काही ना काही साहित्यनिर्मिती केली. पुढील काळात नाशिक येथील तुरुंगात त्यांनी 'श्यामची आई' या आपल्या अजरामर साहित्यकृतीची बहुसंख्य प्रकरणे लिहिली. अशा या तुरुंगात पुढे चुडामण पाटील यांच्यावर साने गुरुजींच्या सान्निध्यातच राजकीय शिक्षण घेण्याचा योग होता. मिलमध्ये नोकरी करता करता आणि काँग्रेस संघटनेचे कार्य करीत चुडामण पाटील यांची वाटचाल सुरू होती. देशभर गांधीजी आणि इंग्रज सरकार यांच्यातील वाटाघाटी सुरू होत्या. १९३० आणि ३१ साली इंग्लंडमध्ये गोलमेज परिषदा झाल्या. १९३२मध्ये गांधीजींचे तुरुंगवासातील गाजलेले उपोषण संपवून 'गांधी-आंबेडकर करार' जो 'पुणे करार' नावाने प्रसिद्ध आहे तो झाला. १९३२ साली आणखीन एक गोलमेज परिषद झाली. दरम्यानच्या काळात स्वातंत्र्यासाठी सशस्त्र लढा पुकारणाऱ्या व असेंब्लीत बॉम्ब फेकताना पकडलेल्या गेलेल्या भगतसिंग, सुखदेव आणि राजगुरू यांना फासावर चढवण्यात आले. त्यांच्या बलिदानाने क्रांतीचे होमकुंड अधिकच प्रज्वलित झाले.

प्रताप मिलमधील नोकरी करता करता व सुट्टीच्या दिवशी कुटुंब आणि गडीमाणसे यांच्याबरोबर शेतात खपून कर्जफेड करणाऱ्या चुडामण पाटलांचे स्वातंत्र्यचळवळीतील घडामोडींकडे बारीक लक्ष होते. तालुक्यातील खेड्यापाड्यांत समवयस्क आणि समविचारी विविध जातिधर्माच्या कार्यकर्त्यांशी ते संपर्क ठेवून होते. आपल्याला स्वातंत्र्य आंदोलनात स्वातंत्र्यसैनिक म्हणून तुरुंगात जाण्याची संधी मिळत नाही, याची खंत त्यांच्या मनात होती. एव्हाना ते घरदार, शेती, संसार याचा सर्व बोजा समर्थपणे पेलत होते. यातच त्यांच्या संसारवेलीवर पहिले फूल उमलले. त्यांचे ज्येष्ठ चिरंजीव भास्करदादा यांचा जन्म झाल्याची शुभवार्ता २१ मार्च १९३४ रोजी सासुरवाडी हिरापूर येथून आली.

१९३५मध्ये भारतासाठी 'गव्हर्नमेंट ऑफ इंडिया ॲक्ट १९३५' संमत केल्याची घोषणा ब्रिटिश सरकारने केली. त्यानुसार प्रांतिक स्वायत्ततेचा कायदा आला. १९३५लाच मुंबई प्रांतिक काँग्रेसचे अध्यक्ष देशभक्त शंकरराव देव यांच्या समवेत ज्येष्ठ नेते केशवराव जेधे व काकासाहेब गाडगीळ आदींनी काँग्रेसच्या सुवर्ण महोत्सवी वर्षानिमित्त खान्देशचा दौरा केला. त्या वेळी या नेत्यांशी जिल्हा काँग्रेसचे चिटणीस म्हणून चुडामण पाटील यांचा जवळून परिचय झाला. पुढे १९३६ला काँग्रेसने सरकारी कायदे मंडळावरचा आपला बहिष्कार मागे घेऊन

निवडणुकांमध्ये भाग घेण्याचे ठरवले. त्याप्रमाणे प्रांतिकचे नेते व उमेदवार खान्देशात प्रचारासाठी येत. तेव्हा त्यांच्यासोबत प्रचारसभांमध्ये चुडामण पाटीलही पुढे असत.

कौन्सिलच्या निवडणुकीत महाराष्ट्रात, तसेच खान्देशातही कॉंग्रेसच्या उमेदवारांना घसघशीत विजय मिळाला. निवडणूक व प्रचाराच्या निमित्ताने चुडामण पाटील यांचे पक्षसंघटन व प्रचारकार्य या बाबतीत प्रशिक्षण झाले. जिल्ह्याचे नेते त्यांना वाव देत नव्हते किंवा प्रचारात घेत नव्हते. तरीही एकलव्याच्या एकाग्रतेने चुडामण पाटील यांनी या साऱ्या गोष्टी आत्मसात करून घेतल्या. या काळात खान्देशशी संबंधित घटना म्हणजे धुळे व नाशिक जिल्ह्याच्या सीमेवरील आहिराणी भाषिक आणि खान्देशी संस्कृतीचा प्रभाव असलेल्या भागातील तरुण वकील नेते श्री. भाऊसाहेब सखाराम हिरे यांचा मुंबई प्रांताच्या राजकीय क्षितिजावर उदय झाला. १९३७च्या निवडणुकीतील त्यांचे कार्य व यश ज्येष्ठ नेत्यांच्या नजरेत भरून कॉंग्रेस प्रांतिक मंत्रिमंडळात संसदीय सचिव - पार्लमेंटरी सेक्रेटरी या पदावर त्यांची नेमणूक झाली.

१९३६मध्ये कॉंग्रेसचे अधिवेशन पूर्व खान्देशातील फैजपूर येथे झाले. देशातील सर्व थोर कॉंग्रेस नेते या अधिवेशनास आले होते. जवाहरलाल नेहरूंनी या अधिवेशनाच्या निमित्ताने खान्देशचा दौराही केला. तर इकडे कौटुंबिक आघाडीवर कर्जफेड होऊन शेतीचे उत्पन्न सर्वांच्या कष्टामुळे चांगले येऊ लागले होते. चुडामणअण्णा यांची बहीण गयाबाई यांना २४ जानेवारी १९३७ रोजी मुलगा झाला. या मुलालाच पुढे चुडामण यांनी आपल्या घरी आणून आपल्या मुलासारखे वाढवले व आपल्या सर्व संपत्तीतला वाटा मुलांच्या बरोबरीने त्याला दिला. तेच बंकटअप्पा होत. त्याच सुमारास हिरापूर येथे बाळंतपणासाठी गेलेल्या सुंदरबाई यांना दुसऱ्या पुत्ररत्नाचा लाभ झाला. चुडामणअण्णांचे हे दुसरे सुपुत्र म्हणजे पुढे नामवंत धन्वंतरी व लोकसेवक म्हणून प्रसिद्धीस पावलेले डॉ. भाईदासअण्णा. धुळे शहरात व तालुक्यात कॉंग्रेसचे कार्य सुरू असताना मोहाडी गावातही त्यांनी लोकांमध्ये स्वातंत्र्यप्रेम जागृत ठेवण्यासाठी शाळा व गावची तालीम येथे विविध उपक्रम सुरू केले. १९३७मध्ये तत्कालीन मुंबई सरकारातील मंत्री नामदार अण्णासाहेब लठ्ठे यांनी मोहाडी येथील शाळेत सुरू असलेल्या प्रौढ शिक्षण वर्गाला भेट देऊन चुडामण पाटील यांच्या कार्याचे कौतुक केले, अशी आठवण शाळेतील तत्कालीन शिक्षकांनी लिहून ठेवली आहे.

याच सुमारास मुंबई प्रांताचा गव्हर्नर रॉजर लम्बले याचाही धुळे जिल्हा दौरा झाला. काही कारणास्तव काँग्रेसने निवडणुका जिंकूनही पुढे १९३९मध्ये राज्य सरकारवर बहिष्कार घालण्याचे ठरवून मंत्र्यांनी मंत्रिपदाचे व आमदारांनी कौन्सिलचे राजीनामे दिले. त्यामुळे गव्हर्नरच्या या दौऱ्यावर काँग्रेसने बहिष्कार घालावा, अशी प्रांतिक नेत्यांची स्पष्ट आज्ञा असतानाही धुळ्यातील काही सरकारधार्जिणे लोक व काही श्रीमंत काँग्रेसवालेही गव्हर्नरच्या स्वागतास हजर होते. आपल्या ज्येष्ठ नेत्यांच्या या दुटप्पी वागण्याचा चुडामण पाटील यांना भयंकर राग आला. त्यांनी तर या कार्यक्रमावर बहिष्कार घातलेलाच होता, परंतु जिल्ह्याच्या कलेक्टरनी गव्हर्नरचा एक कार्यक्रम त्यांच्या मोहाडी गावातच ठेवला होता. मोहाडी येथे गावाने उभारलेल्या तालमीचे उद्घाटन गव्हर्नरच्या हस्ते करायचे असा तो कार्यक्रम होता. गव्हर्नरच्या येण्याच्या वाटेवर असलेल्या आपल्या गुरांच्या गोठ्यावर काँग्रेसचे निशाण लावून चुडामण पाटील हे मिलमध्ये कामावर गेले होते. परंतु त्यांचे लक्ष गावात काय घडते, याकडे लागले होते. गव्हर्नरच्या जाण्याच्या रस्त्याची पाहणी करण्याकरिता आलेल्या एका अधिकाऱ्याने तो झेंडा पाहिला व काढून टाकला. नंतर गव्हर्नर येणार होते. ही बातमी आपल्या कार्यकर्त्यांकडून कळताच चुडामण पाटील निवडक सहकाऱ्यांसह मोहाडीत दाखल झाले. तोपर्यंत गव्हर्नरचा लवाजमा तालमीच्या प्रांगणात पोचला होता. जिल्हा काँग्रेसचे काही नेते त्यांच्या स्वागताला हजर होते. गव्हर्नरने औपचारिक उद्घाटनासाठी तालमीत पाऊल टाकताच चुडामण पाटील व त्यांचे कार्यकर्ते यांनी त्यांना रोखले. "ही आमची पवित्र तालीम आहे. आतमध्ये तुम्ही पायात बूट घालून जाऊ शकत नाही", असे गव्हर्नरला सुनावले. त्यांचा मुद्दा रास्त व बिनतोड होता. गव्हर्नरने मुकाट्याने बूट काढले आणि उद्घाटन केले. त्या वेळी चुडामण अण्णा व त्यांच्या सहकाऱ्यांनी 'काँग्रेस झिंदाबाद', 'भारत माता की जय' अशा घोषणा देऊन परिसर दणाणून सोडला. पोलिसांनी त्यांना तात्पुरते पकडले आणि नंतर सोडून दिले. या घटनेमुळे काँग्रेसमध्ये झुंजार कार्यकर्ता म्हणून चुडामण पाटील यांचे नाव चांगलेच प्रसिद्ध झाले. तसेच सरकारधार्जिणे लोक व काँग्रेसमधील काही मंडळी आणि चुडामण पाटील यांच्यातील दुरावा वाढण्यास सुरुवात झाली.

❖❖❖

# जडणघडणीचे दशक

श्री. चुडामणअण्णा पाटील यांचा राजकीय कार्यकर्ता व नेता, तसेच स्वातंत्र्यसैनिक म्हणून जडणघडणीचा जो कालावधी होता, त्यातील केवळ वातावरण व परिस्थितीची माहिती घेऊन उपयोग नाही. त्याचे थोडे विश्लेषण आवश्यक असून, त्या सर्व परिस्थितीचा परिणाम आपल्या चरित्रनायकाच्या म्हणजे चुडामणअण्णा यांच्या विचारसरणीवर आणि मनोभूमिकेवर कसा झाला, हे पाहणेही आवश्यक आहे. वडिलांची व्यसनाधीनता, सावकारांकडून झालेली पिळवणूक व लुबाडणूक, गावगुंडांकडून चॅप्टर केस भरण्यापासून ते थेट धमक्या देण्यापर्यंत झालेला सर्व तऱ्हेचा त्रास यांसारख्या संकटांवर त्यांनी किशोरवयातच मात केली होती. वयाच्या १७व्या वर्षाच्या सुमारास कुटुंबातील कर्ता पुरुष आणि मिलमध्ये नोकरी करून कुटुंबाच्या पालनपोषणास हातभार लावणारा पालनकर्ता या भूमिकेत ते आलेले होते. या सुमारास त्यांचा विवाहही झालेला होता. अन्यायाविरुद्ध पेटून उठणे हा त्यांचा स्थायीभाव बनला होता. व्यक्तिगत अन्याय, सामाजिक अन्याय, सहकारी कामगारांवरील अन्याय आणि अखेरीला देशावरील अन्याय अशा चढत्या श्रेणीने ते अन्यायाविरुद्ध लढण्यास सिद्ध झाले होते. त्यासाठी त्यांनी काँग्रेसचे व्यासपीठ निवडले होते. मात्र खान्देशातील तत्कालीन सामाजिक परिस्थिती अशी होती, की बहुजन समाजातील तरुणांना व त्यातही श्रीमंती आणि पदव्या यांपासून वंचित असणाऱ्या चुडामणअण्णा यांच्यासारख्या तरुणांना चळवळीत महत्त्वाचे स्थान मिळणे दुरापास्त होते.

काँग्रेसच्या स्थापनेपासून सुरू झालेली स्वातंत्र्याची सनदशीर मार्गाची चळवळ ही प्रामुख्याने धनिक आणि उच्चवर्णीय व उच्चशिक्षित वर्गाच्या प्रभावाखाली होती. त्यामुळेच की काय, धुळे जिल्ह्याच्या काही भागातील विशेषतः साक्री तालुक्यातील बहुजन समाजातील फार मोठा वर्ग सत्यशोधक आणि कम्युनिस्ट विचारसरणीच्या

प्रभावाखाली आला होता; तर शिंदखेडा, नंदुरबार, तळोदा वगैरे भागातील चळवळ एकीकडे आदिवासी आणि दुसरीकडे श्रीमंत व्यापारी यांच्यात विभागली गेली होती. आदिवासींच्या चळवळीला तर पेशवाई बुडण्याच्या आधीपासूनचा संदर्भ होता. तेथील भिल्लांनी इंग्रजांना जेरीस आणले होते. काजीसिंग ऊर्फ खाजा नाईक याने तर इंग्रजांना सळो की पळो करून सोडले होते. खाजा नाईकसोबत भीमा नाईक हाही भिल्ल नायक इंग्रजांशी लढत होता. जंगलाच्या आडोशाने इंग्रजांशी ते गनिमी काव्याने लढत. त्यांनी काही वेळा इंग्रजांचे खजिने लुटले. धुळे-इंदूर रस्त्यावरील सेंधवा घाट हा तर या नायकांच्या नियंत्रणाखालीच होता. या आदिवासी नायकांना शरण आणण्यासाठी इंग्रज अधिकाऱ्यांनी त्यांच्या स्त्रियांना पकडून त्यांच्यावर पाशवी अत्याचार केले व सापडतील त्या भिल्लांना गोळ्या घालून ठार करण्यास सुरुवात केली. इंग्रजांच्या फार मोठ्या लष्करी कारवाईनंतर आदिवासींचे हे क्रांतिपर्व संपले. त्यानंतर १८८५ साली मुंबईत काँग्रेस अर्थात राष्ट्रीय सभेची स्थापना झाली. तेथील आवाहनानुसार पश्चिम खान्देश म्हणजे धुळे येथेही एक सभा झाली व त्या सभेने काँग्रेसच्या स्थापनेला आणि चळवळीला पाठिंबा दिला. मात्र या ऐतिहासिक सभेस कोण उपस्थित होते, अध्यक्षस्थानी कोण होते, याची माहिती उपलब्ध नाही. पुढे मुंबईत जे काही राष्ट्रीय कार्य चालत असे, त्याचे अनुकरण धुळे येथे होत असे.

धुळ्यात गरुड हायस्कूल नावाची इंग्रजी शिक्षण देणारी शाळा ११ ऑक्टोबर १८५३ रोजी विजयादशमीच्या महुर्तावर सुरू झाली होती. या शाळेतून शिकून बाहेर पडलेल्या तरुणांमध्ये शिक्षणाबरोबरच राष्ट्रीय जागृतीही निर्माण झाली. गरुड हायस्कूल हे राष्ट्रीय विचाराच्या तरुणांना घडवणारे केंद्र बनले. या शाळेच्या विद्यार्थ्यांमध्ये समर्थभक्त शंकर श्रीकृष्ण देव, नानासाहेब चांदोरकर, प्रि. टी. ए. कुळकर्णी, गजेंद्रगडकर होते. चुडामणअण्णा हेही काही काळ या शाळेत शिकले. गरुड हायस्कूलप्रमाणेच दुसरे एक राष्ट्रीय विचार प्रसार केंद्र धुळ्यात होते ते म्हणजे पाताळे यांची व्यायामशाळा. गरुड हायस्कूलचे अनेक विद्यार्थी तसेच गावातील तरुण या व्यायामशाळेत येत आणि व्यायामाचे धडे घेत. देशासाठी शिस्तप्रिय आणि सुदृढ नागरिक घडवण्याचे केंद्र म्हणून पाताळे व्यायामशाळा काम करीत होती. त्याचप्रमाणे सामाजिक प्रबोधन आणि राजकीय जागृतीसाठी पुण्यातील सार्वजनिक सभेप्रमाणे धुळ्यातही एक संघटना असावी, या उद्देशाने काही लोकांनी १९ मे १८९३ रोजी 'सत्कार्योत्तेजक सभे'ची स्थापना केली व तिच्या

माध्यमातून जिल्हाभर कार्य सुरू केले. या कार्यात तेव्हा पुण्यात शिकत असलेले शंकर श्रीकृष्ण देव यांचा पुढाकार होता. सत्कार्योत्तेजक सभेच्या पुढाकाराने धुळे जिल्ह्यात गणेशोत्सव आणि शिवजयंती हे कार्यक्रम मोठ्या प्रमाणावर साजरे केले जाऊ लागले. सन १९००मध्ये नाना फडणीस यांची स्मृतिशताब्दीही साजरी करण्यात आली. या सर्व कार्यक्रमांतून इंग्रजांविरुद्ध राष्ट्रीय जागृती मोठ्या प्रमाणावर होत होती. १८९६ साली धुळे जिल्ह्यात पडलेल्या दुष्काळाच्या संदर्भात पहिली खान्देश शेतकरी परिषद घेण्यात आली. या परिषदेमुळे शेतकऱ्यांमध्ये राष्ट्रीय जागृती निर्माण होण्यास मदत झाली. त्यानंतर स्वदेशी, हातमाग, कुटीरोद्योग यांसारख्या उपक्रमांतून परदेशी मालावर बहिष्काराची चळवळही धुळे जिल्ह्यात वाढू लागली. शंकर श्रीकृष्ण देवांचे कार्य बऱ्यापैकी प्रसिद्ध झाले होते. देव हे सुरतेतील १९०७च्या काँग्रेस अधिवेशनात हजर होते.

१९०८च्या फेब्रुवारीमध्ये बंगालचे सुप्रसिद्ध क्रांतिकारक बाबू अरविंद घोष हे आठवडाभराकरिता धुळ्यात आले होते. त्यांची अनेक ठिकाणी व्याख्याने झाली. काँग्रेसच्या चळवळीतील धुळ्यातील महत्त्वाची घटना म्हणजे २७ एप्रिल ते ३० एप्रिल या कालावधीत भरलेले मुंबई प्रांतिक काँग्रेसचे (राष्ट्रीय सभेचे) अधिवेशन. या अधिवेशनास स्वतः लोकमान्य टिळक तसेच ब्रह्मर्षी अप्पासाहेब पटवर्धन व अनेक जहाल नेते हजर होते. अधिवेशनाच्या अध्यक्षस्थानी रावबहादूर गणेश व्यंकट जोशी होते. या वेळी जहाल आणि नेमस्त (मवाळ) या दोन गटांत विभागलेल्या काँग्रेसला एकत्र आणण्याचा प्रयत्न टिळकांनी केला, पण ते जमले नाही. शंकर श्रीकृष्ण देव यांच्या संघटनकौशल्यावर खूष होऊन अप्पासाहेब पटवर्धन यांनी देवांना 'खान्देशचे टिळक' अशी पदवी देऊन टाकली. पुढील काळात टिळकांवर 'केसरी'तील जहाल लिखाणाबद्दल खटला झाला, तेव्हा धुळे जिल्ह्यात अनेकजणांना त्यात अडकवण्याचे प्रयत्न झाले. त्यांच्या काही लेखनाबद्दल त्यांना तुरुंगवास व दंडाची शिक्षा झाली.

पहिले महायुद्ध सुरू झाले, तेव्हा धुळे जिल्ह्यातील काही तरुण लष्करात भरती झाले होते. त्यातील प्रमुख नाव म्हणजे कॅप्टन विश्वासराव देवरे. ते देऊरगावचे होते. त्यांना लढण्यासाठी परदेशात पाठवण्यात आले. लढाईहून परतल्यानंतर मात्र त्यांनी काँग्रेस चळवळीला वाहून घेतले. पुढे १९३०च्या सविनय कायदेभंगाच्या चळवळीत कॅप्टन विश्वासराव यांनी पहिले सत्याग्रही म्हणून नाव नोंदवले व सत्याग्रह केल्यानंतर त्यांना अटक व कारावासाची शिक्षा झाली. गांधीजींच्या

नेतृत्वाखाली झालेल्या बिहारमधील चंपारणातील निळीच्या सत्याग्रहात सहभागी होण्यासाठी धुळ्याचे अप्पासाहेब रणदिवे आणि डॉ. हरी श्रीकृष्ण देव यांच्यासोबत अनेक तरुण गेले होते. १९१७ साली लोकमान्य टिळक पुन्हा एकदा धुळे येथे होमरूल चळवळीच्या प्रचारासाठी आले होते. या वेळी त्यांच्या मोठ्या सभा झाल्या. १९२० साली टिळकांचे आजारपण वाढून १ ऑगस्ट १९२० रोजी त्यांचे निधन झाले, तेव्हा खान्देशवर शोककळा पसरली होती. काहीजण त्यांच्या अंत्ययात्रेस मुंबई येथे गेले होते. अनेक तरुणांनी त्या प्रसंगी स्वातंत्र्यचळवळीला वाहून घेण्याची शपथ घेतली. या काळातील काँग्रेस चळवळीवर धुळे जिल्ह्यात शंकर श्रीकृष्ण देव यांचा प्रभाव होता.

या काळातील स्वातंत्र्यचळवळीच्या दृष्टीने झालेली महत्त्वाची घटना म्हणजे महात्मा गांधींचा धुळे जिल्हा दौरा. हा दौरा १२ ते १५ फेब्रुवारी १९२७ या काळात झाला. या दौऱ्याचेही नियोजन देवांनीच केलेले होते. जळगाव जिल्ह्याचा दौरा आटोपून अमळनेर येथून रेल्वेने शिंदखेडा रेल्वे स्थानकावर महात्मा गांधींचे आगमन झाले. त्यांच्यासोबत श्रीमती कस्तुरबा व श्री. महादेवभाई देसाई हे होते. शिंदखेडा येथे त्यांनी मुक्काम केला. तेथे त्यांना ५०० रुपयांची थैली देण्यात आली. दुसऱ्या दिवशी शहादा येथे त्यांची सभा झाली व तेथे त्यांनी मुक्काम केला. पुढे वाटेत मालपूर, सोनगीर यांसारख्या गावांना भेटी देत आणि सभा घेत गांधीजी पुढे धुळ्यात आले. या सभांना नागरिकांनी उपस्थित राहू नये, असा बंदी हुकूम इंग्रज अधिकाऱ्यांनी काढूनही नागरिक आणि शाळकरी विद्यार्थीही मोठ्या संख्येने गांधीजींचे दर्शन घेण्यासाठी व विचार ऐकण्यासाठी हजर राहत होते. धुळ्यात गांधीजींचे स्वागत खादीधारी स्वयंसेवकांच्या मोठ्या पथकाने केले. ज्या जागी हे स्वागत झाले, तेथे आज गांधीजींचा मोठा पुतळा उभा आहे.

१३ फेब्रुवारी १९२७ रोजी गांधीजींचे अनेक कार्यक्रम धुळ्यात आयोजित करण्यात आले होते. या वेळी जे. आर. सिटी हायस्कूलमध्ये विद्यार्थी असलेले नवल आनंदा पाटील व रंगनाथ टोणगांवकर हे विद्यार्थी शिक्षकांकडे गेले व गांधीजींच्या सभेस जाण्याची परवानगी नसेल, तर आम्ही स्काऊटचे कपडे परत करतो, असा इशारा दिल्यानंतर विद्यार्थ्यांना महात्मा गांधींची सभा ऐकण्यास अधिकृतपणे परवानगी मिळाली. या सभेला नागरिकांची प्रचंड गर्दी होती. अनेक जणांनी त्यांना फुलांचे हार अर्पण केले. त्यांचा लिलाव करून खादी प्रसारासाठी मोठा निधी उभारण्यात आला. या सभेत गांधीजींना पाच लाख रुपयांची थैली देण्यात

आली. त्यानंतर धुळे नगरपालिकेतर्फे गांधीजींचा नागरी सत्कार करून त्यांना मानपत्रही देण्यात आले. त्या रात्री गांधीजींचा मुक्काम रणदिवे यांच्या बंगल्यावर होता. १५ फेब्रुवारीस महात्मा गांधींनी धुळे येथील पांजरापोळ संस्थेला भेट दिली. धुळ्याहून निघाल्यानंतर साक्री तालुक्यात गांधीजींचा दौरा झाला. निजामपूर-जैताणे ग्रामपंचायतीतर्फे त्यांना मानपत्र व थैली देण्यात आली. पिंपळनेर येथे लोकमान्य टिळक ग्रंथालयात त्यांच्या हस्ते लोकमान्यांच्या छायाचित्राचे अनावरण करण्यात आले. त्यानंतर सायंकाळी कुसुंबे या गावी रस्त्यालगत असलेल्या शाळेसमोरील मोकळ्या जागेत गांधीजींची सभा झाली. कुसुंब्यानंतर खेडे या गावाला भेट दिली. नंतर मोराणे या गावालाही त्यांनी भेट दिली. या दौऱ्याबद्दल गांधीजी अतिशय समाधानी होते. त्यांनी निरोप घेताना येथील प्रमुख कार्यकर्त्यांना साबरमती आश्रमास भेट देण्याचे आमंत्रण दिले. निघताना 'मै देव के खान्देश को कभी नही भुलूंगा', असे उद्गार गांधीजींनी काढले. त्यानंतर टिळकभक्त असलेला खान्देश गांधीजींचा अनुयायी झाला. या वेळी विद्यार्थी असलेले आपले चरित्रनायक चुडामणअण्णा या सर्व घटना लांबून पाहत होते. त्यांच्या मनातही हळूहळू स्वातंत्र्यचळवळीत उतरण्याची ऊर्मी जागृत होऊ लागली होती. परंतु कौटुंबिक गरिबी, कर्जबाजारीपणा या समस्यांशी आधी लढणे आवश्यक होते. गांधीजींच्या दौऱ्याचा प्रभाव म्हणून चुडामणअण्णा यांनी स्वदेशी वस्त्रे वापरण्यास सुरुवात केली आणि ते व्रत त्यांनी आयुष्याच्या अखेरपर्यंत पाळले. त्यातच गरिबीमुळे इंग्रजी चौथीतून शिक्षण सोडून द्यावे लागले. नंतर शेती करावी लागली आणि त्याच काळात त्यांना न्यू प्रताप मिलमध्ये घडी खात्यात कामगार म्हणून नोकरी मिळाली. थोडेसे स्थैर्य येताच त्यांनी गांधीजींची हाक ऐकून १९२९ मध्ये काँग्रेसमध्ये प्रवेश केला.

सुरुवातीला सामान्य कार्यकर्ता म्हणून ते वावरत होते. परंतु प्रताप मिलच्या कामगार सहकाऱ्यांच्या समस्यांच्या सोडवणुकीत लक्ष घातल्यामुळे त्यांच्याकडे हळूहळू नेतृत्व येऊ लागले होते. १९३० साली गांधीजींनी पुकारलेल्या सविनय कायदेभंग आणि सत्याग्रहाच्या आंदोलनात सहभागी होण्यासाठी त्यांनी नाव नोंदवले आणि त्यासाठी विजय व्यायाम शाळेजवळ स्वयंसेवक प्रशिक्षण शिबिर ११ एप्रिल १९३० रोजी आयोजित करण्यात आले होते. या शिबिराला उपस्थित असलेल्या इच्छुक स्वयंसेवकांमध्ये चुडामणअण्णा हे उपस्थित होते. त्यांनी जिल्हा अध्यक्षांकडे आपल्याला सत्याग्रहासाठी पाठवा अशी विनंती केली, पण ते वयाने लहान व अल्पशिक्षित आहेत आणि त्यांच्यापेक्षा जास्त शिकलेले मोठमोठे लोक

स्वयंसेवक म्हणून जायला तयार आहेत, या मुद्द्यावर चुडामणअण्णांना ती संधी नाकारण्यात आली. या चळवळीपासून जिल्ह्यातील बहुजन समाज मात्र दूर होता, असे चित्र होते. ते बदलण्यासाठी त्याच दिवशी धुळे जिल्हा ब्राह्मणेतर पक्षाच्या अध्यक्षांनी सर्वांना काँग्रेसच्या मुख्य प्रवाहात सामील होण्याचे आवाहन केले. यावरून परिस्थिती वरीलप्रमाणे असल्याच्या शक्यतेला दुजोरा मिळतो.

धुळे जिल्ह्यातून मिठाच्या सत्याग्रहासाठी कॅप्टन विश्वासराव देवरे यांची निवड झाली होती. तसेच ते आणि काही स्वयंसेवक सत्याग्रहाला गेले होते. शिरोडा येथे तसेच विलेपार्ले येथे सत्याग्रह आणि कायदेभंगासाठी गेलेल्या कार्यकर्त्यांनी शिरोड्याहून आणलेले मीठ १५ मे १९३० रोजी कॅप्टन विश्वासराव देवरे यांच्या अध्यक्षतेखालील कार्यक्रमात पुड्यांतून विकण्यात आले. या वेळी प्रचंड मोठा बंदोबस्त ठेवण्यात आला होता. त्यामुळे त्या दिवशी शांतता राखण्याच्या दृष्टीने कोणालाही अटक करण्यात आली नाही. या स्वयंसेवकांमध्ये चुडामणअण्णा हेही होते आणि पोलिसांनी त्यांना पकडले नाही, अशी आठवण त्यांनी लिहून ठेवली आहे.

दुसऱ्या दिवशी मात्र कॅप्टन देवरे, शंकरराव ठकार, कल्याणजी शेठ, मांगीलाल महाराज, अनंतराव क्षिरे आणि श्री. भामरे या सहाजणांना मीठ कायद्याचा भंग केल्याबद्दल सक्तमजुरीची शिक्षा ठोठाविण्यात आली. त्यांच्या अटकेचे वृत्त समजताच धुळे शहरात कडकडीत हरताळ पाळण्यात आला. नगरपालिकेची सभाही अटकेचा निषेध करून तहकूब करण्यात आली. त्यापूर्वी १२ ते १५ मे दरम्यान शिरोडा येथे मिठाचा कायदा मोडण्याचा सत्याग्रह झाला. या सत्याग्रहात धुळ्याहून श्री. माधवराव दिवाण, श्री. रंगनाथ टोणगांवकर यांच्यासह आणखी काही स्वयंसेवक होते. त्यांनी तेथे बहादुरी गाजविली.

शिरोड्याप्रमाणेच विलेपार्ले येथे कायदेभंगात सहभागी होण्यासाठी शंकरसिंग ठाकूर व नथुभाऊ पारोळेकर यांच्या नेतृत्वाखालील तुकडी गेली होती. त्यांनी नंतर पेण व अलिबाग येथेही जागृतीचे मोठे कार्य करून अनेक लोकांना काँग्रेस चळवळीत आणले. मिठाच्या चळवळीनंतर लगेचच जंगल सत्याग्रह चळवळ सुरू झाली. या चळवळीतही धुळे जिल्ह्यातील लोकांचा मोठा सहभाग होता. साक्री, शहादा, धुळे, शिंदखेडे व नंदुरबार या तालुक्यातील दहा गावी धुळे जिल्ह्यातील शेतकरी सत्याग्रह मोठ्या प्रमाणात करण्यात आला. यापैकी धुळ्याजवळील लळींग येथे १ सप्टेंबर १९३० रोजी, तर साक्री तालुक्यातील कोळ्यावळ येथील १३ ऑक्टोबरच्या जंगल सत्याग्रहात चुडामणअण्णा सहभागी झाले होते. परंतु

ते मिल कामगार असल्याने पोलिसांनी त्यांना अटक न करता सोडून दिले. सत्याग्रही शेतकऱ्यांना त्रास देण्यासाठी पोलिस व जंगल खात्यातील अधिकाऱ्यांनी बैलपोळ्याच्या सणाच्या सुमारास त्यांचे बैल व जनावरे मुद्दाम कोंडवाड्यात कोंडून टाकण्यास सुरुवात केली. परंतु शेतकरी आता धीट झाले होते. ते कोंडवाड्याची कुलपे तोडून आपली जनावरे पूजेसाठी घरी घेऊन गेले. अनेक शेतकऱ्यांनी तर वनचराईचे पैसे न भरता जंगलात गुरे चारावयास सुरुवात केली. त्या काळी चरईच्या कुरणाचे लिलाव होत असत, पण सत्याग्रहींचे पिकेटिंग (धरणे) आणि शेतकऱ्यांचा बहिष्कार यामुळे लिलाव कोणी घेईना. अशा प्रकारे जंगल सत्याग्रहामुळेही धुळे जिल्ह्यात स्वातंत्र्यचळवळीचे वातावरण अतिशय चांगल्या प्रकारे निर्माण झाले. या वेळी चुडामणअण्णा यांची काँग्रेसमध्ये दखल घेऊन जेमतेम एक वर्ष झाले होते. तरी ते जुने नेते व कार्यकर्त्यांच्या बरोबरीने प्रत्येक कार्यक्रमात व चळवळीत सहभागी होण्याचा प्रयत्न करीत होते.

अवघ्या १८व्या वर्षी ते कट्टर 'काँग्रेसमन' बनले होते. काँग्रेसचा प्रभाव त्या वेळी इतका वाढला होता, की पश्चिम खान्देशातील म्हणजे धुळे जिल्ह्यातील काँग्रेस कमिट्या व काँग्रेसप्रणीत संघटना बेकायदा ठरवणारा एक आदेश ब्रिटिश सरकारने २१ ऑगस्ट १९३० रोजी काढला होता. या आदेशानंतरही जिल्ह्यात जंगल सत्याग्रह मोठ्या प्रमाणावर सुरू राहिला. आदेश काढून घातलेल्या बंदीत काँग्रेस कमिटीबरोबरच पश्चिम खान्देश जिल्हा कायदेभंग मंडळ, पश्चिम खान्देश जंगल सत्याग्रह कमिटी, तसेच तालुका काँग्रेस समित्या, कार्यकर्ता शिबिरे व छावण्या यांचा समावेश होता. धुळे जिल्ह्यात कार्यरत असलेल्या इतक्या काँग्रेसप्रणीत संघटना व संस्था मुंबई इलाख्यात इतर कोणत्याही जिल्ह्यात नव्हत्या. सत्याग्रहाप्रमाणेच सरकारचे इतर कायदे मोडणे, क्रांतिकारी मजकुराची पत्रके काढून वाटणे, दारू दुकानासमोर पिकेटिंग करणे, परदेशी कपड्यांवर व परदेशी मालावर बहिष्कार टाकणे यांसारखे उपक्रम सुरू होते. बंदी हुकूम मोडून लोकजागृतीसाठी प्रभातफेऱ्या काढणे, झेंडावंदनाचे कार्यक्रम करणे, खानेसुमारीवर बहिष्कार घालणे, नगरपालिका, ग्रामपंचायती व शाळांच्या इमारतीवर तिरंगा ध्वज लावणे, सरकारी कार्यक्रमांवर बहिष्कार घालणे यांसारखे कार्यक्रम जिल्हाभर सुरू होते. या वेळी अनेक पोलिस पाटलांनी आपल्या पदाचे राजीनामे दिले. धुळ्याचे पहिले सत्याग्रही कॅप्टन विश्वासराव देवरे यांनीही सत्याग्रह शिबिरात येण्यासाठी आपल्या पोलिस पाटीलपदाचा राजीनामा दिला होता. मुंबई लेजिस्लेटिव्ह कौन्सिलमधील आमदार

माधवराव भोसले यांनीही १८ एप्रिल १९३० रोजीच आपल्या पदाचा राजीनामा दिला होता. अनेक देशभक्तांनी सरकारी पदाचे राजीनामे देऊन स्वातंत्र्यचळवळीचे स्फुल्लिंग पेटते ठेवले होते. परदेशी कपड्यांची होळी करण्याचे कार्यक्रम तर अनेक ठिकाणी सुरू होते. धुळे नगरपालिकेने तर काँग्रेस नेत्यांच्या अटकेचा निषेध करण्यावर न थांबता पालिकेच्या मुख्य इमारतीवर राष्ट्रध्वज म्हणजे काँग्रेसचे चरखांकित तिरंगी निशाण लावण्याचा ठराव केला व त्याप्रमाणे पालिकेच्या इमारतीवर तिरंगा फडकू लागला. धुळे जिल्ह्यातून कायदेभंग चळवळीत सुमारे ४०० कार्यकर्ते तुरुंगात गेले असावेत, असा अंदाज संबंधितांनी व्यक्त केला आहे.

खान्देशातील काँग्रेसची स्वातंत्र्यचळवळ अशा प्रकारे टिळकांच्या निधनानंतर देशभरात नागर व उच्चभ्रू समाजाबरोबरच खेड्यापाड्यांत आणि कामगार-शेतमजूर यांच्यात पसरायला वेळ लागला नाही. या प्रसारामुळे खेडोपाडी नवे कार्यकर्ते आणि नेते निर्माण होत होते, तर पूर्वीच्या नेत्यांच्या नेतृत्वाला नवे वळण लागत होते. अशा वातावरणात काँग्रेसकडून वरून जे कार्यक्रम येतील त्यांची अंमलबजावणी करणे हेच कार्यकर्त्यांपुढे मोठे काम होते. बहुजन समाजातूनही नेतृत्व पुढे येत होते. इतरत्र उल्लेख केल्याप्रमाणे साक्री तालुका हा डाव्या विचारांच्या प्रभावाखाली होता.

धुळे जिल्ह्याचे पहिले सत्याग्रही बनण्याचा मान मिळालेले कॅप्टन विश्वासराव देवरे हे पुढे सत्यशोधक चळवळीकडे ओढले गेले. ते नास्तिक होते. पुरोहितशाही त्यांना मान्य नव्हती. त्यांनी व इतर सहकाऱ्यांनी सत्यशोधकी जलशांच्या माध्यमातून जनजागृती केली. ब्राह्मणेतर पक्ष व ब्राह्मणेतर विचार यांची वाढ होण्याबरोबरच महार, भिल्ल, वडार, मांग यांसारख्या गावकुसाबाहेरच्या अस्पृश्य जातींना त्यांनी आचरणाने आपले म्हटले व स्वातंत्र्यचळवळीच्या प्रवाहात आणले. या वर्गाला जवळ करणारे व त्यात जागृती आणणारे ते जिल्ह्यातील पहिले कार्यकर्ते मानले जातात.

कॅ. देवरे यांना खेड्यापाड्यांतील मुले खूप शिकावीत असे वाटत असे. शिक्षणाचे फायदे त्यांनी पहिल्या महायुद्धात केलेल्या जगभ्रमणात पाहिले होते. धुळे जिल्ह्यात १९०८मध्ये खान्देश मराठा शिक्षण प्रसारक संस्थेची स्थापना होऊन १९१२ला प्रथम मराठा बोर्डिंग सुरू करण्यात आले. ही संस्था म्हणजे आजची नामांकित आणि विशाल वटवृक्षासारखे कार्य असलेली श्री शिवाजी विद्या प्रसारक संस्था. चुडामणअण्णा पाटील यांचा स्वातंत्र्योत्तर काळात या संस्थेशी संबंध आला. ही संस्था स्थापन झाली, तेव्हा खान्देशातील गरीब मागास समाजात शिक्षणाचे

प्रमाण नगण्य होते, तर शेतकरी मराठावर्गातही ते अल्प होते. उच्चशिक्षणासाठी शहरगावी यावे लागे. तेथे राहणे परवडत नसे. त्यांना मराठा बोर्डिंग हे वरदान ठरले. कॅ. देवरे हे या बोर्डिंगचे काही काळ अध्यक्ष होते. निधीअभावी आणि कर्ज वाढल्यामुळेही बोर्डिंग बंद पडते की काय, अशी परिस्थिती उद्‌भवली होती. संस्थेच्या इमारतीवर जप्ती निघाली होती. त्या प्रसंगात कॅ. देवरे यांनी आपल्या पत्नीचे दागिने विकून तसेच नातेवाइकांकडून उसनवारी आणि कर्ज अशा रीतीने पैसे उभे करून लिलाव रोखला व मराठा बोर्डिंग सुरू ठेवले. पुढेही संस्थेवर अशी आर्थिक संकटे आली, तेव्हा कार्यकर्त्यांपैकी कोणीतरी मार्ग काढून संस्था वाचवली. स्वातंत्र्यानंतर आमदार व खासदार झालेल्या चुडामण अण्णांनी व इतर शिक्षणप्रेमी मंडळींनी या संस्थेचा विस्तार असा केला, की तिचे आर्थिक प्रश्न कायमचे सुटले. त्याची हकीकत त्या संबंधीच्या प्रकरणात यथाक्रम येईलच.

खान्देशातील स्वातंत्र्यचळवळीत सत्यशोधकी जलशांचा प्रभाव काही काळ राहिला. या काळात काँग्रेसची चळवळ काही कारणास्तव शांत होती, कौन्सिलच्या निवडणुकांवर बहिष्कार टाकण्याचे, तो मागे घेण्याचे वगैरे निर्णय या काळात झाले. काही निवडणुकांत सत्यशोधकप्रणीत उमेदवारांनी काँग्रेसच्या उमेदवारांवर बाजी मारली. ग्रामीण भागातून काही कार्यकर्ते या माध्यमातून पुढे आले. त्याच्या अग्रभागी कॅ. विश्वासराव देवरे हे तर होतेच, शिवाय काँग्रेसचे नवल आनंदा पाटील, नथुभाऊ पारोळेकर (हे पुढे कॉम्रेड झाले) मालपूरचे माणिकअप्पा, राम गोविंद ऊर्फ मोठाभाऊ भामरे यांचे सत्यशोधक चळवळीतील कार्य मोठे होते. धुळे शहरात देवरे यांच्या बरोबरीने नारायण भिकाजी चव्हाण व बळीराम नागोजी कुंभार ऊर्फ कुंभार गुरुजी यांचे सत्यशोधकी कार्य सुरू होते. मात्र त्यांच्या कार्याला धुळे शहरातील काही प्रतिगामी मंडळींचा विरोध होता. हा विरोध वि. ग. जावडेकर यांच्या संपादकत्वाखाली निघणाऱ्या 'सा. प्रबोध'मधून व्यक्त केला जाई. कुंभार गुरुजी यांनी पुढे कीर्तनानंतर होणाऱ्या आरतीत एक रुपया टाकण्याचे आवाहन करून हजारो रुपये श्री शिवाजी विद्या प्रसारक संस्थेस मिळवून दिले. कुंभार गुरुजी हे या शिवाजी विद्या प्रसारक संस्थेच्या शिल्पकारांपैकी एक होत.

सत्यशोधक चळवळीतील दुसरे महत्त्वाचे नाव म्हणजे दाजी विठ्ठल सौंदाणकर वकील. ज्या वेळी लोकांना महात्मा फुले यांचे नाव फारसे माहीत नव्हते, त्या वेळी त्यांनी धुळे जिल्ह्यात सत्यशोधक समाजाचे कार्य केले. दाजीसाहेब हे धुळे जिल्हा लोकल बोर्डाचे अध्यक्ष होते. धुळे जिल्ह्यातील सत्यशोधक चळवळीचे वैशिष्ट्य

म्हणजे भैय्यासाहेब गरुड वकील हे ब्राह्मण असूनही सत्यशोधक व ब्राह्मणेतर पक्षात कार्य करीत. त्यांचे पूर्ण नाव रावबहादूर सिद्धनाथ धोंडो गरुड. त्यांनी एकाच वेळेस धुळे जिल्हा लोकल बोर्ड आणि धुळे नगरपालिकेचे अध्यक्षपद भूषवले. त्यांनी प्राथमिक शिक्षण सक्तीचा कायदा करून असा कायदा मुंबई इलाख्यात सर्वप्रथम करण्याचा मान धुळे जिल्ह्याला मिळवून दिला.

कॅप्टन विश्वासराव देवरे यांच्या निधनानंतर धुळे जिल्हा मराठा बोर्डिंगचे अध्यक्षपद डॉ. दादासाहेब घोगरे यांच्याकडे आले. डॉ. घोगरे यांनीही सत्यशोधक समाजाचे कार्य केले. तेव्हा मराठा समाजाने त्यांना जातीबाहेर काढले. मात्र ते डगमगले नाहीत. सामाजिक समता व शिक्षणप्रसार या कार्याला त्यांनी वाहून घेतले. अस्पृश्यता निवारणासाठी त्यांनी पश्चिम खान्देश हरिजन सेवक संघ या संस्थेचे अध्यक्षपदही सांभाळले. सत्यशोधक समाजाचे कार्य खेड्यापाड्यांत पोहोचले, त्यामुळे बहुजन समाजात मोठ्या प्रमाणावर जागृती झाली व सत्यशोधक चळवळीच्या माध्यमातून राष्ट्रीय चळवळीस गती मिळाली.

याच सुमारास काँग्रेस चळवळीला खान्देशात प्रचंड गती देणारी एक घटना घडली. ती म्हणजे जळगाव जिल्ह्यातील फैजपूर येथे १९३६मध्ये भरलेले काँग्रेसचे सुवर्ण महोत्सवी अधिवेशन. काँग्रेसच्या इतिहासातील खेड्यात भरणारे हे पहिलेच अधिवेशन होते. शिवाय ते पन्नासावे म्हणजे सुवर्ण महोत्सवी अधिवेशनही होते. सावदा आणि फैजपूर या दोन गावांच्या मधे ८५ एकर जागेवर 'टिळकनगर' नावाचे तात्पुरते नवे गाव वसवून तेथे संपूर्ण अधिवेशनाची व्यवस्था करण्यात आली. धुळे जिल्ह्यातील अनेक गावांनी जात्यावर दळलेले गव्हाचे पीठ अधिवेशनासाठी पाठवले. साने गुरुजींनी या काळात खान्देशमध्ये काँग्रेसचे नवीन १० हजार सदस्य करण्याचा संकल्प सोडला व तो अल्पावधीत पूर्ण केला. धुळे जिल्ह्यातील गोरगरीब कार्यकर्त्यांना फैजपूर काँग्रेसला जाणे शक्य व्हावे म्हणून धुळ्याहून शेकडो बैलगाड्यांची सोय करण्यात आली होती. त्या सोयीचा लाभ हजारो गरीब लोकांनी घेतला.

फैजपूर अधिवेशनासाठी मुंबईहून मागवलेली काँग्रेस ध्वजज्योती आग्रा रोडने २४ डिसेंबर १९३६ रोजी धुळ्यात पोहोचली आणि नंतर ती २७ डिसेंबर रोजी हंबर्डी येथे साने गुरुजींच्या हाती देण्यात आली. त्यांनी ती स्वागताध्यक्ष शंकरराव देव यांच्या हाती सुपूर्द केली. त्यानंतर ती ज्योत फैजपूर काँग्रेसचे अध्यक्ष पं. जवाहरलाल नेहरू यांच्या हाती सुपूर्द करण्यात आली. फैजपूरसारख्या

दुर्गम भागात भरवलेले हे अधिवेशन अपेक्षेपेक्षा अधिक यशस्वी झाले. काँग्रेस स्थापनेपासून म्हणजे १८८५ ते १९३५ या काळात काँग्रेसची अधिवेशने सतत शहरी भागांतच भरत होती. ग्रामीण भागातील हे पहिले अधिवेशन कितपत यशस्वी होईल, याबद्दल अनेकजण शंका व्यक्त करीत होते. परंतु सर्व शंका-कुशंका खोट्या ठरवून कार्यकर्त्यांनी हे अधिवेशन यशस्वी करून दाखवले. जवाहरलाल नेहरू यांनी तर यापुढील अधिवेशने खेड्यांतच भरवावीत, असा विचार त्या वेळी मांडला. महात्मा गांधींनीही, ग्रामीण भागात अधिवेशन भरवण्याचा हा पहिला प्रयोग इतका यशस्वी ठरला ही परमेश्वरी कृपाच म्हटली पाहिजे, असे उद्‌गार काढले. पं. गोविंदवल्लभ पंत, सरदार वल्लभभाई पटेल, जयप्रकाश नारायण यांनी प्रशंसापर उद्‌गार काढले. लोकनायक बापूजी अणे म्हणाले, 'फैजपूरचे फैजितपूर होईल असा काही काँग्रेस विरोधकांनी ओरडा केला होता. परंतु असे काहीच घडले नाही. उलट फैजपूर हे महाराष्ट्राचे फत्तेपूर झाले."

या यशात संपूर्ण खान्देशचा म्हणजे आजच्या जळगाव, धुळे व नंदुरबार या तिन्ही जिल्ह्यांच्या कार्यकर्त्यांचा व लोकांचा मोठा वाटा होता. फैजपूर काँग्रेसमुळे खान्देशातील वातावरण काँग्रेसमय झाले आणि त्यापुढे काँग्रेसकडून येणाऱ्या सर्व आदेशांचे पालन करून स्वातंत्र्यचळवळीत खान्देश आघाडीवर राहिला. या अधिवेशनात चुडामणअण्णांची महात्माजी व पं. नेहरूंशी प्रत्यक्ष भेट झाली. तिचे वर्णन इतरत्र दिले आहे. १९३७ साली भारतात प्रांतिक विधिमंडळांच्या (लेजिस्लेटिव्ह कौन्सिल) निवडणुका झाल्या. आठ प्रांतांत काँग्रेसचे बहुमत होऊन काँग्रेसची मंत्रिमंडळे तेथे स्थापन करण्यात आली. मुंबई इलाख्यातील सिंध हा प्रांत वेगळा करण्यात आला. उरलेल्या मुंबई प्रांतात काँग्रेसचे बहुमत होऊन काँग्रेसचे मंत्रिमंडळ सत्तेवर आले. या मंत्रिमंडळाचा कारभार सुरू असतानाच बाहेर मात्र विविध प्रकारे काँग्रेसची स्वातंत्र्यचळवळ सुरू होती. मात्र जगावर विशेषतः युरोपवर युद्धाचे सावट पसरू लागले होते. तसेच काँग्रेस पक्षातही मतभेद निर्माण होऊन विकोपाला गेले होते.

१९३९ सालच्या त्रिपुरा काँग्रेसच्या अध्यक्षपदी सुभाषचंद्र बोस हे महात्मा गांधींचा पाठिंबा असलेले पट्टाभी सीतारामय्या यांचा पराभव करून निवडून आले. महात्मा गांधींनी पट्टाभींचा पराभव हा आपलाच पराभव असल्याचे निवेदन केले, त्यामुळे व्यथित झालेल्या सुभाषबाबूंनी अध्यक्षपदाचा राजीनामा देऊन काँग्रेसही सोडली. गांधीजी व बोस यांच्यातील समझोत्याचे प्रयत्न यशस्वी झाले

नाहीत. त्यानंतर सुभाषबाबूंनी फॉरवर्ड ब्लॉक नावाचा स्वतःचा पक्ष काढला आणि सुभाषबाबूंचा मार्ग स्वातंत्र्यचळवळीच्या मुख्य प्रवाहापासून भिन्न झाला, त्याचवेळी देशातील परिस्थिती इंग्लंडच्या युद्धखर्चामुळे बिघडत चालली होती. हा खर्च भारतावर लादला जात होता. तसेच भारतीयांनी युद्धात इंग्लंडच्या बाजूने पाठिंबा द्यावा व सहभागीही व्हावे, अशी अपेक्षा व्यक्त केली गेली होती. त्यामुळे आणि इंग्रज गव्हर्नरांच्या हडेलहप्पी वर्तनामुळे १५ नोव्हेंबर १९३९ रोजी देशातील सर्व काँग्रेस मंत्रिमंडळांनी राजीनामे देऊन स्वातंत्र्य आंदोलन पुन्हा सुरू करीत असल्याची घोषणा केली. या कार्यक्रमाचा भाग म्हणून पुन्हा देशव्यापी वैयक्तिक सत्याग्रह आंदोलन सुरू करण्यात आले.

१९४० साली धुळे जिल्ह्यातील सत्याग्रहात चुडामणअण्णा पाटील हे सहभागी झाले. एव्हाना काँग्रेसमध्ये प्रवेश करून त्यांना एक दशक झाले होते.

मोठ्या प्रस्थापित नेत्यांचे सहकार्य नसले, तरीही ग्रामीण भागातील नवे कार्यकर्ते आणि न्यू प्रताप मिलचे गिरणी कामगार यांच्या सहकार्याने त्यांनी पक्ष संघटनेत आपले स्थान निर्माण केले होते. ते तालुका व जिल्हा काँग्रेसचे चिटणीस अशी त्यांची प्रगती होत होती. याच काळात मिल कामगारांच्या आग्रहाखातर न्यू प्रताप मिल कामगार सहकारी पतपेढीची निवडणूक मालकांच्या प्रतिनिधीविरुद्ध लढवून ते त्या पतपेढीचे अध्यक्षही झाले होते. नेता म्हणून एक सामाजिक स्थान अण्णांना मिळाले होते. अशातच १९४०मध्ये वैयक्तिक सत्याग्रह केल्यामुळे त्यांना तुरुंगवासाची शिक्षा झाली.

❖❖❖

# नोकरी, सत्याग्रह व पहिला तुरुंगवास

प्रताप मिलमधील घडी खात्यातील नोकरी आणि सुट्टीच्या दिवसातील शेती असा दिनक्रम सुरू असताना एका सुट्टीच्या दिवशी चुडामण पाटील जेवणासाठी शेतातून घरी परतले, तेव्हा काही पाहुणे आलेले होते. आई-वडिलांनी सांगितले, की ते हिरापूर, ता. चाळीसगाव येथील होते. त्यांनी जवळ बसवून चुडामण यांना काही प्रश्न विचारले. त्यानंतर 'आत जा' म्हणून सांगितले. जेवण करून ते पुन्हा शेतात परत गेले. त्या पाहुण्यांमध्ये हिरापूरचे वेडू पाटील आणि पतंगराव पाटील असे लोक होते. दुसऱ्या दिवशी वडील चुडामणअण्णा यांना म्हणाले, की 'तुझ्यासाठी हिरापूर येथील मुलगी सांगून आली आहे, तू आमच्याबरोबर मुलगी बघण्यासाठी हिरापूरला चल.' यावर त्यांनी उत्तर दिले, की 'मी काही तिकडे येणार नाही, तुम्हीच जा, तुम्हाला मुलगी पसंत पडली, तर मलाही ती पसंतच असेल. मी तुमच्या मनाविरुद्ध नाही.' त्याप्रमाणे त्यांचे वडील हिरापूरला जाऊन आले. हिरापूरमधील सुप्रसिद्ध सामाजिक कार्यकर्ते श्री. म्हसू पाटील यांची मुलगी सुंदरबाई ऊर्फ बायजा हिचे ते स्थळ होते. आई-वडिलांना मुलगी पसंत पडली होती, त्याप्रमाणे चुडामणअण्णा यांचे लग्न साधेपणाने पार पडले.

सुंदरबाईंचे भाऊ महारू म्हसू पाटील हेही जळगाव जिल्ह्यातील सामाजिक व राजकीय कार्यकर्ते होते. ते समाजात हाजीसाहेब या नावाने ओळखले जात होते. त्यांचे वडील म्हसू पाटील यांचे निधन बायजा अवघ्या दीड वर्षांच्या आणि हाजीसाहेब तीन वर्षांचे असताना झाले होते. त्यांचे पालनपोषण काका वेडू पाटील यांनी केले होते. आई विळाबाई आणि भाऊ हाजीसाहेब यांचे प्रेम बायजाबाईंना लाभले होते. पुढे चुडामणअण्णा व हाजीसाहेब यांच्यात अतिशय जिव्हाळ्याचे

संबंध निर्माण झाले. चुडामणअण्णा हे पुढे सामाजिक आणि राजकीय जीवनात उतरल्यामुळे कधीमधी तुरुंगवास घडत असे, तेव्हा हाजीसाहेब मोहाडी येथील बहिणीच्या संसाराकडे मायेने व आपुलकीने पाहत असत आणि कोणतीही मदत कमी पडू देत नसत. हाजीसाहेब यांच्या पत्नी दुर्गाबाई आणि बायजाबाई यांच्यात नणंद व भावजयीपेक्षा बहिणी-बहिणीसारखे नाते होते. संसार सुरू झाल्यानंतर चुडामणअण्णा यांना यथावकाश चार पुत्ररत्नांचा लाभ झाला. तत्कालीन प्रथेप्रमाणे चारही मुलांचा जन्म आजोळी म्हणजे हिरापूर येथे झाला.

ज्येष्ठ सुपुत्र व पुढे महाराष्ट्रात धडाडीचे आय.ए.एस. अधिकारी म्हणून प्रसिद्ध पावलेले भास्करराव दादा पाटील यांचा जन्म २१ मार्च १९३४ रोजी झाला. द्वितीय सुपुत्र आणि खान्देशातील पहिले एफ.आर.सी.एस. डॉक्टर हा बहुमान मिळवणारे भाईदासअण्णा यांचा जन्म २४ मार्च १९३७ रोजी झाला. तृतीय सुपुत्र हे पुढे आमदार आणि महाराष्ट्र राज्याचे मंत्री झालेले रोहिदासदाजी यांचा जन्म १३ जून १९४० रोजी झाला, तर खान्देशातील नामवंत बालरोगतज्ज्ञ व इंग्लंडमधून एम.आर.सी.पी. पदवी मिळवलेले डॉ. विश्वासरावनाना यांचा जन्म ३१ जून १९४२ रोजी झाला. संसारवेल अशातऱ्हेने बहरत असताना चुडामणअण्णा यांना आपल्या कौटुंबिक जबाबदारीची फार वेगळ्या प्रकारे जाणीव होती. ती अशी की त्यांची एकुलती एक बहीण गयाबाई ही गोंदूर येथील भदाणे यांच्या घरी दिली होती. वडिलांच्या हलाखीच्या काळात ही सोयरीक झाल्याने गयाबाईचे सासरही गरीबच होते. ती परिस्थिती पाहून चुडामणअण्णांनी गयाबाईचा मुलगा व आपला भाचा बंकट (अप्पा) याला संगोपनासाठी अगदी लहानपणीच मोहाडी येथे आपल्या घरी आणून ठेवले. इतर चार मुलांप्रमाणे हा आपला पाचवा मुलगा असे समजून त्याला शेती, घरदार व इतर इस्टेट यांत इतर चार मुलांच्या बरोबरीने हिस्सा मिळेल असा निर्णय घेऊन तशी व्यवस्थाही केली. श्री. बंकटअप्पा हे तेव्हापासून या घरातील पाचवे पुत्र म्हणून लहानाचे मोठे झाले. कुटुंबाचा सामायिक उद्योगव्यवसाय व शेतीवाडी यात त्यांना या चारही भावांसारखाच हिस्सा मिळाला. इस्टेटीसाठी समाजात होणाऱ्या मारामाऱ्या आणि झगडे लक्षात घेता, चुडामणअण्णा यांचा हा निर्णय त्यांच्या महानतेचे दर्शन घडवणाराच आहे व दुर्मीळ आहे.

संसार हळूहळू स्थिरावत असताना मिलमधील कामगारांचे प्रश्न आणि काँग्रेसचे सत्याग्रहासारखे चळवळीचे कार्यक्रम यात चुडामणअण्णा व्यग्र झाले होते. त्या वेळी मिल कामगारांच्या संघटनेवर लाल बावट्याचे म्हणजे कम्युनिस्टांचे

वर्चस्व होते. चुडामणअण्णा तर निष्ठावंत कॉंग्रेसमन होते व आपण कॉंग्रेसचे सदस्य आहोत याचा अभिमान ते बाळगून होते. असे असले तरी मिल कामगार म्हणून सर्वजण एकोप्याने व एकदिलाने नांदत होते. कामगार बंधूंवर होणाऱ्या अन्यायाची माहिती मिळताच चुडामणअण्णा यांच्यातील अन्यायाविरुद्ध लढणारा झुंझार नेता जागा होत असे व कामगारांचे प्रश्न ते तडीस नेत असत. त्यांच्या या कामगारप्रेमाची परतफेड म्हणून मिल कामगार अधिकृतरीत्या लाल बावट्याचे असले, तरी अण्णांनी हाक देताच त्यांच्यासाठी प्रसंगी काम बंद करून रस्त्यावर उतरायला तयार असत.

हा माणूस आपल्यासारखा मिल कामगार असून, देशाच्या स्वातंत्र्यचळवळीत उतरतो आणि गांधीजींचा अनुयायी आहे व तो आपला सहकारी आहे, याचाही मिल कामगारांना खूप अभिमान वाटत असे. मिल कामगारांची ही शक्ती हे स्वातंत्र्यलढ्याच्या काळात तसेच नंतरही चुडामणअण्णांचे फार मोठे बलस्थान ठरले. कॉंग्रेस व लाल बावटा हा भेद वरच्या स्तरावरील राजकारणात असला, तरी चुडामणअण्णा व धुळ्यातील कामगार यांचे संबंध नेहमी अतूट व प्रेमाचे राहिले. मिल कामगारांचे नेतृत्वही या संघर्षामुळे चुडामणअण्णा यांच्याकडे राहिले.

मिलमधील नोकरी व जमेल तशी कर्जफेड अशा रीतीने अण्णांचा जीवनक्रम सुरू होता. कॉंग्रेसचे सदस्यत्व घेतले असल्यामुळे आदेश येईल त्याप्रमाणे आंदोलनात भाग घेण्याचे कामही सुरू होते. त्या वेळी धुळे जिल्हा कॉंग्रेसची परिस्थिती अशी होती, की कॉंग्रेसचे नेतृत्व उच्चवर्णीय आणि उच्चशिक्षित वर्गाकडेच होते. हा वर्ग चुडामणअण्णांसारख्या व्यवसायाने मिल कामगार, गरीब शेतकरी कुटुंबाची पार्श्वभूमी आणि अल्पशिक्षित असलेल्या खेडवळ कार्यकर्त्याला आपल्यात सामावून घ्यायला तयार नव्हता. त्या वेळच्या जिल्हा कॉंग्रेस नेतृत्वाकडून या होतकरू कार्यकर्त्याची उपेक्षाच होत असे, परंतु चुडामणअण्णांचे देशप्रेम आणि कॉंग्रेसवरील निष्ठा अस्सल असल्याने त्यांनी अशा गोष्टींकडे लक्ष न देता निष्ठेने आपले कार्य सुरू ठेवले. त्याचवेळी कॉंग्रेसने व गांधीजींनी १९३० सालचा जंगल सत्याग्रहाचा कार्यक्रम जाहीर केला.

तरुण चुडामणअण्णांनी मोहाडीजवळच्या लळींग येथील जंगलात झालेल्या सत्याग्रहात आपल्यासारख्या अनेक कार्यकर्त्यांसह भाग घेतला, मात्र ते फार लहान कार्यकर्ते असल्याने व मिल कामगार असल्याने त्यांच्या सत्याग्रहाची दखल न घेता त्यांना पोलिसांनी तेथून हाकलून दिले. निवडक कार्यकर्ते व कॉंग्रेस पदाधिकारी यांना मात्र पकडले. यामुळे थोडासा हिरमोड झालेले चुडामणअण्णा

पुढे साक्री तालुक्यातील जंगल सत्याग्रहात भाग घ्यायला गेले, मात्र तेथेही त्यांना तसाच अनुभव आला. सत्याग्रहातील लक्षणीय सहभागामुळे चुडामणअण्णा काँग्रेस संघटनेत चांगल्या प्रकारे परिचित झाले. लोक त्यांना चळवळ्या कार्यकर्ता म्हणून ओळखू लागले. काँग्रेसच्या सर्व चळवळीत आणि संघटनात्मक कार्यात त्यांचा सहभाग वाढू लागला. लवकरच त्यांची धुळे तालुका काँग्रेस कमिटीचे सेक्रेटरी म्हणून निवड झाली. तेथील कार्याची संघटनेत चांगली छाप पडून काही वर्षांनी जिल्हा काँग्रेसकमिटीच्या सेक्रेटरीपदाची जबाबदारीही त्यांच्यावर सोपवण्यात आली. त्यांच्यामुळे धुळे तालुक्यातील तसेच इतर तालुक्यातील शेतकरी व बहुजन समाजातील युवक काँग्रेसकडे आकर्षित झाले व संघटनेचे बळ वाढत गेले. त्यांची ही लोकप्रियता लक्षात घेऊन दरम्यानच्या काळात मिलमधील कामगार संघटनेचे अध्यक्षपदही त्यांना देण्यात आले होते. कामगार संघटनेचे कार्य व काँग्रेस संघटनेतील पदाची जबाबदारी अण्णा ज्या प्रकारे सांभाळत होते, त्यावर कामगारवर्ग अतिशय खूश होता.

प्रताप मिलमध्ये कामगारांनी स्थापन केलेली एक पतपेढी १९२८ पासून कार्यरत होती. सुरुवातीपासून मिलचे मॅनेजिंग डायरेक्टर किंवा वीव्हिंग मास्टर यांसारखे उच्चपदस्थच त्या पतपेढीचे चेअरमन असत अशी प्रथा होती. १९३९च्या सुमारास पतपेढीचे सदस्य असलेले अनेक कामगार चुडामणअण्णा यांच्याकडे आले व त्यांना पतपेढीच्या निवडणुकीस उभे राहून चेअरमन होण्यासाठी गळ घातली. त्यांच्या प्रेमाच्या आग्रहाला नम्रपणे नकार देत त्यांनी आपण चेअरमन होण्यास उत्सुक नाही, असे सांगितले. तरी पण कामगारांनी आग्रह सोडला नाही. तेव्हा अण्णांनी त्यांना विचारले, की 'तुम्ही लाल बावटावाले व मी काँग्रेसवाला, तुम्ही मला उभे कराल आणि नंतर निवडणुकीत पाडाल त्यामुळे नकोच.' परंतु कामगार अण्णांना अध्यक्षपदाचे उमेदवार करायचेच असा निर्धार करून आले होते. त्यांनी लाल बावट्याचे सर्व कामगार अण्णांच्या पाठीशी उभे राहतील, असे आश्वासन दिल्याने अण्णांनी ती उमेदवारी स्वीकारली. ही बातमी मिलचे मॅनेजिंग डायरेक्टर अप्पासाहेब केळकर यांच्यापर्यंत पोहोचली. त्यांना हा मोठा धक्का होता. एक कामगार आपल्याविरुद्ध निवडणूक लढवतो म्हणजे काय? या अपमानाच्या भावनेने त्यांना घेरले. त्यांनी हा अपमान टाळण्यासाठी चुडामणअण्णा यांना भेटीस बोलावले. आणि 'तू मिल कामगार पतपेढीच्या चेअरमनपदाच्या निवडणुकीत मॅनेजमेंटच्या उमेदवाराच्या विरोधात उभा राहतोस काय? याचा परिणाम काय होईल,

याचा तू विचार केला आहेस काय?' असे संतापून विचारले. त्यावर चुडामणअण्णा त्यांना म्हणाले, 'अप्पासाहेब पूर्ण विचार करूनच मी हा निर्णय घेतला आहे. मी चेअरमनपदाची निवडणूक लढवणारच आणि ही निवडणूक लढवली म्हणून तुम्ही मला फारतर नोकरीवरून कमी कराल. यापेक्षा अधिक तुम्ही काय करू शकणार आहात. परमेश्वराने मला जन्माला घातले आहे आणि माझ्या आयुष्याची सगळी व्यवस्था त्याने केलेली आहे आणि माझा यावर पूर्ण विश्वास आहे.' असे बाणेदार उत्तर देऊन चुडामणअण्णांनी ती निवडणूक लढवली आणि ते निवडूनही आले. प्रताप मिलच्या कामगारांनी पक्षभेद विसरून आपल्यासाठी व देशासाठी लढणाऱ्या या कार्यकर्त्याच्या पाठीशी एकोप्याने व खंबीरपणे उभे राहून कामगारविश्वापुढे एक उदाहरण घालून दिले. आणि कामगारांच्या या विश्वासाची व प्रेमाची कृतज्ञतापूर्वक जाणीव ठेवून चुडामणअण्णा कोणत्याही पदावर व कोठेही असले तरी आणि पदावर नसले तरीही या कामगारांच्या प्रश्नांसाठी विनाविलंब धावून जात.

कामगारविश्वात अशा प्रकारे आपले नेतृत्व आणि प्रेमाचे दृढ संबंध प्रस्थापित करीत असतानाच स्वातंत्र्य चळवळीसाठी काँग्रेसकडून येणाऱ्या कार्यक्रमाकडे त्यांचे बारीक लक्ष असे. एव्हाना धुळे जिल्ह्यातील कार्यकर्ते त्यांना ओळखू लागले होते. तसेच संघटनात्मक कार्य व जागृतीसाठी खान्देशच्या दौऱ्यावर येणाऱ्या प्रांतिक काँग्रेसच्या नेत्यांशीही त्यांचा परिचय झाला होता.

देशासाठी व काँग्रेस कार्यासाठी आपणही इतर मोठ्या नेत्यांप्रमाणे तुरुंगात गेले पाहिजे, ही तीव्र इच्छा त्यांच्या मनात होती, पण पहिल्या दोन सत्याग्रहांच्या प्रयत्नात पोलिसांनी त्यांची दखल न घेताच त्यांना पिटाळून लावले होते. त्यांच्या मनात घर करून असलेली ही तुरुंगवासाची इच्छा पूर्ण होण्याचा योग लवकरच आला. काँग्रेसने व गांधीजींनी १९४० साली वैयक्तिक सत्याग्रहाचा कार्यक्रम जाहीर केला, मात्र या सत्याग्रह आंदोलनात कोणालाही आपल्या मर्जीने सत्याग्रह करण्याची परवानगी नव्हती.

वैयक्तिक सत्याग्रह करणाऱ्या सत्याग्रही कार्यकर्त्यांची नावे स्वतः महात्मा गांधींकडून आणि प्रांतिक काँग्रेस समितीकडून निश्चित होऊन जिल्ह्याकडे येत असत. जी नावे जिल्हा काँग्रेसकडून जाहीर होतील त्यांनाच वैयक्तिक सत्याग्रहाची परवानगी मिळेल आणि इतरांनी परवानगी नसल्यास सत्याग्रह करू नये, असा काँग्रेसचा आदेश होता. ही माहिती मिळाल्यानंतर चुडामणअण्णा हे तेव्हाचे जिल्हा काँग्रेस अध्यक्ष बाळुभाई मेहता (खान्देश गांधी) यांना भेटले, त्या वेळी ते

जिल्हा काँग्रेस कमिटी सेक्रेटरीची जबाबदारी सांभाळत होते. त्यांची विनंती ऐकून बाळूभाई म्हणाले, 'तुमच्यासारख्या अडाण्याला जिल्ह्याचा पहिला सत्याग्रही म्हणून मान द्यावा, हे मला बरोबर वाटत नाही. तुमच्यापेक्षा कितीतरी अधिक शिकलेले डॉक्टर, वकील वगैरे पक्षात आहेत, त्यांचा विचार प्रथम होईल, मग पाहू.' त्यानंतर त्यांनी सत्याग्रहींची यादी तयार केली. तिच्यातील दहा लोकांमध्ये वकील आणि डॉक्टर होते. ही मंडळी प्रथम व्यवसाय आणि नंतर काँग्रेसचे कार्य अशा प्रकारे काम करीत होती.

प्रत्यक्षात सत्याग्रहाच्या नियोजित दिवशी यातील बहुतेक जणांनी सत्याग्रहाकडे पाठ फिरवली आणि त्यामुळे चुडामणअण्णा हेच जवळपास जिल्ह्यातील पहिले सत्याग्रही ठरले. कदाचित ते तिसरे-चौथेही असू शकतील, परंतु धुळ्यातील वैयक्तिक सत्याग्रहाचा कार्यक्रम त्यांनी ठरलेल्या तारखेला प्रताप मिलच्या फाटकावर केला. सत्याग्रह केल्याबद्दल पोलिसांनी त्यांना पकडले आणि अटक करून धुळे जेलमध्ये नेले. कोर्टात त्यांच्याविरुद्ध केसची सुनावणी होऊन सहा महिने सक्तमजुरी व शंभर रुपये दंड आणि दंड न भरल्यास आणखी तीन महिने तुरुंगवास अशी शिक्षा सुनावली गेली. भारतीय स्वातंत्र्यलढ्यात भारतमातेसाठी तुरुंगवास पत्करण्याची चुडामणअण्णांची इच्छा अशा प्रकारे पूर्ण झाली.

त्यांच्या अटकेचे आणि शिक्षेचे वृत्त समजताच मिलमधील कामगार बांधवांनी निषेध म्हणून हरताळ पुकारला. कामगार आणि काँग्रेस कार्यकर्ते अशी तीन ते चार हजार लोकांची मिरवणूक धुळे जेलच्या आवारात येऊन धडकली. मिरवणुकीतील लोक 'महात्मा गांधी की जय' आणि 'पंडित जवाहरलाल नेहरू की जय' आणि 'काँग्रेस की जय' अशा घोषणा देत होते. त्यांच्या घोषणांनी जेलचे आवार दणाणून सोडले. या घोषणा देत असतानाच ते चुडामण पाटील यांच्या अटकेचा निषेधही करीत होते. या मिरवणुकीमुळे व तिच्यातील घोषणांमुळे आधीपासून तुरुंगात असलेल्या सत्याग्रहींना समजले, की तुरुंगात आलेला नवा सत्याग्रही चुडामण पाटील असून, तो मोठा कार्यकर्ता आहे अशी त्यांची खात्री झाली.

या वेळी तुरुंगात खान्देश गांधी बाळुभाई मेहता आणि खान्देश माऊली पूज्य साने गुरुजी यांनाही ठेवण्यात आलेले होते. चुडामणअण्णा यांना इतर कैद्यांप्रमाणे तिसरा वर्ग देण्यात आला. बाळुभाई मेहता व साने गुरुजी यांना दुसरा वर्ग होता, पण काँग्रेस सत्याग्रहींवरील प्रेमापोटी साने गुरुजी दुसरा वर्ग सोडून इतर कैद्यांप्रमाणे तिसऱ्या वर्गात राहावयास आले. तुरुंगवासाबरोबरच चुडामणअण्णांना साने

गुरुजींसारख्या महान प्रतिभावंत व्यक्तीच्या सहवासाचा लाभही मिळाला. साने गुरुजींपासून अण्णा या नऊ महिन्यांच्या काळात खूप गोष्टी शिकले. कैद्यांच्या अडचणी व प्रश्न सोडवण्यासाठी धावून जाणे, ही त्यापैकी एक. सहा महिने व शंभर रुपये दंड आणि दंड न भरल्यास तीन महिने शिक्षा असे या शिक्षेचे स्वरूप होते. त्यांना दंड भरण्याची इच्छा नव्हती आणि त्या वेळच्या परिस्थितीमुळे शंभर रुपये दंड भरणे शक्यही नव्हते. अशा प्रकारे ९ महिन्यांसाठी आपण तुरुंगात आलो आहोत या जाणिवेने त्यांनी तुरुंगवासास प्रारंभ केला.

धुळे जेल किंवा धुळे मध्यवर्ती कारागृह हे त्याच्या स्थापनेपासूनच प्रसिद्ध होते. गांधीजींचे १९३०चे सत्याग्रहाचे आंदोलन सुरू झाले, तेव्हापासून तेथे नामवंत स्वातंत्र्यसैनिकांना सजा भोगण्यासाठी पाठवले जाई. या असंख्य नामवंत कैद्यांमध्ये दोन नावे अतिशय प्रसिद्ध आणि महान स्वातंत्र्यसैनिकांची आहेत. हे स्वातंत्र्यसैनिक म्हणजे संत विनोबा भावे ऊर्फ आचार्य विनोबा आणि दुसरे पांडुरंग सदाशिव साने ऊर्फ साने गुरुजी. एक योगायोग असा, की या तुरुंगवासामुळे विनोबांचा धुळ्याशी संबंध आला, तर त्यांचे दुसरे बंधू शिवाजीराव भावे आणि बाळकोबा भावे यांची कर्मभूमी पुढे धुळे हीच राहिली. तर साने गुरुजींचे वास्तव्य धुळ्याजवळच्या अमळनेर येथे होते. त्यांनी खान्देश हीच आपली कर्मभूमी बनवली होती. अशा थोर विभूतींच्या वास्तव्याने पावन झालेला, स्वातंत्र्यलढ्याची ऊर्मी जागती ठेवणारा धुळे जेल म्हणजे सत्याग्रही आणि स्वातंत्र्यसैनिकांचे विद्यापीठच होते. घरच्या परिस्थितीमुळे लवकर शाळा सोडावी लागलेले, परंतु कान व डोळे उघडे ठेवून जगाच्या शाळेत खूप काही शिकू पाहणारे चुडामणअण्णा विद्यार्थी म्हणून या विद्यापीठात दाखल झाले होते.

आपले घरदार, संसार, आपल्यावर प्रेम करणारे मिलमधील कामगार बंधू, काँग्रेस चळवळीत काम करणारे कार्यकर्ते यांचा सहवास सोडून तुरुंगात एकटे राहावे लागे. ते ज्या उदात्त ध्येयाने प्रेरित होऊन तुरुंगात आले होते ते स्वातंत्र्याचे ध्येय आणि ज्या भारतमातेच्या स्वातंत्र्यासाठी हा तुरूंगवास पत्करला होता, ती भारतमाता यांचे स्मरण इतर स्वातंत्र्यसैनिकांप्रमाणे चुडामणअण्णा यांनाही सतत होते. त्यातून या नऊ महिन्यांत साने गुरुजी यांच्यासारख्या महान व्यक्तीचा सहवास ही तर न मागता मिळालेली देणगी होती.

साने गुरुजी त्यांच्या स्वभावाप्रमाणे या सत्याग्रहींवर अतिशय माया करीत आणि हाडाचे शिक्षक असल्याने आपल्या सहकैद्यांना अनेक गोष्टी शिकवत

असत. त्यांचे मनोरंजन करण्याबरोबर त्यांच्या ज्ञानात भर पडेल, अशा गोष्टी सांगत असत आणि सर्व गोष्टींतून स्वातंत्र्यलढ्याची मशाल तेवती राहील याकडे त्यांचे बारीक लक्ष असायचे. अशा प्रकारे साने गुरुजींचे संस्कार आणि इतर प्रकारचे अनुभव यातून धुळे तुरुंगात चुडामणअण्णांचे वेगळेच राजकीय शिक्षण सुरू होते. त्यांच्यातील कार्यकर्ता व नेता या अनुभवातून घडत होता. गुरुजी व इतर ज्येष्ठ नेत्यांचे विचार जाणून घेण्यासाठी ते आतुर असायचे.

तुरुंगात त्यांचा प्रवेश झाला, त्या वेळी धुळ्याच्या कामगार व कार्यकर्त्यांनी त्यांच्यासाठी तुरुंगाच्या दरवाजावर आणलेल्या भव्य मिरवणुकीमुळे आतील लोकांचा त्यांच्याकडे पाहण्याचा दृष्टिकोनही वेगळा झाला होता. पहिल्या दिवसापासून लोक त्यांच्याकडे आदराने व अपेक्षेने पाहत होते. अन्यायाविरुद्ध पेटून उठणारा कार्यकर्ता आणि मिल कामगारांचा झुंजार नेता अशी त्यांची प्रतिमा तयार झालेली होती व ती वास्तव अशीच होती. त्यामुळे असेल कदाचित त्यांच्यावर तुरुंगातील इतर सत्याग्रहींनी एक महत्त्वाची जबाबदारी सोपवली ती म्हणजे तुरुंगातील सत्याग्रहींना योग्य वागणूक मिळते का नाही, हे पाहणे व कैद्यांच्या काही तक्रारी असतील, अडचणी असतील तर त्यांचे निवारण करणे.

या काळातील एक महत्त्वपूर्ण आठवण अण्णा नेहमी सांगत असत. सर्व कैदी एकमेकांत मिसळून बंधुभावाने वागत असत. आपण घरापासून दूर असल्याने एकमेकांना मदत करणे, संकटकाळात त्यांच्या कुटुंबीयांनाही मदत करणे, हे सर्वजण आपले कर्तव्य मानत. तुरुंगातील दिवस अशा प्रकारे खेळीमेळीच्या वातावरणात जात असताना तुरुंगातील एक सत्याग्रही नगर जिल्ह्यातील कार्यकर्ते (पुढे महाराष्ट्राच्या राजकारणात प्रसिद्ध झालेले) श्री. बाबूराव भापसे यांना घरून एक दिवस पत्र आले. त्यात म्हटले होते, की त्यांच्या पत्नीचे बाळंतपण जवळ आले असून, घरात पैसा नसल्याने बाळंतपणाच्या खर्चासाठी त्वरित पैसे पाठवावेत. ते पत्रक घेऊन भापसे हे अण्णांकडे आले. त्या वेळी तुरुंगात असणाऱ्या कैद्यांच्या खात्यावर काही पैसे असत. आपल्या बरोबरच्या सत्याग्रहींपैकी कोणाकोणाच्या खात्यावर पैसे आहेत याची माहिती चुडामणअण्णांनी तुरुंग अधीक्षकाच्या ऑफिसात जाऊन घेतली.

धुळे जिल्हा काँग्रेसचे एक मोठे नेते आणि साने गुरुजी यांच्या खात्यावर पैसे असल्याचे आढळले. प्रथम त्यांनी धुळ्याच्या नेत्यांकडे जाण्याचा निर्णय घेतला व भापसे यांची अडचण सांगितली, परंतु त्यांच्या उत्तराने अण्णा व इतर सत्याग्रहींना

मोठा धक्काच बसला. आपल्या खात्यावर पैसे नाहीत, असे चक्क खोटे उत्तर त्या नेत्याने दिले. महात्मा गांधींचा सत्याग्रही व आपल्या जिल्ह्यातील ज्येष्ठ नेता असा वागू शकतो, याचा चुडामणअण्णा यांना धक्का बसला. आधीच जिल्ह्यातील उच्चभ्रू कॉंग्रेस नेते आपल्याशी नीट वागत नाहीत, असा त्यांचा अनुभव होता आणि त्यामुळे ते अशा नेत्यांवर नाराज होते. या उत्तराने नाराज झालेले कार्यकर्ते त्यांना म्हणाले, की 'तुमच्या खात्यात पैसे आहेत, हे आम्हाला ठाऊक आहे. तुम्हाला पैसे द्यायचे नसतील तर तसे सांगा. परंतु, खोटे मात्र बोलू नका.' त्यांना नमस्कार करून अण्णा व इतर सत्याग्रही तेथून बाहेर पडले. त्यानंतर ते साने गुरुजींकडे गेले.

गुरुजींना दुसरा वर्ग मिळाला असूनही ते तिसऱ्या वर्गात येऊन राहिले होते, हा उल्लेख आधी आला आहेच. तेथे भापसेंच्या घरून आलेले पत्र अण्णांनी गुरुजींच्या हातात दिले. त्यांनी ते पत्र वाचले. काही न विचारता तसेच उठले व अण्णांच्या सोबत आलेल्या सत्याग्रहींसोबत तुरुंग अधीक्षकाच्या कार्यालयात आले. तेथे त्यांनी त्या अधिकाऱ्याला सांगितले, की 'माझ्या खात्यातून भापसेंच्या घरी दोनशे रुपये त्वरित पाठवण्याची व्यवस्था करा.' साने गुरुजींचे हे वर्तन त्यांच्या प्रेमळ स्वभावाला धरूनच होते. देशाच्या नेत्यांच्या हाकेला 'ओ' देऊन घरदार सोडून तुरुंगात आलेल्या सत्याग्रहींची काळजी घेणे हे ज्येष्ठ सत्याग्रहींचे कर्तव्य आहे, याची जाणीव साने गुरुजींना होती. साने गुरुजी आणि पैसे असूनही न देणारे धुळ्याचे नेते या दोन नेत्यांच्या दोन प्रकारच्या वागण्याचा अनुभव चुडामणअण्णा यांना बरेच काही शिकवून गेला. आपल्याकडे मदत मागणाऱ्या किंवा अडचणीत सापडलेल्या सहकारी कार्यकर्त्यांना मदत करणे हे आपले कर्तव्य आहे, हा संस्कार अशा प्रसंगातून चुडामणअण्णा यांच्या मनावर झाला. त्यांच्या नेतृत्वाला परोपकारीपणाचा व संकटकाळी इतरांच्या मदतीला धावून जाण्याचा एक पैलू पडला. भविष्यकाळात त्यांच्याकडे मदत मागणारा कोणी माणूस कधीही रिकाम्या हाताने परत गेला नाही आणि कोणालाही मदतीचे वचन दिले असेल, तर ते चुडामणअण्णांनी पाळले नाही असे त्यांच्या संपूर्ण आयुष्यात कधीच घडले नाही.

पहिल्या तुरुंगवासात त्यांना आलेला आणखी एक अनुभव म्हणजे एक दिवस चरखा फिरवताना त्यांना त्रास होऊ लागला. त्या दिवशी रात्री साने गुरुजी काही लिहीत होते व शेजारी चुडामण पाटील वाचत बसले होते. वाचताना खोकला आला व तोंडात थुंकी आली व तिची चव काही वेगळी वाटल्यामुळे त्यांनी ती तळहातावर घेतली, पाहतात तर ती लाल थुंकी होती. आपल्या थुंकीतून रक्त आले

आहे हे बघताच ते घाबरले. त्यांनी गुरुजींना ते दाखवले. त्यावर गुरुजी म्हणाले, की ‘चुडामण तुला टी. बी. (क्षय) झाला आहे.’ त्यानंतर त्यांना तुरुंगाच्या डॉक्टरकडे नेले व तपासणीनंतर त्यांना इतर कैद्यांना संसर्ग होऊ नये या हेतूने एका स्वतंत्र खोलीत ठेवले. अशा खोलीला वारंटाईन असे म्हणत. तुरुंगात क्षय होणे म्हणजे आता आपले आयुष्य संपतच आले आहे अशा रीतीने चुडामण अण्णांना ग्रासले. तुरुंगात येतानाचे त्यांचे वजन आणि टी.बी.ची बातमी ऐकल्यानंतरचे वजन यात फरक पडला होता. ते खूपच घटले होते.

वारंटाईनमध्ये तीन आठवडे काढल्यानंतर त्यांची पुन्हा वैद्यकीय तपासणी करण्यात आली आणि तेव्हा डॉक्टरांनी सांगितले, की ‘आता टी. बी. वगैरे काही नाही. पाटील पूर्णपणे बरे झाले आहेत.’ या आजारानंतरच्या काळात त्यांनी पुढे घरी रोज सकाळी अंडी व दूध हा नाश्ता घेण्यास सुरुवात करून क्षयरोगाला कायमचे दूर रोखले. मात्र आयुष्याच्या शेवटी फुप्फुसाच्या विकाराने त्यांना गाठलेच. या तुरुंगात साने गुरुजींच्या प्रेमळ सहवासाने तेथील शिक्षा सुसह्य झाली. तुरुंगात त्यांना सरकारी नियमानुसार आठ तास काम करावे लागे. दिलेले काम आठ तासांत पूर्ण झाले नाही, तर रात्रीचे जेवण बंद केले जाई. या काळात त्यांना तुरुंग अधिकाऱ्याने नादुरुस्त झालेले चरखे दुरुस्त करण्याचे व त्या चरख्यांनी सुताला पीळ देण्याचे काम त्यांना दिले होते. दिवसाला ठरावीक किलो सूत झालेच पाहिजे असा दंडक होता. हे काम करतानाच त्यांना त्रास होऊ लागला होता व त्यातून टी. बी. सदृश प्रकार आढळून आला होता. याच काळात बड्या नेत्यांच्या दुटप्पीपणाचा आणखी एक अनुभव चुडामणअण्णा यांना आला.

धुळे तालुक्यातील कापडणे गावचा एक विद्यार्थी. त्याचे नाव सोनवणे असे होते. तो कायदेभंगाच्या आरोपाखाली तुरुंगात आला होता. सोनवणे हा हरिजन सेवक संघाच्या धुळे येथील बोर्डिंगमध्ये शिकत होता. तो काही कामानिमित्त कापडणे येथे गेला असता तेथे काँग्रेसची सभा सुरू होती. ती ऐकण्यास उभा राहिला. कुणीतरी त्याच्या हातात एक हँडबिल (पत्रक) दिले, ते वाचत असताना पोलिसांनी त्यांना पकडले व कायदेभंग केला म्हणून कोर्टाने शिक्षा केली. कोर्टाने त्याला गुन्ह्याबद्दल माफी मागत असशील तर सुटका करतो, असे सांगितले. पण त्याने आपण गुन्हाच केलेला नाही, तर माफी कशाबद्दल मागायची? असे विचारले. माफी मागून शिक्षेत सूट घेणे त्याला मान्य नव्हते, त्यामुळे तो तुरुंगातच होता. दुसरे एक ज्येष्ठ नेतेही त्याच तुरुंगात होते. त्यांना सोनवणेंनी निरोप पाठवला,

की त्याला टी. बी. झालेला असल्याने काही औषधे देण्याची व्यवस्था करावी. यावर ते त्याला म्हणाले, की माफी मागून येथून बाहेर पड. मग बाहेर ये तुझी व्यवस्था करतो.' तो स्वाभिमानी विद्यार्थी माफी मागण्यास तयार झाला नाही. परंतु त्या नेत्याचे असे वर्तन तुरुंगातील घडामोडी जवळून बघणाऱ्या चुडामण पाटील यांना फारच खटकले. आधी बाबूराव भापसे यांच्या घरी पैसे पाठवण्याच्या वेळी बड्या नेत्याने नाकारलेली मदत व आता या नेत्याचा स्वाभिमानी विद्यार्थ्याला माफी मागण्याचा सल्ला या अनुभवांमुळे धुळे जिल्ह्यातील उच्चभ्रू व श्रीमंत काँग्रेस नेत्यांवर ते फार नाराज झाले. परंतु दुर्दैवाने त्या वेळी काँग्रेसची संघटना अशा उच्चशिक्षित उच्चवर्गीय लोकांच्या तंत्राने चालत होती. कमी शिकलेल्या व पैसा नसलेल्या लोकांना तीत स्थान नव्हते. पक्षासाठी तन-मन-धनाने झगडणे आवश्यक असले, तरी त्या वेळी अनेकांपाशी धन नव्हते, पण तन-मन त्यांनी काँग्रेसला अर्पण केले होते. मात्र या दोन गोष्टींची त्या वेळच्या जिल्हा काँग्रेस नेत्यांना कदर नव्हती, अशी खंत चुडामणअण्णा यांनी वेळोवेळी अनेक ठिकाणी व्यक्त केली. परिस्थिती प्रतिकूल असली ते तरीही आपल्या परीने काँग्रेससाठी व स्वातंत्र्यचळवळीसाठी झटत राहिले.

१९४०चा हा नऊ महिन्यांचा हा तुरुंगवास संपल्यानंतर चुडामण पाटील बाहेर पडले आणि पूर्ववत न्यू प्रताप मिलमधील कामावर हजर झाले. तोपर्यंत त्यांच्या संसारवेलीवर तीन मुलांच्या रूपाने फळे आली होती. कर्जफेडीनंतर घरातील मंडळींनी शेतीत राबून आर्थिक परिस्थिती सुधारत आणली होती. पुढे १९४२ची चळवळ या नावाने प्रसिद्ध झालेल्या चळवळीमुळे देशातील वातावरण पार बदलून गेले. शिवाय त्यांच्या नोकरीच्या दृष्टीनेही एक अनिष्ट घटना या वेळी घडली.

मिलचे मालक बाबूशेठ यांनी कडू नावाच्या मुकादमामार्फत चुडामण पाटील यांना भेटावयास येण्याचा निरोप दिला. भेटीप्रसंगी बाबूशेठ त्यांना म्हणाले, की 'तुमच्यासाठी मी मिलमध्ये नोकरी ठेवली आहे. मिलचे काम तुम्ही चांगले करताच, परंतु यापुढे चळवळीची वगैरे कामे करण्यापूर्वी तुम्ही मला विचारले पाहिजे.' यावर तडफदारपणे चुडामण पाटील यांनी उत्तर दिले, की 'मिलमध्ये तुमचे ऐकणे ठीक आहे, पण बाहेरच्या कामाबाबत तुमची परवानगी घेणे कसे काय शक्य आहे. मला ते मान्य नाही.' त्यावर मालक म्हणाले, की 'असे असेल तर तुम्हाला कामावर कसे ठेवायचे?' मालकांचा उद्देश लक्षात येताच चुडामण पाटील यांनी, "ठीक आहे, आपली इच्छा! नमस्कार!" एवढे उत्तर दिले व बाहेर पडले, ही नोकरी सुटली. ज्या

परमेश्वराने आपल्याला जन्म दिला आहे त्याने नक्कीच आपली काहीतरी सोय केली असेल, या श्रद्धेने त्यांनी मिल मालकाची स्वातंत्र्यचळवळीत भाग न घेण्याची अट झुगारून देशासाठी नोकरीवर पाणी सोडले.

तोपर्यंत काँग्रेसने देशात निर्णायक स्वातंत्र्यचळवळीचे रणशिंग फुंकले होते. प्रताप मिलमधील नोकरी मालकांची अट न मानल्यामुळे सुटली होती. परंतु केवळ एकट्या चुडामण पाटील यांना काढून टाकल्याने मिलमधील कामगार चळवळ काही संपणार नव्हती. उलट तेथे कम्युनिष्ट पक्षाचा जोर होताच आणि कामगारांची स्वतंत्र संघटनाही होती. मग मिल मालक बाबूशेठ यांनी चुडामण यांना मान्य होणार नाही अशी अट घालून नोकरी सोडण्यास भाग पाडावे, यामागे आणखीन काहीतरी कारण असल्याची शक्यता नाकारता येत नाही. मात्र अशा काही शक्यतेचा विचार चुडामण यांनी त्यांच्या आठवणींच्या डायरीत केल्याचे किंवा इतरत्र आढळत नाही. पण एक अंदाज असा करता येतो, की त्या वेळी धुळे शहरात व जिल्ह्यात काँग्रेसमध्ये जे बडे नेते होते ते उद्योगपतींचे व मिल मालकांचे मित्र होते. स्वातंत्र्यचळवळीत त्यांच्या खांद्याला खांदा लावून लढणारा आणि नऊ महिने तुरुंगवास भोगून आलेला, नव्याने लोकप्रिय होऊ लागलेला आणि कामगार सहकाऱ्यांचा कोणताही प्रश्न सोडवण्यासाठी २४ तास उपलब्ध असलेला हा नेता काहीजणांच्या डोळ्यांत खूपत असे. मिल मालकालाही अशी मोठी प्रतिमा असणारा कामगार नकोसा झाला असेल. हे सारे स्वाभाविक होते. त्यांची नोकरी सुटणे हा या सर्व घटकांचा परिणाम असू शकतो. मात्र नोकरी नसेल तर घरची शेती होतीच.

नोकरी लागल्यापासूनच्या दहा वर्षांत चुडामणअण्णांच्या सर्व कुटुंबीयांनी शेतीत घाम गाळून थोडीफार बागायत व भाजीपाला यांसारखी उत्पादने काढण्यास सुरुवात केली होती. शेतात सालदार गडी ठेवण्याइतकी परिस्थिती बरी झाली होती. शिवाय सासुरवाडी हिरापूर येथूनही मदत येत होती. चुडामणअण्णांच्या सौभाग्यवती सुंदरबाई ऊर्फ बायजाबाई यांनी स्वतःही शेतात राबून संसाराची घडी बसवण्याकामी मोठा हातभार लावला होता. चुडामणअण्णा यांचा बराचसा वेळ मिलची नोकरी व समाजकार्य यात जात होता. १९४० सालच्या त्यांच्या तुरुंगवासामुळे चुडामणअण्णा घरात नसताना संसार कसा चालवावा याचेही धडे त्यांनी गिरवले होते. या काळात सुंदरबाईंचे बंधू महारू म्हसू पाटील ऊर्फ हाजीसाहेब यांनीही आपले बहीण व भाचे यांची आबाळ होऊ दिली नाही. नोकरी सुटल्यानंतर तर काँग्रेसच्या बैठकीत व चळवळी यांत चुडामणअण्णा यांचा अधिक

वेळ जाऊ लागला.

बघता बघता १९४२ साल उजाडले आणि भारतीय स्वातंत्र्यलढ्यातील क्रांतिपर्व सुरू झाले. ७ ऑगस्ट १९४२ रोजी अखिल भारतीय काँग्रेस समितीचे अधिवेशन मुंबईतील गोवालिया टँकवर झाले. ७ व ८ ऑगस्ट रोजी झालेल्या या अधिवेशनात महासमितीने इंग्रजांना भारत सोडून 'चालते व्हा' असा आदेश देणारा, 'चले जाव' किंवा 'क्विट इंडिया' ठराव मंजूर केला. या चळवळीचा संदेश महात्मा गांधी ९ ऑगस्ट रोजी जाहीर सभेतून जनतेला देणार होते. परंतु त्यापूर्वीच त्यांना व काँग्रेसच्या सर्व ज्येष्ठ नेत्यांना ९ ऑगस्टच्या भल्या पहाटे अटक करण्यात आली. महात्मा गांधीजींनी तुरुंगात जाण्यापूर्वी आपल्या अनुयायांना 'करेंगे या मरेंगे' असा संदेश दिला. धुळ्याहून या अधिवेशनास काँग्रेस अध्यक्ष बाळुभाई मेहता व इतर लोक आले होते. ते बड्या नेत्यांच्या अटकेनंतर भूमिगत होऊन लपतछपत धुळ्याला पोहोचले.

'करेंगे या मरेंगे' या घोषणेच्या अन्वयार्थावरून जिल्ह्यातील काँग्रेस नेत्यांमध्ये दोन विचार निर्माण झाले. बाळुभाई मेहता यांना ही चळवळ अहिंसक मार्गाने चालवावी असे वाटत होते, तर विष्णू सीताराम पाटील, रंगनाथ टोणगांवकर यांना वाटत होते, की ब्रिटिशांना हरतऱ्हेने कोंडीत पकडून राज्यकारभार थांबवावा. शेवटी, नक्की आदेश जाणून घेण्यासाठी व पुढील कार्यक्रम ठरवण्यासाठी विष्णू सीताराम पाटील, कापडणे यांना वर्ध्यास पाठवण्याचे ठरले. ते वर्ध्यावरून परतल्यानंतर पुन्हा स्वातंत्र्यसैनिकांच्या बैठका झाल्या. जिल्ह्यातील 'चले जाव' चळवळीच्या उद्देशासाठी जिल्ह्याचे दोन भाग करण्यात आले. त्यापैकी शहादा, तळोदा, नवापूर व नंदुरबार हे तालुके शंकर विनायक ठकार यांच्याकडे सोपवण्यात आले. साक्री, धुळे व शिरपूर या तालुक्यांची जबाबदारी विष्णू पाटील व टोणगांवकर यांच्याकडे सोपवण्यात आली. या काळात काहीजणांनी धुळे, शिरपूर व शिंदखेडा आणि साक्री तालुक्यातील सरकारी बंगले जाळण्याचा कार्यक्रम आखण्यात आला. काहीजण रेल्वे रुळ उखडण्यास तयार होते. तर काहीजण सरकारी कचेऱ्यात बॉम्ब ठेवायला उत्सुक होते. तर काहीजण सरकारी खजिने लुटण्याच्या योजना आखत होते.

धुळे तालुक्यातील वडजाई येथील श्री. फकिराअण्णा देवरे हे गुप्तपणे बंगालमध्ये जाऊन स्फोटकासंबंधी माहिती घेऊन आले होते. स्वातंत्र्यसैनिकांच्या धुळे जिल्ह्यातील गुप्त बैठका सुरूच होत्या आणि काहीजण भूमिगतसुद्धा झाले होते. बॉम्बस्फोटाचा पहिला प्रयोग बळीराम निवृत्ती यलमार यांनी २ डिसेंबर

१९४२ रोजी केला. ते कोर्टात बॉम्ब ठेवून कोर्ट उडवणार होते. त्यासाठी एका पिशवीत बॉम्ब घेऊन ते कोर्टाकडे निघाले. पण वाटेतच पिशवीतील बॉम्बचा स्फोट झाला आणि ते जखमी होऊन पकडले गेले. बॉम्बबाबत काही माहिती त्यांनी पोलिसांना दिली नाही. त्यामुळे पोलिसांनी त्यांच्यावर खटला भरला व त्यात त्यांना सक्तमजुरीची शिक्षा झाली. धुळ्यातील दुसरा बॉम्बस्फोट म्हणजे लक्ष्मण द. शेलकर यांनी ते नोकरी करीत असलेल्या पोस्टाच्या कचेरीत बॉम्ब ठेवून कचेरी उडवण्याचे ठरवले. रात्री आठ वाजता फुटण्यासाठी लावलेला टाईम बॉम्ब दुर्दैवाने फुटला नाही. हे लक्षात येताच सकाळी ऑफिस साफ करणारा सफाई कामगाराचा धक्का लागला, तर स्फोट घडेल व तो विनाकारण मरेल या विचाराने शेलकर बॉम्ब काढून घेण्यासाठी परत पोस्टात गेले, त्यांनी तो उचलला व कोटाच्या खिशात ठेवला. दुर्दैव असे की खिशातील बॉम्बमुळे त्यांच्या कपड्यांनी पेट घेतला. त्यात शेलकर गंभीर जखमी झाले. त्यांना धुळ्यात वैद्यकीय मदत मिळाली नाही म्हणून क्रांतिकारकांनी त्यांना निजामाच्या हद्दीत पहूर या गावी हलवले. ते शेवटपर्यंत पोलिसांना सापडले नाहीत. स्वातंत्र्यानंतर पोस्टात नोकरी करून ते यथावकाश निवृत्त झाले.

धुळे जिल्ह्याच्या इतरही भागात बॉम्बस्फोट झाले. त्यातील तीन स्फोट नंदुरबार येथे झाले. काँग्रेस नेत्यांना पकडल्यानंतर आदिवासी बांधवांमध्येही मोठ्या प्रमाणावर प्रतिक्रिया उलटून भिल्ल लोकांनी तसेच नंदुरबारच्या विद्यार्थ्यांनी मोर्चे काढले. त्यांच्यावर गोळीबार करण्यात आले. तळोदा तालुक्यातील गोळीबारात १५ निःशस्त्र भिल्ल ठार झाले. तसेच नंदुरबार शहरात ९ सप्टेंबर १९४२ रोजी विद्यार्थ्यांचा मोर्चा निघाला. या मोर्चावर झालेल्या गोळीबारात शिरीषकुमार मेहता यांच्यासह पाच विद्यार्थी मरण पावले. या गोळीबाराचे व विद्यार्थ्यांच्या बलिदानाचे दुःखाचे सावट जिल्ह्यात दीर्घकाळ होते. या गोळीबाराचा सूड घेण्यासाठी लोक निरनिराळ्या मार्गांचा अवलंब करू लागले. हा प्रश्न मुंबईपर्यंत गाजला. क्रांतिकारकांचे अनेक गट भूमिगत राहून आपले काम करीत होते. यात तारायंत्र व टेलिफोनच्या तारा तोडणे, सरकारी बंगले जाळणे, सरकारी दप्तर चोरून नेणे व जाळणे, टपालाच्या थैल्या पळवणे, या मार्गांचा अवलंब क्रांतिकारक करीत होते. आंदोलनाच्या पहिल्या वर्षात या मंडळींनी जिल्ह्यात सुमारे ५० ठिकाणी तारा तोडल्या. काही स्वातंत्र्यसैनिक अहिंसेच्या मार्गाने चळवळ करीत होते. त्यांनी मिरवणुका काढून सरकारचा निषेध केला. १० ऑगस्ट १९४२ रोजी सर्वत्र मोठ्या

मिरवणुका निघाल्या.

या आंदोलनात भूमिगत काँग्रेस कार्यकर्त्यांची बैठक धुळ्यात अष्टपुत्रे यांच्या बंगल्यात झाली. त्या बैठकीत चुडामणअण्णा यांनी भूमिगत होण्याचा निर्णय घेतला. तोपर्यंत त्यांना अटक झालेली नव्हती. याचे कारण असे की, त्यांचा लाल बावटा म्हणजे कम्युनिस्ट लोकांशी जवळचा संबंध होता. कम्युनिस्ट लोक या आंदोलनात नव्हते. त्यामुळे पोलिसांनी चुडामणअण्णा यांना अटक करण्याकडे फारसे लक्ष दिले नव्हते. मात्र ते भूमिगत होण्याच्या तयारीत आहेत, अशी खबर लागताच त्यांच्या भोवती पोलिसांचा पहारा सुरू झाला. एक दिवस मध्यरात्री त्यांच्या घराभोवती पोलिसांचा गराडा पडला. त्यांनी 'तुम्हाला पकडण्यात आलेले आहे व आमच्या बरोबर चला', असे सांगितले. त्यांना तयारी करण्यास सांगितले.

पोलिसांचा वेढा पाहून थोडा वेळ घालवण्यासाठी निरनिराळे बहाणे सांगून घरातून बाहेर पडण्याची वेळ लांबवण्याचे प्रयत्न चुडामणअण्णा यांनी केले. प्रथम सांगितले, की 'मी कपडे घालून येतो थांबा.' त्यानंतर आपल्याला शौचाला जावयाचे आहे असे सांगून शेतात गेले. पाठीमागे पोलिस होतेच. खरेतर त्यांचा हेतू दिवस उजाडल्यावर अटक होऊन घराबाहेर पडण्याचा होता. परंतु उजाडल्यानंतर गावातील लोक त्यांना घेऊन जाण्यात अडथळे आणतील म्हणून त्यांना अंधारातच गावाबाहेर काढायचे, अशी पोलिसांची इच्छा होती व तशी योजना त्यांनी आखली होती. त्याप्रमाणे त्यांनी लगेचच जबरदस्तीने त्यांना मोटारीत घालून गावाबाहेर नेले. आपल्याला धुळे तुरुंगात नेतील अशी चुडामणअण्णा यांची अपेक्षा होती, पण गाड्या शिरूड रेल्वे स्टेशनच्या दिशेने नेल्या.

तेथे धुळ्याहून चाळीसगावपर्यंत जाणारी गाडी आली. तेव्हा 'चला, उठा तुम्हाला चाळीसगावला जायचे आहे' असे पोलिसांनी सांगितले. त्यावर चुडामणअण्णा यांनी, 'मला भूक लागली आहे. मी सकाळी न्याहरी केल्याशिवाय घर सोडत नाही. म्हणून मला न्याहरी केल्याशिवाय गाडीत बसता येणार नाही', असे सांगितले. त्यांच्या या मागणीवर काही पोलिसांनी 'उचला आणि टाका गाडीत', असे मत व्यक्त केले, पण काही पोलिसांनी त्याला विरोध केला आणि न्याहारी होऊ द्या, असे सांगितले. त्यामुळे पोलिसांची एक गाडी शिरूड गावातील पोलिस पाटलाच्या घरी न्याहारी आणण्यासाठी गेली. त्या गावचे पोलिस पाटील श्री. हरचंद एकोबा पाटील हे आधीपासूनच स्टेशनला हजर होते. त्यांच्याच घरी गाडी पाठवण्यात आली होती. गाडीतून पाटलांच्या घरून बाजरीची भाकर, मिरचीचा

खुडाठेचा व चटणी अशी न्याहारी आली होती. न्याहारी करून चुडामणअण्णा तयार झाले व त्यांच्यासाठी रोखून धरलेली गाडी एक तास उशिराने चाळीसगावकडे रवाना झाली.

चुडामणअण्णा यांना नाशिकच्या तुरुंगात न्यायचे असे ठरले होते. परंतु चाळीसगावपर्यंतच येण्यास उशीर झाल्याने दुपारच्या नाशिककडे जाणाऱ्या गाड्या निघून गेल्या होत्या. शेवटी सायंकाळच्या गाडीने पोलिस पाटील व कैदी नाशिक रोडच्या स्टेशनवर उतरले. तेथून जेलकडे नेण्याची तयारी सुरू झाली. तेव्हा चुडामणअण्णा त्यांना म्हणाले, की 'मला भूक लागली आहे व जेवायचे आहे. जेलमध्ये गेल्यानंतर जेवण मिळण्याची खात्री नाही. कदाचित उपाशी राहावे लागेल. म्हणून येथेच जेवण पाहिजे.' नाईलाजाने पोलिसांनी चुडामणअण्णा यांची तीही मागणी पूर्ण केली व त्यांना जेवण दिले. त्यानंतर त्यांना नाशिकच्या मध्यवर्ती कारागृहात नेण्यात आले. तेथे स्थानबद्ध करण्यात आले. ते जिल्हा काँग्रेसचे सरचिटणीस असल्याने त्यांना प्रथम वर्ग देण्यात आला. जेल सुपरिंटेंडेंटच्या ऑफिसात गेल्याबरोबर तेथे ज्येष्ठ काँग्रेस नेते काकासाहेब (न. वि.) गाडगीळ हजर होते. ते म्हणाले, 'ये, चुडामण तू येणार समजल्यामुळे मी तुला घेण्याकरिता येथे आलो आहे.' आणि काकासाहेब गाडगीळांसारख्या अनेक थोर स्वातंत्र्यसैनिकांच्या सहवासात चुडामणअण्णा यांचा दोन वर्षांचा कारावास सुरू झाला, अशी आठवण त्यांनी लिहून ठेवली आहे.

❖❖❖

# १९४२चा तुरुंगवास

नाशिक तुरुंगातील वास्तव्यात आणखी फार मोठ्या लोकांशी चुडामणअण्णांचा संपर्क आला. अ, ब व क या वर्गांचे मिळून सुमारे ६० वर राजबंदी एकत्र नाशिकला होते. 'अ' वर्गात जवळ जवळ दीडशे राजबंदी होते. यात काकासाहेब गाडगीळांबरोबरच मंगळदास पकवाझा (हे पुढे राज्यपाल झाले), केशवराव जेधे, गोटीराम भैय्या, लिमये, रामभाऊ सोमण, भाऊसाहेब हिरे, तसेच बाळुभाई मेहता होते. जेल सुपरिंटेंडेंट केवलभाई नावाचा एक गुजराथी माणूस होता. राजकैद्यांमध्ये मोठ्या प्रमाणावर राजकीय चर्चा चाले. पुस्तके व वर्तमानपत्रे वाचायला मिळत. सकाळी गप्पा, दुपारी चर्चा, रात्री संगीत प्रार्थना आणि जमेल तेव्हा पत्त्यांच्या ब्रीजचे डाव असे वेळापत्रक असे.

बाहेरच्या जगात दुसरे महायुद्ध जोरात सुरू होते. मात्र १९३९मध्ये युद्धाचे पारडे फिरून इटलीचा मुसोलिनी संपला होता आणि रशियन फौजांनी हिटलरच्या सैन्याला मागे रेटले होते. या परिस्थितीची तुरुंगातील स्वातंत्र्यसेनानींमध्ये सतत चर्चा होई आणि त्या चर्चेचा विषय भारतीय स्वातंत्र्याचे भवितव्य हा असे. पंतप्रधान चर्चिल भारताला स्वातंत्र्य केव्हा देईल, हा मुद्दा केंद्रस्थानी ठेवून जागतिक परिस्थितीची चर्चा सुरू असे. नाशिक तुरुंगात कैद्यांचे प्रश्न सोडवण्यासाठी तीनजणांची समिती असे. त्यापैकी काकासाहेब गाडगीळ एक होते. या सर्व चर्चा चुडामणअण्णा उत्सुकतेने ऐकत असत.

'अ' वर्ग कैदी असल्यामुळे अण्णांनाही स्वतंत्र खोली मिळालेली होती. त्यात पलंग, गादी, लिहिण्याचे साहित्य यांची व्यवस्था करण्यात आली होती. सकाळी उठल्याबरोबर दूध, पाव, लोणी व साखर हे पदार्थ घेऊन एक कैदी सेवेला हजर असे. दुपारी मनपसंत जेवण घेण्याची मुभा असे. या काळातील आठवण सांगताना अण्णा म्हणत, की त्यांनी बहुसंख्य वेळा दुपारी मांसाहारी जेवण घेतले. धुळे

जिल्ह्यातील 'अ' वर्ग कैद्यांमध्ये बाळुभाई मेहता, मुरलीधर भावसार व माधवराव दिवाण पाटील हेही होते. या काळात चुडामणअण्णांनी रोज नवी पुस्तके वाचण्याचा सपाटा लावला. या वाचनात एकदा 'अस्पृश्यता हिंदू धर्माचा कलंक' हे पुस्तक त्यांच्या हातात आले. त्यांनी ते पूर्णपणे वाचले. आपले वाचून झाल्यावर भावसार व इतर सहकाऱ्यांना वाचायला दिले. अस्पृश्यताविषयक पुस्तक लिहिणारे हे नेते काँग्रेस कमिटीत अस्पृश्य व मुसलमानांशी कसे वागत असत, हे चुडामणअण्णांनी जवळून बघितले होते. तुरुंगवासात त्यांनी ईदच्या दिवशी सर्व कैद्यांना मिळणारे दूध, साखर व इतर भत्ता एकत्र करून शिरा केला. तो सर्व कैद्यांना त्यांच्या खोलीत जाऊन वाटला. हा शिरा प्रसाद म्हणून त्या नेत्याने स्वीकारला तर नाहीच, शिवाय आपल्याला खोलीमध्येही येऊ दिले नाही, अशी आठवण चुडामणअण्णा यांनी लिहून ठेवली आहे. त्या नेत्याच्या या वर्तनावर सर्व कैदी नाराज झाले. हा भाग वगळता तुरुंगवासातील जीवन अण्णांचे राजकीय विचार समृद्ध करीत होते.

१९४४ साल उजाडले. तेव्हा देशावर दुष्काळाची छाया होती. बंगालमध्ये हजारो लोक मृत्युमुखी पडले होते. सरकारनेही राजबंद्यांची सुटका करण्यास सुरुवात केली. या काळातील तेथील परिस्थितीचे वर्णन काकासाहेब गाडगीळ पुढीलप्रमाणे करतात. 'ऑक्टोबर १९४३ पासून ६ महिने या वास्तूत काढले होते. गोदा तटाकी या कारागृहवासाला आम्ही राजबंद्यांनी विद्यापीठाचे व आश्रमाचे स्वरूप आणले होते. यात राहत असल्याने अनेकांची मैत्री संपादन केली होती. विचारविनिमयाने ज्ञानाचे क्षेत्र रुंदावले होते. चिंतनाने मनाला समतोल आला होता. क्षण क्षण विद्या संपादन करण्याचा माझा हेतू मी पुरा करीत होतो. वनवासी रामाच्या पदधुलीने पुनित झालेला गोदावरी परिसर राजबंद्यांच्या वनवासी जीवनात एक उन्नत प्रेरणा देणारा ठरला होता. कॉलेजातील वसतिगृहातील विनोदी व आल्हाददायक वातावरण आम्ही येथे अनुभवले होते. आणि या स्मृतींनी व विचारांनी परिपूर्ण झालेल्या माझ्या मनाने मी सर्वांचा निरोप घेतला व पुन्हा येरवड्यासाठी निघालो.' ('पथिक' आत्मचरित्र, खंड २)

या मुक्कामात चुडामणअण्णांनी काकासाहेब गाडगीळांसारख्या चतुरस्त्र व्यक्तिमत्त्वाच्या मार्गदर्शनाचा लाभ घेतला. घरची परिस्थिती गरिबीची असल्याने चुडामणअण्णा यांना भेटावयास कोणी येऊ शकत नव्हते. १९४३च्या नोव्हेंबर महिन्यात राजकीय कैद्यांना सोडण्यास सुरुवात झाली. हळूहळू राजकैदी सुटत होते. दोन वर्षांची शिक्षेची मुदत संपल्यानंतर चुडामण यांचीही तुरुंगातुन सुटका झाली

आणि ते धुळ्याला परतले. तोपर्यंत युद्धाचे पारडे फिरून हिटलर, जर्मनी व जपान यांची पीछेहाट सुरू झाली होती. दरम्यानच्या काळात धुळे जिल्ह्यात काँग्रेसच्या कार्यकर्त्यांनी हिंसाचाराचा मोठ्या प्रमाणावर अवलंब केल्याच्या घटना घडल्या होत्या. काही काळ गांधीजींच्या अहिंसेच्या तत्त्वाला लोक विसरले होते. नंदुरबार येथील शिरीषकुमार व इतर पाचजणांचे बळी घेणाऱ्या गोळीबारानंतर इंग्रजांवर सूड उगवण्यासाठी जिल्हाभर सर्वत्र सरकारी मालमत्तेची जाळपोळ, तारांचे खांब उखडणे यांसारखे प्रकार सुरू होते. हुतात्मा शिरीषकुमार यांच्या कुटुंबीयांच्या सांत्वनासाठी पूज्य साने गुरुजी नंदुरबारला येऊन गेले. त्यांनी हुतात्म्यांच्या स्मृतीला व त्यांच्या माता-पित्यांना वंदन केले. 'छोडो भारत' आंदोलनात प्रमुख काँग्रेस नेत्यांना अटक करून तुरुंगात ठेवले असल्यामुळे तरुणांची नवी पिढी स्वातंत्र्यचळवळीसाठी पुढे आली. मुंबई प्रांतातील भूमिगत नेत्यापैकी अच्युतराव पटवर्धन, सेनापती बापट, साने गुरुजी, मधु लिमये, नानासाहेब ठकार, भाऊसाहेब रानडे यांनी भूमिगत असतानाही आदिवासी भागातील तरुणांना मार्गदर्शन केले. जागोजागी सेवा दलाच्या शाखा उघडल्या व विद्यार्थ्यांमध्ये स्वातंत्र्यप्रेम, राष्ट्राभिमान जागृत ठेवण्याचे कार्य केले.

शिरपूर व शिंदखेडा, धुळे व साक्री तालुक्यातील सरकारी बंगले जाळण्यात आले. रेल्वे रुळ उखडण्यासाठी लागणारे साहित्य तसेच स्फोटके खान्देशात मागवण्यात आली. २६ मार्च १९४३ रोजी पिंपळनेरचे पोलिस स्टेशन जाळण्यात आले. या प्रकरणात पोलिस इन्स्पेक्टर लक्ष्मण देवरे हे जनतेला सामील असल्याच्या संशयावरून सरकारने त्यांना नोकरीतून काढून टाकले.

शिंदखेडा तलाठी दप्तर तसेच दलवाडे येथील दप्तर आणि कापडणे येथील दप्तर यांची होळी करून प्रतीकात्मकरीत्या सरकार जाळण्याचे काम अनेक स्वातंत्र्यसैनिकांनी केले. साक्री-धुळे रोड, तसेच आग्रा रोडवरील टेलिफोन व तारेचे खांब पाडण्यात आले. दोंडाईचे, शिंदखेडा येथील सरकारी कचेऱ्या तसेच अनेक ग्रामपंचायती, शाळा, नगरपालिका इत्यादी सार्वजनिक ठिकाणी तिरंगा झेंडा फडकावण्यात आला. सरकारी खजिना लुटण्याचे काही प्रकार झाले. त्यात कमखेडा येथील लूट, चहार्डी येथील लूट आणि साताराच्या पत्री सरकारमधील जी. डी. लाड बापू यांच्या सहभागाने खान्देशातील उत्तमराव पाटील वगैरेंनी केलेली चिमठाणे येथील खजिन्याची सुमारे साडेपाच लाखांची लूट असे प्रसंग घडले. चिमठाणे येथील लुटीने तर हिंदुस्थानभर खळबळ माजवून दिली होती. यातील

काही प्रकरणात पकडलेले स्वातंत्र्यसैनिक पोलिसांच्या तावडीतून सुटका करून पळून जाण्यात यशस्वी ठरले. कमखेडा प्रकरणातील शिवराम महिपत पाटील हे पोलिसांच्या तावडीतून बेटावद येथून पळाले, तर शंकर पांडू माळी हेही पळाले. पुढे त्यांनी चिमठाणा लुटीत भाग घेतला.

दुसरे एक राजकीय कैदी शिवाजी गिरधर पाटील यांनी २६ जानेवारी १९४३ रोजी धुळे तुरुंगाच्या भिंतीवरून उडी मारून पळ काढला. तर त्यांचे बंधू उत्तमराव यांनी पंढरपूर येथून अटकेतून पलायन केले व ते साताऱ्याला गेले. या आंदोलनाची वैशिष्ट्यपूर्ण घटना म्हणजे धुळ्याजवळील कापडणे या गावी असलेला स्वातंत्र्यचळवळीचा जोर आणि ब्रिटिश अधिकाऱ्यांच्या विरुद्ध असलेला तीव्र असहकार लक्षात घेऊन इंग्रज अधिकाऱ्यांनी कापडणे गावावर सामूहिक दंड बसवला आणि तो कमालीच्या क्रूरपणाने वसूल केला. या गावचे नेतृत्व त्या वेळी माधवराव दिवाण पाटील यांच्याकडे होते. तसेच भूमिगत राहून सरकारी कचेऱ्या जाळणे, पोस्टाच्या पेट्या तोडणे, घातपाती कृत्ये करणे या कामात कापडण्याचे विष्णू सीताराम पाटील हे भूमिगतांचे नेतृत्व करीत होते. त्यामुळे या गावाचे नाव आणि खान्देशातील क्रांतिकारकांची चळवळ भारतभर प्रसिद्ध झाली होती, मात्र दुसऱ्या महायुद्धाची समाप्ती आणि काँग्रेसजनांची बंदीवासातून सुटका यांमुळे क्रांतिकारकांना त्यांचे आंदोलन थांबवण्यास सांगण्यात आले आणि एका क्रांतिपर्वाला विराम मिळाला.

गांधीजी आणि ब्रिटिश सरकार यांच्यातील वाटाघाटींकडे देशाचे लक्ष लागून राहिले होते. १९४५मध्ये पोस्ट व तार खात्यातील लोकांचा देशव्यापी संप झाला, तर १९४६मध्ये नाविक दलात संप झाला. त्याच सुमारास शेतकरी व कामगारांच्या चळवळी आणि कामगारांचा संप यांच्यामुळे देशातील राजकीय असंतोषाला पुन्हा उधाण आले होते.

९ मे १९४५ रोजी दुसऱ्या महायुद्धात जर्मनीचा दारूण पराभव होऊन हिटलरने आत्महत्या केली. पुढे जपानचाही पराभव झाला. १९४६ला नागासाकी व हिरोशिमा या शहरांवर अणुबॉम्ब टाकून अमेरिकेने पाशवी बळावर जपानला शरण यायला भाग पाडले. त्यानंतर इंग्लंडमध्ये संसदेच्या निवडणुका झाल्या. युद्धात यशस्वी नेतृत्व करणाऱ्या चर्चिलच्या हुजूर पक्षाचा पराभव होऊन ॲटलीच्या नेतृत्वाखाली मजूर पक्ष सत्तेवर आला. त्या पक्षाने भारतासाठी हंगामी सरकारचा प्रस्ताव दिला व घटना समितीची योजना काँग्रेस व मुस्लिम लीगच्या

नेत्यांपुढे मांडली. जुलै महिन्यात घटना परिषदेवर पाठवायच्या प्रतिनिधींची निवड करण्यात आली. या निवडणुकीत खान्देशातून काकासाहेब गाडगीळ व भाऊसाहेब हिरे हे निवडून गेले आणि देशाच्या विविध भागांतील प्रतिनिधींच्या घटना परिषदेने देशाची घटना-संविधान लिहिण्याचे काम १ डिसेंबर १९४६ पासून सुरू केले. या काळात जिना व मुस्लिम लीगने मुस्लिमांसाठी स्वतंत्र पाकिस्तानची मागणी लावून धरली होती आणि इंग्रजांचा तिला पाठिंबा होता. इंग्लंडहून लॉर्ड माऊंटबॅटन यांना व्हाईसरॉय म्हणून १९४७च्या मार्चमध्ये भारतीय स्वातंत्र्याचा कार्यक्रम निश्चित करून स्वातंत्र्याचे वेळापत्रक ठरविण्यासाठी भारतात पाठवण्यात आले होते.

घटना परिषदेत बाबू राजेंद्रप्रसाद यांना अध्यक्षपद देण्यात आले. पं. जवाहरलाल नेहरू, सरदार पटेल, डॉ. राधाकृष्णन यांसारखे थोर नेते, तसेच बॅरिस्टर जयकर, डॉ. बाबासाहेब आंबेडकर यांसारखे कायदेपंडित सदस्य म्हणून होते.

ब्रिटिशांच्या योजनेनुसार जून १९४८ अखेर ते भारत सोडतील असे जाहीर झाले होते, परंतु १९४७मध्ये आलेल्या लॉर्ड माऊंटबॅटन यांनी सर्वांशी चर्चा, विचारविनिमय करून ३ जून रोजी फाळणीची योजना मांडली. तसेच १५ ऑगस्टला स्वातंत्र्य देणार असेही जाहीर केले. माऊंटबॅटन यांच्या प्रस्तावावर विचार करण्यासाठी अखिल भारतीय काँग्रेस कमिटीची बैठक १४ व १५ जूनला झाली. त्या बैठकीत काँग्रेसने हा प्रस्ताव मान्य केला. फाळणीची अपरिहार्यता लक्षात घेऊन सर्व लोकांनी शिस्तीने व शांतपणाने परिस्थितीला सामोरे गेले पाहिजे आणि त्या वातावरणात स्वातंत्र्याचे रक्षण केले पाहिजे, असे आवाहन करणारा ठराव काँग्रेसच्या बैठकीत संमत झाला. दुसऱ्या एका ठरावाद्वारे संस्थानिकांना स्वतंत्रपणे कोणताही निर्णय जाहीर करता येणार नाही, असेही स्पष्ट केले. देशातील जनतेमध्ये स्वातंत्र्याविषयी, फाळणीविषयी उत्सुकता निर्माण झाली होती. नवी घटना, नवे सरकार कसे असेल, याबद्दल उत्सुकता होती.

१९४४च्या आंदोलनातून व कारावासातून सावरलेले स्वातंत्र्यसैनिक गावोगावी स्थिर होत होते. १९४६ला प्रांतिक विधिमंडळाच्याही निवडणुका होऊन प्रांतातील हंगामी सरकारे अधिकारारूढ झाली होती. या सर्व परिस्थितीकडे १९४४च्या मध्यास नाशिक तुरुंगातून सुटलेले चुडामणअण्णा मोठ्या उत्सुकतेने पाहत होते. मुंबई प्रांतिक काँग्रेसमध्ये जिल्हा प्रतिनिधी म्हणून ते सहभागी होत होते. मात्र जिल्ह्यातील बडे नेते जसे त्यांना अशिक्षित म्हणून मागे ढकलायला

पाहत होते, त्याच प्रकारचा अनुभव प्रांतिकमध्येही येऊ लागला. वकील आणि उच्चभ्रू लोकांना चुडामणअण्णांसारखा 'अडाणी माणूस' पुढारपण करतो हे खपेना.

तुरुंगातून सुटून आल्यानंतर त्यांच्यापुढे सर्वांत मोठे आव्हान होते ते या दोन वर्षांत विस्कटलेली संसाराची घडी पुन्हा व्यवस्थित बसवण्याचे. आपल्या आठवणीत त्यांनी एका ठिकाणी असे नमूद केले आहे, की संसार पूर्ण विस्कटला होता. वृद्ध आई-वडिलांनी, नातेवाइकांनी मित्रांकडून उसनवार पैसे घेऊन संसार टिकवला होता. एव्हाना मुले शाळेत जाऊन अभ्यासात उत्कृष्ट हुशारी व चमक दाखवू लागली होती. मुलांना अभ्यासाची गोडी होती. मुलांची आजी आणि आई या कडक शिस्तीच्या होत्या. मुलांचे प्राथमिक शिक्षण मोहाडी गावच्या शाळेत झाले. पण हायस्कूलमध्ये घालण्याची वेळ आली, तेव्हा मात्र त्यांनी धुळे शहरात मुलांना शिकायला पाठवायचे असे ठरवले होते. त्या वेळी धुळे शहरात दोन प्रमुख हायस्कूले होती. त्यातील एक शिवाजी हायस्कूल व दुसरे जे. आर. सिटी हायस्कूल हे धुळे एज्युकेशन सोसायटीचे होते.

मराठा विद्या प्रसारक संस्थेच्या चालकमंडळींशी सुरुवातीच्या काळात चुडामणअण्णा यांचे काही मतभेद होते व ते अतिशय तीव्र स्वरूपाचे होते. त्या मतभेदांचा फटका मुलांना शिवाजी हायस्कूलमध्ये घातल्यास बसेल, अशी भीती चुडामणअण्णा यांना वाटली. त्यामुळे कटाक्षाने शिवाजी हायस्कूलमध्ये मुलांना पाठवायचे नाही, असा निर्णय त्यांनी घेतला.

मुलांना जे. आर. सिटी हायस्कूलमध्ये दाखल केले. त्यानंतर उच्च शिक्षणासाठी पुण्याला पाठवले. मुलांच्या शिक्षणाकडे चुडामणअण्णा यांचे फार बारीक लक्ष असायचे. चारही मुलांची शैक्षणिक प्रगती आणि व्यावसायिक उत्कर्ष कसा झाला, त्याची हकीकत स्वतंत्र प्रकरणात दिली आहे. चुडामणअण्णा यांनी मुलांच्या शिक्षणाकडे इतक्या बारकाईने लक्ष दिले, की सर्वांचे आयुष्य उत्तम प्रकारे घडले. त्यांचे राजकीय विरोधकसुद्धा आदर्श व कर्तव्यदक्ष पिता आणि पालक म्हणून त्यांना जे यश मिळाले त्याबद्दल त्यांची प्रशंसा करतात. ज्या श्री शिवाजी विद्या प्रसारक संस्थेची सूत्रे स्वातंत्र्यानंतर आपल्या हातात घेऊन तिचा जिल्हाभर विस्तार अनेक हायस्कूल, महाविद्यालये व इतर शैक्षणिक उपक्रमांच्या रूपाने केला व तिला राष्ट्रीय नावलौकिक मिळवून दिला, त्या संस्थेत स्वातंत्र्यपूर्वी आपली मुले यांनी का दाखल केली नाहीत, या मागील कारणांचा ऊहापोह केल्याशिवाय चुडामणअण्णा यांच्या राजकीय, सामाजिक व शैक्षणिक क्षेत्रातील वाटचालीची

दिशा स्पष्ट होणार नाही. १९०८मध्ये स्थापन झालेल्या आणि पुढे हळूहळू विस्तारत गेलेल्या तत्कालीन खान्देश मराठा विद्या प्रसारक समाजाचे कामकाज जिल्ह्यातील श्रीमंत व सुशिक्षित मराठा नेत्यांकडे होते. यात वकील, बॅरिस्टर, डॉक्टर व रावबहादूर लोकांचा समावेश होता.

या संस्थेने मराठा शिक्षण परिषदेची एक मराठा कॉन्फरन्स धुळे येथे आयोजित करण्यात आली होती. त्या परिषदेच्या स्वागत मंडळात आपल्याला सदस्य करून घ्यावे, म्हणून नाव नोंदवण्यासाठी चुडामणअण्णा गेले होते. मात्र संयोजकांपैकी कोणीही त्यांना सदस्य करून घेण्यास तयार नव्हते. खरे कारण त्यांना अण्णांसारखा चळवळ्या परंतु अल्पशिक्षित माणूस आपल्यामध्ये नको होता. 'मला सभासद का करून घेत नाही' याचे कारण विचारल्यावर, ते तुम्ही स्वागताध्यक्षांना विचारा, असे नोंदणी करून घेणाऱ्या लोकांनी सांगितले. त्यानंतर चुडामणअण्णा थेट स्वागताध्यक्षांकडे गेले. (हे स्वागताध्यक्ष म्हणजे धुळे तालुक्यातील मराठा समाजातील बॅरिस्टर सुखदेव तोताराम पाटील हे होते. तसेच परिषदेचे सूत्रधार श्री. माधवराव दिवाण पाटील हे होते.)

'मला स्वागत सदस्य का करून घेत नाही?' असा प्रश्न अण्णांनी विचारताच, बॅरिस्टर मोरे म्हणाले, 'तुम्ही दोन झेंडेवाले आहात.' एवढा मोठा शिकलेला माणूस आपल्याला अशी भाषा वापरतो याचे चुडामणअण्णा यांना आश्चर्य वाटले व रागही आला.

'मला दोन झेंडेवाले असे का म्हणता?' असा प्रतिप्रश्न चुडामणअण्णांनी स्वागताध्यक्षांना विचारला. त्यावर ते म्हणाले, 'होय तुम्ही दोन झेंडेवाले आहात. ही परिषद म्हणजे मराठा कॉन्फरन्स आहे आणि तुम्ही काँग्रेसवाले आहात. तेव्हा तुम्हाला मी सभासद करून घेणार नाही.' त्यावर चुडामणअण्णांनी, 'मराठा कॉन्फरन्सचे संयोजक नवलभाऊ पाटील व माधवराव दिवाण पाटील हेही माझ्यासारखे काँग्रेसवाले आहेत. मग तेही तुमच्या म्हणण्याप्रमाणे दोन झेंडेवाले असताना त्यांना सभासद कसे करून घेतले', असा प्रश्न अण्णांनी विचारला. त्यावर हुज्जत घालू नका, असे उत्तर मिळाले.

हा अपमान झोंबलेले चुडामणअण्णा परिषदेच्या वेळी प्रताप मिलच्या फाटकावर गेले. तेथे आपल्या सहकारी कामगारांना हा प्रकार समजावून सांगितला. त्या वेळी अण्णा मिलच्या कामगार संघटनेचे जबाबदार पदाधिकारी होते. त्यांच्या हाकेला 'ओ' देऊन काही कामगार मोर्चाने मराठा कॉन्फरन्सच्या ठिकाणी आले.

त्यात काँग्रेस व कम्युनिस्ट दोन्ही कामगार होते. टेक्निकल हायस्कूल या ठिकाणी सुरू होणारी कॉन्फरन्स या मोर्चाने उधळून लावली व बॅरिस्टर मोरे यांच्या वक्तव्याचा निषेध केला. या परिषदेसाठी मुंबईहून तत्कालीन शिक्षणमंत्री दिवाणबहादूर एस. टी. कांबळी हे आलेले होते. मोर्चाच्या घोषणांनी कॉन्फरन्समध्ये व्यत्यय आला व त्या दिवसापुरती ती बंद पडली. दुसऱ्या दिवशी मात्र कडेकोट पोलिस बंदोबस्तात ही मराठा कॉन्फरन्स पार पडली. तेव्हापासून मराठा शिक्षण प्रसारक संस्थेचे चालक आणि चुडामणअण्णा यांच्यातील वैमनस्य वाढत गेले होते. त्यामुळे अण्णांनी आपली मुले मराठा शिक्षण संस्थेच्या हायस्कूलात पाठवली नाहीत. (पुढे दोन वर्षांनी तालुका व जिल्हा लोकल बोर्ड यांच्या निवडणुकीच्या वेळी हे बॅरिस्टरसाहेब इच्छुक उमेदवार म्हणून मुलाखतीला आले. तेव्हा त्यांनी केलेल्या या अपमानाची परतफेड अण्णांनी सर्वांसमक्ष केली. त्याची हकीकत पुढे दिली आहे.)

चुडामणअण्णा काँग्रेस सभासद झाल्यानंतर व त्यांनी तालुका, जिल्हा काँग्रेस समितीत चिटणीसपद मिळवल्यानंतर त्यांच्याभोवती असणारे पूर्वीचे काही प्रस्थापित नेते पुढीलप्रमाणे होते. त्यात श्रीमंत आणि शिकलेल्या लोकांचा अधिक भरणा होता. त्यात खान्देश गांधी बाळुभाई मेहता, शंकरराव ठकार, रामेश्वर जोहारमल अग्रवाल, शालीग्राम रामचंद्र भारतीया, माधवराव दिवाण पाटील, नवल आनंदा पाटील हे प्रमुख नेते होते. नंतर बॅरिस्टर सुखदेव मोरे हेसुद्धा काँग्रेस पक्षात प्रवेश करते झाले. यातील बहुतेक सर्व लोकांना उत्तम शैक्षणिक पार्श्वभूमी तसेच घरची श्रीमंती लाभलेली होती, तर काहींचे सार्वजनिक व राजकीय जीवनातील स्थान भक्कम होते. त्यांच्या दृष्टीने कोणताही आगापिछा नसलेला आणि जेमतेम चौथी शिकलेला चुडामणअण्णांसारखा माणूस राजकारणात फार पुढे येणे ही धक्कादायक बाब होती.

सहकाऱ्यांच्या या विचारसरणीचा अण्णांना बराच त्रास झाला. तसेच पुढे विधान परिषद (१९५२) आणि विधानसभा (१९५७) या दोन निवडणुका जिंकून दहा वर्षे आमदार म्हणून काम बजावल्यानंतर ते लोकसभेच्या निवडणुकीला प्रथम (१९६२) उभे राहिले, तेव्हाही विरोधी पक्षाने त्यांच्या अल्पशिक्षितपणाचे भांडवल करून त्यांच्याबद्दल 'अडाणी उमेदवार' असा अपप्रचार करून जनमानसातील प्रतिमा खराब करण्याचा प्रयत्न केला. त्या अपप्रचाराला चुडामणअण्णांनी कसे चोख उत्तर दिले आणि माननीय यशवंतराव चव्हाणांनी त्यांच्या कर्तबगारीचा कसा उल्लेख जाहीर सभेत केला, याची हकीकत लोकसभा निवडणूक प्रकरणात आहे.

स्वातंत्र्यापूर्वी तुरुंगातून सुटून आल्यानंतर प्रत्यक्ष स्वातंत्र्य मिळेपर्यंतच्या काळात मुंबई प्रांताच्या राजकारणातही बऱ्याच उलथापालथी झाल्या आणि धुळे जिल्हा काँग्रेसचे सरचिटणीस व ज्येष्ठ नेते म्हणून चुडामणअण्णा त्यात अप्रत्यक्ष तसेच थेट सहभाग घेत होते. १९३६ व १९४६ साली झालेल्या मुंबई प्रांतीय असेंब्लीच्या निवडणुकीत धुळ्याचे मारवाडी उद्योगपती श्री. शालीग्राम रामचंद्र भारतीया हे निवडून गेलेले होते. राष्ट्रीय घटना परिषदेवर या भागातून भाऊसाहेब हिरे आणि काकासाहेब गाडगीळ निवडून गेले होते.

१९३७च्या निवडणुकीनंतर भाऊसाहेब हिरे यांना उपमंत्र्यांसारखी पार्लमेंटरी सेक्रेटरीची जागा मिळालेली होती व मंत्र्यांच्या वतीने विधानसभेत प्रश्नांची उत्तरे देण्याची जबाबदारी मिळाली होती. १९४६च्या निवडणुकीत प्रांतिक सरकारमध्ये मुंबईचे पंतप्रधान (त्या काळी मुख्यमंत्र्यास पंतप्रधान म्हणत) म्हणून बाळ गंगाधर खेर यांची नियुक्ती झाली होती. त्यांनी यशवंतराव चव्हाण यांना पार्लमेंटरी सेक्रेटरीचे पद दिले. भाऊसाहेब हिरे तेव्हा दिल्लीतील घटना परिषदेत होते. मात्र मुंबई प्रांतिक काँग्रेसच्या कामकाजाच्या निमित्ताने या नेत्यांशी चुडामणअण्णा यांचा सतत संपर्क येत असे. स्वातंत्र्यानंतरच्या काळात प्रांतिक काँग्रेस कमिटीत बदल झाले. शंकरराव देव यांचे महाराष्ट्र काँग्रेसमध्ये मोठे प्रस्थ होते. ते हळूहळू कमी झाले. प्रत्येक जिल्ह्यातून काँग्रेस कार्यकर्त्यांची नवी फळी तयार होऊन ते पुढे आले. त्यामुळे टिळक युगापासून संघटनेत असलेल्या तसेच दांडी यात्रा किंवा इतर सत्याग्रह या कार्यक्रमात ते बड्या नेत्यांकडून बरेच काही शिकत होते. या पिढीने स्वातंत्र्याच्या संधिकाळात काँग्रेस संघटनेत जबाबदारीची पदे सांभाळायला सुरुवात केली.

एकेकाळी उद्योगपती, श्रीमंत जमीनदार, शेतकरी, बॅरिस्टर किंवा वकील किंवा सरंजामदारांचे वंशज अशा लोकांकडे असणारी संघटनेची पदे हळूहळू बहुजन समाजातील तसेच कष्टकरी वर्गातील निष्ठावंत काँग्रेस कार्यकर्त्यांकडे जाऊ लागली होती. धुळे जिल्ह्यात शालीग्राम भारतीया शेठ, माधवराव दिवाण पाटील, तसेच रंगनाथ टोणगावकर हे बाळुभाई मेहता यांच्या नेतृत्वाखाली काम करीत होते. जिल्ह्यातील विविध गावांत पसरलेल्या बड्या जमीनदार शेतकऱ्यांकडे मुबलक पैसा आणि भरपूर साधनसंपत्ती असल्यामुळे त्यांची मदत स्वातंत्र्यचळवळीला उपयुक्त अशी होती. अशा लोकांची एक स्वतंत्र पार्टी असे, तिला पक्ष किंवा तत्त्वज्ञान असे बंधन नसे. या लोकांना पैशांच्या जोरावर सत्ता एवढेच ठाऊक होते. त्यांना 'राव पार्टी' असेही नाव होते. परंतु प्रत्यक्ष मैदानात उतरून काम करणाऱ्या

लोकांचेही महत्त्व संघटनेच्या आणि लढाईच्या दृष्टीने तितकेच होते. अशा नव्या कार्यकत्यापैकी चुडामणअण्णा पाटील हे एक होते.

कोणाच्याही मदतीला केव्हाही धावून जाण्याच्या स्वभावामुळे ते ग्रामीण व शहरी भागातील लोकांचे लाडके झाले होते. धुळे तालुका काँग्रेस कमिटी आणि जिल्हा काँग्रेसच्या सेक्रेटरीपदापर्यंत पोहोचले. त्यांच्या शब्दाला पक्ष संघटनेतही वजन प्राप्त झाले होते. प्रत्येक तालुक्यात आणि गावागावांत त्यांनी काँग्रेससाठी तळागाळापासून ते सर्व जातींतील समविचारी सहकाऱ्यांची फळीसुद्धा उभी केली होती. एकदा तालुका लोकल बोर्डाच्या निवडणुकीसाठी काँग्रेसचे उमेदवार ठरवण्याचा प्रसंग आला, तेव्हा त्यांना अर्जदारांच्या मुलाखती घ्याव्या लागल्या. या अर्जदारांमध्ये काही काळापूर्वी मराठा कॉन्फरन्सच्या निमित्ताने ज्यांच्याशी संघर्ष झाला होता ते बॅरिस्टर सुखदेव मोरे काँग्रेस तिकिटासाठी मुलाखतीला आले. तिकीट वाटपाचा निर्णय घेणाऱ्या तालुका पार्लमेंटरी बोर्डात तालुका कमिटीचे अध्यक्ष लळिंगचे नारायण परदेशी होते, तर चुडामणअण्णा हे तालुका काँग्रेसचे चिटणीस होते. बॅरिस्टरसाहेब मुलाखतीसाठी आत आले.

मुलाखत मंडळावर बाळुभाई मेहता व नवलभाऊ पाटील हेही होते. चुडामण पाटील यांनी मंडळाला विनंती केली, की ते प्रश्न विचारतील, इतरांनी काही विचारू नये. त्यानुसार त्यांनी बॅरिस्टरसाहेबांना पहिला प्रश्न विचारला, 'आपले नाव काय?' उत्तर देण्याऐवजी बॅरिस्टरसाहेब त्यांच्याकडे बघत राहिले. त्या वेळी बाळुभाईंनी चुडामणअण्णांना विचारले, की 'त्यांचे नाव तुम्हाला माहीत नाही का?' त्यावर चुडामणअण्णा म्हणाले, की 'माझा प्रश्न गैर आहे? आणि त्यांना नाव सांगण्यात कमीपणा वाटतो का?' या बिनतोड युक्तिवादानंतर बॅरिस्टरसाहेबांनी आपले नाव सांगितले.

त्यानंतर चुडामणअण्णांनी पुढला जो प्रश्न विचारला, तो ऐकताच निवड समितीचे सर्व सभासद अचंबित होऊन अण्णांकडे पाहू लागले. कारण तो प्रश्नच तसा होता. अण्णांनी विचारले होते, "बॅरिस्टरसाहेब, आपण किती झेंडेवाले आहात?" समितीतील कोणाला कळेना, असा हा प्रश्न का विचारला. या प्रश्नाने बॅरिस्टरांचा चेहरा पूर्णपणे काळाठिक्कर पडला असावा. ते काही बोलेनात. तेव्हा चुडामणअण्णा पुढे म्हणाले, की 'तुम्ही काही बोलणार नाही. परंतु तुम्ही दोन झेंडेवाले आहात. त्यामुळे तुम्हाला तिकीट मिळणार नाही.' अण्णांच्या या विधानाला बाळुभाई मेहता यांनी हरकत घेतली आणि या विषयावर निवडणूक

समितीचे मतदान घेण्याचे ठरले. परंतु मतदान घेण्यापूर्वी आपल्याला काही सांगायचे आहे, असे म्हणून चुडामणअण्णा यांनी काही काळापूर्वी झालेल्या मराठा कॉन्फरन्सच्या वेळी बॅरिस्टर मोरेंनी त्यांना कसे दोन झेंडेवाले म्हटले होते व अपमान केला होता, त्याची माहिती मंडळाला दिली. मराठा काँग्रेस कार्यकर्त्याला दोन झेंडेवाले म्हणून हिणविणारे बॅरिस्टर मोरे तिकिटासाठी काँग्रेसकडे आले होते. त्यामुळे तेही त्यांच्याच भाषेत दोन झेंडेवाले ठरतात. काँग्रेसबद्दल असे मत असणाऱ्या माणसाला पक्षाने का तिकीट द्यावे, असे अण्णांनी सर्वांना विचारले.

मतदान झाले. मंडळातील ३६ मते बॅरिस्टर मोरेंच्या विरोधात व चार मते त्यांच्या बाजूने पडली. बॅरिस्टर मोरेंची बाजू घेणाऱ्यांत स्वतः बाळुभाई मेहता, नवल पाटील व माधवराव दिवाण पाटील यांचा समावेश होता. जिल्हा निवड मंडळातही बॅरिस्टर मोरे यांना तिकीट नाकारण्यात आले आणि त्या गटात मोहाडीचे भटा नारायण पाटील व विंचूरचे ओंकार विश्वास पाटील यांना पक्षाने उमेदवारी दिली. बॅरिस्टर मोरे यांनी चाल खेळली. स्वतः अपक्ष म्हणून उमेदवारी अर्ज भरला आणि काँग्रेसचे दुसरे उमेदवार ओंकार पाटील यांना चुकीच्या पद्धतीने अर्ज भरावयास लावला. त्यामुळे तो अर्ज छाननीत बाद ठरला व पक्षाने नाईलाजाने बॅरिस्टर मोरे यांना पाठिंबा दिला. प्रत्यक्ष निवडणुकीत खरे उमेदवार भटा नारायण पाटील प्रचंड मतांनी निवडून आले आणि चलाखीने उमेदवारी मिळवलेले बॅरिस्टर मोरे जेमतेम काठावर विजयी झाले.

❖❖❖

# स्वातंत्र्याचे स्वागत व पुढे

१५ ऑगस्ट १९४७ रोजी भारत स्वतंत्र झाला. त्या वेळी चुडामणअण्णा काय करीत होते, हे पाहणे अधिक महत्त्वाचे आहे. १४ ऑगस्ट १९४७च्या मध्यरात्री दिल्लीत स्वतंत्र भारताचे पंतप्रधान म्हणून पं. जवाहरलाल नेहरूंनी सूत्रे हाती घेतली. रात्री बाराच्या ठोक्याला पं. जवाहरलाल नेहरूंनी लाल किल्ल्यावर तिरंगा फडकावून भारताच्या स्वातंत्र्याची घोषणा केली. घटना समितीचे अध्यक्ष बाबू राजेंद्रप्रसाद यांनी स्वातंत्र्यलढ्यातील ज्ञात व अज्ञात हुतात्म्यांना श्रद्धांजली वाहिली. त्यानंतर पं. नेहरूंचे ऐतिहासिक भाषण झाले. ते भावपूर्ण व काव्यमय होते. पंडितजी म्हणाले, 'खूप वर्षांपूर्वी आपण नियतीशी एक करार केला होता. तो पूर्ण करण्याची वेळ आता आली आहे. आज मध्यरात्रीचा ठोका पडेल, तेव्हा जग निद्राधीन असेल, पण स्वतंत्र भारत जागा होईल. एक क्षण असा येतो आणि इतिहासात तो क्वचित येतो, जेव्हा आपण जुने टाकून नव्याचा वेध घेतो. तेव्हा एका युगाचा अंत होतो आणि बराच काळ दडपलेल्या राष्ट्राच्या आत्म्याला वाचा फुटते.'

धुळे येथेही जिल्हा पोलिस मैदानावर झालेल्या विशेष समारंभात जिल्ह्यातील लोकप्रतिनिधी, स्वातंत्र्यसैनिक आणि अधिकारी तसेच विद्यार्थी यांच्या उपस्थितीत स्वातंत्र्याचे स्वागत करण्यात आले. धुळ्यात तिरंगा फडकावण्याचा मान तेव्हा काँग्रेस कमिटीचे अध्यक्ष स्वातंत्र्यसैनिक श्री. रंगनाथ टोणगावकर यांना मिळाला. चुडामणअण्णा पाटील हे त्या वेळी जिल्हा काँग्रेसचे चिटणीस होते.

धुळ्यातील या सोहळ्याचे वैशिष्ट्य म्हणजे अण्णांचे ज्येष्ठ चिरंजीव भास्करदादांनी आपले शाळकरी मित्र व गावातील इतर मुले जमवून काँग्रेस सेवा दलाच्या विद्यमाने झेंडावंदनाचा कार्यक्रम मोहाडी गावात आयोजित केला होता. त्यात शेकडो मुले उत्साहाने सहभागी झाली होती. बघता बघता देशात एक स्थित्यंतर आले होते. त्यातून नवा भारत उभा राहत होता.

❖❖❖

# पहिली निवडणूक १९५२

स्वातंत्र्यप्राप्तीनंतर १९४८ साली धुळे जिल्हा कॉंग्रेस कमिटीचे अध्यक्षपद चुडामणअण्णा यांच्याकडे आले. १९२९ पासून ते कॉंग्रेसमध्ये आले होते. भारतीयांची गुलामगिरी नाहीशी करणे हे कॉंग्रेसचे ध्येय होते. ते कॉंग्रेसचे सदस्य होण्यामागे आणखी एक कारण होते, ते म्हणजे कॉंग्रेस गरीब शेतकरी मजुरांना सन्मानाने जगण्याची चांगली साधने उपलब्ध करून देईल, असा विश्वास त्यांना वाटत होता. कॉंग्रेसमध्ये आल्यापासून त्यांनी स्वदेशी कापड वापरण्यास सुरुवात केली. सुरुवातीला त्यांनी सहा वर्षे हातमागावर तयार होणारी खादी वापरली. ही खादी त्या वेळी साक्री तालुक्यातील म्हसदी येथे मिळत असे. नंतर काही दिवसांनी त्यांनी शुद्ध खादीचे कापड वापरण्यास सुरुवात केली व अखेरपर्यंत खादीचेच कपडे वापरले.

धुळे जिल्हा कॉंग्रेस कमिटीचे अध्यक्ष म्हणून त्यांनी जिल्ह्यातील डिस्ट्रिक्ट लोकल बोर्डाच्या निवडणुकीत कॉंग्रेसची सत्ता येईल अशा प्रकारे संघटन व नेतृत्व केले. त्यानंतर १९५२ साली देशातील पहिल्या सार्वत्रिक निवडणुका जाहीर झाल्या. २६ जानेवारी १९५० पासून देशात नवे संविधान लागू झाले होते. त्यानुसार लोकसभेच्या आणि विधानसभेच्या निवडणुका जाहीर झाल्या. या निवडणुकीत विधानसभेसाठी पक्षातर्फे उमेदवारी मिळावी अशी अण्णांची इच्छा होती. त्याप्रमाणे धुळे जिल्ह्यातून प्रांतिक कॉंग्रेसकडे ज्या शिफारशी गेल्या होत्या त्यात धुळे तालुका मतदारसंघातून विधानसभेसाठी श्री. चुडामणअण्णा पाटील यांना उमेदवारी द्यावी, अशी शिफारस गेली होती. शिवाय जिल्हा कॉंग्रेस अध्यक्ष असल्याने त्यांनी स्वतः ही प्रांतिक कॉंग्रेसकडे तसा अर्ज केला होता. मात्र त्या वेळी प्रांतिक कॉंग्रेसचे अध्यक्ष असलेले भाऊसाहेब हिरे यांनी स्पष्ट सांगितले, की चुडामण पाटील यांना धुळे तालुक्यात उमेदवारी मिळणार नाही. त्यांना ती बॅरिस्टर सुखदेव मोरे यांना द्यायची होती. एकतर मोरे हे मंत्रिमंडळातील माजी

मंत्र्याचे साडू होते आणि वरिष्ठ नेते चुडामणअण्णांच्या अल्पशिक्षितपणाचे भांडवल करून त्यांना पुढे येऊ देण्याची संधी नाकारण्याचा खेळ काही काँग्रेस नेते खेळत होते. परंतु चुडामणअण्णांची लोकप्रियता एवढी होती, की लोक त्यांनाच वारंवार जिल्हाध्यक्षपदी निवडून देत होते. आणि त्यांनी नेमून दिलेल्या उमेदवारांनाही सर्व प्रकारच्या निवडणुकांत दणदणीत बहुमताने निवडून देत होते. याही वेळी गंमत अशी, की चुडामणअण्णांना 'तुम्ही धुळे तालुका सोडून इतरत्र कोणताही मतदारसंघ मागा, तुम्हाला तिकीट देतो' अशी तयारी प्रांतिकच्या नेत्यांनी दाखवली होती. त्यावरून शैक्षणिक पात्रता कमी असल्याचे कारण हे काही खरे कारण नव्हे, हे आपोआप सिद्ध होते. चुडामणअण्णांच्या दैनंदिन संपर्कामुळे सर्वच मतदारसंघ त्यांच्यासाठी सोपे होते, पण वास्तव्य आणि संपर्क यासाठी त्यांना धुळे तालुका हा आपला मतदारसंघ वाटत होता. त्यांचा पाठिंबा असल्यास काँग्रेसचा कोणीही उमेदवार सहज निवडून येईल हेही तितकेच खरे होते. याचा फायदा काँग्रेस पक्ष ज्याला तिकीट देईल त्याला मिळणार होता. इतर तालुक्यांत आणि मतदारसंघांत जे नवनवे ग्रामीण नेतृत्व उदयाला येत होते आणि अण्णांच्या मार्गदर्शनाखाली तयार होत होते. त्यांच्यापैकी कोणा एकाची संधी हिरावून घेणे अण्णांच्या सदसद्विवेक बुद्धीला पटत नव्हते. म्हणून त्यांनी धुळे तालुक्यातच आग्रह धरला होता.

प्रांतिक कमिटीने म्हणजे भाऊसाहेब हिरे यांनी स्पष्टपणे हे तिकीट नाकारल्याने चुडामणअण्णा यांनी प्रांतिक पार्लमेंटरी काँग्रेस कमिटी बोर्डाच्या निर्णयाविरोधात दिल्ली येथे केंद्रीय काँग्रेस पार्लमेंटरी बोर्डाकडे अपील दाखल करून दाद मागितली. त्यासाठी त्यांनी दिल्लीला जाण्याचा विचार केला व निघाले. दिल्लीमध्ये पंतप्रधान पं. जवाहरलाल नेहरू व इतर पुढाऱ्यांना भेटण्याचा त्यांचा विचार होता. त्यांच्या या दिल्लीभेटीची हकीकत मोठी रंजक आहे. खिशात केवळ ६४ रुपये घेऊन जुनी दिल्ली रेल्वे स्टेशनवर उतरलेल्या चुडामणअण्णांनी एक धर्मशाळा गाठली. तेथे राहण्याची व्यवस्था होईल किंवा कसे, या विषयी चौकशी केली. तेथील माणसाने एक मोठा हॉल दाखला. तेथे झोपण्याची सोय आणि भिंतीतील एका कपाटात सामान ठेवण्याची सोय अशी व्यवस्था रोज एक आणा भाड्याने होईल, असे सांगितले. अण्णांनी कपाट व कुलूप ताब्यात घेतले. पुढील तेरा-चौदा दिवसांच्या मुक्कामात रोज धर्मशाळेतून निघून पार्लमेंटरी बोर्डाच्या सदस्यांना भेटण्याचा कार्यक्रम त्यांनी आखला. त्यांची कार्यालये धर्मशाळेपासून फार दूर होती आणि टॅक्सीचे भाडे परवडण्यासारखे नव्हते. त्यामुळे हा प्रवास त्यांनी रोज पायीच केला.

बहुतेक सर्व सदस्यांनी आपण प्रांतिकच्या निर्णयाविरुद्ध जाणार नाही अशी भूमिका घेतली. कारण प्रांतिकचे अध्यक्ष चुडामणअण्णा यांना अनुकूल नाहीत, हे स्पष्ट झाले होते. त्यामुळे सर्वत्र नकार मिळाला.

शेवटचा उपाय होता खुद्द पंडितजींना भेटणे. ती भेट लवकरच घेणे आवश्यक होते. कारण ६४ रुपयांची गंगाजळी संपत आली होती. अखेर मनाचा हिय्या करून एक दिवस ते ऑल इंडिया काँग्रेस कमिटीच्या कचेरीत चालत चालत पोहोचले. तेथे अध्यक्ष पं. जवाहरलाल नेहरू यांच्या कार्यालयासमोर जाऊन भेटीची संधी कशी घेता येईल याची चाचपणी केली. भेटणाऱ्यांची गर्दी खूप मोठी होती आणि बाहेर नियंत्रणासाठी काँग्रेस सेवा दलाचे सेवक उभे होते. आत प्रवेश तर मिळत नाही आणि जास्त दिवस दिल्लीत राहणे परवडत नाही म्हणून पंडितजींना भेटण्यासाठी काही तरी शक्कल लढवली पाहिजे, असे अण्णांच्या मनाने घेतले. त्यांनी अध्यक्षांच्या नावे एक निवेदन लिहिले व ते तरी आता पाठवा, अशी विनंती केली. त्या वेळी पंडितजींच्या कार्यालयाच्या दारावर सुरतचे मोठे कापड मिलचे मालक साराभाई यांची मुलगी मृदुला साराभाई ही प्रमुख होती. तिला ते निवेदन पंडितजींपर्यंत पोहचवण्याची विनंती केली, परंतु तिने सरळ सरळ धुडकावून लावले. आता सरळ मार्गाने पंडिजींची भेट होणार नाही, तेव्हा जबरदस्तीने प्रवेश करावा असा निर्णय चुडामणअण्णांनी तेथल्या तेथे घेतला आणि वाटेत येणाऱ्या सर्वांना बाजूला ढकलत चुडामणअण्णा पंडितजींकडे निघाले. तेव्हा एकच गोंधळ उडाला. त्यामुळे पंडितजींचे आपोआपोच तिकडे लक्ष वेधले गेले. हा काय प्रकार आहे, असे विचारत त्या सेवकांना 'उसे छोड दो' असे पंडितजी म्हणाले. पडत्या फळाची आज्ञा घेऊन चुडामणअण्णा पंडित नेहरूंसमोर उभे राहिले.

ही पंडितजी आणि अण्णांची पहिली भेट. त्यानंतर त्यांची दुसरी भेट झाली ती १९६२च्या निवडणुकीत खुद्द पंडितजींसारखे मताधिक्य मिळवून चुडामणअण्णा लोकसभेत पोहोचले तेव्हा. अण्णांनी पंडितजींना नम्रपणे नमस्कार केला. "क्या बात है?" पंडितजींनी विचारले. त्यावर चुडामणअण्णांनी त्यांच्या हाती निवेदन दिले. पंडितजी म्हणाले,

"आपके प्रांतिक के अध्यक्ष अगर मानते नही तो मै कुछ नही कर सकता। आप वापस जाकर उन्हे समझाईये।"

हे उत्तर ऐकल्यावर पंडितजींचे आभार मानून व त्यांना नमस्कार करून चुडामणअण्णा बाहेर पडले. पुढे काय करावे या विचारात असताना त्यांना

काकासाहेब गाडगीळांची आठवण आली. गाडगीळ त्या वेळी भारत सरकारचे मंत्री होते, शिवाय मुंबई प्रांतिकचे अध्यक्ष भाऊसाहेब हिरे यांच्याशी त्यांची जवळीक होती. काकासाहेबांशी चुडामणअण्णांचा खूप जुना परिचय होता. १९४२च्या 'चले जाव' आंदोलनात काकासाहेब व चुडामणअण्णा यांनी काही काळ नाशिक येथे एकत्र तुरुंगवास भोगला होता. त्या काळात काकासाहेबांकडून चुडामणअण्णांना अनेक गोष्टी शिकावयास मिळाल्या होत्या. काँग्रेस पक्षावरची अढळ निष्ठा हा दोघांच्या राजकीय जीवनातला समान धागा होता. पक्षाने कसेही वागवले, तरीही आपण पक्ष सोडायचा नाही ही निष्ठा दोघांनी आयुष्यभर जपली.

दिल्लीत विधानसभा तिकिटासंबंधात आपल्यावर झालेल्या अन्यायाची हकीकत चुडामणअण्णांनी काकांच्या कानांवर घातली, तेव्हा काकासाहेब म्हणाले, "भाऊसाहेब हिरे जोपर्यंत तुम्हाला अनुकूल होत नाहीत तोपर्यंत काहीही होणार नाही." आणि भाऊसाहेब हिरे आपल्याला अनुकूल नाहीत हे पूर्णपणे ठाऊक असल्यामुळे चुडामणअण्णा त्यांचा निरोप घेऊन बाहेर पडले. त्यानंतर पुढे काय करावे, या विचारात असताना त्यांना त्या वेळी दिल्लीत असलेले मोरारजीभाई देसाई यांना भेटावेसे वाटले. त्याप्रमाणे त्यांनी मोरारजींना गाठले. धुळे तालुका विधानसभा तिकिटांची हकीकत कथन केली. सर्व परिस्थिती जाणून घेतल्यावर मोरारजी चुडामणअण्णांना म्हणाले, "भाऊसाहेब हिरे आणि तुमचे बॅरिस्टर मोरे यांचे राजकीय संबंध कसे आहेत, हे मला पूर्ण ठाऊक आहे. तेव्हा आता तिकिटाची आशा धरू नका, पण मी जर मुख्यमंत्री झालो तर तुम्हाला विधान परिषदेचे तिकीट नक्की देईन. त्याबद्दल तुम्ही काळजी करू नका. आता निवडणुकीच्या कामाला लागा." मोरारजीभाईंनी त्यांचा शब्द पाळला. पण त्यासाठी हिरेंनी खोडा घातला होताच. ती हकीकत विधानसभा निवडणुकीनंतरची असल्याने त्याकडे नंतर वळू.

दिल्लीहून एका अर्थाने निराश होऊन धुळ्याला परतल्यानंतर चुडामणअण्णांनी जिल्हा काँग्रेस कमिटी अध्यक्ष म्हणून निवडणूक प्रचाराच्या आखणीला सुरुवात केली. त्यातील पहिला भाग म्हणून गैरसमज दूर करण्यासाठी बॅरिस्टर मोरे यांची त्यांच्या घरी जाऊन प्रथम भेट घेतली. वास्तविक प्रथेप्रमाणे उमेदवाराने जिल्हा अध्यक्षांकडे यायला हवे होते, परंतु एकंदरीत पार्श्वभूमी लक्षात घेऊन चुडामणअण्णाच बॅ. मोरे यांना भेटावयास गेले. अण्णा बॅरिस्टरसाहेबांना म्हणाले, "अप्पासाहेब आपल्याऐवजी तिकीट मिळविण्यासाठी मी बराच प्रयत्न केला, पण पक्षाने आपले नाव निश्चित केले आहे. मी काँग्रेस पक्षातील शिपाई आहे.

प्रचारासाठी आपण काय करायचे, हे मी विचारायला आलो आहे." या संदर्भातील आठवणी अण्णांनी आपल्या डायरीत नोंदवल्या आहेत. चुडामणअण्णा पुढे लिहितात, की ते बॅरिस्टरसाहेबांना आदराने 'अहो, जाहो' अशा पद्धतीने संबोधत होते, परंतु उत्तर देताना बॅरिस्टरसाहेबांनी, 'तू जा. तुझी गरज लागेल त्या वेळी तुला बोलावीन', असे शब्द वापरले. त्यामुळे अण्णा खूप व्यथित झाले. जिल्हा काँग्रेस कमिटीचा अध्यक्ष आपणहून उमेदवाराच्या घरी जातो. उमेदवार मात्र उर्मटपणे एकेरीत बोलतो हे त्यांच्या जिव्हारी लागले. तरीही हा अपमान सहन करून ते जिल्ह्यातील सर्व उमेदवारांच्या प्रचाराला लागले. प्रथम धुळे तालुका काँग्रेस कमिटीचे अध्यक्ष श्री. पुसमल पापालाल जैन यांना बोलावून धुळे तालुक्यातील म्हणजे बॅरिस्टर मोरे यांच्या मतदारसंघातील प्रचाराच्या तारखा ठरवल्या.

बॅ. मोरेंना निवडून आणणे फारच आवश्यक होते, कारण ते पडले असते, तर चुडामण पाटलांनी त्यांना पाडले असा अपप्रचार होऊन अण्णांचे राजकीय भवितव्य संकटात सापडण्याची भीती होती. एका अर्थाने हे धर्मसंकटच होते. खरेतर त्या वेळी तालुक्यातीलच काय, पण पूर्ण जिल्ह्यातील (त्या वेळी धुळे व नंदुरबार हे दोन्ही जिल्हे मिळून धुळे जिल्हा या नावानेच एक जिल्हा अस्तित्वात होता.) कोणत्याही उमेदवाराला निवडून आणण्याची वा पाडण्याची लोकप्रियता व संघटनशक्ती चुडामणअण्णा यांच्याकडे होती. परंतु काँग्रेसचा उमेदवार पडला तर तालुक्यातील मतदारांचे व जनतेचे प्रतिनिधित्व करण्याची संधी विरोधी पक्षाला मिळेल आणि त्यातून तेथे त्या काळात काँग्रेस पक्ष कमकुवत होईल, हा विचारही त्यांच्या मनात सतत असे.

आज आमदारकीसाठी उमेदवारी मिळाली नसली, तरी हे दिवस असेच राहणार नाहीत. त्यात कधीतरी बदल होईलच, पण आपण काँग्रेसचे शिपाई आहोत आणि प्रथम शिपाई म्हणून काम करावयाचे. आपल्याला तिकीट मागण्याचा हक्क जरूर आहे, पण ते मिळाले नाही म्हणून बंडखोरी करण्याइतका कृतघ्नपणा व दुष्टपणा कोणताही नाही. त्यांचे मन त्यांना म्हणत होते, की तू साधा मिल कामगार म्हणून काँग्रेसमध्ये आलास, पुढारी म्हणून आला नाहीस, काँग्रेसमध्ये येऊन जनतेची सेवा करावयाची आहे. पक्षाकडे तुला हवे ते माग, पण तुला मिळाले नाही आणि ते दुसऱ्याला मिळाले तर त्याच्यामागे उभा राहा. जिल्ह्यात काँग्रेसला कमीपणा येईल असे वर्तन तुझ्या हातून घडू देऊ नकोस. त्या वेळी जिल्ह्यातील वातावरण असे होते, की पक्षात काम करणाऱ्या काही कार्यकर्त्यांनी त्यांच्या

मागण्या पूर्ण झाल्या नाहीत म्हणून काँग्रेसकडे पाठ फिरवली आणि ते दुसऱ्या पक्षात गेले. तेथेही अपेक्षाभंग झाला म्हणून ते पुन्हा काँग्रेसमध्ये परत आले. आपण असे कधीही करायचे नाही, असा निर्धार चुडामणअण्णांनी केलेला होता व तो आयुष्यभर पाळला.

देशातील या पहिल्यावहिल्या निवडणुकीत चुडामणअण्णांच्या नेतृत्वाखाली काँग्रेसला भरघोस यश मिळाले. विजयी उमेदवारांची म्हणजे स्वतंत्र भारतातील **मुंबई प्रांताच्या पहिल्या आमदारांपैकी धुळे जिल्ह्यातील आमदाराची यादी**

१. धुळे शहर व तालुका (राखीव जागा) श्री. सोनू देवराम वानखेडे,

२. धुळे शहर व तालुका (सर्वसाधारण) बॅरिस्टर सुखदेव तोताराम मोरे (बॅरिस्टर मोरे पुढे १९५४मध्ये रेव्हेन्यू ट्रायब्युनलवर नियुक्त झाल्यामुळे त्यांनी या जागेचा राजीनामा दिला व तेथे पोटनिवडणूक होऊन श्री. नवल आनंदा पाटील हे काँग्रेसचे उमेदवार निवडून आले.),

३. शिंदखेडा (धुळे-दोंडाईचा भाग वगळून) श्री. नारायण सहेदवराव पाटील ऊर्फ भाऊसाहेब, नंदुरबार तालुका व शिंदखेडा तालुक्यातील दोंडाईचा विभाग आणि शहादे तालुक्यातील सारंगखेडा व प्रकाशा विभाग अशा संयुक्त मतदारसंघातून ज. दौ. राऊळ ऊर्फ दादासाहेब, आदिवासी राखीव - तुकाराम हुरजी गावीत,

५. उरलेला शहादे तालुका तसेच तळोदे, अक्कलकुवा व अक्राणी महाल या मतदारसंघातून विश्राम हरी पाटील सर्वसाधारण, आणि जनार्दन पोहऱ्या वळवी ऊर्फ महाराज (आदिवासी राखीव),

६. शिरपूर तालुक्यातून बापूसाहेब ग. द. माळी निवडून आले. मात्र साक्री व नवापूर तालुका या मतदारसंघातून कम्युनिष्टापैकी श्री. शंकररावजी बेडसे व त्यांच्या सोबतचे आदिवासी उमेदवार निवडून आले होते. तेवढाच काय तो काँग्रेसला फटका बसला होता. मात्र पुढे कायदेशीर कसोटीवर त्यांची निवडणूक रद्द होऊन झालेल्या पोटनिवडणुकीत काँग्रेसचे दोन्ही उमेदवार निवडून आले. या पहिल्या निवडणुकीतील ज्या प्रचारामुळे काँग्रेसला हे यश मिळाले त्या प्रचाराचे वैशिष्ट्य असे, की पक्षाकडून किंवा प्रांतिक कमिटीकडून मोजकीच मदत येत असे. उरलेली सर्व कामे पदरमोड करून स्थानिक कार्यकर्ते करीत असत. या निवडणुकीसाठी चुडामणअण्णांनी आपले आतेभाऊ कुरुकवाडे येथील श्री. बाजीराव पाटील यांच्याकडील घोड्याचा टांगा मागवून घेतला आणि त्यात बसून

ते व तालुका अध्यक्ष जैन प्रचाराला जात. गावोगावी स्थानिक कार्यकर्ते सभा आयोजित करीत. शक्यतो प्रत्येक घरात जाऊन भेटीगाठी घेत. त्या वेळी गावातील ठळक जागी भिंती रंगवण्याचीपण पद्धत होती. लोकसभा उमेदवाराची हँडबिले (आजच्या भाषेत पॅम्फलेट) वाटली जात. लाऊडस्पीकर असलेल्या प्रचाराच्या गाडीभोवती बालगोपाळांचा मेळा जमत असे आणि लाऊडस्पीकरवरून 'मते कुणाला?' असे विचारताच सर्व मुले 'बैलजोडीला' असे एका सुरात उत्तर देत असत. दरम्यानच्या काळात तालुक्याचे प्रचारक म्हणून आलेले लोक गावातील कारभारी व इतर महत्त्वाच्या मंडळीही भेटीगाठी घेत व मते फिक्स करीत असत. असे दृश्य गावोगावी दिसत असे. काँग्रेसच्या या प्रचारपद्धतीमुळे जिल्ह्यात सर्वत्र काँग्रेसमय वातावरण होते.

विधानसभेप्रमाणेच लोकसभेच्या दोन जागांसाठी जिल्ह्यातून निवडणूक होत होती. त्यापैकी खुल्या जागेवर माजी आमदार शालीग्राम रामचंद्र भारतीया धुळे आणि राखीव जागेवर नंदुरबारचे जयंतराव नटावदकर हे दोघे प्रचंड बहुमताने निवडून आले आणि श्रेष्ठींना दिलेला शब्द आपण पूर्ण केला व बॅ. मोरे यांच्यासह बहुतेक सर्व उमेदवार निवडून आणले, हे समाधान चुडामणअण्णांना लाभले. त्यांची राजकीय शक्ती, संघटनकौशल्य व कार्यकर्त्यांचे जिल्हाभर पसरलेले जाळे याचा प्रत्यय त्यांनी या निवडणुकीद्वारे सर्वांना दिला. समाजातील पैसेवाले आणि पदव्यावाले लोक चुडामणअण्णा यांना अडाणी म्हणून हिणवत असले, तरी जिल्ह्यातील मतदार व जनता त्यांच्या पाठीशी आहे हे सिद्ध झाले होते. मुंबई राज्यात काँग्रेसला दणदणीत यश मिळून विधानसभेत प्रचंड बहुमत मिळाले. त्या मुंबई राज्यात बॉम्बे स्टेट म्हैसूरपासून महाराष्ट्र व गुजरात, सौराष्ट्र असा विस्तृत प्रदेश होता.

विधानसभा गठित झाल्यानंतर अपेक्षेप्रमाणे बाळासाहेब खेर यांच्याऐवजी मोरारजीभाई देसाई हे मुख्यमंत्री झाले. दिल्ली येथील भेटीत शब्द दिल्याप्रमाणे मोरारजीभाईंनी चुडामणअण्णा यांना विधानसभेतील सदस्यांनी विधान परिषदेवर पाठवायच्या प्रतिनिधींसाठी उमेदवारी दिली. येथे त्यांचा विजय हमखास होता, परंतु प्रांतिक काँग्रेसचे अध्यक्ष आणि मोरारजी मंत्रिमंडळातील महसूलमंत्री भाऊसाहेब हिरे यांनी ते तिकीट रद्द करून चुडामणअण्णा यांना स्थानिक स्वराज्य संस्था मतदारसंघातून तिकीट दिले. तोही असा विचित्र मतदारसंघ जो धुळे जिल्हा व अहमदनगर जिल्हा यांच्यातील लोकल बोर्ड व नगरपालिका यांचा होता. त्यापैकी नगर जिल्ह्यात कम्युनिस्टांचे वर्चस्व होते, तर धुळे जिल्ह्यातील पैसेवाले आणि

पदवीवाले यांचाही चुडामणअण्णा यांना विरोध होता. असे असले तरी पक्षाचा आदेश म्हणून त्यांनी उमेदवारी अर्ज भरून प्रचाराला सुरुवात केली. हा प्रचार विधानसभा निवडणुकीपेक्षा वेगळ्या प्रकारचा होता. सर्व लोकल बोर्ड सदस्य आणि नगरपालिका यांच्याकडे आलेल्या मतपत्रिका भरून घेऊन त्या अधिकाऱ्याकडे जमा करावयाच्या अशी पद्धत होती. त्यामुळे व्यक्तिगत भेटीगाठींना फार महत्त्व होते. नगर जिल्ह्यातील बहुतेक सर्व मतदार त्यांना अपरिचित होते. त्यातून धुळे जिल्ह्यातील काही मंडळींनी माजी नगराध्यक्ष किसन कृष्णराव शिकारे यांना चुडामणअण्णांच्या विरुद्ध उभे केले. शिकारे हे काही दिवस नगरपालिकेचे अध्यक्ष होते आणि नगरसेवकांशी त्यांचे घनिष्ठ संबंध होते. त्यांच्या प्रचाराची जबाबदारी धुळ्यातील डॉक्टर पी. आर. घोगरे यांच्याकडे होती.

चुडामणअण्णांनी धुळे जिल्ह्यातील मतदारांची यादी व नगर जिल्ह्यातील मतदारांची यादी प्रथम चाळून काढली. धुळ्यातील एक प्रतिष्ठित व्यापारी संचालालजी बाफना हे शिकारे यांच्याबरोबर फिरत होते. तर चुडामणअण्णा यांच्याबरोबर पुसमल पापालाल जैन व इतर कार्यकर्ते फिरत होते. त्या वेळी अहमदनगर जिल्हा काँग्रेसच्या अध्यक्षपदी स्वामी सहजानंद भारती होते. हे गृहस्थ संन्याशाप्रमाणे भगवी वस्त्रे वापरत असत. त्यांचा आणि चुडामणअण्णा यांचा तसा परिचय होता. तरीही त्यांनी स्वामींना भेटण्यापूर्वी तेथील खासदार बॅरिस्टर कानोडे पाटील यांना आणि बोगावत वकील यांना बरोबर घेऊन काँग्रेस कमिटी कार्यालयात जाण्याचे ठरविले. तेथे जाताना दोघेही नेते म्हणाले, "आमच्या स्वामीजींना (अध्यक्षांना) भेटल्यावर देवळात देवाला जसा दंडवत घालतात तसा दंडवत घालण्याची येथील पद्धत आहे. तेव्हा तुम्ही तसे केलेले बरे. स्वामीजींना आनंद वाटेल." परंतु आयुष्यात कोठेही लाचार व्हायचे नाही, असा बाणा बाळगणाऱ्या चुडामणअण्णा यांना ही कल्पना असह्य झाली. ते कानोडे पाटलांना म्हणाले, "पाटीलसाहेब आपले स्वामीजी नगर जिल्हा काँग्रेसचे अध्यक्ष आहेत, तर मीही धुळे जिल्हा काँग्रेसचा अध्यक्ष आहे. त्यांची वस्त्रे भगवी आहेत आणि माझे कपडे पांढरे आहेत. मी उमेदवार असून, मला मतांची गरज आहे; पण मी लाचारीच्या मार्गाने जाणार नाही. देवाला साष्टांग दंडवत घालणे वेगळे आणि माणसाने माणसाला नमस्कार करणे वेगळे. लाचारीने वागून निवडून येणे मला पसंत नाही. त्यांना माणसाने माणसाला करावा तसा नमस्कार करीन." त्यांच्या कार्यालयात गेल्यानंतर त्या दोघांनी स्वामीजींना दंडवत घातला. मात्र चुडामणअण्णांनी हात जोडून नमस्कार केला.

त्यामुळे स्वामीजींच्या कपाळाला आठ्या पडल्या. आपला अपमान झाला आहे, असे त्यांना वाटले. बॅरिस्टर कानोडे पाटील यांनी चुडामणअण्णांची ओळख करून दिली व त्यांच्या येण्याचा हेतू सांगितला. चुडामणअण्णा यांनी आपल्याला लोकल बोर्डाचे सदस्य व नगरपालिकेचे सदस्य यांना भेटून विधान परिषद निवडणुकीचा काँग्रेस उमेदवार म्हणून आपल्याला मते द्यावीत अशी विनंती करावयाची आहे, असे स्वामींना सांगितले त्यासाठी बरोबर फिरण्याकरीता पक्षाचे एक दोन कार्यकर्तेही द्यावे, अशी विनंती त्यांनी केली. त्यानंतर आधीच घुश्शात असलेले स्वामीजी म्हणाले, "मेरे पास कोई आदमी नही। आप खुद जाईये और मतदारों से मिलिये।" आणि त्यानंतर ही मुलाखत संपली. चुडामणअण्णांची मोठी पंचाईत झाली. बरोबर कोणीच स्थानिक कार्यकर्ते नाहीत आणि तेही कोणा नगरपालिका सदस्यांना ओळखत नव्हते. त्यांना काँग्रेस कार्यालयात घेऊन आलेले खासदारही त्यांच्याबरोबर आलेले नाहीत. त्यामुळे चुडामणअण्णा व पुसमल शेठ यांनी स्वतः जमेल तसे गावात फिरण्याचे ठरवले.

नगराध्यक्षांचे घर शोधण्यापासून सुरुवात करावयाची होती. त्यापूर्वी त्या दोघांनी जेवण एका खाणावळीत केले आणि मग नगराध्यक्षांच्या घराच्या शोधात निघाले. त्या वेळी अहमदनगरचे नगराध्यक्ष खुर्शीद सारोश के इराणी हे गृहस्थ होते. खाणावळीबाहेर पडल्यानंतर त्यांना रस्त्यातच एक खादीधारी माणूस दिसला. त्याला थांबवून त्याच्या हातात उमेदवारी प्रचारपत्र व हँडबिल दिले व स्वतःची ओळख करून दिली. या भेटीने त्या गृहस्थांना बरे वाटल्याचे दिसले. चुडामणअण्णांनी त्यांना नगराध्यक्षांचे घर कोठे आहे व जायचे कसे, इ. माहिती विचारली. त्या गृहस्थाने सोबत येऊन नगराध्यक्षांचे घर दाखवले. नगराध्यक्ष इराणी यांनी पाहुण्यांचे स्वागत केले आणि येण्याचा हेतू विचारला. चुडामणअण्णांनी त्यांच्या हातात प्रचारपत्रक दिले. त्यांनी ते वाचले व हसले. आणि ते म्हणाले, "पाटीलसाहेब आम्ही लाल बावटेवाले लोक. आमची विचारसरणी कम्युनिस्टांची आहे. आपण काँग्रेसवाले आहात. आम्ही आपल्याला मते कशी देणार? आमच्या मदतीची अपेक्षा ठेवू नका." त्यांना नमस्कार करून पुढील प्रचारासाठी दोघेजण बाहेर पडले.

शहरात रामचंद्र महाराज म्हणून काँग्रेसचे नगरपालिका सदस्य होते. त्यांची अण्णांनी भेट घेतली. त्यांच्या मदतीने जेवढे काँग्रेसचे नगरपालिका सदस्य होते, त्यांच्या भेटीगाठी घेऊन मत देण्याची विनंती केली. त्यांच्याकडून मदतीचे

आश्वासन मिळाल्यानंतर चुडामणअण्णांनी प्रचाराचा मोर्चा जिल्हा लोकल बोर्डाकडे वळवला. लोकल बोर्डाचे अध्यक्ष सरदार रावसाहेब थोरात पानोडीकर म्हणून होते. ते म्हणजे पानोडी (शिपलापूर)चे जहागीरदार सरदार शिवराव भवानराव थोरात. त्यांची भेट घेतल्यानंतर ते म्हणाले, “आम्ही लाल बावटेवाले तुम्हाला कशी मदत करणार? तरीपण तुमची इच्छा असेल, तर सर्व सदस्यांना भेटून पाहा.” त्यावर चुडामणअण्णा म्हणाले, “ठीक आहे, मी तर उमेदवार आहे, त्यामुळे सर्वांना भेटणे माझे कर्तव्यच आहे. मग ते मला मत देवोत अगर न देवोत.” त्यानंतर त्यांनी जिल्हा लोकल बोर्डाच्या सर्व सदस्यांच्या गावी जाऊन भेटीगाठी घेतल्या व मतदान करण्याची विनंती केली. अहमदनगरमधील नगरसेवकांच्याही भेटी घेतल्या आणि सर्वांना विनंती केली. पहिल्या प्रचार फेरीअंती थोडीफार मते मिळण्याची आशा निर्माण झाली. ती फेरी संपून चुडामणअण्णा व पुसमल शेठ धुळ्याला परतले.

धुळे जिल्ह्यातील चित्र असे होते, की धुळे नगरपालिका सोडून इतरत्र फार मोठा पाठिंबा चुडामणअण्णांना नव्हता. प्रतिस्पर्धी उमेदवार किसनराव शिकारे हे पालिकेतील काँग्रेसवाल्यांचे मित्र होते. शिकारे हे जरी काँग्रेसवाले नसले, तरीही मैत्रीपोटी काही काँग्रेससदस्य त्यांना मते देण्याची शक्यता होती. नगरपालिकेतील एक सभापती हे शिकारेंचे जिवलग मित्र होते व त्या मैत्रीमुळे ते काँग्रेसऐवजी शिकारेंना मत देण्याची व त्यांचा प्रचार करण्याची शक्यता होती. हा धोका हेरून चुडामणअण्णा यांनी काँग्रेसच्या नगरपालिका सदस्यांची बैठक काँग्रेस भवनात बोलावली. ते जिल्हा काँग्रेस कमिटीचे अध्यक्ष होतेच. जिल्हाध्यक्ष या नात्याने त्यांनी काँग्रेस नगरसेवकांना बजावले, की या निवडणुकीत काँग्रेस उमेदवाराला मते दिली नाहीत, तर शिस्तभंगाची कारवाई करून पक्षातून काढून टाकण्यात येईल. अशी सक्त ताकीद देऊन झाल्यानंतर चुडामण अण्णांनी धुळे जिल्ह्यातील इतर नगरपालिकांमध्ये प्रचाराला सुरुवात केली.

गावोगावी प्रचारासाठी फिरताना तेथील नगराध्यक्ष व तालुका काँग्रेस अध्यक्ष यांच्यावर मतदारांकडून काँग्रेस उमेदवाराला मत मिळेल अशी खात्री करून घेऊन मतपत्रिका गोळा करण्यास सांगितले. अशा प्रकारे स्थानिक कार्यकर्त्यांवर धुळे जिल्ह्यातील मतदानाची जबाबदारी सोपवून चुडामणअण्णांनी नगर जिल्ह्यातील दुसरी फेरी सुरू केली. पुन्हा नगराध्यक्ष इराणी यांची भेट घेतली. मात्र मागील वेळेपेक्षा वेगळेच चित्र पाहावयास मिळाले. इराणी यांनी चुडामणअण्णांचे अत्यंत

उत्साहाने व आनंदाने स्वागत केले. त्यांच्या पक्षाच्या सर्व नगरपालिका सदस्यांच्या मतपत्रिका एका पाकिटात घालून चुडामणअण्णांच्या हाती सोपवल्या. "ही घ्या आमची मते तुम्हाला", असे सांगितले. एवढी अनपेक्षितपणे व एकगठ्ठा मते मिळाल्यानंतर चुडामणअण्णा यांना अतिशय आनंद झाला. पंधरा दिवसांपूर्वी आपल्याला नकारघंटा देणारे नगराध्यक्ष इतक्यात कसे बदलले याचे त्यांना आश्चर्य वाटले. तसे त्यांनी विचारलेसुद्धा. चुडामणअण्णांची उत्सुकता जास्त न ताणून धरता नगराध्यक्ष इराणी म्हणाले, "पाटीलसाब, तुम बहुत नशिबवान हो. तुम्हारे खिलाफ डॉ. उत्तमराव गिरधर पाटील ने उनके क्रांती नाम के पेपरका जो स्पेशल इलेक्शन अंक निकाला है वह उसने हमको भेजा है।" आणि त्यांनी आत जाऊन 'साप्ताहिक क्रांती'चा तो अंक आणला व चुडामणअण्णांच्या हाती दिला. निवडणूक प्रचाराच्या धावपळीत असल्यामुळे त्यांना या अंकाची काहीच कल्पना नव्हती. चुडामणअण्णांची निंदानालस्ती व अपप्रचार कराणारा तो अंक होता.

चुडामणअण्णांच्या हातात अंक दिल्यावर इराणी पुढे म्हणाले, "हमने ये पेपर पढा है, आपके खिलाफ जो भी आरोप किये गये हे उन्हे पढने के बाद मेरी और मेरे दोस्तोंकी खात्री हो गई की आप जरूर कर्तबगार हो, और अच्छे आदमी होंगे। जो संपादक आपको ऐसा बोलता है, हमे वो लबाड और लुच्चा आदमी लगता है। ऐसे आरोप तो बहादूर और कर्तबगार आदमी के खिलाफही कर सकते है। इसलिए हम सबने तय कर लिया की हमारे सबके वोट आपको ही मिलेंगे।" आणि कम्युनिस्टांच्या त्या मतपत्रिका हातात घेऊन चुडामणअण्णा तेथून आनंदात बाहेर पडले. अर्धी लढाई तर जिंकल्यात जमा होती, पण या निमित्ताने आपल्याच पक्षात आपले काही हितशत्रू आणि विरोधक आहेत व ते कोणत्या थराला जाऊ शकतात, याचे दर्शन त्यांना घडले.

डॉ. उत्तमराव पाटील हे काँग्रेसचे नेते व स्वातंत्र्यसैनिक होते, पण ते समाजवादी विचारांचे होते. काही कारणास्तव ते चुडामणअण्णांचे कट्टर विरोधक बनले होते. या मतभेदांचे मूळ १९४२ साली डॉ. पाटील यांनी धुळे जिल्ह्यात पत्री सरकारच्या मदतीने अवलंबलेले अहिंसाविरोधी मार्ग आणि चिमठाणे येथील खजिन्याची लूट यावरून झालेल्या मतभेदात असू शकते. मात्र हे वैचारिक मतभेद पुढे फारच चिघळले असे दिसते. नगराध्यक्ष इराणी यांच्याकडून मतपत्रिका घेऊन चुडामणअण्णा नगरपालिकेचे सदस्य रामचंद्र महाराज यांच्याकडे गेले. त्यांच्याकडून काँग्रेसच्या नगरपालिका सदस्यांच्या मतपत्रिका घेतल्या. त्यानंतर

नगर जिल्हा लोकल बोर्डाच्या सदस्यांकडच्या मतपत्रिका जमा केल्या. नगराध्यक्ष इराणी यांचे आभार मानले. त्यांचा निरोप घेऊन धुळ्याकडे परतले. अपेक्षेपेक्षा बरीच जास्त मते हातात आल्याने चुडामणअण्णांच्या विजयाची खात्री झाली होती. धुळ्यात आल्यानंतर तेथील मते जमा करण्यास सुरुवात केली. लोकल बोर्ड व नगरपालिकेतील काँग्रेस सदस्यांच्या मतपत्रिका काँग्रेस भवनात जमा करण्यात आलेल्या होत्या. तरीही प्रतिस्पर्धी उमेदवार शिकारे यांच्या काही मित्रांनी मतपत्रिका जमा केल्या नव्हत्या. ते टाळाटाळ करीत होते. अशा काहीजणांवर पक्षशिस्तीचा बडगा उगारून शिस्तभंगाची कारवाई केली जाईल, असा इशारा पक्षाने दिला. त्यामुळे बरेचसे जण सरळ आले व त्यांनीही चुडामणअण्णांकडे मतपत्रिका जमा केल्या.

शेवटच्या दिवशी सर्व मतपत्रिका निवडणूक अधिकाऱ्यांकडे जमा करण्यात आल्या. अखेर मतमोजणीचा दिवस उजाडला आणि चुडामणअण्णा शिकारेंपेक्षा जास्त मते मिळवून प्रचंड मताधिक्याने निवडून आले. मुंबई प्रांताच्या विधिमंडळात आमदार होण्याची त्यांची इच्छा पूर्ण झाली. पहिल्या निवडणुकीत त्यांना पक्षातील लोकांनी छुपा विरोध केला.

सर्व अडचणींवर मात करून चुडामणअण्णा अखेर आमदार झाले. या विजयाबद्दल ते एकदा म्हणाले होते, “ज्यांनी माझ्यासाठी खड्डा खोदण्याचा प्रयत्न केला त्यात तेच पडले.” जे नेते चुडामणअण्णांना अडाणी म्हणत होते, त्यांना मतदारांनी चोख उत्तर दिले. चुडामणअण्णा यांना विधान परिषदेत पाठवले. १९५२ पासून त्यांची लोकप्रतिनिधित्वाची कारकीर्द सुरू झाली. नंतर त्यांनी कधी मागे वळून पाहिले नाही. ते धुळे जिल्ह्यातील मतदारांचे लाडके लोकप्रतिनिधी होते. त्यांची लोकप्रतिनिधित्वाची कारकीर्द पुढे पंचवीस वर्षे अखंड राहिली. त्यांनी सलग चार निवडणुका जिंकल्या, त्याची हकीकत आपण पुढे वाचणार आहोत.

❖❖❖

# संयुक्त महाराष्ट्र आंदोलन

इंग्रजी काळापासून मुंबई प्रांत फार मोठा होता. त्यात गुजराथी, कानडी, मराठी भाषिक प्रदेश होता. राज्यांची पुनर्रचना भाषिक तत्त्वावर करण्याचे धोरण ठरल्यानंतर २९ डिसेंबर १९५३ रोजी फाझल अली आयोगाची नियुक्ती त्यासाठी करण्यात आली. एस. फाझल अली हे आयोगाचे अध्यक्ष, तर पं. हृदयनाथ कुंझरू व सरदार पणीक्कर हे सभासद होते. या आयोगापुढे संयुक्त महाराष्ट्र व इतरांनी निवेदने करून मराठी भाषिकांच्या संयुक्त महाराष्ट्राची मागणी केली होती. संयुक्त महाराष्ट्र परिषद ही काँग्रेसअंतर्गत १९४८ला संयुक्त महाराष्ट्राची मागणी लावून धरण्यासाठी स्थापन करण्यात आली होती. काँग्रेस नेते शंकरराव देव हे या परिषदेचे अध्यक्ष होते. १९५२मध्ये सर्व राज्यांत पहिल्या सार्वत्रिक निवडणुकीनंतर नवी सरकारे स्थापन झाली. त्यानंतर निरनिराळ्या भाषिक राज्यांची मागणी जोर धरू लागली. तेव्हा मद्रास प्रांतात असलेला तेलुगु भाषिक प्रांत वेगळा करून आंध्र प्रांत स्थापन करावा, या मागणीसाठी पोट्टू श्रीरामल्लू यांनी उपोषण केले. त्या उपोषणात त्यांचा मृत्यू झाला. त्यानंतर दंगली उसळल्या, ते लक्षात घेऊन केंद्र सरकारने तेलुगु भाषिक प्रांत मद्रास प्रांतातून वेगळा केला. चळवळीचे हे लोण इतर भागांत पोहोचले होते.

मराठी भाषिक जनता निरनिराळ्या प्रांतांत विखुरलेली होती. मराठवाडा हा हैदराबाद राज्यात, तर विदर्भ मध्य प्रांतात होता. तेव्हा नागपूर ही मध्य प्रांताची राजधानी होती. गोवा हा पोर्तुगीजांच्या ताब्यात होता, तर मुंबई राज्यात मराठीसह गुजराथी व कन्नड भाषिक प्रदेशही होता. विदर्भ मराठवाड्यातील जनतेने महाराष्ट्रात समाविष्ट होण्याची इच्छा व्यक्त केली होती. त्या दृष्टीने संयुक्त महाराष्ट्राच्या चळवळीचे नेतृत्व करणाऱ्या नेत्यांनी विदर्भातील नेत्यांशी प्रथम 'अकोला करार' व नंतर २८ सप्टेंबर १९५३ रोजी 'नागपूर करार' केला. 'नागपूर करारा'त चार प्रमुख कलमे होती.

१. मुंबई राजधानी असलेला सर्व मराठी भाषिकांचा महाराष्ट्र प्रांत तयार करण्यात यावा.

२. नागपूर येथे उच्च न्यायालयाचे खंडपीठ असावे आणि वर्षभरातून विधिमंडळाचे एक अधिवेशन नागपूर येथे घेण्यात यावे.

३. मंत्रिमंडळात, सर्व सरकारी नोकऱ्यांत घटक प्रदेशांना प्रतिनिधित्व मिळावे आणि नागपूरला राजधानीचे शहर म्हणून जे फायदे पूर्वी मिळत होते ते पुढेही मिळावेत.

विदर्भातील प्रमुख नेते या करारात सहभागी होते. करारावर बॅ. रामराव देशमुख, गोपाळराव खेडकर, शेषराव वानखेडे, रा. कृ. पाटील, पी. के. देशमुख, भाऊसाहेब हिरे, नाना कुंटे, देवकीनंदन नारायण व यशवंतराव चव्हाण यांच्या सह्या होत्या. मात्र विदर्भातील ब्रिजलाल बियाणी व बापूसाहेब अणे यांनी स्वतंत्र नाग विदर्भाची मागणी केली व त्यासाठी चळवळ सुरू केली.

या पार्श्वभूमीवर फाझलअली कमिशनची स्थापना झाल्यानंतर संयुक्त महाराष्ट्र परिषदेने त्याच्यापुढे मराठी भाषिक प्रदेशाची मागणी केली. या आयोगाच्या शिफारशींचा अहवाल १० ऑक्टोबर १९५६ रोजी जाहीर झाला. त्यानुसार काही नवी राज्ये स्थापन करण्याची शिफारस होती. पंजाब, राजस्थान, मध्यप्रदेश, केरळ आणि कर्नाटक या राज्यांची स्थापना करण्याची, तसेच हैदराबाद राज्य कायम ठेवण्याची आणि स्वतंत्र विदर्भाचे राज्य निर्माण करण्याची शिफारस होती. पण हैदराबाद राज्यातील मराठी भाषिकांची त्या राज्यात राहण्याची इच्छा नव्हती. आयोगाने संयुक्त महाराष्ट्राची मागणी अमान्य केली होती आणि कन्नड भाषिक जिल्हे वगळून, मराठवाडा धरून, गुजराथी प्रदेशासह मुंबईच्या द्वैभाषिक राज्याची शिफारस आयोगाने केली होती. सौराष्ट्राचा समावेश गुजरातेत करावा आणि मुंबईला राजधानी करून गुजरात व महाराष्ट्र यांचे द्वैभाषिक राज्य करावे, असे आयोगाच्या शिफारशीचे स्वरूप होते. या शिफारशीच्या विरोधात महाराष्ट्रात प्रचंड असंतोष उफाळला. परिणामी संयुक्त महाराष्ट्राच्या मागणीची चळवळ अधिक जोरात सुरू झाली.

या विषयात मुख्य प्रश्न मुंबई महानगराचा होता. मुंबई शहर मराठी भाषिकांच्या ताब्यात देण्यास गुजराथी मंडळींचा विरोध होता. मराठी भाषिकांचे प्राबल्य असलेला बेळगाव, कारवारचा भाग आयोगाने कर्नाटकास दिला, याचाही मराठी माणसांना संताप आलेला होता. महाराष्ट्रातील काँग्रेस नेत्यांनी या द्वैभाषिकाच्या

कल्पनेस विरोध केला. 'मुंबईसह संयुक्त महाराष्ट्र' ही त्यांची मागणी होती. त्यापैकी काँग्रेसचे भाऊसाहेब हिरे व चुडामणअण्णा हे संयुक्त महाराष्ट्र व्हावा या बाजूचे होते. प्रारंभी शंकरराव देव हे संयुक्त महाराष्ट्रवादी चळवळीचे नेते होते. त्यांच्याच अध्यक्षतेखाली झालेल्या सभेत आयोगाच्या द्वैभाषिकाच्या शिफारशीस विरोध करण्यात आला, लढ्याची घोषणा करण्यात आली.

लोकांचा विरोध लक्षात घेऊन तसेच मुंबईच्या प्रश्नाचा तिढा सोडवण्यासाठी केंद्र सरकारने त्रिराज्य योजना जाहीर केली. या योजनेत सौराष्ट्रासह गुजरात, विदर्भ व मराठवाड्यासह महाराष्ट्र आणि मुंबई हे शहर राज्य अशी तीन राज्यांची कल्पना होती. महाराष्ट्राला मुंबई देण्यास केंद्र सरकार तयार नव्हते. त्यामुळे महाराष्ट्रातील लोकांचा असंतोष वाढू लागला. मुंबईत तर तो अतिशय त्वेषाने प्रकट झाला. महाराष्ट्र प्रदेश काँग्रेस समितीने त्रिराज्य योजनेस पाठिंबा दिला. शंकरराव देव यांनी संयुक्त महाराष्ट्र परिषद बरखास्त केल्याचे जाहीर केले. या निर्णयामुळे काँग्रेसमधील नेतृत्वाखाली मुंबई मिळावी, संपूर्ण मराठी भाषिकांचा महाराष्ट्र व्हावा, अशी मागणी करण्यासाठी दिल्लीला शिष्टमंडळ पाठवण्यात आले होते. शिष्टमंडळाने पंडितजींची भेट घेतली. त्यांनी शिष्टमंडळाचे म्हणणे ऐकून घेतले. त्यानंतर स्वतंत्र मुंबईचा विचार मान्य नसेल, तर महाराष्ट्र-गुजरात असे द्वैभाषिक घ्या, असे त्यांनी शिष्टमंडळाला सांगितले. मराठी माणसे ६६ टक्के आणि गुजराथी ३३ टक्के असताना तुम्ही गुजराथ्यांना का घाबरता, असा प्रश्न पंडितजींनी त्यांना विचारला. पंडितजींच्या व्यक्तिमत्त्वाच्या प्रभावामुळे कोणीही त्यांना उलट काही विचारले नाही. द्वैभाषिकाचा प्रस्ताव घेऊन देवांचे शिष्टमंडळ मुंबईला परतले.

दिल्लीतील चर्चेतील माहिती देण्यासाठी देवांनी प्रदेश काँग्रेस कार्यकारिणीची बैठक बोलावली. या बैठकीला चुडामणअण्णा हजर होते. त्या वेळी भाऊसाहेब हिरे हे प्रदेश काँग्रेसचे अध्यक्ष होते. ही आठवण लिहिताना चुडामणअण्णा म्हणतात, की 'द्वैभाषिक मिळाले म्हणजे काहीतरी मोठे कमावून आणले अशा आविर्भावात देव बोलत होते. आंधळा मागतो एक डोळा आणि देव देतो दोन, अशा प्रकारे देवांनी दिल्लीतील चर्चेचे वर्णन केले.' देवांचे बोलणे संपल्यावर आपण बोलायला उभे राहिलो असे सांगून चुडामणअण्णा लिहितात, की 'दिल्लीला तुम्ही कोणत्या ठरावाच्या आधारे गेलात तो ठराव आम्हाला वाचून दाखवा, असे सांगितल्यावर तो ठराव वाचण्यात आला. आम्हाला महाराष्ट्रीय लोकांना महाराष्ट्रच पाहिजे, ही मागणी घेऊन तुम्हाला पाठवले होते. हा द्वैभाषिकाचा पर्याय मान्य करायला

तुम्हाला कोणी सांगितले होते?' त्यावर देवांचे पित्त खवळले. ते रागाने लाल झाले व 'तुम्हाला काही समजत नाही तुम्ही खाली बसा' असे सुनावले. त्यावर, 'ठीक आहे. मला काही समजत नाही. तुम्ही समजावून सांगा', अशी मी विनंती करतो. ही चर्चा सुरू असताना हरिभाऊ पाटसकर देवांना उद्देशून म्हणाले, की चुडामण पाटलांचा जो प्रश्न आहे तो ठरावाला धरून सरळ आहे. आमच्या ठरावाच्या संदर्भात आम्ही द्वैभाषिक मान्य करण्याचा अधिकार दिलेला नव्हता. तुम्ही जे केले तो अधिकाराचा दुरुपयोग आहे. सभेतील अनेकजण या मताशी सहमत होते. यशवंतराव चव्हाण यांनी पंडितजी जे म्हणतील ते मान्य करण्याची भूमिका घेतली होती. त्यामुळे या बैठकीत देवांवर कितीही टीका झाली तरी शेवटी द्वैभाषिकाचा प्रस्ताव मान्य करण्यात आला. तो मराठी भाषिक आम जनतेने साफ धुडकावून लावला व आंदोलन सुरू केले. १८ नोव्हेंबर १९५५ रोजी मुंबई विधानसभेसमोर या निर्णयाचा निषेध करण्यासाठी 'बंद' पुकारण्यात आला. सत्याग्रह करण्याचा निर्णय झाला. सत्याग्रहाचे नेतृत्व सेनापती बापट यांनी केले. त्यानंतर बंद, संप व मोर्चे यांचे सत्र सुरू झाले. २१ नोव्हेंबर १९५५ रोजी पोलिसांनी निदर्शकांवर केलेल्या गोळीबारात १५ माणसे ठार झाली. या रक्तपातानंतर चळवळ अधिकच तीव्र झाली. याचा परिणाम असा झाला, की संयुक्त महाराष्ट्राच्या मागणीसाठीचे आंदोलन काँग्रेसच्या हाती राहिले नाही.

लोकांनी काँग्रेस नेत्यांना दूर सारले. महाराष्ट्रातील विरोधी पक्षांनी एकत्र येऊन ६ फेब्रुवारी १९५६ रोजी संयुक्त महाराष्ट्र समितीची स्थापना केली. तिचे प्रमुख एस. एम. जोशी होते. या समितीत प्रजा समाजवादी पक्ष, कम्युनिस्ट पक्ष, शेतकरी कामगार पक्ष, हिंदू महासभा, सोशालिस्ट पार्टी व जनसंघ हे पक्ष सामील झाले. नंतरच्या काळात डॉ. बाबासाहेब आंबेडकरांचा शेड्युल्ड कास्ट फेडरेशन हा पक्षसुद्धा समितीत दाखल झाला. एस. एम. जोशी, कॉ. श्रीपाद अमृत डांगे, नानासाहेब गोरे, आचार्य प्र. के. अत्रे, उद्धवराव पाटील, भाई माधवराव बागल, प्रबोधनकार ठाकरे, जयंतराव टिळक यांच्याकडे चळवळीचे नेतृत्व होते. तीन राज्यांच्या आग्रह धरण्याऱ्या पं. नेहरूंनी १६ जानेवारी १९५६ रोजी मुंबई केंद्रशासित ठेवण्याची घोषणा केली. १७ जानेवारीपासून संयुक्त महाराष्ट्रवादी मंडळींनी सार्वत्रिक संपाची घोषणा केली. १७ जानेवारी ते २२ जानेवारी या काळात मुंबईत मोठा हिंसाचार झाला. त्यात ७६ लोकांचा बळी गेला. केंद्र सरकारच्या या निर्णयाच्या विरोधात केंद्रीय अर्थमंत्री सी. डी. देशमुख यांनी राजीनामा दिला. पण

पंतप्रधानांनी तेव्हा तो स्वीकारला नाही. संयुक्त महाराष्ट्र मागणीचे लोण वेगवेगळ्या भागांत पसरून संप व चळवळी सुरू झाल्या. मुंबई महानगरपालिकेतसुद्धा संयुक्त महाराष्ट्राला पाठिंबा देणारा ठराव संमत झाला. अखिल भारतीय काँग्रेस समितीचे अधिवेशन मे महिन्याच्या अखेरीस मुंबईत झाले. त्या वेळी नेहरू व इतरांच्या विरोधात समितीने निदर्शने केली. त्यात हजारो लोकांनी भाग घेतला, तरीही ३ जून १९५६ रोजी चौपाटीवरील सभेत नेहरूंनी तीन राज्यांची योजना जाहीर केली आणि पाच वर्षे मुंबई केंद्रशासित ठेवून नंतर फेरविचार करण्याची तयारी दाखवली. या घोषणेनंतर वातावरण अधिकच तापले.

दरम्यान सी. डी. देशमुखांच्या विनंतीवरून त्यांचा राजीनामा स्वीकारून तो पंतप्रधानांनी राष्ट्रपतींकडे पाठवला. राजीनाम्याच्या संदर्भात लोकसभेत केलेल्या भाषणात देशमुखांनी पंतप्रधानांवर महत्त्वाच्या निर्णयाबाबत मंत्रिमंडळाला विश्वासात न घेतल्याचा आरोप केला आणि मुंबई गोळीबाराची न्यायालयीन चौकशी न केल्याबद्दल दोष दिला. याच काळात गुजराथी भाषिक लोकांमध्ये महागुजरात परिषदेच्या नेतृत्वाखाली गुजराथी भाषिक प्रदेशांची मागणी करणारी चळवळ सुरू झाली होती. तेथे पोलिस गोळीबारात ३० लोक ठार झाले. इकडे मुंबईत मोरारजी सरकारने संयुक्त महाराष्ट्र आंदोलन दडपण्यासाठी अतिशय कठोर उपाययोजना केल्या. त्यांना तितकाच तीव्र प्रतिकार झाला. वेळोवेळी झालेल्या गोळीबारात १०५ माणसे हुतात्मा झाली. (हा आकडा पुढे वाढत जाऊन २६१ पर्यंत पोहोचला आहे, असे या काळात मुंबईत वावरणारे विदेशी पत्रकार ताया झिंकीन यांनी लिहिले आहे.) या आंदोलनापुढे काँग्रेसश्रेष्ठी व सरकार अखेर नमले आणि मुंबईसह मराठी व गुजराथी भाषिकांच्या द्विभाषिकाची योजना मान्य करण्यात आली. महाराष्ट्र काँग्रेसच्या नेत्यांनीही हा पर्याय स्वीकारला.

विशाल द्वैभाषिक राज्य विदर्भासह अस्तित्वात आणण्याचा निर्णय ऑक्टोबर १९५६मध्ये झाला. नव्या राज्यांचा मुख्यमंत्री कोण होणार, हे ठरवण्यासाठी हालचाली सुरू झाल्या होत्या. मोरारजी देसाईंनी, एकमताने निवड होणार असेल, तरच आपण मुख्यमंत्रिपद स्वीकारू, अशी अट घातली. मात्र काँग्रेसमधील संयुक्त महाराष्ट्रवादी गट कोणत्याही परिस्थितीत मोरारजींना मुख्यमंत्री होऊ देण्यास तयार नव्हता. नेतेपदासाठी निवडणूक होणारच, हे लक्षात आल्यावर मोरारजींनी आपले उमेदवार म्हणून यशवंतराव चव्हाणांना पाठिंबा देण्याचा निर्णय घेतला. यशवंतरावांनी विदर्भ आणि मराठवाड्यातील आमदारांचा पाठिंबा

आधीच मिळवला होता. संयुक्त महाराष्ट्रवाद्यांचे उमेदवार म्हणून भाऊसाहेब हिरे यांचे नाव नेतेपदासाठी पुढे केले होते. परंतु मराठवाडा, विदर्भातील आमदारांचा पाठिंबा आणि मोरारजी समर्थकांचा पाठिंबा यामुळे यशवंतरावांचे पारडे खूपच जड झाले होते. शंकरराव देव, भाऊसाहेब हिरे व त्यांचा संयुक्त महाराष्ट्रवादी गट अल्पमतात गेलेला होता. आंदोलन काळात ज्यांनी हिरे यांना आश्वासने दिली होती तेही त्यांच्याबरोबर नव्हते.

१६ ऑक्टोबर १९५६ रोजी विधिमंडळ काँग्रेस पक्षाची नेता निवडीसाठी बैठक झाली, त्या बैठकीत यशवंतराव चव्हाणांना ३३३, तर भाऊसाहेब हिरे यांना १११ मते पडली. यातील एक मत चुडामणअण्णा पाटील यांचे होते. या मतदानाच्या वेळी एक मोठे वैचारिक द्वंद्व चुडामणअण्णा यांच्या समोर उभे ठाकले होते. ज्या मोरारजींनी आपल्याला प्रथम आमदार होण्यास मदत केली, त्यांच्या विचाराच्या विरोधात ज्यांनी आमदार होण्यात अडथळे आणू पाहिले होते, त्या भाऊसाहेब हिरे यांच्या बाजूने मतदान करायचा प्रसंग चुडामणअण्णांवर आला होता, जेव्हा भाऊसाहेब हिरे नेतेपदासाठी मत मागण्याकरिता चुडामणअण्णांना भेटले, तेव्हा झालेल्या संभाषणाची नोंद चुडामणअण्णांनी डायरीत केली आहे. 'आपण मला जिल्हा काँग्रेसचे अध्यक्ष म्हणून कधीही आदराची किंवा चांगलीसुद्धा वागणूक दिली नाही. धुळे जिल्ह्याचे पुढारीपण अडाण्याकडे आहे, असे आपण म्हणत आलात. अशा परिस्थितीत भाऊसाहेब हिरेंना मी माझे मत कसे देईन? यावर भाऊसाहेब माझ्याकडे प्रश्नार्थक चेहऱ्याने पाहू लागल्यावर पुढे मी त्यांना सांगितले, की आपल्याला मत देईन. परंतु भाऊसाहेब हिरे या व्यक्तीला नव्हे, तर संयुक्त महाराष्ट्राचा पुरस्कार करणाऱ्या नेत्याला म्हणून देईन. माझे एकट्याचेच नव्हे, तर माझ्या जिल्ह्यातील सर्व एम.एल.ए., एम.एल.सी. यांची मते आपल्यालाच मिळतील. काळजी करू नका. यानंतर भाऊसाहेबांना हायसे वाटले. याउलट यशवंतरावांनी जेव्हा आमदारांना भेटायला सुरुवात केली, तेव्हा ते साहेब, हे कसे शक्य आहे? सर्वसामान्य काँग्रेस कार्यकर्त्यांना व सामान्य जनतेला मराठी भाषिकांचे महाराष्ट्र राज्य पाहिजे. आपण तर द्वैभाषिक राबवायला निघाला आहात. माझे मत संयुक्त महाराष्ट्रालाच आहे. यावर साहेब म्हणाले, की अण्णा आपण नेहमी एकमेकांना मदत करतो, पण आता तुम्ही मला विरोध करता हे बरोबर नाही.' ही भेट आटोपल्यानंतर अण्णा बाहेर पडले. त्यानंतर १ नोव्हेंबर १९५६ रोजी द्वैभाषिक मुंबई राज्याची स्थापना झाली. मुख्यमंत्री म्हणून यशवंतरावांनी

जे मंत्रिमंडळ बनवले, त्यात भाऊसाहेब हिरे, मराठवाड्यातील दिगंबरराव बिंदू आणि विदर्भातील ब्रिजलाल बिहारी यांचा समावेश नव्हता. राज्याचा कारभार सुरू होता, त्यातच १९५७च्या फेब्रुवारीत विधानसभेची निवडणूक लागली. त्याची हकीकत दुसरी निवडणूक या प्रकरणात दिली आहे. त्या निवडणुकीत संयुक्त महाराष्ट्र समितीची लाट असली तरी मुंबई राज्यात (म्हणजे गुजरातसह) ३९५ पैकी २२२ जागा जिंकून काँग्रेसने बहुमत मिळवले. समितीला १२४ जागा मिळाल्या. मात्र पश्चिम महाराष्ट्रातील १३५ जागांपैकी फक्त ३५ जागा काँग्रेसला मिळाल्या. समितीला ९६ जागा मिळाल्या होत्या, मात्र संयुक्त महाराष्ट्र समितीचे आंदोलन त्याच तीव्रतेने पुढे सुरू राहिले. १९५७च्या निवडणुकीत समितीची लाट असतानाही धुळे तालुक्यात चुडामणअण्णा पाटील हे ती लाट परतवून लावून विधानसभेवर निवडून आले होते. त्यांच्यासह पक्षाचे तीन आमदारही निवडून आले होते.

जनआंदोलनाचा रेटा पाहून केंद्र सरकारला अखेर द्वैभाषिकाचा प्रयोग गुंडाळणे भाग पडले. या कामी तत्कालीन काँग्रेस अध्यक्ष म्हणून श्रीमती इंदिरा गांधींनी महत्त्वाची भूमिका बजावली. त्यांनी पंडितजींचे मन वळवण्यासाठी सर्व तऱ्हेचे प्रयत्न केले. द्वैभाषिकाचे मूल्यमापन करण्यासाठी पंडित गोविंदवल्लभ पंत यांच्या अध्यक्षतेखाली ९ जणांची समिती नेमण्यात आली होती. या समितीने दिलेला अहवाल मंजूर करून काँग्रेसच्या कार्यकारिणीने ३० डिसेंबर १९५६ रोजी द्वैभाषिक संपुष्टात आणण्याचा निर्णय घेतला. राज्याचे विभाजन करण्याचे विधेयक विधिमंडळापुढे ठेवण्याची प्रक्रिया मार्चमध्ये सुरू झाली. या विधेयकावर तीन दिवस चर्चा झाली. ३ मार्चला यशवंतरावांनी या चर्चेत भाग घेतला. 'द्वैभाषिकाची कल्पना आपली नव्हती, पण ते चालवण्याची जबाबदारी केवळ आपण स्वीकारली होती', असे त्यांनी मान्य केले.

महाराष्ट्र आणि गुजरात यांच्या निर्मितीमध्ये गुजरात सीमेवरील डांग तसेच खान्देशचे सहा तालुके (नवापूर, नंदुरबार, अक्कलकुवा, अक्राणी, तळोदे व शहादे) गुजरातला जोडण्याचा प्रस्ताव होता. डांगचा प्रश्न वरिष्ठ नेतृत्वाने हाताळला व तो भाग गुजरातकडे गेला, पण खान्देशातील लोकप्रतिनिधी व जिल्हा काँग्रेसचे अध्यक्ष या नात्याने चुडामणअण्णा पाटील यांनी धुळे जिल्ह्यातील खेडी गुजरातमध्ये जाऊ नये, यासाठी प्रयत्न केले. खान्देशमध्ये यासाठी जोरदार जनजागृती करण्याची मोहीम त्यांनी हाती घेतली होती. वरील सहा तालुक्यांचा प्रदेश प्राचीन काळापासून खान्देशचाच एक भाग आहे. ऐतिहासिक, भौगोलिक

व नैसर्गिकदृष्ट्यासुद्धा तो खान्देशचा भाग असल्याने महाराष्ट्रात राहिला पाहिजे, या मागणीसाठी तसेच सुरत जिल्ह्यातील सोनगड, व्यारा व राजपिपला हा मराठी भाषिक मात्र महाराष्ट्रास जोडावा, अशी मागणी धुळे जिल्हा काँग्रेसने केली. त्यासाठी २४ नोव्हेंबर १९५९ रोजी नवापूर येथे चुडामणअण्णांच्या नेतृत्वाखाली गोविंदवल्लभ पंत यांची भेट घेऊन खान्देशचे तालुके महाराष्ट्रापासून तोडून ते गुजरातला न देता खान्देशातच म्हणजेच महाराष्ट्रातच ठेवावेत याबद्दल ठाम आग्रह धरला, त्यांच्या प्रयत्नांना यश येऊन या सहापैकी चार तालुक्यांतील १५६ खेडी गुजरातला देण्यात आली आणि शहादे व अक्राणी हे तालुके पूर्णपणे महाराष्ट्रातच राहिले. नंदुरबार तालुक्यातील ४३, तर नवापूर तालुक्यातील ३८ खेडी गुजरातला देण्यात आली. ही खेडीसुद्धा गुजरातच्या उकाई धरण प्रकल्पाखाली जाणार होती, त्यामुळे ती देणे आवश्यक होते. तरीपण दोन तालुके पूर्णपणे आणि चार तालुके निम्म्याहून अधिक खान्देशातच ठेवण्यात चुडामणअण्णा व त्यांच्या सहकाऱ्यांना यश मिळाले.

विधिमंडळात तसेच नंतर संसदेत संयुक्त महाराष्ट्राच्या व गुजरातच्या निर्मितीचे सर्व कायदेशीर व संविधानिक सोपस्कार पूर्ण झाल्यानंतर १ मे १९६० रोजी महाराष्ट्र राज्य अस्तित्वात यावे, असे ठरले. १९५७ साली निवडून आलेल्या विधानसभेत मुंबई राज्याच्या विधानमंडळाचे संयुक्त स्वरूप २५ मार्च १९६० रोजी संपणार होते. त्या निमित्ताने विधानमंडळाच्या सर्व सदस्यांशी त्या दिवशी मुख्यमंत्री यशवंतराव चव्हाणांनी चर्चा केली. त्या निमित्ताने आयोजित केलेल्या बैठकीत त्यांनी सर्व सदस्यांचे आभार मानले. गुजरातमधील सदस्यांचा यशवंतरावांनी आपल्या भाषणात खास उल्लेख केला. राजकीय शिस्त आणि निष्ठा यांचे शिक्षण गुजरातकडून घ्यावे, असे उद्‌गार त्यांनी या बैठकीत काढले. या बैठकीनंतर द्वैभाषिक राज्याचा प्रयोग संपला.

संयुक्त महाराष्ट्राच्या कार्यातील सर्व अडथळे दूर झाल्यानंतर १ मे १९६०चा मुहूर्त निश्चित करण्यात आला. दरम्यान, २७ एप्रिल १९६० रोजी जिजामाता व बालशिवाजी यांच्या शिल्पाचे उद्‌घाटन शिवजयंतीच्या निमित्ताने शिवनेरी गडावर यशवंतरावांच्या हस्ते झाले.

१ मे १९६० रोजी महाराष्ट्र राज्य स्थापनेचा सोहळा पंतप्रधान पं. जवाहरलाल नेहरू यांच्या हस्ते राजधानी मुंबई येथे शिवाजी पार्क मैदानावर भव्य प्रमाणात झाला. लोकांच्या उत्साहाला उधाण आले होते. पं. नेहरूंनी महाराष्ट्राला शुभेच्छा

दिल्या. विदर्भाकडे लक्ष देण्याची सूचना केली. या सोहळ्याच्या अखेरीस आभार प्रदर्शनाच्या भाषणात मुख्यमंत्री यशवंतराव चव्हाण म्हणाले, 'आम्ही आज आश्वासन देतो, की महाराष्ट्र हे राज्य निर्माण झाले आहे, ते मराठी जनतेच्या कल्याणाचे काम तर करेलच, शिवाय मराठी भाषिकांच्या जवळ जे देण्यासारखे, त्यांच्या जीवनामध्ये जे चांगले आहे, जे उदात्त आहे त्याचा त्याग करावयाचा असेल तर तो आम्ही भारतासाठी प्रथम करू, कारण पहिल्यापासून आमचा विश्वास आहे की भारत राहिला तर महाराष्ट्र राहील. भारत मोठा झाला तर महाराष्ट्र मोठा होईल.' या समारंभानंतर राज्याच्या नव्या मंत्रिमंडळाचा शपथविधी झाला. सरकारच्या काही खात्यांची नावे बदलून नव्या राज्याचे धोरण विकासाभिमुख राहील व सर्वांगीण विकास हे त्यांचे ध्येय राहील, असा स्पष्ट संकेत दिला. या मंत्रिमंडळातही भाऊसाहेब हिरे यांचा समावेश नव्हता. महाराष्ट्राच्या सत्ताकरणातील भाऊसाहेबांची भूमिका जवळपास संपुष्टात आली. मात्र पक्षात ते सक्रिय होते.

चुडामणअण्णा पाटील या वेळी विधानसभेत सदस्य होते. या चळवळीच्या कालखंडात महाराष्ट्राच्या राजकारणाच्या केंद्रस्थानी असलेल्या तीनही मोठ्या नेत्यांशी म्हणजे मोरारजी देसाई, भाऊसाहेब हिरे व यशवंतराव चव्हाण यांच्याशी वैयक्तिक संबंध बाजूला ठेवून राजकीय भूमिका घेऊन चुडामणअण्णा यांना वागावे लागले. मोरारजी हे एका अर्थाने उपकारकर्ते, पण संयुक्त महाराष्ट्राच्या ध्येयाशी बांधिलकी पत्करलेल्या चुडामणअण्णांनी त्यांच्या नेतृत्वाला तसेच त्यांनी पुरस्कृत केलेल्या यशवंतरावांच्या नेतृत्वाला संयुक्त महाराष्ट्राच्या मागणीच्या दृष्टिकोनातून विरोध केला. तर ज्या भाऊसाहेब हिरेंशी त्यांचे राजकीय सख्य नव्हते, त्यांना संयुक्त महाराष्ट्रासाठी नेतानिवडीत पाठिंबा देण्याचा प्रसंग आला. या प्रसंगात चुडामणअण्णांनी वैयक्तिक राग व लोभ बाजूला ठेवून विचारनिष्ठ भूमिका घेतली. यातील चांगला भाग असा, की मुख्यमंत्री यशवंतरावांनी नंतरच्या काळातही चुडामणअण्णांचा कोणताही शब्द खाली पडू दिला नाही. चुडामणअण्णांच्या घरच्या सर्व मंगलकार्यांत आणि समारंभांत चव्हाणसाहेब आवर्जून हजर राहत असत.

❖❖❖

# दुसरी निवडणूक : १९५७
## (समितीच्या लाटेतही विजयी)

मुंबई राज्याच्या विधान परिषदेत चुडामणअण्णा आमदार म्हणून कारकीर्द बजावत असताना विधानसभेच्या १९५७च्या निवडणुका जाहीर झाल्या. १ नोव्हेंबर १९५६ रोजी नवे महाद्वैभाषिक (महाराष्ट्र + गुजरात) अस्तित्वात आले होते. या निवडणुकांना संयुक्त महाराष्ट्र आंदोलनाची पार्श्वभूमी होती. जनमानसावर संयुक्त महाराष्ट्र समितीचे अधिराज्य होते. समितीची लाट असून, काँग्रेसचे पानिपत होईल, असा प्रचार समितीतील सर्व पक्ष करत होते. दिल्लीतील काँग्रेसश्रेष्ठींनी संयुक्त महाराष्ट्राच्या कल्पनेऐवजी मराठी व गुजराथी भाषिकांच्या द्वैभाषिकाचा तोडगा उचलून धरला होता. नेहरू निष्ठेपायी यशवंतराव चव्हाण संयुक्त महाराष्ट्राची बाजू न घेता द्वैभाषिकाची बाजू उचलून धरत होते.

महाराष्ट्र प्रदेश काँग्रेसमध्ये मुंबईसह संयुक्त महाराष्ट्र हे मराठी भाषिकांचे राज्य व्हावे, या मताचा एक गट होता. त्याचे नेतृत्व काकासाहेब गाडगीळ व भाऊसाहेब हिरे यांच्याकडे होते. त्यांची स्वतंत्र मराठी राज्याची मागणी ही मोरारजींच्या नेतृत्वाला उघड आव्हानच होते. या पार्श्वभूमीवर १९५७च्या निवडणुका काँग्रेसला अवघड आहेत, असे सर्वांनी गृहीत धरले होते. धुळे जिल्ह्यातही कम्युनिस्ट, तसेच समाजवादी पक्ष यांनी आपापल्या परीने चांगलाच जोर लावला होता. जनसंघही त्यांच्यासोबत राहून बदललेल्या वातावरणाचा फायदा घेऊन जिल्ह्यातील काँग्रेसच्या स्थानाला धक्का लावता येतो, का हे पाहत होता. धुळे जिल्हा काँग्रेस कमिटीचे अध्यक्ष म्हणून चुडामणअण्णा पाटील यांनी रीतसर जिल्हा समितीची बैठक घेऊन आलेले अर्ज शिफारशींसह प्रांतिक कमिटीकडे पाठवले.

विधान परिषदेपेक्षा विधानसभेत काम करण्याची इच्छा असलेल्या चुडामणअण्णांनी या वेळीही धुळे तालुका मतदारसंघासाठी उमेदवारी मागणारा अर्ज पाठवून दिला होता. त्यांच्यासोबत धुळे शहरातून व तालुक्यांतून इतरही काही इच्छुकांचे अर्ज आले होते. त्यामुळे प्रांतिक निवड समितीसमोर सर्वांनाच जावे लागणार होते. धुळे शहरातील एका महिलेचाही अर्ज होता. चुडामणअण्णांनी त्यांना धुळे शहराऐवजी तालुक्यातून उमेदवारी मागण्याचे कारण काय, असा प्रश्न विचारला. त्यावर त्या म्हणाल्या, की त्यांचे कार्य तेथे असून, निवडणुकीच्या दृष्टीने तो सोपा मतदारसंघ असल्याने उमेदवारी मागितली आहे. आणि आपल्याला ती नक्की मिळेल, अशी खात्री त्यांनी बोलून दाखवली. दुसरे इच्छुक तेथील आमदार होते. याच मतदारसंघातील पहिल्या निवडणुकीतील आमदार बॅरिस्टर मोरे यांनी राजीनामा दिल्यानंतर त्या पोटनिवडणुकीत ते आमदार म्हणून निवडून आलेले होते. विद्यमान आमदार म्हणून तसेच तालुक्यातील जुने नेते म्हणून त्यांचे नाव उमेदवारीच्या शर्यतीत पुढे असणे स्वाभाविक होते. मात्र त्यांनी धुळे लोकसभा मतदारसंघातूनही उमेदवारी मिळावी, अशी मागणी केली होती. मागील निवडणुकीत चुडामणअण्णांना तिकीट नाकारले होते, तरी त्यांनी पक्षाचे सर्व उमेदवार निवडून आणले होते. विधान परिषदेची निवडणूकही जिंकून दाखवली होती. जिल्ह्यात काँग्रेसचे स्थान बळकट केले होते. त्यामुळे त्यांना विधानसभेत जाण्याची इच्छा होती. इतर मतदारसंघातील उमेदवारीचा प्रश्न फारसा मोठा नव्हता.

शेवटी प्रांतिक निवड समितीपुढे मुलाखतीचा दिवस उजाडला. धुळे तालुका मतदारसंघाच्या मुलाखती पुण्यात सुरू झाल्या, तेव्हा निरीक्षक म्हणून बाबू जगजीवनराम आलेले होते. मावळत्या आमदारांची मुलाखत झाली. त्यांना असे वाटले, की त्या इच्छुक महिलेला धुळे तालुक्यातील विधानसभेचे तिकीट मिळाले, तर चुडामण पाटील यांस लोकसभेचे तिकीट मिळेल, या भीतीपोटी त्यांनी त्या महिलेबद्दल जेवढे वाईट बोलता येईल तेवढे बोलून त्यांना तिकीट मिळू नये यासाठी वातावरण निर्माण करण्याचा प्रयत्न केला. मुलाखत संपल्यानंतर निवड समितीने जिल्हा काँग्रेस अध्यक्ष म्हणून चुडामणअण्णा यांच्याशी बोलताना ते आमदार मुलाखतीत जे काही (महिलेबद्दल) बोलले ते खरे आहे काय, असे विचारले. त्यावर चुडामणअण्णांनी उत्तर दिले, की ते खूप जुने कार्यकर्ते आहेत व आपल्यापेक्षा त्यांना अधिक माहिती आहे. निवड समितीचे सदस्य यानंतर जास्त काही बोलले नाहीत. पण तिकीटवाटपाच्या वेळी मात्र धुळे तालुक्यातून ते व त्या महिला या

दोघांची नावे मागे पडून चुडामणअण्णा यांना उमेदवारी देण्यात आली. लोकसभेची उमेदवारी धुळ्यातील मुस्लिम समाजातील काँग्रेस कार्यकर्ते काझी वकील यांना देण्यात आली.

निवडणुकीतही पक्षांतर्गत स्पर्धा नि विरोध संपल्यानंतर वेगळेच नाट्य रंगले. राज्यात समितीची लाट आहे आणि त्या लाटेचा फायदा घेऊन आपण चुडामण पाटील यांना सहज पराभूत करू शकू अशा भ्रमात धुळे तालुक्यातील विरोधी नेते होते. समितीच्या लाटेचे निमित्त असले, तरी त्यांचा भर चुडामण पाटील यांना वैयक्तिक विरोध करण्यावर होता. तत्त्वज्ञानाची भाषा न वापरता किंवा संयुक्त महाराष्ट्राच्या मुद्द्यावर भर न देता चुडामण पाटलाला पाडून दाखवतो एवढीच भाषा होती. एवढे पुरेसे नव्हते म्हणून की काय, चुडामण पाटलास मागासवर्गीय उमेदवाराकडून पराभूत करून दाखवू आणि त्याचे राजकारण कायमचे संपवू, अशी वल्गना करण्यात आली. वस्तुतः या पक्षांचे किंवा या निवडणुकीत समितीने दिलेल्या उमेदवाराचे तालुक्यात फारसे काम नव्हते.

अगदी पारतंत्र्यातील कौन्सिलच्या निवडणुकांतही हा मतदारसंघ पूर्णपणे काँग्रेसच्या पाठीमागे होता. तसेच जिल्हा लोकल बोर्ड आणि सहकारी संस्थांच्या निवडणुकांत तसेच गाव पंचायतीच्या निवडणुकांत काँग्रेसचीच सरशी होत असे. पैशांच्या व जुन्या सरंजामी प्रभावाच्या जोरावर राजकारण करणारी राव पार्टी, तसेच आपले बस्तान बसवू पाहणारे कम्युनिस्ट आणि इतर डावे पक्ष ज्यात नव्याने स्थापन झालेला शेतकरी कामगार पक्षही होता, यांची तुरळक प्रभावक्षेत्रे होती. आदिवासी भागात साक्री तालुक्यात आणि खुद्द धुळे शहरात समितीच्या झेंड्याखाली डाव्या पक्षांचा जोर होता, पण धुळे तालुक्यातील परिस्थिती खूपच वेगळी होती. चुडामणअण्णा यांच्या विरोधात समितीचा घटक असलेल्या शेड्यूल कास्ट फेडरेशनचे श्री. पुनाजी लळींगकर यांना उभे करण्यात आले होते. हे दलित समाजातील कार्यकर्ते होते. अस्पृश्योद्धाराच्या चळवळीतही होते. त्यांच्या निवडणुकीची सूत्रे शेतकरी कामगार पक्षाचे ॲड. झुलाल भिलाजीराव पाटील (झेड. बी. पाटील) तसेच कुसुंबे गावचे बडे प्रस्थ रामचंद्र मोतीराम शिंदे यांच्याकडे होती.

चुडामणअण्णा यांनी मतदारसंघातील पहिली सभा राव पार्टीचे केंद्र असलेल्या कुसुंबे गावात घेतली. या गावात काँग्रेसचे काही कार्यकर्ते होते, पण राव पार्टीच्या प्रभावामुळे ते दबून होते. गावात सभेसाठी टेबल-खुर्ची कोठून मिळवावी येथपासून सुरुवात होती. कुसुंबे हे गाव तालुक्यातील मोठे गाव असून, धुळे-सुरत महामार्गावर

आहे. त्यामुळे तेथील सडक कायम गजबजलेली असते. चुडामणअण्णा यांनी लाऊडस्पीकर बसवलेली आपली प्रचाराची गाडी सडकेलगत उभी करून गाणी वाजवण्यास सांगितले. गाणी सुरू झाल्यावर काही मंडळी गाडीभोवती जमू लागली. अनेक तरुणमंडळी पुढे सरसावली. त्यात भास्कर दगडू शिंदे ऊर्फ भास्करबापू आणि तुकाराम मास्तर हे दोघे होते. ते चुडामण पाटील यांच्याजवळ आले व काही पाहिजे का? अशी चौकशी करू लागले. सभा घ्यायची आहे, त्यासाठी लागणारे साहित्य पाहिजे, असे सांगताच खुर्च्या-टेबल तसेच लाईटची व्यवस्था करण्यात आली. सभा झाली. त्या दिवसापासून भास्करबापू व त्यांचे सहकारी कायमचे चुडामणअण्णांच्या बरोबर राहिले. कुसुंबे येथील सभेनंतर तालुक्यातील इतर खेड्यापाड्यांत प्रचार करण्यास चुडामणअण्णांनी सुरुवात केली. जवळपास प्रत्येक गावात त्यांचे व्यक्तिगत ओळखीचे अनेक कार्यकर्ते होते.

समितीचे विरोधाचे राजकारण मुळातच चुडामण पाटलांना मागासवर्गीय उमेदवाराकडून पाडून दाखववायाचे आहे, यावर भर देणारे असल्याने सर्वसामान्य जनतेपर्यंत संयुक्त महाराष्ट्र समितीचा मुद्दा पोहोचत नव्हता. शिवाय काँग्रेस अंतर्गत जो काही संयुक्त महाराष्ट्रवाद्यांचा गट होता, त्यात चुडामण पाटील हे ठळकपणे द्वैभाषिकाला विरोध करून मुंबईसह संयुक्त महाराष्ट्र झालाच पाहिजे, अशी मागणी करीत होते. त्यासाठी त्यांनी मागील निवडणुकीत तिकीट देणारे मोरारजीभाई देसाई यांची नाराजी पण ओढवून घेतली होती. या भूमिकेमुळे संयुक्त महाराष्ट्रवाद्यांपाशी चुडामणअण्णांच्या बाबतीत बोलण्यासारखे काही उरलेही नव्हते. त्यामुळे धुळे तालुक्यातील चुडामणअण्णांचा विजय निश्चित दिसत होता. त्यांनी आपली भूमिका मांडत, तसेच गावोगावच्या लोकांशी थेट संपर्क साधत आपली बाजू भक्कम केली होती. गेल्या काही वर्षातील त्यांचे तालुक्यातील काम, विधान परिषदेत त्यांनी मांडलेले प्रश्न आणि रोज अठरा तास थेट जनतेत शिरून जनतेची कामे करणे यांमुळे लोकप्रतिनिधी म्हणून लोकांना ते हवेहवेसे वाटत होते, यात नवल नाही. असे असले तरीही आपल्या मतदारसंघात व काँग्रेस उमेदवारांच्या इतर मतदारसंघांत प्रचार करताना चुडामणअण्णांनी कसलीही कसर ठेवली नाही. त्यांची प्रचाराची वेगळी पद्धत होती. ते सकाळी मोहाडीतून आपल्या घरातून प्रचाराला निघत. गाडीत ड्रायव्हर व लाऊड स्पीकर आणि ते स्वतः असत. एका टोकाला सुरुवात केल्यानंतर तालुक्याच्या दुसऱ्या टोकापर्यंत जायचे. वाटेत ज्या ज्या कार्यकर्त्यांची गरज भासेल त्यांना बरोबर घ्यायचे. ठरलेल्या गावाच्या

सभा करायच्या आणि परत येताना वाटेत त्या कार्यकर्त्यांना त्यांच्या त्यांच्या घरी सोडायचे व शेवटी ड्रायव्हर, लाऊड स्पीकरसह गाडी घेऊन घरी यायचे. चुडामणअण्णांचा हा दिनक्रम पाहून धुळ्यातील समिती कार्यकर्त्यांना असे वाटायचे, की हे एकटे जातात व एकटे येतात, तेव्हा यांच्यासमवेत कोणी कार्यकर्ते नसावेत. प्रचारसभांतूनही त्यांनी तसे बोलायला सुरुवात केली. परंतु चुडामण पाटलांबरोबर किती व कोणते कार्यकर्ते आहेत हे गावागावांतील मतदारांना चांगलेच ठाऊक होते. त्यामुळे समितीचे कार्यकर्ते खोटे बोलत आहेत, हे त्यांना कळत होते.

या कालावधीत तालुक्यातील महत्त्वाच्या गावांत चुडामणअण्णांचा मित्रपरिवार व कार्यकर्ता संच तयार झाला होता. त्यात बापूसाहेब शिवाजी रायमल देवरे (बोरीस), डॉ. भानुदास जोशी (सोनगीर), के. आर. पाटील (बुरझड), भास्करबापू (कुसुंबे) यांचा समावेश होता, शिवाय काँग्रेसचे पदाधिकारी होतेच. अशा खंद्या कार्यकर्त्यांवर प्रत्येकी दहा-बारा खेड्यांची जबाबदारी टाकण्यात आली होती. काही कार्यकर्ते पैशांच्या आशेवर असत. काहीजण दिवसा चुडामणअण्णांच्या प्रचारात, तर रात्री विरोधी पक्षांसोबत जात असत, असे अण्णांनी आठवणीत सांगितलेले आहे. पण त्याची चिंता करण्याचे कारण नव्हते. कारण तालुक्यातील वातावरण चांगले काँग्रेसमय झाले होते.

एकंदरीत चुडामणअण्णांचा स्वतःचा विजय नक्की होता, पण लोकसभेचे उमेदवार काझी वकील यांची सीट धोक्यात असल्याचे संकेत मिळू लागले होते. मुळात त्यांच्या समाजातच नाराजी होती, कारण ते कधी गरीब लोकांत मिसळत नसत. त्यांच्या या प्रतिमेत बदल करणे इतक्या कमी दिवसांत शक्य नव्हते. प्रचाराची शिकस्त करूनही काझी वकील निवडून येऊ शकले नाहीत. शिवाय त्यांच्या विरोधात जनसंघाचे ॲड. उत्तमराव लक्ष्मण पाटील हे नामांकित उमेदवार उभे होते. काझी हे काही त्यांच्या तोडीचे उमेदवार नव्हते. उत्तमराव (नानासाहेब) पाटील यांचा खेडोपाडी चांगला संपर्क होता. शहरात जनसंघाचा जोर होता. शिवाय संयुक्त महाराष्ट्र समितीचा पाठिंबा होता. त्यामुळे उत्तमराव पाटील निवडून येऊन जनसंघाचे खासदार झाले (पण पुढील लोकसभा निवडणुकीत १९६२मध्ये चुडामणअण्णांनी त्यांना सुमारे लाखभर मतांनी पराभूत केले.) लोकसभेची सीट गेली, तसेच जिल्ह्यातील विधानसभेच्या इतरही जागा गेल्या. विधानसभेत काँग्रेसतर्फे केवळ स्वतः चुडामणअण्णा व व्यंकटराव धोबी हे निवडून आले. तसेच आदिवासी भागातून काँग्रेसचे चंद्रसिंग धानका भंडारी निवडून आले.

लोकसभेची आदिवासी विभागातील जागाही समितीला गेली. समितीचे उमेदवार लक्ष्मण वेडू वळवी तेथून निवडून आले. या निवडणुकीत विजयी झालेले विधानसभेचे उमेदवार पुढीलप्रमाणे -

**काँग्रेस :** चुडामण आनंदा पाटील, व्यंकटराव धोबी (रणधीर), चंद्रसिंग धानका भंडारी संयुक्त महाराष्ट्र समिती शंकर गोरख पाटील (शिंदखेडे), डॉ. रा. भ. चौधरी (धुळे शहर), शंकरराव चिंधू बेडसे, रामा जिऱ्या पाडवी (नंदुरबार-साक्री), गो. सू. पाडवी (तळोदे).

**स्वतंत्र :** ए. डी. चौधरी (तळोदे). तिकडे नाशिक जिल्ह्यात भाऊसाहेब हिरे हे एकटेच काँग्रेसतर्फे निवडून आले होते. राज्यात काँग्रेसचेच बहुमत झाले. धुळे जिल्ह्यात समितीची लाट आली, पण धुळे तालुक्यात ती परतवून लावून चुडामणअण्णांनी आपले विधानसभेतील आमदार होण्याचे स्वप्न १९५७मध्ये पूर्ण केले. पण त्यांना पुढील दोन-तीन वर्षे पक्षांतर्गत तसेच इतर तणावांना तोंड द्यावे लागले. संयुक्त महाराष्ट्रवादी भूमिका घेतल्यामुळे मोरारजी देसाईंची नाराजी पत्करावी लागली. मोरारजींचे व काँग्रेस श्रेष्ठींचे समर्थक म्हणून यशवंतरावांशी वाद घालावा लागला.

ज्या भाऊसाहेब हिरेंनी चुडामणअण्णांना काँग्रेस जिल्हाध्यक्ष म्हणून मानाची वागणूक दिली नाही, त्यांच्यामागे अण्णा केवळ तत्त्वाचा प्रश्न म्हणून उभे राहिले होते. मात्र या निवडणुकीनंतर यशवंतरावांनी भाऊसाहेबांना सत्तेच्या मध्यवर्ती वर्तुळातून बाद केले. चुडामणअण्णा पाटील व त्यांचे धुळे जिल्ह्यातील सहकारी भाऊसाहेबांच्या मागे केवळ संयुक्त महाराष्ट्राच्या तत्त्वाच्या मुद्द्यावर उभे राहिले होते, हे समजून घेऊन यशवंतरावांनी चुडामणअण्णांशी स्नेहाचे संबंध ठेवले. १९६२च्या लोकसभा निवडणुकीत त्यांनी चुडामणअण्णांना उमेदवारी दिली व त्यांच्या मतदारसंघात तालुक्यांच्या गावी स्वतः प्रचारसभा घेतल्या.

❖❖❖

# लोकसभेची पहिली निवडणूक : १९६२
# ऐतिहासिक विजय

१९५७ सालच्या निवडणुकीत संयुक्त महाराष्ट्र समितीच्या उमेदवारांनी उभे केलेले आव्हान, काँग्रेसला बसलेला फटका यांमुळे १९६०च्या ११ मे रोजी मराठी भाषिकांचे महाराष्ट्र राज्य निर्माण झाले. त्याचबरोबर तिकडे गुजरातही निर्माण झाले. मात्र १९५७ ते १९६० या अडीच वर्षांत बरेच काही घडून गेले होते. मोरारजी देसाईंना केंद्रात नेण्यात आले, भाऊसाहेब हिरेंना सत्ताकारणात स्थान राहिले नाही, पण काँग्रेस पक्षसंघटनेत त्यांना आदराचे स्थान होते. मोरारजी व यशवंतरावांना चुडामणअण्णांनी संयुक्त महाराष्ट्र प्रश्नावर विरोध केला, पण तो प्रसंग संपताच त्यांच्यातील संबंध पुन्हा पूर्ववत झाले. भाऊसाहेब हिरेंचे कार्य चुडामणअण्णांना मोठे वाटत होते. पुढे भाऊसाहेबांचे अकाली निधन झाले (१९६१) आणि भाऊसाहेबांच्या कन्या पुष्पाआक्का या चुडामणअण्णांच्या सूनबाई झाल्या. त्यांचा विवाह डॉ. भाईदास चुडामण पाटील यांच्याशी झाला व तो व्हावा यासाठी यशवंतरावांनी स्वतः पुढाकार घेतला. विवाहात ते घरचे कार्य समजून हजर राहिले. त्यांनीच या विवाहात कन्यादानही केले.

भाऊसाहेबांच्या कार्याचा गौरव करण्यासाठी चुडामणअण्णांनी आपल्या राजकीय निवृत्तीच्या काळात धुळे शहरात 'हिरे भवन' नावाची वास्तू उभारली. ('काँग्रेस भवन' प्रमाणे 'हिरे भवन' हीसुद्धा चुडामणअण्णांची धुळे शहराला देणगी होय.) संयुक्त महाराष्ट्र निर्माण होत असताना चुडामणअण्णा व धुळे जिल्हा काँग्रेसला गुजरात सीमेवरचे सहा तालुके व त्यातील खेडी महाराष्ट्रातच ठेवण्यासाठी प्रयत्नांची शिकस्त करावी लागली. तिला चांगले यश आले. त्यामुळे अदिवासी क्षेत्रातील काँग्रेसची लोकप्रियता वाढली. नंदुरबार लोकसभा मतदारसंघात (तसेच

नंतर नंदुरबारचा स्वतंत्र जिल्हा झाल्यानंतरही ती लोकप्रियता कायम राहिली.) संयुक्त महाराष्ट्र समितीच्या लोकप्रियतेची लाट हळूहळू ओसरत आली होती. याच पार्श्वभूमीवर १९६२ची सार्वत्रिक निवडणूक झाली.

१९५७च्या निवडणुकीतील अनुभव लक्षात घेऊन विरोधी पक्षांच्या ताब्यातील मतदारसंघ परत मिळवण्याच्या दृष्टीने व्यूहरचना व उमेदवारनिश्चिती करण्याच्या हालचाली धुळे जिल्हा काँग्रेस कमिटीने सुरू केल्या होत्या. तेव्हाच्या प्रथेप्रमाणे लोकसभेच्या आणि विधानसभेच्या निवडणुका एकाच वेळी होत असत. त्यामुळे लोकसभा आणि विधानसभेचे उमेदवार निश्चित करायचे होते. १९५७च्या निवडणुकीत लोकसभेची धुळे मतदारसंघातील जागा जनसंघाचे उत्तमराव पाटील यांनी जिंकली होती. ही जागा आणि समितीच्या उमेदवारांनी जिंकलेल्या विधानसभेच्या जागाही परत मिळवण्याचे आव्हान होते. जिल्हा काँग्रेस कमिटीने मतदारसंघातील वातावरणाचा अभ्यास करून व जनमत आजमावून लोकसभेसाठी माजी आमदार बापूसाहेब ग. द. माळी गुरुजी यांच्या उमेदवारीची शिफारस केली. ही शिफारस एकमताने केलेली होती. विधानसभा उमेदवारांच्या बाबतीतही शिफारशी करण्यात आल्या होत्या.

चुडामणअण्णा हे विधानसभेत धुळे तालुक्याचे आमदार होते. त्यामुळे त्यांनी पुन्हा तेथून निवडणूक लढवावी, असे सर्वांचे मत होते. प्रांतिक काँग्रेसच्या उमेदवार निवड समितीच्या (पार्लमेंटरी बोर्ड) बैठका उमेदवार निश्चितीपूर्वी शिफारशी व अर्जांचा विचार करण्यासाठी पुण्यातसुद्धा झाल्या होत्या. त्या सुमारे महिनाभर चालल्या. धुळे लोकसभा मतदारसंघाचा विषय चर्चेला आला. उमेदवारांप्रमाणे मतदारसंघातील काही कार्यकर्त्यांच्याही मुलाखती बोर्डासमोर झाल्या. त्या संपल्यानंतर जिल्हा काँग्रेस अध्यक्ष म्हणून चुडामणअण्णा यांच्याशी बोर्ड बोलले. प्रांतिक समितीच्या नेत्यांच्या मनात माळी गुरुजींऐवजी स्वतः चुडामणअण्णा पाटील यांनाच धुळे लोकसभा मतदारसंघातून उभे करायचे होते. यशवंतराव चव्हाणही त्या विचाराचेच होते, पण चुडामणअण्णा यांनी मात्र जिल्हा कमिटीचा ठराव आणि त्यामागच्या कार्यकर्त्यांच्या भावना यांचा उल्लेख करून माळी गुरुजींनाच उमेदवारी द्यावी, असे सांगितले आणि आपल्याला पुन्हा विधानसभेतच काम करू द्यावे, अशी विनंती केली. पण समितीत मात्र माळी गुरुजींना लोकसभेचे तिकीट द्यायचे नाही, असे मत होते. चव्हाणसाहेबांनीही तसे सांगितले आणि चुडामणअण्णांना विचारासाठी वीस दिवसांची मुदत दिली.

या निर्णयामुळे चुडामणअण्णा नाराज झाले. वीस दिवसांची मुदत पूर्ण झाल्यावर माळी गुरुजीच अण्णांकडे आले व त्यांनी अण्णांना सांगितले, की चुडामणअण्णांचा लोकसभा उमेदवारीला नकार आलाच, तर कोणाला उमेदवारी द्यायची हे प्रांतिकने ठरवले आहे आणि जो उमेदवार दिला जाणार होता तो राजकारणात आपल्याला त्रासदायक होईल. तेव्हा आपण प्रांतिकचे ऐकून लोकसभेची उमेदवारी स्वीकारा, अशी गळ माळी गुरुजींनी आपल्याला घातली, अशी आठवण चुडामणअण्णांनी आपल्या डायरीसाठी सांगितली आहे. यासंदर्भात माळी गुरुजींशी विचारविनिमय करून ते प्रांतिकच्या नेत्यांच्या भेटीला गेले. अध्यक्षांना भेटीसाठी विनंती करणारा निरोप पाठवला. आतून बोलावणे आले, तेव्हा पार्लमेंटरी बोर्डाची बैठक सुरू होती. बैठकीत चव्हाणसाहेबांनी चुडामणअण्णांना "काय ठरले?" असे विचारले. त्यावर अण्णांनी आपण प्रांतिक पार्लमेंटरी बोर्डाच्या सांगण्याप्रमाणे तसेच माळी गुरुजींच्या आग्रहानुसार लोकसभेची निवडणूक लढवण्यास तयार असल्याचे सांगून टाकले.

हा निर्णय ऐकल्यावर चव्हाणसाहेबांनी चुडामणअण्णांना विचारले, "मग आधी का नाही म्हणत होतात? पराभवाची भीती वाटत होती का?" साहेबांचा हा प्रश्न ऐकून चुडामणअण्णा उत्तरले, "साहेब, माझ्यापुरते बोलायचे झाले, तर मी धुळे जिल्ह्यातील कोणत्याही तालुक्यात, कोणत्याही जागेवर उभे केले, तरी पडणार नाही. याचे कारण असे, की झोपेचा वेळ सोडला तर उरलेला सगळा वेळ मी पक्षाच्या कामाला देतो. पक्षसंघटनेशिवाय दुसरा उद्योग मला नाही. तालुक्यातील कोणत्याही कार्यकर्त्याने हाक मारली, तरी जाऊन मी त्याचे काम करतो. वैयक्तिक असले तरी ते काम करतो. म्हणून मला पडण्याची भीती नाही. पूर्वी नाही म्हणत होतो, कारण जिल्हा काँग्रेस कमिटीने माळी गुरुजींच्या नावाचा ठराव केला होता. मी अध्यक्ष असूनही त्या ठरावाविरुद्ध फितूर झालो, तर माझी अध्यक्ष म्हणून नैतिक जबाबदारी टाळल्यासारखे ते झाले असते. आता आपण माझी इच्छा नसताना मला हे लोकसभेचे तिकीट देत आहात, तर ते मी मान्य करतो. मात्र एक सांगतो, की माळी गुरुजींना उभे केले असते, तर तेही पडले नसते. पण आपण आमचे ऐकले नाही. आमचा नाईलाज आहे. मी लोकसभेची उमेदवारी स्वीकारतो आणि प्रचंड मतांनी निवडून आलो आहे असे आताच जाहीरपणे सांगू इच्छितो."

चुडामणअण्णांचे हे आत्मविश्वासपूर्ण निवेदन ऐकल्यावर चव्हाणसाहेबांनी विचारले, "निवडून याल, पण किती मतांनी?" यावर चुडामणअण्णा उतरले, "प्रचंड मतांनी सांगितले आहे, पण आपल्याला ऐकायचेच असेल तर सांगतो, की

(जनसंघाच्या) उत्तमराव पाटील यांच्यापेक्षा मला एक लाख फुली जास्त मिळेल. लाखात एक फुली जरी कमी झाली तरी निवडून आलेल्या खासदारकीचा राजीनामा देईन." या उत्तरानंतर पार्लमेंटरी बोर्डाची संमती व चव्हाणसाहेबांच्या सदिच्छा घेऊन चुडामणअण्णा धुळ्याला परतले. त्यांना लोकसभेत नेणाऱ्या पहिल्या निवडणुकीची तयारी करायची होती. लढाई मावळत्या लोकसभेतील मातब्बर सदस्याविरुद्ध होती. हा मतदारसंघ धुळे जिल्ह्याचा काही भाग आणि जळगाव जिल्ह्याचा काही भाग असा होता. (नंतर त्याच्या सीमारेषा बदलल्या.)

धुळे जिल्ह्यातील धुळे तालुका, धुळे शहर व शिंदखेडा; तसेच जळगाव जिल्ह्यातील पारोळे-भडगाव, अमळनेर व चोपडा हे तीन असे सहा विधानसभा मतदारसंघ मिळून हा लोकसभा मतदारसंघ बनवण्यात आला होता. धुळे जिल्ह्यातील तीनही मतदारसंघातील गावन् गाव चुडामणअण्णांच्या पायाखालचे होते. प्रत्येक खेड्यातील परिस्थितीचा त्यांना पूर्ण अंदाज होता. प्रश्न होता जळगाव जिल्ह्यातील तीन मतदारसंघांचा. धुळे जिल्ह्यातील तीन मतदारसंघांच्या भरवशावर चुडामणअण्णांनी आपल्या विजयाची ग्वाही पार्लमेंटरी बोर्डाला दिली होती. मात्र एक लाखापेक्षा जास्त मताधिक्य मिळवण्यासाठी जळगाव जिल्ह्यातील तीनही मतदारसंघांत प्रचार व जनसंपर्क वाढवणे आवश्यक होते.

चुडामणअण्णांनी आपल्या नेहमीच्या पद्धतीने त्याही तालुक्यांमध्ये गावपातळीपर्यंत आपल्या कार्यकर्त्यांचे जाळे निर्माण करण्याला प्राधान्य दिले. त्यांच्याकडे असलेल्या माहितीच्या आधारे प्रचारमोहिमेची आखणी केली. पारोळे-भडगाव या विधानसभा मतदारसंघात कार्यकर्त्यांची उणीव भासेल, हे त्यांच्या लक्षात आले. मात्र गेल्या दोन सार्वत्रिक निवडणुकांत आपल्या पक्षाच्या उमेदवारांचा व स्वतःचा विजय साध्य करण्याचा मोठा अनुभव आणि कार्यकर्त्यांचा संच व गावोगावी नवे कार्यकर्ते जोडण्याची हातोटी याच्या जोरावर जळगाव जिल्ह्यातील मतदारसंघांतील जनमत अनुकूल करून घेणे एवढेच काम लाखाचे मताधिक्य मिळवण्यासाठी बाकी होते. मात्र विरोधी उमेदवार नानासाहेब ऊर्फ उत्तमराव पाटील यांच्या काही आक्रमक वक्तव्यामुळे चुडामणअण्णांनीही नेहमीचा मवाळपणा सोडून आक्रमकता आणि भावनिक आवाहने यांचा मिलाफ असलेली प्रचारशैली अनुसरली आणि खेडोपाडी सभा गाजवल्या.

त्याचे असे झाले, की जनसंघाचे उमेदवार उत्तमराव पाटील हे नामांकित वकील आणि संसदपटू होते. मात्र १९५७च्या निवडणुकीत त्यांच्या यशात त्यांच्या वैयक्तिक

लोकप्रियतेइतकाच संयुक्त महाराष्ट्र समितीच्या लाटेचाही वाटा होता. शिवाय त्या निवडणुकीत काँग्रेसचे उमेदवार धुळ्याचे काझी वकील हे ग्रामीण भागात फारसे परिचित नव्हते व मुस्लिमांमध्येही ते फारसे लोकप्रिय नव्हते. याउलट चुडामणअण्णा यांची जनमानसातील प्रतिमा व जनसंपर्क उत्तमरावांच्या तोडीस तोड आणि काकणभर सरसच होता. त्यातच उत्तमराव पाटील यांनी प्रचारमोहिमेच्या सुरुवातीस पारोळे येथील सभेत चुडामणअण्णा यांच्या अल्पशिक्षितपणाचा व कामगार असण्याचा आपल्या नेहमीच्या शैलीत उल्लेख केला. ते म्हणाले, 'मी वकील आहे आणि माझ्या विरुद्ध काँग्रेसला चांगला सुशिक्षित उमेदवारसुद्धा मिळाला नाही. एका अशिक्षित, अडाणी कामगाराला उभे केले आहे, कारण मीच निवडून येणार आहे हे काँग्रेसला चांगलेच ठाऊक आहे. काँग्रेसचा हा उमेदवार माझ्या पासंगालाही पुरणार नाही. मी आजच निवडून आलो आहे, असे आता येथेच जाहीर करतो.'

उत्तमराव पाटलांच्या या वक्तव्याची माहिती चुडामणअण्णांना मिळाल्यानंतर त्यांनी दुसऱ्या दिवशी लगेचच आपली प्रचारसभा पारोळे येथेच आयोजित केली. त्या सभेत त्यांनी उत्तमरावांच्या प्रचाराला उत्तर देणारे जे भाषण केले ते ऐतिहासिक ठरले व आजही लोकांच्या आठवणीतून गेलेले नाही. त्या रात्री पारोळे येथे झालेल्या जाहीर सभेची सुरुवात पारोळे तालुका काँग्रेस कमिटीच्या अध्यक्षांच्या भाषणाने झाली. त्यानंतर उमेदवार म्हणून चुडामणअण्णा बोलायला उभे राहिले. पण जनसंघाच्या कार्यकर्त्यांनी ती सभा उधळून लावण्याची तयारी केलेली होती. पूर्वीच्या निवडणुकीत तेथून खासदार व आमदार जनसंघाचे निवडून आल्याने आपली राजकीय ताकद फार मोठी आहे, असा त्यांचा समज होता. त्यांची मोठी गर्दी सभास्थानी झालेली होती. ती पाहून स्थानिक काँग्रेस कार्यकर्ते म्हणू लागले, की ही सभा तहकूब करून दुसऱ्या दिवशी घ्यावी. परंतु 'उद्यावर सभा ढकलणे अशक्य आहे, ती आजच होईल' अशी ठाम भूमिका चुडामणअण्णांनी घेतली. सभेच्या ठिकाणी दीड तास जनसंघीयांचा गोंधळ सुरू होता.

चुडामणअण्णांनी जमावाला सांगितले, की सभा होणारच. ते म्हणाले, 'मी काँग्रेसचा उमेदवार आहे. पळून जाणे काँग्रेसने मला शिकवलेले नाही. गुंडांना गुंडगिरीनेच उत्तर दिले पाहिजे व ते उत्तर द्यायला मी समर्थ आहे. पारोळ्यात मारामारी करायला पैलवान मिळणार नाहीत, पण मी तासाभरात धुळ्याहून हजारो काँग्रेस कार्यकर्ते व शेकडो पैलवान बोलावू शकतो. लक्षात ठेवा, राज्य काँग्रेसचे आहे, जनसंघाचे नाही. अधिकार नसताना जनसंघवाले ही सभा उधळण्याचा प्रयत्न करताहेत. त्यांना

धडा शिकवू.' या इशाऱ्यानंतर सभेत शांतता प्रस्थापित झाली. चुडामणअण्णांचे हे आक्रमक रूप पाहून काँग्रेस कार्यकर्त्यांनाही हुरूप आला आणि सभा पुढे सुरू झाली.

या सभेतच अण्णांनी पारोळेकरांच्या मनात स्थान मिळवले. ते भाषणात म्हणाले, "मित्रहो, मी काँग्रेसचा उमेदवार आहे. मुळात गरीब शेतकरी आहे व नंतर कामगार झालो. एका मिल कामगाराला प्रांतिक काँग्रेस कमिटीने त्याची मागणी नसताना लोकसभेचे तिकीट दिले आहे. मी नको म्हणत होतो, पण कमिटीने मला वीस दिवस विचार करायची संधी दिली व नंतर मी तिकीट स्वीकारले आहे. असे असताना नानासाहेब ऊर्फ उत्तमराव पाटील आपल्या प्रचारसभेत काँग्रेसला लायक उमेदवार मिळाला नाही, असे म्हणताहेत. 'चार बुके शिकलेल्या, मिलमध्ये मजुरी करणाऱ्या फडतूस माणसाला माझ्यासमोर उभे केले आहे. कारण मी बिनविरोध निवडून येऊ नये एवढ्याचकरिता या गरीब माणसाचा बळी दिला आहे', असा प्रचार उत्तमरावनाना करताहेत. पण उत्तमरावांना माझा निरोप सांगा, मी कमी शिकलेलो आहे, अडाणी नाही. आणि ते म्हणताहेत तसा मी किरकोळ व फडतूस नाही. मी धुळे जिल्हा काँग्रेस कमिटीचा अनेक वर्षे लोकांनी निवडून दिलेला अध्यक्ष आहे. दोनदा आमदार म्हणून निवडून आलो आहे. मला फडतूस म्हणणाराच फडतूस आहे असे वाटते.

मित्रहो, उत्तमराव मागील खेपेस निवडून आले म्हणून त्यांना भ्रम झाल्यासारखे दिसते. आता त्यांनी विजयाची आशा सोडावी. ज्याअर्थी प्रांतिक काँग्रेस कमिटीने, बोर्डाने व जिल्ह्याच्या कमिटीने एकमताने माझ्या नावाचा आग्रह धरला, त्याअर्थी मतदारांसमोर माझी काय पात्रता आहे, हे त्यांना माहीत आहे. ते जाणूनच मला उमेदवारी देण्यात आली आहे. उत्तमराव म्हणतात, 'मी वकील आहे सार्वजनिक संस्थांत काम करतो.' मी काही उत्तमरावांप्रमाणे वकील नाही, बॅरिस्टर नाही. पण चार पुस्तके इंग्रजी शिकलो आहे हे खरे आहे. शिकायची संधी नव्हती म्हणून शिकलो नाही, पण म्हणून मी काही अडाणी नाही. माझ्या काँग्रेस कमिटीमध्ये बॅरिस्टर, डॉक्टर आणि वकीलही काम करतात. त्यांचा मी अध्यक्ष आहे. मी दुबळा आहे का? सर्वच दुबळे आहेत का? ज्या वेळेला उत्तमरावांसारखे शिकलेले लोक शिक्षणाचा गर्व दाखवतात, तेव्हा मी त्यांना सांगू इच्छितो, की परमेश्वर ज्या वेळी बुद्धी वाटायला निघाला, त्या वेळी उत्तमरावांसारखे सर्व शिकलेले लोक गैरहजर होते आणि मी मात्र त्या वेळी हजर होतो. उत्तमराव सांगतात, की 'मी वकील आहे' व ते हे मोठ्या फुशारकीने व अभिमानाने सांगतात. मित्रहो, मी आपल्याला अत्यंत नम्रपणे विचारतो, की वकील मोठा की वकिलाचा बाप मोठा? उत्तमराव वकील

आहेत, तर मी वकिलाचा बाप आहे.” (त्या वेळी श्री. भास्करदादा चुडामण पाटील हे वकील झालेले होते.) यावर टाळ्यांचा कडकडाट होऊन सभेतील जनसंघीयांचे चेहरे बघण्यासारखे झाले.

या सभेत चुडामणअण्णा एक तास बोलले. त्यांचे 'मी वकिलाचा बाप आहे' हे शब्द, तसेच त्यांना अडाणी म्हणणाऱ्यांना दिलेले चोख प्रत्युत्तर लोकांच्या लक्षात राहिले. दुसऱ्या दिवशी पारोळा तालुक्यातील मेहुटे या गावी काँग्रेसचे विधानसभा उमेदवार गुलाबराव नारायण पवार यांच्यासह अनेक कार्यकर्ते घेऊन चुडामणअण्णा प्रचाराला गेले. तेथे एका श्रीमंत शेतकऱ्याच्या घरी सर्वजण पोहोचले. ते शेतकरी ओळखीच्या काँग्रेस कार्यकर्त्यांशी बोलू लागले त्यांच्या बोलण्याचा आशय असा होता, की काँग्रेसवाल्यांना वेड लागले आहे. एवढ्या मोठ्या माणसासमोर मिल कामगार उभा केला आहे. पुढे अहिराणीत ते म्हणाले, की 'त्याले त्यानं डिपॉझिट तरी परत भेटी का? चांगला शिकेल्सवरेल माणूसले उभं कराले पाहिजे व्हतं, तठे फडतूस कामगार उभा करी दिधा.' त्यांचे हे उद्‌गार ऐकताच अण्णांच्या बरोबरीचे कार्यकर्ते त्यांच्याकडे पाहू लागले. त्यांना वाटले आता काहीतरी भांडण होणार, पण चुडामणअण्णा त्या शेतकऱ्याला म्हणाले, “तुम्हाला काँग्रेसला मत द्यायचे नसेल, तर ठीक आहे. पण व्यवस्थित बोला, तुमचे मत कोणी जबरदस्ती हिसकावून घेणार नाही. काँग्रेस उमेदवार फडतूस आहे, असे म्हणण्याचे कारण काय? काँग्रेस फडतूस आहे असा अर्थ तुम्ही काढता. तुमच्या घरी बसलो आहे म्हणून हे शांतपणे ऐकतो आहे. गल्लीत बोलला असता, तर तोंडात दात दिसले नसते.” असे त्याला ठणकावून सांगत सर्वजण तेथून बाहेर पडले. जनसंघाने त्यांच्याबद्दलचा अपप्रचार किती दूरवर केला होता त्याचे दर्शन या प्रसंगातून त्यांना घडले. त्यामुळे या प्रचाराला उत्तर देऊन पारोळे, भडगाव भागांतील मतदारांपर्यंत घरोघर पोहोचायचा निर्धार त्यांनी केला. ते जेथे प्रचाराला गेले तेथे उत्तमरावांचे फोटो असलेली कॅलेंडर्स घरोघरी होती. जनसंघाच्या प्रचाराचा आवाका पाहून काँग्रेस कार्यकर्ते सुरुवातीला दबून गेले, पण चुडामणअण्णांनी त्यांचा आत्मविश्वास वाढवण्याचे प्रयत्न केले.

जनसंघाच्या अपप्रचाराला जोरदार उत्तर चुडामणअण्णा देत आहेत, हे पाहून वातावरण बदलू लागले. आधीच्या निवडणुकीत खासदार व आमदार दोघेही जनसंघाचे निवडून आले होते व पुन्हा तेच म्हणजे उत्तमराव पाटील आणि चुनीलाल श्रीनिवास मारवाडी हेच उभे होते. त्यांच्यासाठी गावोगाव निवडणूक निधी गोळा केला जात असे. उलट चुडामणअण्णा हे जिल्ह्याबाहेरचे उमेदवार व त्यांनी जिल्हा

कमिटीतून स्वतःसाठी जास्त निधी घेतला नव्हता. धुळे जिल्ह्याच्या निवडणूक निधीतून इतर उमेदवारांना निधी दिला होता. जळगाव जिल्ह्यातील मतदारसंघातील प्रचारात त्यांना वेगळा अनुभव येत होता. सभांमध्ये जनसंघाचे लोक गोंधळ घालत आहेत व जनसंघाच्या सभांना प्रचंड गर्दी होत आहे, हे पाहून त्यांनी गावागावांत वैयक्तिक भेटीगाठींवर भर देणास सुरुवात केली. घरोघरी जाऊन आपली बाजू ते समजावून सांगत. त्यांचा हा प्रचार सकाळी सहा वाजल्यापासून सुरू होत असे. सायंकाळी जाहीर सभा व तिच्यात चुडामणअण्णांचे भाषण असा कार्यक्रम असे. कार्यकर्ते पायी तसेच सायकलींवर फिरत असत. काही कार्यकर्ते स्वतःची वाहने वापरून प्रचार करीत असत. त्या काळात आपण कोणालाही वाहन दिले नाही, गेल्या दहा-पंधरा वर्षांत ज्यांची कामे केलेली होती ते लोक स्वयंस्फूर्तीने स्वतःचे वाहन काढत असत, असे चुडामणअण्णा यासंदर्भात सांगत असत.

उमेदवारी अर्ज भरण्यापूर्वी चुडामणअण्णा आपल्या शेकडो कार्यकर्त्यांसह अमळनेरनजीकच्या अंचळवाडी येथे देवीच्या दर्शनाला मोठ्या मिरवणुकीने धुळ्याच्या काँग्रेस भवनापासून निघाले. सायकली व मोटारसायकली आणि मोजक्याच गाड्या अशी ती मिरवणूक होती. चुडामणअण्णांचे अडनाव रवंदळे-पाटील. रवंदळे मंडळींचे मूळ गाव अंचळवाडी आणि तेथील देवी ही त्यांची घराण्याची देवी. तिची पूजा करून आशीर्वाद घेऊन मिरवणूक परत आल्यानंतर सर्वत्र त्या मिरवणुकीचीच चर्चा सुरू झाली. शहरातील वातावरणही बदलले. अनुकूल वातावरण निर्माण होऊ लागले. त्यानंतर पारोळ्यातील प्रचार मोहीम सुरू झाली.

स्वतःच्या लोकसभेच्या प्रचाराबरोबरच जिल्हाध्यक्ष म्हणून धुळे जिल्ह्यातील विधानसभा उमेदवार व दुसऱ्या लोकसभा उमेदवारांच्या प्रचाराचीही जबाबदारी चुडामणअण्णांवर होती. त्यामुळे आपण प्रत्येक खेड्यात जाऊ शकणार नाही, असे त्यांनी आपल्या सहकाऱ्यांना सांगितले. गावोगावीची जबाबदारी विश्वासू कार्यकर्त्यांना वाटून दिली. काँग्रेस समर्थक लोकांच्या घरी तर जायचंच, पण कट्टर विरोधकांच्या घरांनाही भेटी दिल्या पाहिजेत, असे चुडामणअण्णांनी आपल्या प्रचारकांना सांगितले. काँग्रेसचे विरोधक आपल्याला मते देणार नाहीत, हे ठाऊक असूनही त्यांच्या घरी जायचे. यामागे चुडामणअण्णांचा वेगळा हेतू होता. जनसंघाचे लोक आपल्या उमेदवारांचा जोरदार प्रचार करीत, पण घरी राहणाऱ्या महिलांपर्यंत त्यांचा प्रचार पोहोचत नसे. त्यामुळे अशा स्त्रियांपर्यंत जर काँग्रेसचा इतिहास व परंपरा यांची माहिती पोहोचवली, तर काही अंशी तरी उपयोग होऊन

त्यांच्यापैकी काहीजणींची मते काँग्रेसला मिळतील, असा चुडामणअण्णांचा आडाखा होता. त्यामुळे जनसंघ कार्यकर्ते व मतदार यांच्या घरी जाण्याचा शिरस्ता चुडामणअण्णांनी सुरू केला. ते जनसंघाचे मतदार असले, तरी काँग्रेस उमेदवाराचे तोंडदेखले का होईना, स्वागत करीत व चहाही देत. आपल्या अंगणात काँग्रेसची प्रचाराची गाडी उभी आहे व स्वतः काँग्रेस उमेदवार आपल्या ओसरीवर आला आहे, ही घटना त्या भागात नवलाईची होती. महिलांमध्ये या गोष्टीची चर्चा सुरू झाली. 'हाऊ शे का कांगरेसना उमेदवार?' असे उद्‌गार त्या काढत. जनसंघातही काही काठावरचे व काही नाराज मतदार असत. या प्रचारशैलीमुळे त्यांच्या मनावर थोडा परिणाम अवश्य होई. शिवाय हा प्रकार लांबून पाहणाऱ्यांच्या मनातही चलबिचल होई. 'काँग्रेसचा उमेदवार जनसंघवाल्यांच्या घरी न बोलावता कसा येईल?' अशा चर्चा गावागावांत सुरू व्हायला लागल्या. त्यामुळे जनसंघवाल्यांच्या घरी येणारा हा काँग्रेस उमेदवार वेगळाच दिसतो, असे मत जनमानसात निर्माण होऊ लागले. मात्र जनसंघाचा गावागावांतील पाया भक्कम होता, आर्थिक बाजूही भक्कम होती. तिला सुरुंग लावणे सोपे नव्हते. प्रचाराची शिकस्त करणे गरजेचे होते. ही निकड मुख्यमंत्री यशवंतराव चव्हाणसाहेबांनी ओळखली होती. त्यामुळे या लोकसभा मतदारसंघातील प्रत्येक प्रमुख शहरात त्यांनी चुडामणअण्णांच्या प्रचारासाठी सभा घेतल्या.

तालुक्याच्या ठिकाणी होणाऱ्या सभेत चव्हाणसाहेब आपल्या भाषणात उत्तमराव पाटील आणि चुडामण पाटील या दोघांची तुलना करीत असत. दोघांच्या कामाची चर्चा करीत असत. ते म्हणायचे, 'उत्तमराव पाटील यांनी तुमच्यासाठी काय केले, हे तुम्ही त्यांना विचारा. चुडामण पाटलांनी तुमच्यासाठी काय केले आहे, हे मी तुम्हाला सांगतो. उत्तमराव फक्त वकील झाले, मात्र चुडामणअण्णांनी गरिबांची व शेतकऱ्यांची मुले वकील, बॅरिस्टर आणि डॉक्टर व्हावीत, पदवीधर व्हावीत, यासाठी शाळा-कॉलेजे काढली. उत्तमरावांनी काय केले, हे त्यांना विचारा. जनसंघाला बहुजन समाजाला दाखवण्यापुरता बहुजन समाजातील एक माणूस हवा होता, म्हणून जनसंघाने त्यांना उभे केले आहे. प्रत्यक्षात त्यांचे काय काम आहे? उत्तमरावांसारखे अनेक वकील चुडामणअण्णांच्या खिशात आहेत. लोक मला विचारतात, चुडामण पाटलांसारखा कमी शिकलेला माणूस उत्तमरावांपुढे कसा टिकाव धरेल? पण चुडामण पाटलांना उमेदवारी देताना आम्हाला त्यांच्याबद्दल विश्वास वाटला म्हणून आम्हीच त्यांना तिकीट दिले आहे. या विश्वासाला तडा जाणार नाही, असा आमचा विश्वास आहे. चुडामण पाटलांनी पार्लमेंटरी बोर्डाकडे तिकिटाकरिता अर्ज केला नव्हता, तर

आमच्या आग्रहाखातर ते लोकसभेसाठी उभे राहिले आहेत. त्यांनी प्रथम हे तिकीट घेण्यास नकार दिला, पण तो उत्तमरावांकडून पराभव होईल, अशी भीती वाटत होती म्हणून नव्हे. उत्तमरावांचा ते सहज पराभव करतील, असा आमचा विश्वास आहे म्हणून पक्षाने त्यांना उभे केले आहे. जिल्हा काँग्रेस कमिटीने बापूसाहेब माळींची शिफारस या तिकिटासाठी केली होती म्हणून चुडामणअण्णा नको म्हणत होते. माळी गुरुजींनीही आग्रह केला म्हणून अण्णांनी उमेदवारी स्वीकारली, हे मी सांगू इच्छितो.'

चुडामणअण्णांना अडाणी व अशिक्षित म्हणणाऱ्यांचा समाचारही चव्हाणसाहेब आपल्या भाषणात घेत. ते म्हणाले, "चुडामण पाटील अडाणी नाहीत. कमी शिकलेले आहेत. शिकण्याची संधी मिळाली असती, तर ते फार मोठे झाले असते. उत्तमरावांना पाडू शकेल अशी एकच व्यक्ती आम्हाला दिसली. ती व्यक्ती म्हणजे चुडामणअण्णा पाटील. त्यांना एकमताने आम्ही उमेदवारी दिली आहे. कारण त्यांच्यात फार मोठे गुण आहेत. दिल्लीत मला संघटनात्मक कार्यासाठी त्यांची गरज आहे. जिल्ह्यात पक्षसंघटनेचे जे कार्य त्यांनी केले आहे व आपल्या कामाचा ठसा उमटवला आहे ते पाहून हा निर्णय झाला आहे. या निवडणुकीतील त्यांच्या यशाबद्दल प्रश्नच नाही. फक्त त्यांना प्रचंड बहुमताने निवडून द्या, एवढीच विनंती करायला मी आलो आहे." चव्हाणसाहेबांच्या या ठाम प्रतिपादनानंतर मतदारांच्या मनातील उरल्यासुरल्या शंकाही नष्ट झाल्या, वातावरण काँग्रेसला अनुकूल होऊ लागले. पण जसजशी निवडणूक जवळ येऊ लागली, तसतसा जनसंघाच्या लोकांकडचा पैसा प्रचारात दिसू लागला. त्यांची पोस्टर्स रस्त्यांवरच्या प्रत्येक खांबावर लावलेली दिसू लागली. हे मोठ्या खर्चाचे काम होते. ते खर्च भरपूर करीत होते, पण त्यांच्यासोबत बहुजन समाजाचे कार्यकर्ते मात्र दिसत नव्हते. अशी या काळातील आठवण अण्णांनी लिहून ठेवली आहे. शेवटी शेवटी जनसंघाला आपला पराभव दिसू लागला होता, त्याची प्रचीती त्यांच्या प्रचारातूनही येत होती.

बघता बघता मतदानाचा दिवस उजाडला. सर्व उमेदवारांचे भवितव्य मतपेटीत बंद झाले. आणि शेवटी मतमोजणीचा दिवस उजाडला. अण्णा प्रथम अमळनेरला गेले होते. तेथील वातावरणाची आठवण सांगताना त्यांनी लिहून ठेवले आहे, की तेथे जनसंघाच्या कार्यकर्त्यांची तंबू उभारून पिण्याच्या पाण्याची व बैठकीची सोय केली होती. अण्णांची प्रचाराची मोटार जवळून जाताना पाहिल्यावर काही लोक हसू लागले. ते का हसताहेत, हे पाहण्यासाठी म्हणून अण्णांनी तेथे मोटार थांबवली. जनसंघाच्या लोकांनी त्यांना आग्रहाने खाली बोलावले व चहा घेण्याची विनंती केली.

ते कार्यकर्ते म्हणाले, “अण्णा काय होईल?”

त्यावर अण्णा उत्तरले, “मी काय सांगू? आपणच सांगा.”

त्यावर ते कार्यकर्ते म्हणाले, “डिपॉझिट राहील का?”

त्यावर अण्णा म्हणाले, “कोणाचे? तुमचे की माझे? मला वाटते, की तुमचेच डिपॉझिट परत मिळणार नाही.”

तरीही जनसंघाचे लोक पुन्हा पुन्हा विचारतच राहिले, “अण्णा, शेवटचा क्षण आहे, आता तरी खरे सांगा.”

अण्णा म्हणाले, “मला खोटे बोलणे जमत नाही, जे बोलतो ते खरेच बोलतो.”

चहा झाल्यानंतर अण्णा मतमोजणीच्या ठिकाणी गेले. तेथे काँग्रेस कार्यकर्ते भेटले. त्यांच्या चेहऱ्यावर चिंता होती. त्यांनीही विचारले, “अण्णा काय होईल?” त्यावर अण्णा म्हणाले, “आपला विजय होईल.” आणि मतमोजणी सुरू झाल्यानंतर दुसऱ्या फेरीतच सात हजारांचे मताधिक्य मिळाल्याचे ऐकून ते पुढे निघाले. सर्व सहाही विधानसभा मतदारसंघांत आघाडी मिळत होती. शेवटी निकाल जाहीर झाला, तेव्हा एक लाखापेक्षा जास्त मते मिळवून चुडामणअण्णा विजयी झाले होते. एवढेच नव्हे, तर सर्व सहा विधानसभेच्या जागांवरसुद्धा काँग्रेसचेच उमेदवार विजयी झाले होते. गेल्या निवडणुकीतील संयुक्त महाराष्ट्र समितीची लाट कुठेच दिसली नाही. धुळे जिल्ह्याच्या इतरही मतदारसंघांत काँग्रेसला चांगले यश मिळाले होते.

लोकसभेची ही पहिलीच लढवलेली निवडणूक जिंकून चुडामणअण्णांनी अनेक अर्थांनी इतिहास घडवला. मावळत्या लोकसभेतील खासदार जनसंघाचे ॲड. उत्तमराव लक्ष्मण पाटील यांचा दणदणीत पराभव करून दाखवला. प्रचाराच्या सुरुवातीला जनसंघाचा जोर होता, पण अण्णांनी लोकभावनेला यथोचित आवाहन व प्रचाराची नावीन्यपूर्ण व्यूहरचना यांच्या जोरावर पारडे फिरवून दाखवले. ‘चुडामण पाटील अडाणी आहे’ असा अपप्रचार करणाऱ्यांना चुडामण पाटील काय चीज आहे, ते दाखवून दिले. स्वतःच्या धुळे तालुक्यातच काय, पण जळगाव जिल्ह्यातूनही आपण प्रचंड मते घेऊन निवडून येऊ शकतो, हेही दाखवून दिले. आपण एकटेच नव्हे, तर सोबतचे सहाही विधानसभा मतदारसंघातील आणि धुळे जिल्ह्यातील काँग्रेसचे उमेदवार त्यांनी निवडून आणून दाखवले. त्यांच्या या विजयाची राज्यभर चर्चा तर झालीच, पण दिल्लीतही हा विजय गाजला. काहींनी चुडामणअण्णांना मिळालेल्या मताधिक्याची तुलना पंतप्रधान पं. जवाहरलाल नेहरूंना फुलपूर मतदारसंघात मिळालेल्या मताधिक्याशी केली.

**या निवडणुकीतील दोन्ही उमेदवारांची मते अशी :**

काँग्रेस - चुडामणअण्णा पाटील (रवंदळे) विजयी १,४८,४५२

जनसंघ - अ‍ॅड. उत्तमराव पाटील ५३,५९७

या निवडणुकीत प्रांतिक समितीला दिलेला 'एक लाखापेक्षा अधिक फुली घेईन' हा शब्द चुडामणअण्णांनी खरा करून दाखवला होता. चुडामण पाटील या उमेदवाराला पंडितजींइतकीच किंवा जास्त मते पडली, अशी चर्चा सुरू झाली व पंडितजींनी कोण हा खासदार म्हणून त्यांना भेटायला बोलावून घेतले होते, अशी आख्यायिका आहे. (पंडितजींना या वेळी १,१८,९३९ मते पडली होती.)

पंडितजींची व चुडामणअण्णांची भेट निकालानंतर लवकरच झाली. दिल्लीला जाण्यापूर्वी सर्व खासदारांचा मुंबईत राज्य सरकारतर्फे सत्कार झाला. त्या सत्कारसभेत मुख्यमंत्री यशवंतराव चव्हाणसाहेबांनी चुडामणअण्णा यांच्या विजयाचा खास उल्लेख केला. या निवडणुकीत नेत्रदीपक यश मिळवून आणि इतिहास निर्माण करून चुडामणअण्णा दिल्लीला निघाले.

या पहिल्याच लोकसभा निवडणुकीत चुडामणअण्णांमध्ये एक आक्रमक वक्ता लपला आहे व कोणी उगाच त्यांना अपमानित करण्याचा प्रयत्न केला, तर ते कमालीचे आक्रमक होऊ शकतात, याचे दर्शन घडून मतदारांना, सहकाऱ्यांना आणि विरोधकांना जोरदार इशारा मिळाला होता. 'मी वकिलाचा बाप आहे' हे त्यांचे उत्तर तर खूपच गाजले. चुडामणअण्णांच्या सुदैवाने पुढे केवळ वकिलाचाच बाप न राहता, 'कलेक्टरचा बाप', 'दोन फॉरेन रिटर्ल्ड डॉक्टरांचा बाप' आणि शेवटी तर 'मिनिस्टरचा बाप' या उपाधीस ते पात्र ठरले, पण तो पुढचा भाग आहे.

१९६२च्या निवडणुकीत त्यांच्याबरोबर आमदार म्हणून काँग्रेसचे पुढील उमेदवार निवडून आले.

धुळे तालुका - चंद्रकांत नामदेव पाटील, शिंदखेडा - भाऊसाहेब नारायण सहदेव पाटील, धुळे शहर - भैय्यासाहेब पांडे वकील, पारोळा - गुलाबराव नारायण पवार, अमळनेर - शाहजहां खान तडवी, चोपडा - देवराव भाऊराव निकम.

धुळे जिल्ह्यातील इतर विजयी उमेदवार : शिरपूर - व्यंकटराव रणधीर, शहादे-अक्राणी - चंद्रसिंग धा. भंडारी, तळोदे-अक्कलकुवा - दिगंबरराव नरसी पाडवी, नंदुरबार - गजमल तुळशीराम पाटील (जी. टी. बापूजी), नवापूर - धर्मा जयराम पाडवी, साक्री - गोकुळ रूपला गावीत.

धुळे जिल्हा व खान्देश हा काँग्रेसचा बालेकिल्ला आहे, असे या वेळी पुन्हा सिद्ध झाले. चुडामणअण्णांची विधिमंडळातील दहा वर्षे आणि जिल्हा काँग्रेस अध्यक्षपदाची १९४८ पासूनची कारकीर्द यांचे फलित म्हणून हा विजय साकारला होता. या काळात चुडामणअण्णांना लोक एक समर्थ राजकारणी व 'किंग मेकर' म्हणून ओळखू लागले होते. त्यांनी गेल्या दहा-पंधरा वर्षांत आपली पक्षसंघटना कशी बांधली याचे दर्शन ज्यांना घडले होते, त्यांनी यासंदर्भात अण्णांच्या नेतृत्वाचे आणि संघटनकौशल्याचे विविध पैलू उलगडून दाखविले.

चुडामणअण्णांचे सहकारी व धुळ्याचे माजी नगराध्यक्ष बा. बा. हांडे यांनी सांगितले, "चुडामणअण्णा हे मुत्सद्दी व वचनाचे पक्के नेते होते. त्यांना वैयक्तिक जीवन असे नव्हते, ते दिवसाचे अठरा तास केवळ पक्षाचे आणि जनतेचेच काम करीत असत. या लोकसभा निवडणुकीत ते घरोघरी प्रचाराला जात असत, तेव्हा आम्ही कार्यकर्तेही त्यांच्यासोबत जात असू. अनोळखी लोकांना आपलेसे करून घेण्याची त्यांची हातोटी वेगळीच होती. ते निर्भय होते. या प्रचारकाळात त्यांनी मतदारसंघातील विरोधी वातावरण आपल्या बाजूला करून घेतले." या संदर्भातील एक आठवण सांगताना हांडेसाहेब या लेखकाजवळ म्हणाले, "धुळ्याहून प्रचाराला गेलेले आम्ही कार्यकर्ते प्रचार आटोपून धुळ्याकडे परतताना चाळीसगावला तेथील बडी आसामी अनिलदादा फकिरादादा देशमुख यांच्याकडे गेलो. चाळीसगाव काही अण्णांच्या मतदारसंघात नव्हते व तेव्हा अनिलदादा हे काँग्रेसचे समर्थकही नव्हते. पण चुडामणअण्णांनी आम्हाला त्यांच्या घरी नेले आणि गप्पा मारता मारता सर्व कार्यकर्त्यांचे त्या रात्रीचे जेवण त्यांच्याकडेच होईल अशा प्रकारे गप्पांना वळण दिले. जिल्ह्यातील राव पार्टी म्हणजे पूर्वी ब्रिटिशांना सामील असणारे रावबहादूर, रावसाहेब, जमीनदार वगैरेंशी अण्णांचे पटत नसे, त्यांच्या पाठीशी असणारी सामान्य माणसे स्वातंत्र्यानंतर हळूहळू चुडामणअण्णांच्या पाठीमागे उभी राहू लागली होती. त्याचा पुरावा म्हणजे १९५२, १९५७ व १५६२च्या निवडणुकीमध्ये त्यांना मिळालेले घवघवीत यश. धुळे शहराचे राजकारणही त्यांनी मोठ्या धुरंधरपणे हाताळले. त्यामुळेच लोक निवडणुकीत त्यांच्या पाठीमागे उभे राहिले व त्यांना लाखापेक्षा जास्त मते देऊन निवडून दिले. ग्रामीण भागाप्रमाणे धुळे शहरातही चुडामणअण्णा लोकप्रिय होते."

१९६२च्या निवडणुकीतील धुळे शहर विधानसभा मतदारसंघातील जनसंघाचे उमेदवार, भारतीय जनता पक्षाचे नेते, आदिवासी सेवक, उद्योगपती श्री. लखनशेठ

भतवाल यासंदर्भात म्हणाले, "चुडामणअण्णा हे विलक्षण लोकप्रिय नेते होते. त्या निवडणुकीत लोकसभेचे उमेदवार नानासाहेब ऊर्फ उत्तमराव पाटील यांच्या लोकप्रियतेच्या जोरावर जनसंघ ती निवडणूक पुन्हा सहज जिंकून दाखवेल, अशी आम्हाला खात्री होती. आमच्या सभांना प्रचंड गर्दी होत असे, तसेच आमच्याकडे निष्ठावंत कार्यकर्त्यांची मोठी फौज होती. शिवाय सहापैकी तीन विधानसभा मतदारसंघ चुडामणअण्णांच्या दृष्टीने नवीन होते. याउलट उत्तमराव पाटलांचा तेथील पाया भक्कम होता. त्या जोरावर आम्हाला विजयाची खात्री होती. परंतु चुडामणअण्णांनी आमच्या विश्वासाचा धुव्वा उडवला. आमच्या जाहीर सभा आणि घरोघरी जनसंपर्क असल्याचा व त्याचे रूपांतर मतात होईल असा आमचा समज खोटा ठरला. चुडामणअण्णांनी दिलेले आव्हान आम्ही पेलू शकलो नाही. माझा स्वतःचा धुळे शहरात दारुण पराभव झाला आणि काँग्रेसचे पांडे वकील विजयी झाले. त्यांच्यामागेही चुडामणअण्णांची मोठी ताकद होती. पक्षाची वरवरची लोकप्रियता आणि निवडणुकीतील मतपेटीचे राजकारण वेगळे असते. केवळ भाषणांनी काही होत नाही, तर लोकांच्या जिव्हाळ्याचे प्रश्न सतत सोडवत राहावे लागते, हे चुडामणअण्णांपासून मी या निवडणुकीत शिकलो. नंतर मी सातपुड्यातील गरीब आदिवासींमध्ये जाऊन कार्य करू लागलो. पुन्हा निवडणुकीच्या वाटेला गेलो नाही. मात्र चुडामण पाटलांनी त्यांचा अठरा तास जनसेवेचा वसा कधीच टाकला नाही. त्यामुळे राजकारणात त्यांचा उत्तरोत्तर उत्कर्ष होत गेला. मात्र निवडणुकीतील यशाचा त्यांना कधी गर्व झाला नाही. विरोधकांचे प्रश्नही त्यांनी संसदेत मांडले. आम्ही बहुसंख्य व्यापारी जरी जनसंघाचे समर्थक होतो, तरी जेव्हा जेव्हा आमच्या समस्या त्यांच्यापुढे मांडल्या, तेव्हा त्यांनी सरकारकडे त्यांचा पाठपुरावा करून त्या सोडवून आणल्या. चाळीसगावपासून पुढे धुळ्यापर्यंत थेट मुंबईहून अमृतसर एक्सप्रेसला धुळे बोगीचे खास डबे जोडायला लावणे, हे चुडामणअण्णांच्या प्रयत्नांचे फलित आहे. आज ही गाडी मुंबईला जाण्या-येण्यासाठी धुळेकरांना अतिशय उपयुक्त आहे. मात्र या कामाचे श्रेय केवळ चुडामणअण्णांचेच आहे हे लोकांना पुन्हा सांगण्याची गरज आहे." पन्नास वर्षांपूर्वीच्या त्या निवडणुकीच्या आठवणी सांगताना लखनशेठ यांनी चुडामणअण्णांच्या जनसेवेचे आणखी काही पैलू उलगडून दाखवले. त्यांचा उल्लेख 'धुळ्याचा विकास' या प्रकरणात केला आहे.

❖❖❖

# धुळे लोकसभा मतदारसंघाचे काँग्रेस उमेदवार, १९६२

लोकसभा निवडणुकीसाठी काँग्रेस पक्षाने उमेदवार चुडामण आनंदा पाटील यांच्या तोपर्यंतच्या कार्याची आणि कामगिरीची माहिती देणारे सविस्तर परिचयपत्रक प्रसिद्ध केले होते आणि वाटलेही होते. या परिचयपर लेखातून अण्णांच्या कामाची सर्वंकष माहिती मिळते, म्हणून तो लेख येथे मुद्दाम पुन्हा छापला आहे.

**श्री. चुडामण आनंदा पाटील**

श्री. चुडामण आनंदा रवंदळे - पाटील हे समोर दिसल्याबरोबर कोणताही माणूस प्रेमाने व आदराने 'आमचे अण्णा' म्हणून त्यांचे स्वागत करील. अशी राष्ट्रकार्याला जन्मभर वाहून घेतलेली व्यक्ती काँग्रेस पक्षाने दिल्ली लोकसभेकरिता निवडणुकीस दिली आहे.

श्री. चुडामणअण्णा मोहाडी प्र. लळिंग गावचे राहणारे. ते धुळे येथील प्रताप मिलमध्ये कामगार म्हणून काम करीत होते. निकटच्या सान्निध्यामुळे अण्णांना मजुरांच्या परिस्थितीची जाणीव इतरांपेक्षा अधिक होती व मिलमध्ये काम करीत असताना राष्ट्रीय गिरणी कामगार संघ स्थापन केला व ते मालकाच्या धमकावणीस न जुमानता निर्भिडपणे पहिले अध्यक्ष झाले. मजुरांच्या सहकारी सोसायटीत मिल मालकच अध्यक्ष असे, परंतु अण्णांनी धैर्याने निवडणुकीत त्यांना पराजित करून मजदूर सहकारी सोसायटीचा अध्यक्ष मजुरापैकीच होऊ शकतो, हे सिद्ध केले. बालपणापासून अण्णांचा स्वातंत्र्यचळवळीकडे ओढा होता. तरुणपणीच स्वातंत्र्यचळवळीत त्यांनी उडी घेतली. सन १९४०मध्ये ब्रिटिश राजवटीविरुद्ध वैयक्तिक सत्याग्रह केल्यामुळे त्यांना एक वर्षाची सक्तमजुरीची शिक्षा भोगावी

लागली. अण्णांच्या रक्तामासात भिनलेले स्वदेशप्रेम आणि धाडस यांमुळेच त्यांना १९४२मध्ये दोन वर्षे ब्रिटिश सरकारने स्थानबद्ध केले.

## समाजसेवा व लोकसेवा

श्री. चुडामण आनंदा पाटील यांनी अनेक संस्थांतून कामे केली आहेत व हल्ली ते लोकहिताच्या दृष्टीने अनेक कार्ये करीत आहेत. मोहाडी प्र. लळिंग येथील ग्रामपंचायत सरपंच म्हणून त्यांनी काम केले. सरपंच असताना व आताही मोहाडी गावाची सर्वांगीण उन्नती व्हावी व गाव सुधारावे म्हणून उचललेले पाऊल त्या दिशेने इतक्या झपाट्याने टाकले, की मोहाडी गाव आज धुळे शहराचा भाग बनला. गावात विजेचे दिवे दिसू लागले. या ग्रामसुधारणेच्या महत्त्वाच्या कामात जनतेचे सहकार्य तर खरेच, परंतु अण्णांचे व्यक्तिगत प्रयत्न मुख्यतः कारणीभूत आहेत. खेडेगावची स्थिती सुधारण्यास लागणारी सोसायटी ही एक प्रमुख बाब आहे. मोहाडी येथे विविध कार्यकारी सहकारी सोसायटीचे चेअरमन म्हणून त्यांनी केलेल्या कामाचा निर्देश करणे आवश्यक आहे. त्यांनी या सोसायटीस चांगला दर्जा प्राप्त करून दिला होता. प्राथमिक शाळेच्या इमारतीकरिता जागा मिळवून त्या ठिकाणी बांधकाम पूर्ण केले. मोहाडी या लहानशा खेड्याला निराळेच स्वरूप आले आहे. याला मुख्य कारण अण्णांची दृष्टी. आपण ज्या गावी राहतो ते प्रथम सुधारले म्हणजे इतर लोकांना सांगता येते व मदत करता येते आणि लोकांना पटवून देऊन सुधारणा आणता येते, ही अण्णांची भावना आहे.

**जिल्हा शेतकरी संघ :** धुळे जिल्हा शेतकरी संघाची स्थापना करण्याचा मान चुडामण पाटील यांनी मिळवला आहे. धुळे जिल्हा शेतीप्रधान आहे. शेतकऱ्यांची परिस्थिती सुधारण्यास शेतकरी संघाची आवश्यकता आहे, ही कल्पना उराशी बाळगून अण्णांनी जिल्हा शेतकरी संघ स्थापन केला. त्याचे ते अनेक वर्षे नेतृत्व करीत आहेत. आज त्या संघास विस्तृत स्वरूप प्राप्त झाले आहे.

**मार्कंडेय आश्रम :** मातंग व इतर हरिजन समाजाच्या विद्यार्थ्यांना शिक्षणाच्या बाबतीत अनेक अडचणी येतात व त्यांना शिक्षण घेणे अशक्य होते. श्री. चुडामण पाटील यांनी ही अडचण ओळखून मार्कंडेय आश्रम या संस्थेला खूप मदत केली. त्यांच्याकरिता मोहाडी गावाजवळ इमारत बांधण्यास मदत केली. या संस्थेत अनेक हरिजन विद्यार्थी शिक्षण घेत आहेत, याचे श्रेय श्री. चुडामणअण्णा पाटील यांनाच आहे.

**धुळ्यातील दुधाची योजना :** धुळे शहरातील नागरिकांना चांगले दूध मिळत नाही. ही अडचण लक्षात घेऊन दुधाची भासणारी उणीव दूर करण्यासाठी या कामात दूध योजनेला सहभागी करून घेण्याचा निर्णय श्री. चुडामणअण्णा पाटील यांनी घेतला. ते त्या संस्थेत डायरेक्टर म्हणूनही कार्यरत आहेत.

**शहरातील घरांचा प्रश्न :** अत्यंत बिकट अशा या प्रश्नात श्री. चुडामणअण्णा पाटील यांनी लक्ष घालून धुळे शहरात हाउसिंग सोसायट्या स्थापन करण्यास प्राधान्य दिले. त्यामुळे ही समस्या काही अंशी हलकी झाली.

**शैक्षणिक कार्य :** धुळे जिल्हा मागासलेला म्हणून समजला जातो. या जिल्ह्यातील विद्यार्थ्यांना कॉलेज शिक्षणासाठी इतर जिल्ह्यात जावे लागे. त्याचा मोठा खर्च होई आणि गरीब मुलांना तर शिक्षण घेणे अशक्य होई. कर्मवीर डॉ. दादासाहेब घोगरे यांनी ही उणीव भरून काढली. परंतु पुढे श्री. चुडामणअण्णा पाटील यांची मदत मिळाल्यामुळे त्यांना धुळे जिल्ह्यात आर्ट्स, सायन्स, कॉमर्स कॉलेजसारख्या उच्च शिक्षण संस्था स्थापन करणे शक्य झाले. कमी बोलून अधिक काम करण्याच्या मूळ स्वभावामुळे या संस्था स्थापण्यात श्री. चुडामणअण्णा पाटील यांचा मोठा वाटा आहे. हे लोकांच्या लक्षात येत नाही. आज श्री शिवाजी विद्या प्रसारक संस्थेचा केवढा मोठा व्याप वाढला आहे. आपल्या अनेक सार्वजनिक जबाबदाऱ्यांबरोबर श्री शिवाजी विद्या प्रसारक संस्थेचे खजिनदार म्हणूनही ते काम पाहत आहेत. त्यांनी आपल्या लोकसंग्रहाच्या प्रभावी शक्तीचा वापर करून या कॉलेजसाठी जागा व देणग्या मिळवल्या आहेत. ते या कॉलेजचे व्हाईस चेअरमन आहेत.

**विकास संस्था :** श्री. चुडामणअण्णा पाटील जिल्हा विकास मंडळात सभासद आहेत. तालुका तगाई वाटप कमिटीचे अनेक वर्षे चेअरमन आहेत. कोणत्याही वेळी कोणत्याही शेतकऱ्याने अण्णांना आपले गाऱ्हाणे सांगितले, तर त्यावर वेळ न दवडता ताबडतोब उपाययोजना करण्यास अण्णा मागेपुढे पाहत नाहीत. हा शेतकऱ्यांचा अनुभव आहे.

**काँग्रेस पक्षीय संस्था :** महाराष्ट्र खादी ग्रामोद्योग मंडळाचे सभासद, महाराष्ट्र प्रदेश काँग्रेस कमिटीचे सदस्य, महाराष्ट्र प्रदेश काँग्रेस कार्यकारणीचे अनेक वर्षे सदस्य आणि अखिल भारतीय काँग्रेस कमिटीचे सदस्य म्हणून ते अनेक वर्षे काम करीत आहेत. जिल्हा काँग्रेस कमिटीत चिटणीस व अध्यक्ष म्हणून कित्येक वर्षे त्यांनी काम केले आहे. धुळे जिल्हा काँग्रेस भवन व त्यासारख्या इतर इमारती त्यांच्यामुळेच उभ्या राहिल्या आहेत. ते 'काँग्रेस भवन'चे ट्रस्टी आहेत.

## विधान परिषद व विधानसभा

१९५२ व १९५७ या दोन्ही निवडणुकांत ते विधिमंडळावर निवडून गेले. १९५२ साली ते लेजिस्लेटिव्ह कौन्सिलचे सदस्य होते, तर १९५७ साली असेंब्लीचे सदस्य झाले. या दहा वर्षांच्या काळात त्यांनी धुळे जिल्ह्यातील रहिवाशांची दुःखे वेशीवर टांगून सरकारचे लक्ष वेधून घेऊन पंचवार्षिक योजनेत जिल्ह्याला जास्तीत जास्त वाटा मिळवून दिला. याशिवाय लोकांची वैयक्तिक गाऱ्हाणी दूर करण्यासाठी ते सदैव उपलब्ध असतात, हा अनुभव सर्वसामान्य लोकांना आहे. याशिवाय जिल्हा होमगार्ड सल्लागार समिती, टेक्निकल ॲडव्हायजरी कमिटी यांसारख्या लहान समित्यांमध्येही ते जातीने लक्ष घालतात. या जिल्ह्याच्या विकासाकरिता शेतकरी, मजूर आणि गरीब लोक यांच्या हितासाठी श्री. चुडामणअण्णा पाटील झटत आहेत. ही गोष्ट त्यांच्या कार्यावरून स्पष्ट होते.

त्यांना काँग्रसश्रेष्ठींनी लोकसभेसाठी उभे केले आहे. त्यांनी हे तिकीट मागितले नव्हते. परंतु श्रेष्ठींनी आज्ञा दिली. म्हणून ते उभे आहेत. ही एक गोष्ट त्यांच्या योग्यतेची, कर्तव्याची आणि सचोटीची निदर्शक आहे. ते कमी शिकलेले आहेत, परंतु नुसत्या शिक्षणावरच काही कर्तबगारी अवलंबून नसते. कमी शिकलेली अनेक माणसे उच्चशिक्षित माणसांपेक्षा चांगल्या प्रकारे संस्था चालवितात हे आपण पाहतो. श्री. चुडामणअण्णा पाटील हे जिल्हा काँग्रेस कमिटीचे अध्यक्ष असताना बॅरिस्टर, वकील व डॉक्टर यांच्यासारखे शिक्षित पदवीधर त्यांच्या सूचनेप्रमाणे काम करीत होते, हे जिल्ह्यातील लोकांना चांगले ठाऊक आहे. त्यामुळे ते लोकसभेत काम करण्यास पात्र नाहीत, हा विरोधकांचा प्रचार दिशाभूल करणारा आहे. काँग्रेसचे तिकीट अण्णांना देणाऱ्या लोकांमध्ये कायदेपंडित व पदवीधर आहेत. त्यांनी अण्णांच्या पात्रतेचा विचार करून हा निर्णय दिला आहे. लोकसभेवर निवडून जाणारे सभासद सगळेच काही प्रथम पट्टीतले बोलणारे शिक्षित म्हणून जात नाहीत. सैन्याचे सर्वच शिपाई कॅप्टन झाले, तर अनियंत्रित यंत्रणा निर्माण होऊन गोंधळ होईल व पराभव पदरी येईल. आपल्या राष्ट्रभाषेत श्री. चुडामणअण्णा पाटील हे आपले विचार नक्की मांडू शकतात. त्यासाठी उगाच इंग्रजीचे प्राधान्य मान्य करण्याची गरज नाही. म्हणून अण्णांच्या कमी शिक्षणाचा प्रश्न हा गौण आहे.

श्री. चुडामणअण्णा पाटील यांच्यासारख्या अव्वल पुढाऱ्यास लोकसभेसाठी काँग्रेस पक्षाने उभे केले आहे. त्यांना मतदारबंधूंनी प्रचंड बहुमताने निवडून द्यावे, ही विनंती.

❖❖❖

# धुळे जिल्ह्यासाठी काँग्रेसने काय केले?

धुळे जिल्ह्यात एकूण लोकसंख्येपैकी ५० टक्के लोक मागासलेल्या वर्गाचे आहेत. त्यात ३७.५ टक्के लोक साक्षर आदिवासी अगर गिरिजन व १२.५ टक्के लोक मागासलेल्या वर्गाचे आहेत. त्यांच्या कल्याणासाठी पहिल्या पंचवार्षिक योजनेमध्ये शैक्षणिक योजनांवर अधिक भर देण्यात आला. दुसऱ्या पंचवार्षिक योजनेच्या काळात शैक्षणिक सोयी सुरू ठेवून त्यात वाढ करण्यात आली. मागासलेल्या वर्गाच्या लोकांना त्यांच्या परंपरागत कला व कसब यांची सुधारणा करण्यासाठी अगर नवीन व्यवसाय देऊन त्यांची परिस्थिती सुधारण्यासाठी साहाय्य देण्यात आले.

## सामाजिक सवलती

स्पृश्यास्पृश्य भेदभाव मनात मूळ धरून असल्यामुळे मतपरिवर्तन करण्यासाठी ग्रामीण भागातून कीर्तने, पोवाडे आणि सामुदायिक मेळावे भरवून सर्व समाजाला एकत्र आणण्याचा प्रयत्न करण्यात आला. त्याचप्रमाणे जनजागृती व्हावी म्हणून दरवर्षी जिल्ह्यातील अस्पृश्यता निवारणाचे काम उत्कृष्ट करणाऱ्या दोन खेड्यांना रुपये १,००० व रुपये ५०० चे पहिले व दुसरे बक्षीस प्रोत्साहन म्हणून देण्यात आले. जिल्ह्यात सरकारमान्य चार संस्था आहेत. त्यांचे एकूण सात प्रचारक व भटक्या व निमभटक्या जमातींकरता सरकारनियुक्त एक असे आठ प्रचारक जिल्ह्यातील मागासलेल्या वर्गातील जनतेत जागृतीचे कार्य करीत आहेत.

जन्माने जात ठरत नाही, याचे संस्कार मुलांवर लहानपणापासून व्हावेत म्हणून जिल्ह्यात अस्पृश्यता निवारण या योजनेखाली नंदुरबार येथे एक, शिरपूर तालुक्यातील मांजरोद येथे एक अशा दोन बालवाड्या खासगी संस्थेमार्फत चालवल्या जात आहेत.

तसेच खासगी संस्थेमार्फत दोन संस्कार केंद्रे नंदुरबार व थाळनेर या गावी चालवली जात आहेत. जिल्ह्यात भटके व निमभटके लोक पुष्कळ आहेत. त्या सर्व जातींना स्थायिक करण्याच्या योजनेनुसार खास सवलती देण्यात आल्या असून, त्यांच्या बालकांसाठी धुळे येथे बालवाडी चालवली जात आहे. शहादे येथे एक संस्कार केंद सुरू करण्यात आले आहे. विमुक्त जातीच्या लोकांसाठी नंदुबार येथे मनोरंजन केंद्र चालवले जात आहे.

## शैक्षणिक सवलती

शिक्षणाच्या काळात मागासलेल्या वर्गातील विद्यार्थ्यांना राहण्याची व जेवणाची सोय व्हावी म्हणून १४ वसतिगृहे होती. योजनेच्या कालावधीत आणखी २२ वसतिगृहे उघडण्यात आली. शिक्षणक्षेत्रातील दालने केवळ मागासलेल्या जमातीसच नव्हे, तर आर्थिक दृष्टीने मागासलेल्या सर्व वर्गातील लोकांना खुली व्हावी असे धोरण १९५९ सालापासून महाराष्ट्र सरकारने स्वीकारल्यामुळे ज्यांचे वार्षिक उत्पन्न निवळ १,२०० रुपयांपेक्षा कमी आहे. त्यांच्या मुलांना कसल्याही प्रकारची आडकाठी न ठेवता सर्व तऱ्हेच्या शाळा-कॉलेजमध्ये फी माफीची सवलत (नादारी) दिली जात आहे.

## आर्थिक सवलती

मागासलेल्या वर्गास आर्थिक स्थैर्य प्राप्त करून देण्याच्या दृष्टीने किरकोळ धंद्याकरिता लोकांना बिनव्याजी दीर्घ मुदतीची कर्जे देण्यात आली आणि दुधदुभत्याचा व्यवसाय करण्यासाठी गायी-म्हशी खरेदी करण्यासाठी आर्थिक साहाय्य देण्यात येते. पूर्वी जिल्ह्यातील नवापूर, अक्कलकुवा, अक्राणी महाल हा भाग अविकसित भाग मानला जात असे. पण गेल्या वर्षापासून साक्री, नंदुरबार शहरातील तळोदा व शिरपूर या तालुक्याचा उत्तर भाग हे विभागदेखील सकारने अविकसित विभाग म्हणून जाहीर केले असून, या भागातील ग्रामीण जनतेच्या विकासासाठी त्यांनी सुरू केलेल्या छोट्या घरगुती व ग्रामीण उद्योगधंद्यास वैयक्तिक मदत देण्याची योजना सुरू करण्यात आली आहे. या योजनेखाली दिल्या जाणाऱ्या रकमेपैकी तीन चतुर्थांश रक्कम बिनव्याजी कर्ज, एक चतुर्थांश कर्ज मदत म्हणून दिली जाते. शिवाय या विभागातील शेतकऱ्यांना शेतीच्या सर्व अवजारांपासून बैलासाठी, ऑईल पंप्स खरेदी करण्यासाठी सर्व प्रकारची आर्थिक मदत दिली जाते.

चुडामणअण्णा हे धुळे जिल्हा काँग्रेस कमिटीचे अनेक वर्षे सेक्रेटरी, अध्यक्ष होते. त्याचबरोबर विधान परिषद, विधानसभा व लोकसभा यांत अनेक वर्षे प्रतिनिधी होते.

धुळे जिल्ह्यातील लोकांनी त्यांना लागोपाठ पंचवीस वर्षे प्रचंड बहुमताने निवडून दिले. तसेच स्वातंत्र्य मिळाल्यापासून त्यांच्या हाती जिल्ह्याचे नेतृत्व सोपवले होते व जिल्हा समिती अध्यक्षपदी सलग चोवीस वर्षे राहण्याचा विक्रमही त्यांच्या नावावर जमा आहे. अशा परिस्थितीत त्यांचे पक्षातील तसेच पक्षाबाहेरचे विरोधक मात्र त्यांच्यावर त्यांनी जिल्ह्याच्या विकासासाठी काही केले नाही, असा आरोप द्वेषातून अथवा अज्ञानातून करतात, परंतु त्या काळातील स्थानिक वृत्तपत्रे आणि काही कार्यअहवाल पाहिले, तर लोकप्रतिनिधी व जिल्हानेते म्हणून चुडामणअण्णा हे जिल्ह्याच्या विकासकार्याबद्दल खूप जागरूक होते, याचा पुरावा मोठ्या प्रमाणावर मिळतो.

स्वातंत्र्य मिळाल्यानंतर आपला धुळे जिल्हा सर्व सोयींनी परिपूर्ण व्हावा, तसेच येथे सर्व सहकारी संस्था, तसेच शैक्षणिक संस्था याव्यात, यासाठी व्यक्तिगत पातळीवर तसेच आपल्या जिल्ह्यातील इतर आमदार आणि स्थानिक लोकप्रतिनिधी यांना बरोबर घेऊन चुडामणअण्णांनी जिल्ह्यात अनेक उपक्रम सुरू केले. आमदार म्हणून त्यांना मुख्यमंत्री मोररजीभाई देसाई यांच्याकडे थेट प्रवेश होता. त्यामुळे ते आपली कामे संबंधित मंत्र्यांकडून किंवा त्यांच्याकडे न झाल्यास खुद्द मुख्यमंत्र्यांकडून करून घेत. यशवंतराव चव्हाण हे पुढे मुख्यमंत्री झाले, तेव्हाही अण्णांचे चव्हाणसाहेबांच्या कार्यालयात स्वागतच असे.

सुरुवातीच्या काळात म्हणजे १९५२ साली राज्यावर भीषण दुष्काळाचे सावट पडले होते. या वेळी धुळे जिल्ह्यात शेतीसाठी आणि पिण्याच्या पाण्याचाही मोठा प्रश्न उभा राहिला होता. जिल्हा शेतीप्रधान असल्याने गुराढोरांसाठी चारा-पाणी हीसुद्धा शेतकऱ्यांसमोर मोठी समस्या होती. या काळात भाऊसाहेब हिरे हे महसूलमंत्री होते. चुडामणअण्णांनी त्यांना व मुख्यमंत्र्यांना जिल्ह्यातील परिस्थितीची कल्पना देऊन दोन ठिकाणी छोटी धरणे बांधण्याची विनंती केली. त्याबद्दलचे अभ्यासपूर्ण अहवाल तज्ज्ञांच्या आणि गावकरी मंडळींच्या विचाराने शासनाकडे पाठविले. त्याच्या परिणामी १९५२ साली भाऊसाहेबांच्या अध्यक्षतेखाली धुळे जिल्ह्यातील बोरकुंड येथे १० सप्टेंबर १९५२ रोजी दुष्काळी परिषद झाली. या परिषदेत भाऊसाहेबांनी जिल्ह्यातील लोकांचा व लोकप्रतिनिधींचा आग्रह आहे म्हणून जिल्ह्यात पूरमेपाडा व सय्यदनगर येथे दोन धरणे बांधले जातील, अशी घोषणा केली. परंतु पुढे असे झाले, की ही धरणे अतिखर्चिक व सिंचनाच्या दृष्टीने कमी उपयोगी ठरतील म्हणून यातील पूरमेपाडा धरण होणार नाही, असे कोणीतरी वृत्तपत्रात प्रसिद्धीला दिले. ते वाचल्यानंतर चुडामणअण्णा हे भाऊसाहेबांना

पुन्हा भेटले व 'हा काय प्रकार आहे?' हे विचारले. त्यांनी हा प्रश्न मुख्यमंत्री मोरारजीभाईंकडे न्यावा, असे सुचवले. एकूण परिस्थितीमुळे गोंधळाचे वातावरण निर्माण झाले व जिल्ह्यातील प्रश्न तीव्र बनला होता.

महसूलमंत्र्यांनी जाहीर करूनही धरणे होणार नाहीत, हे कळल्यानंतर जनतेत नाराजी पसरली होती म्हणून हा प्रश्न घेऊन चुडामणअण्णा मुख्यमंत्र्यांना भेटले. त्यांच्या कानांवर सर्व परिस्थिती घातली, त्याचप्रमाणे निवेदने दिली. त्यांनी ती ठेवून घेतली. दोनपैकी सैय्यदनगर धरणाचे काम सुरू करण्यास कोणतीही अडचण नसल्याचे त्यांच्या लक्षात आल्यानंतर ते म्हणाले, 'सय्यदनगर धरणाचे बांधकाम सुरू करण्याचा हुकूम मी आताच देतो.' तसेच शिष्टमंडळाचे समाधान करण्यासाठी ते म्हणाले, 'येत्या आठवडाभरात माझा धुळे जिल्ह्याचा दौरा आहे. त्या वेळी हे काम सुरू झालेले असेल, अशी व्यवस्था केली जाईल आणि महसूलमंत्री हिरे यांनी जर पूरमेपाडा धरण होईल असे जाहीर केले असेल, तर तेही कसे होईल, याबाबत विचार केला जाईल.' त्याप्रमाणे मुख्यमंत्र्यांची भेट झाल्यानंतर चुडामणअण्णा व त्यांच्याबरोबरचे शिष्टमंडळ धुळ्याला परत आले. कलेक्टरकडून मुख्यमंत्र्यांच्या भेटीच्या वेळी पूरमेपाडा धरणासंबंधी द्यावयाची माहिती जमा करण्यास सुरुवात केली. कलेक्टरकडे धरणाचा लाभ होणाऱ्या गावांतील सरपंचांची बैठक आयोजित केली. तिला त्या वेळच्या बांधकाम खात्यातील इंजिनिअर बोलावले. सर्व माहिती व्यवस्थित जमा केली. त्याचप्रमाणे भाऊसाहेब हिरे यांनी बोरकुंड दुष्काळी परिषदेत दोन्ही धरणे बांधली जातील, अशी जी घोषणा केली होती, तिची वृत्तपत्रांतील कात्रणेही मुख्यमंत्र्यांना दाखवण्यासाठी तयार केली. मुख्यमंत्री सय्यदनगर येथे आले व त्यांनी सय्यदनगर धरणाचे काम सुरू करण्याच्या समारंभात अशी घोषणा केली, की जिल्ह्यातील पूरमेपाडा हे धरणसुद्धा लवकरच बांधण्यास सुरुवात होईल. ही दोन्ही धरणे दुष्काळी परिस्थितीत बांधण्यात आली. अनेक गावांना त्यातील पाण्याचा लाभ झाला. ही धरणे केवळ चुडामणअण्णा यांच्या पाठपुराव्यामुळेच उभी राहिली आणि जिल्ह्यातील पाणीपुरवठा व सिंचनाचा प्रश्न बऱ्याच अंशी सुटला. या धरणाप्रमाणेच गावोगावी स्थानिक पाणीपुरवठा योजना, ग्रामपंचायतीची कार्यालये बांधणे, विकास सोसायट्या स्थापन करून त्यांच्या कामाबरोबरच इमारती बांधणे यांसारख्या योजना चुडामणअण्णांच्या पुढाकाराने त्या त्या तालुक्यातील नेत्यांमार्फत पूर्ण करण्यात आल्या. धुळे जिल्ह्याच्या विकासाच्या दृष्टीने यामुळे ठोस पावले पडण्यास सुरुवात झाली होती.

❖❖❖

# धुळे पॉलिटेक्निकची स्थापना

धुळे जिल्ह्यात शैक्षणिक मागासलेपण फार मोठ्या प्रमाणावर होते. चुडामणअण्णांच्या पुढाकारानेच धुळे जिल्ह्यातील जुनी शिक्षण संस्था असलेल्या श्री शिवाजी विद्या प्रसारक संस्थेतर्फे अनेक हायस्कूल व धुळ्यात आर्ट्स, कॉमर्स कॉलेज आणि सायन्स कॉलेजही सुरू झालेले होते. या पार्श्वभूमीवर अभियांत्रिकी शिक्षणाची उणीव जाणवत होती. इतर जिल्ह्यांत या शिक्षणासाठी पॉलिटेक्निक (तंत्रनिकेतने) उघडलेली होती. त्याप्रमाणे धुळे जिल्ह्यातही ते सुरू झाले पाहिजे, असा आग्रह लोकांनी धरला.

पॉलिटेक्निक सुरू करणे हे खर्चिक काम असते, याची जाणीव सर्व नेत्यांना होती. या कामासाठी निधी कसा आणावा याची चर्चा सुरू असताना एक संधी चुडामणअण्णांना दिसली. त्या वेळी जिल्ह्यात 'अधिक धान्य पिकवा' योजनेखाली विक्रमी पीक काढण्यात आले होते. त्यामुळे धुळे जिल्ह्याला त्या योजनेअंतर्गत पन्नास हजार रुपयांचे पारितोषिक मिळाले होते. या रकमेचा विनियोग कसा करावा, याचा विचार करण्यासाठी जिल्हा ग्रामविकास मंडळाची बैठक बोलावण्यात आली होती. ही बैठक शहादा येथे झाली. या बैठकीस बाळुभाई मेहता, बॅ. मोरे, डॉ. विश्राम पाटील, माळी गुरुजी आणि इतर सदस्य हजर होते.

बैठकीत पारितोषिक रकमेच्या खर्चाबाबत दोन विचार प्रामुख्याने होते. आदिवासी भागातील तुटलेले लहान बंधारे या पैशांतून दुरुस्त करून आदिवासी शेतकऱ्यांना शेतीसाठी पाणी मिळण्याची सोय करावी, असा एक विचार बाळुभाई मेहता यांनी मांडला. मात्र हा विचार चांगला असला, तरी यासाठी सरकारकडून दुसऱ्या मार्गाने पैसे मिळू शकतात व त्या पैशांतून ही कामे करून घेता येतील, असे चुडामणअण्णा यांनी व माळी गुरुजींनी बैठकीत सांगितले. या पारितोषिकाच्या रकमेतून शेतकऱ्यांच्या मुलांसाठी जिल्ह्याचे म्हणून एक तंत्रनिकेतन धुळे येथे

सुरू करावे, अशी सूचना केली. तिला बाळुभाई व इतरांचा विरोध हाता. त्यामुळे मंडळात हा प्रश्न मताला टाकून निर्णय घेण्यात आला. बहुमताचा निर्णय तंत्रनिकेतन संस्था काढावी, असा झाला. त्याप्रमाणे संस्थेची औपचारिक स्थापना करून घटना बनवण्यात आली.

तंत्रनिकेतनसाठी इमारतीचा प्रश्न होताच. त्यासाठी शहरात रिकामी असलेली दारूभट्टी नावाची एक सरकारी इमारत शोधून तिची मागणी करण्यात आली. सरकारदरबारी पाठपुरावा करून ती इमारतसुद्धा संस्थेकरिता मिळवण्यात आली. त्यानंतर या संस्थेच्या संचालक मंडळाचा तपशील, तसेच संस्थेसाठी लागणारा निधी जमा करण्याची जबाबदारी ठरवण्याकरिता बैठक झाली. हा पैसा जनतेतून उभा करावा लागणार होता आणि जनतेत जाऊन पैसे गोळा करू शकणारा अध्यक्ष पाहिजे होता. त्यामुळे चुडामणअण्णा यांनी, भाऊसाहेब एन. एस. पाटील यांना पॉलिटेक्निकचा चेअरमन करावे, असा प्रस्ताव ठेवला. परंतु इतर सदस्यांचे म्हणणे पडले, की लोकांत जाऊन देणग्या गोळा करणे व स्वतः देणगी देणे ही कामे एन. एस. पाटील यांच्याकडून होणार नाहीत. म्हणून त्यांच्या नावाचा विचार न करता त्याऐवजी दोंडाईचे येथील श्री. ज. दौ. राऊळ यांना चेअरमन करावे, अशी सूचना आली. राऊळ हे पॉलिटेक्निकला देणगी देतील असे त्यांच्या वतीने सांगण्यात आले होते. त्याप्रमाणे राऊळ यांना चेअरमन करण्यात आले. चुडामणअण्णा स्वतः, तसेच श्री. माळी गुरुजी हे या संस्थेच्या संचालक मंडळात होते.

राऊळ यांच्या अध्यक्षतेखाली ही संस्था २ जून १९५४ रोजी सुरू झाली. पुढे सुमारे सात वर्षे स्थानिक संस्थेच्या व्यवस्थापनाखाली चाललेले हे पॉलिटेक्निक अखेर सरकारच्या ताब्यात देण्याची वेळ आली. पुढे ते शासकीय तंत्रनिकेतन म्हणून सुरू झाले. असे होण्याचे कारण सांगताना चुडामणअण्णा यांनी आपल्या आठवणीत लिहून ठेवले आहे, की या पालिटेक्निक तंत्रनिकेतनासाठी, त्या वेळी त्याला डी. सी. कॉलेज म्हणत, ज्यांनी देणग्या कबूल केल्या होत्या किंवा मिळवून देण्याचे आश्वासन दिले होते, त्यांनी या काळात देणग्यांच्या बाबतीत काहीच प्रगती केली नाही. त्यामुळे स्थानिक पातळीवरून हे पॉलिटेक्निक चालवणे अशक्य झाले व शेवटी ते सरकारकडे सोपवावे लागले.

## जिल्हा सहकारी बँक

जिल्ह्याच्या विकासाच्या दृष्टीने पुढचे महत्त्वाचे पाऊल म्हणून जिल्हा पातळीवर

जिल्ह्याची एक मध्यवर्ती सहकारी बँक स्थापन करावी, अशी मागणी कार्यकर्त्यांकडून येत होती. पण यासाठी मंत्रिमंडळात वजन खर्च करून मंजुरी आणणे आवश्यक होते. भाऊसाहेब हिरे व यशवंतराव चव्हाण यांच्याकडून यासाठी होकार मिळणे आवश्यक होते.

जिल्ह्याचे नेते म्हणून चुडामणअण्णा आपल्या काही सहकारी मित्रांसह या प्रश्नावर चर्चा करण्यासाठी मा. यशवंतराव चव्हाणांकडे गेले. त्यांच्या कानांवर सर्व परिस्थिती घालून चर्चा केली. त्यांनी जिल्हा बँक मंजुरीसाठी अर्ज करण्यास सांगितले. अर्ज केल्यानंतर त्यांनी लवकरच परवानगी दिली. त्यानंतरचा प्रश्न बँकेचे कार्यकारी मंडळ म्हणजे संचालक मंडळ आणि चेअरमन व व्हाईस चेअरमन ठरवणे हा होता. चव्हाणसाहेबांच्या संमतीने जिल्ह्यातील सुशिक्षित नेते भाऊसाहेब नारायण सहदेव पाटील यांना चेअरमन करावे असे ठरले. त्याप्रमाणे पाटील यांना निरोप देऊन पुढील चर्चेसाठी मुंबईस चव्हाणसाहेबांकडे जावयाचे आहे, असे सांगितले. मात्र निरोप देऊनही मुंबईस जाण्याकरिता एन. एस. पाटील हे वेळेवर आले नाहीत. फोन करून बोलावूनही 'येतो' असे म्हणाले, परंतु वेळेवर पोहोचले नाहीत.

मुंबई येथे चव्हाणसाहेबांच्या बंगल्यावर गेल्यानंतर ठरलेले चेअरमन आलेले नाहीत. आता काय करावे, असा प्रश्न चर्चेला आला. एन. एस. पाटील न आल्याने चव्हाणसाहेबही नाराज झालेले होते. या वेळी बरोबर उपस्थित असलेले माळी गुरुजी यांनी श्री. ज. दौ. राऊळ यांच्या नावाची सूचना केली. ते नाव निश्चित करून पुढील तपशील ठरवण्यासाठी पुन्हा बैठक झाली. चेअरमन व संचालक मंडळ सदस्यांची यादी निश्चित करून चुडामणअण्णा धुळ्यास परतले. पुढे मा. मुख्यमंत्र्यांच्या उपस्थितीत १ ऑगस्ट १९५७ रोजी धुळे जिल्हा मध्यवर्ती सहकारी बँकेची रीतसर स्थापना होऊन तिचे उद्‌घाटनही झाले. जिल्ह्याच्या विकासात या बँकेने अनेक वर्षे महत्त्वाची कामगिरी बजावली.

## दूध उत्पादक संस्था

धुळे जिल्हा शेतीप्रधान असला, तरी जिल्ह्यातील शेतकरी जोडधंदा म्हणून दुधाचा धंदा मोठ्या प्रमाणावर करीत होते. आजही करतात. धुळे जिल्ह्यात गवळी समाजाची वस्ती खूप मोठी होती. लळिंग गावाजवळ सरकारी जंगल खूप मोठे असून, त्या गावी गवळ्यांची वस्तीसुद्धा फार मोठी होती. तेथून हजारो लिटर दूध

खासगी व्यापाऱ्यांमार्फत मुंबईला पाठवले जाई. हा व्यवसाय गवळी लोकांप्रमाणेच इतर शेतकरी करू शकतील, असा विचार चुडामणअण्णांच्या मनात आला. गरीब शेतकऱ्यांना जर गायी व म्हशी विकत घेण्यासाठी कर्ज उपलब्ध करून दिले आणि त्यांच्या दुधाची खरेदी करून रास्त दराने पैसे मिळवण्याची हमी दिली, तर शेतकरी मोठ्या प्रमाणावर हा जोडधंदा करतील व त्यांची परिस्थिती सुधारेल, अशी कल्पना अण्णांना व त्यांच्या सहकाऱ्यांना सुचली. त्याप्रमाणे त्यांनी सरकारी मदत घेऊन धुळे जिल्हा सहकारी दूध उत्पादक संघ स्थापन केला. मुंबईला जाऊन तो संघ रजिस्टर केला. या संघाचे पहिले चेअरमन म्हणून भाऊसाहेब एन. एस. पाटील यांची नियुक्ती केली.

दूधसंघाचे कार्य १९५९मध्ये सुरू झाले. पुढे एन. एस. पाटील यांच्यावरील जबाबदाऱ्या वाढत गेल्याने इतर सहकाऱ्यांकडे दूधसंघाचे नेतृत्व देण्यात आले. या दूधसंघाने जिल्ह्याला राज्यस्तरावर सुरुवातीला चांगले नाव मिळवून दिले. पीतांबर जिभाऊ यांच्यासारखा दूधसंघाचा नेता या माध्यमातून पुढे आला. केवळ काँग्रेसच नव्हे, तर विरोधी पक्षातील विधायक कार्य करणाऱ्या नेत्यांचीसुद्धा मदत चुडामणअण्णा यांनी या कामात घेतली. धुळे जिल्हा दूध संघ ही एक कार्यकर्ते निर्माण करणारी संस्था ठरली.

## श्री शिवाजी विद्या प्रसारक संस्था

चुडामणअण्णांच्या धुळे जिल्हा विकासातील विधायक कार्यातील योगदानाचा उल्लेख शिवाजी विद्या प्रसारक संस्थेतील त्यांच्या योगदानाशिवाय पूर्ण होणार नाही. ही संस्था धुळ्यातील एक जुनी संस्था असून, तिची स्थापना १९०८ साली झाली होती.

ग्रामीण भागातील शेतकऱ्यांच्या मुलांना प्राथमिक शिक्षणाच्या पुढे जाता यावे म्हणून मराठा समाजातील काही नेत्यांनी देणग्या गोळा करून एक वसतिगृह (मराठा बोर्डिंग) आणि शिवाजी हायस्कूल या स्वरूपात संस्थेचे कार्य सुरू केले होते. पुढे स्वातंत्र्यानंतर या संस्थेचे मूळ नाव जे धुळे जिल्हा मराठा विद्या प्रसारक समाज असे होते ते बदलून श्री शिवाजी विद्या प्रसारक संस्था असे १९४८ साली करण्यात आले. या संस्थेशी प्रथम आमदार म्हणून चुडामणअण्णांचा सबंध आला. तोपर्यंत स्थानिक मराठा समाजाचे नेते राव पार्टी म्हणजे श्रीमंत जमीनदार लोक यांच्याशी त्यांचे फारसे सख्य नव्हते, परंतु स्वातंत्र्यानंतर या सर्व मंडळींनी

काँग्रेसची विचारसरणी मान्य करून काँग्रेसशी सहकार्य केल्याने संस्थेचे कार्य हळूहळू विस्तारले. चुडामणअण्णा हे अनेक वर्षे या संस्थेच्या कार्यकारी मंडळाचे सदस्य, खजिनदार, उपाध्यक्ष, कार्यकारी अध्यक्ष व चेअरमन राहिले. त्यांच्या काळात संस्थेचा जिल्हाभर विस्तार झाला. अनेक तालुक्यांच्या गावी वसतिगृहे व महाविद्यालये, शिक्षण महाविद्यालये, माध्यमिक शाळा सुरू करण्यात त्यांना यश आले.

धुळे शहरात पहिले महाविद्यालय स्थापन करणाऱ्या या संस्थेने पहिले विज्ञान महाविद्यालयसुद्धा सुरू केले. या संस्थेचा सुवर्ण महोत्सव तत्कालीन राष्ट्रपती डॉ. सर्वपल्ली राधाकृष्णन यांच्या उपस्थितीत थाटामाटात २६ मार्च १९६६ रोजी साजरा झाला. या समारंभाला मा. यशवंतराव चव्हाणसाहेब, तसेच राज्यपाल डॉ. चेरियन उपस्थित होते. या सोहळ्याची माहिती इतर प्रकरणात दिली आहे.

❖❖❖

# दिल्लीत चुडामणअण्णा

१९६२च्या ऐतिहासिक निवडणुकीत दणदणीत विजय मिळवून, चव्हाणसाहेबांना दिलेला शब्द खरा करून, मुंबईत महाराष्ट्र शासनाचा सत्कार स्वीकारून खासदार म्हणून चुडामणअण्णा दिल्ली पोहोचले. तेव्हा पंडितजींच्या इतकी मते मिळवणारा खासदार ही आख्यायिका दिल्लीतसुद्धा पसरली होती. परंतु चुडामणअण्णांचे पंडितजींकडे काम निघाले, तेव्हा त्यांच्या भेटीसाठी वेळ मिळवण्याकरीता मात्र नोकरशाही यंत्रणेचे अडथळे होते. अशा अडथळ्यांवर मात करण्याचे खास तंत्र चुडामणअण्णांनी स्वातंत्र्यचळवळीच्या काळापासून अवगत करून घेतलेले होते.

महात्माजी असोत वा पंडितजी, रोज सकाळी त्यांच्या जाण्या-येण्याच्या मार्गावर विशिष्ट वेळी विशिष्ट जागी उभे राहून त्यांना नमस्कार केला, की त्या क्षणी कोणीही अडवू शकत नाही व आपले काम त्या महान नेत्याच्या कानांवर घालता येते, हा अनुभव चुडामणअण्णांनी दोन-तीन वेळा पूर्वी घेतलेला होता. याही वेळी त्यांनी तसेच केले. एकतर ते दिल्लीत खासदार म्हणून एकदम नवीन होते. त्यांना कोणी फारसे ओळखत नव्हते. त्यांचे पंडितजींकडे काम असे होते, की धुळे नगरपरिषदेच्या शताब्दी महोत्सवासाठी पंतप्रधानांना बोलवावे, अशी नगरपरिषदेची इच्छा होती. ती जबाबदारी नगरपरिषदेने चुडामणअण्णांवर टाकली होती. दिल्लीत गेल्यानंतर एक दिवस ते पंडितजी कार्यालयात येण्याच्या वेळी त्यांच्या दारासमोर उभे राहिले. पंडितजी येताच त्यांनी लिहून आणलेले निवेदन त्यांच्या हाती ठेवले. ते पंडितजींनी वाचले. मात्र याबद्दल आपण काय ते आठ दिवसांनी सांगू, असे उत्तर पंडितजींनी दिले. तेवढ्यावर विषय संपला आणि त्यांना नमस्कार करून चुडामणअण्णा बाहेर पडले.

पुढे संसदेच्या कामात चुडामणअण्णा रुळले, परंतु त्याच वर्षी भारतावर चीनने आक्रमण केल्यामुळे परिस्थिती बदलली. वातावरण युद्धमय झाले. सरकार

व लोकप्रतिनिधी युद्ध परिस्थितीचा मुकाबला कसा करावा, या प्रयत्नात लागले. त्यामुळे पंतप्रधान पंडितजींचा हा धुळे दौरा काही प्रत्यक्षात येऊ शकला नाही. मात्र धुळे जिल्ह्यातून पंडितजींच्या आवाहनानुसार युद्धासाठी संरक्षणनिधीला देणग्या मोठ्या प्रमाणावर मिळवून देण्याचे काम चुडामणअण्णा व काँग्रेसच्या नेत्यांनी हाती घेतले. हा राष्ट्रीय महत्त्वाचा विषय असल्याने चुडामणअण्णांनी त्या कामात जिल्ह्यातील विरोधी पक्षांतील नेत्यांनाही सहभागी करून घेतले.

जिल्ह्यातील विरोधी पक्षांतील प्रमुख कार्यकर्ते म्हणून त्या वेळी आपण चुडामणअण्णा यांच्या आवाहनाला अतिशय उत्स्फूर्त प्रतिसाद दिला, अशी आठवण सांगताना भारतीय जनता पक्षाचे नेते (तेव्हाचे जनसंघ कार्यकर्ते) लखनशेठ भतवाल प्रस्तुत लेखकाला म्हणाले, की 'धुळे शहरात अण्णांच्या अध्यक्षतेखाली मोठी सभा झाली. या सभेत सर्व शहरवासीयांनी मोठ्या प्रमाणावर देणग्या दिल्या. याच सभेत एका शाळकरी मुलाने राष्ट्रीय संरक्षणाच्या मुद्द्यावर भाषण करण्याची परवानगी मागितली. वास्तविक सभेची वेळ संपलेली होती, पण माझ्या आग्रहाखातर अध्यक्ष म्हणून चुडामणअण्णांनी त्या मुलाला बोलायला परवानगी दिली. त्याच्या भाषणाने सभा प्रभावित झालीच, पण स्वतः चुडामणअण्णाही त्या मुलावर खूष झाले. त्यांनी त्याचे जाहीर कौतुक केले. जे. आर. सिटी हायस्कूलमध्ये तेव्हा नववीत शिकणारा हा विद्यार्थी म्हणजे भारतीय जनता पक्षाचा पुढे प्रसिद्ध कार्यकर्ता झालेला धरमचंद चोरडिया होय. पक्षीय मतभेद असले, तरी धरमचंद हा चुडामणअण्णांशी गप्पा मारायला येऊन बसू शकत असे. असे त्यांचे संबंध कायम राहिले ही या सभेची एक आठवण होय.'

संरक्षणनिधी जमवण्याच्या प्रयत्नात धुळ्याच्या श्री शिवाजी विद्या प्रसारक संस्थेच्या शाळा-कॉलेजांनी आणि विद्यार्थी-शिक्षकांनी मोठ्या प्रमाणावर योगदान दिले. त्याचे श्रेय त्या संस्थेला योग्य मार्गदर्शन करणाऱ्या चुडामणअण्णा यांचेच आहे, अशी आठवण संस्थेतील मंडळी आजही काढतात. युद्ध संपल्यानंतर भारताच्या पराभवाने खचून गेलेल्या पंतप्रधान पंडितजींनी संरक्षणमंत्री बदलण्याचे ठरवले. तेव्हा त्यांनी त्या पदावर महाराष्ट्राचे लोकप्रिय आणि पुरोगामी व कार्यक्षम मुख्यमंत्री यशवंतराव चव्हाण यांना बोलावण्याचे ठरवले. त्याप्रमाणे ६ नोव्हेंबर १९६२ रोजी दुपारी चव्हाणसाहेबांना पंडितजींचा फोन आला व त्यांनी चव्हाणसाहेबांना दिल्लीत संरक्षणमंत्री म्हणून आले पाहिजे, असे सांगितले. तो निर्णय मान्य करून २० नोव्हेंबर १९६२ रोजी ते दिल्लीत पोहोचले. महाराष्ट्राच्या

मुख्यमंत्रिपदी मारोतराव ऊर्फ दादासाहेब कन्नमवार यांची एकमताने निवड करण्यात आली होती. द्विभाषिकाच्या काळापासून १९६० साली स्थापन झालेल्या नवमहाराष्ट्राचे यशस्वी नेतृत्व करून चव्हाणसाहेब राष्ट्रीय राजकारणाच्या प्रवाहात पंतप्रधानांचे विश्वासू सहकारी म्हणून केंद्रीय मंत्रिमंडळात दाखल झाले. त्याच काळात चुडामणअण्णा हे आपल्या संसदीय कारकिर्दीत स्थिरावत होते. ज्या धुळे जिल्ह्याचे ते प्रतिनिधित्व करीत होते, तो धुळे जिल्हा व जळगावचे त्यांच्या लोकसभा मतदारसंघातील विभाग यांच्या समस्या त्यांनी मुद्देसूदपणे आणि विषयावर अचूक बोट ठेवून मांडल्या. त्या वेळचा धुळे जिल्हा म्हणजे आजचे धुळे आणि नंदुरबार हे दोन्ही जिल्हे मिळून असलेला मूळ जिल्हा होय. हा जिल्हा तेव्हा आदिवासीबहुल होता आणि आदिवासींच्या समस्या दीर्घकाळ दुर्लक्षित राहिलेल्या होत्या. तसे धुळे जिल्ह्यातून नंदुरबार लोकसभा मतदारसंघातून एक आदिवासी खासदार निवडून दिला जात असे. त्यांना या कामात चुडामणअण्णांचे मोठे मार्गदर्शन होत असे.

चिनी आक्रमणानंतर या ऐतिहासिक चर्चेच्या शेवटी सर्व सदस्यांनी एक ठराव एकमताने मंजूर केला. तो असा होता, घटनेच्या कलम ३५२ (उपकलम १) नुसार राष्ट्रपतींनी २६ ऑक्टोबर १९६२ रोजी घोषित केलेल्या आणीबाणीला हे सदन मंजुरी देत आहे. एकमेकांच्या स्वातंत्र्याला मान्यता, अनाक्रमण, हस्तक्षेप न करणे आणि शांततापूर्ण सह-अस्तित्व यांच्या आधारावर चीन सरकारबद्दल भारताने कायमच सद्भावपूर्ण व मैत्रिपूर्ण दृष्टिकोन ठेवूनही चीनने सदिच्छा, मैत्री आणि उभय देशांनी मान्य केलेल्या पंचशीलच्या सिद्धांताशी विश्वासघात करून आक्रमण केले व त्यांच्या फौजांनी सशस्त्र चढाई केली, याचा या सदनाला अत्यंत खेद होतो. आमच्या जवानांनी व अधिकाऱ्यांनी आमच्या सीमेचे रक्षण करताना जे शौर्य दाखवले, त्याची हे सदन गौरवपूर्ण नोंद करते आणि मातृभूमीचं रक्षण करण्यासाठी ज्यांनी आपले प्राण दिले, त्या हुतात्म्यांना श्रद्धांजली अर्पण करते.

चीनने भारतावर आक्रमण केल्याने उद्भवलेला पेचप्रसंग व आणीबाणीच्या परिस्थितीत नागरिकांनी दिलेल्या उत्स्फूर्त प्रतिसादाची हे सदन मुक्तकंठाने प्रशंसा करते. तसेच या गंभीर संकटाला तोंड देण्यासाठी सर्व साधने एकत्र करून एकवटून प्रयत्न करणाऱ्या समाजातील सर्व वर्गाचे हे सदन मनःपूर्वक आभारी आहे. भारताचे स्वातंत्र्य व ऐक्य अबाधित राखण्यासाठी स्वातंत्र्याची व बलिदानाची ज्योत पुन्हा प्रज्वलित झाली आहे. आक्रमणाविरुद्धच्या संघर्षाच्या या संकटकाळात मोठ्या

प्रमाणावर मित्रराष्ट्रांनी जी सहानुभूती प्रकट केली व नैतिक आणि भौतिक पाठिंबा दिला, त्याबद्दल हे सदन कृतज्ञता प्रकट करीत आहे. भारताच्या पवित्र भूमीवरून आक्रमकाला हटवून लावण्याचा भारतीय जनतेचा दृढसंकल्प, आशा व विश्वासही हे सदन व्यक्त करीत आहे. भले मग हा संघर्ष कितीही कठीण व कितीही काळ चालणारा असो.

पंडितजींनी चीनबरोबरच्या युद्धात झालेला पराभव लक्षात घेऊन संरक्षण खात्यात पुनर्रचना करण्यासाठी यशवंतरावांना दिल्लीस बोलावले खरे, पण या काळात पंडितजींचे स्वास्थ्य दिवसेंदिवस बिघडत जाऊन २७ मे १९६४ रोजी त्यांचे दुःखद निधन झाले. राष्ट्रावर शोककळा पसरली. पंडितजींच्या निधनाचे वर्णन सूर्यास्त आणि युगांत असे करण्यात आले. ते खरेच होते. मे १९६४ अखेर भारतातील नेहरू युग खरोखर संपले.

हंगामी पंतप्रधान म्हणून गुलझारीलाल नंदा यांची आणि नंतर पंतप्रधान म्हणून लालबहादूर शास्त्री यांची निवड झाली. मात्र शास्त्रीजींनाही युद्ध परिस्थिती हाताळावी लागली. पाकिस्तानकडून पश्चिम सीमेवर आक्रमण झाले आणि युद्ध भडकले. या युद्धात भारतीय जनतेसाठी शास्त्रीजींनी 'जय जवान जय किसान' ही ऐतिहासिक घोषणा तयार केली. भारतीय जवान सीमेवर लढत असताना देशबांधव संरक्षणनिधी उभारत होते.

धुळे जिल्ह्यातून जून १९६४ अखेर आठ लाख रुपये रोख, दीड किलो सोने, ३१७ ग्रॅम चांदी, संरक्षणपत्रात ११ लाख रुपये, अल्प बचतीत पावणे दहा लाख रुपये, ग्रामीण कर्जरोख्यात साडेसात लाख रुपये आणि १९० व्यक्तींचे रक्तदान असे योगदान देण्यात आले. जिल्ह्यातून ४४९ जवान सैन्यात दाखल झाले. यामागे संरक्षणनिधी समितीचे प्रमुख चुडामणअण्णा यांची प्रेरणा व धडपड होती. भारतीय जवानांनी अतुलनीय पराक्रम दाखवून पाकिस्तानचा पराभव केला. मात्र भारताने आपले जागतिक शांततेला पाठिंबा देण्याचे धोरण पाळत सोव्हिएत रशियाच्या मध्यस्थीने पाकिस्तानबरोबर शांतता करार करण्याचे मान्य केले. त्यासाठी पंतप्रधान शास्त्रीजी व संरक्षणमंत्री यशवंतराव चव्हाण अधिकाऱ्यांसह रशियातील ताश्कंद येथे गेले. शांतता करारावर उभय राष्ट्रप्रमुखांच्या सह्या झाल्या, मात्र त्याच दिवशी म्हणजे १० जानेवारी १९६६च्या रात्री पंतप्रधान शास्त्रीजींचे हृदयविकाराच्या तीव्र झटक्याने तेथेच निधन झाले. देशावर दोन वर्षांत दुसरा पंतप्रधान निवडण्याची वेळ आली. या निवडणुकीत पं. जवाहरलाल नेहरूंच्या कन्या श्रीमती इंदिरा गांधी या

पंतप्रधान म्हणून निवडून आल्या. चुडामणअण्णा हे या लोकसभेत पहिल्यांदाच सदस्य म्हणून गेले होते. या लोकसभेने पंडितजी, शास्त्रीजी आणि इंदिराजी असे तीन पंतप्रधान पाहिले. या काळात शास्त्रीजींनंतरच्या नेतानिवडीच्या प्रसंगी पक्षात मोठे मतभेद निर्माण झाले. इंदिराजींच्या नेतृत्वाला मोरारजी देसाई यांनी आव्हान दिले होते. तर यशवंतरावजी चव्हाण हे इंदिरा गांधीच्या पाठीशी उभे होते. देसाई आणि चव्हाणसाहेब या दोघांशी चुडामणअण्णांचे वैयक्तिक संबंध होते. मात्र राष्ट्रीय मुद्दा लक्षात घेऊन चुडामणअण्णा हे इंदिरा गांधींच्या पाठीशी उभे राहिले व अखेरपर्यंत इंदिरानिष्ठ म्हणून त्यांनी राजकारण केले.

धुळे नगरपरिषद शताब्दी आणि श्री शिवाजी विद्या प्रसारक संस्थेचा सुवर्ण महोत्सव हे दोन कार्यक्रम पंडितजींच्या उपस्थितीत होण्याचे स्वप्न विसरावे लागले. मात्र या कार्यक्रमासाठी तत्कालीन राष्ट्रपती डॉ. सर्वपल्ली राधाकृष्णन यांना निमंत्रित करण्यात आले. त्यांच्यासोबत संरक्षणमंत्री म्हणून कार्यक्रमास यशवंतराव चव्हाणसाहेब आलेले होते. महाराष्ट्राचे तत्कालीन राज्यपाल व्ही. चेरीयन हेही त्या कार्यक्रमास आले होते. त्याचा वृत्तांत स्वतंत्र प्रकरणात दिलेला आहे.

चुडामणअण्णांची लोकसभेतील पहिलीच कारकीर्द ही राष्ट्रीय दृष्टीने अतिशय महत्त्वाच्या आणि इतिहासाला वेगळे वळण देणाऱ्या घटनांनी भरलेली होती. या काळात स्थानिक समस्यांपेक्षा राष्ट्रीय आणि आंतरराष्ट्रीय महत्त्वाच्या प्रश्नांकडे सरकारला जास्त वेळ द्यावा लागला. दोन युद्धे झाली. सरकारपुढे आणि सत्तारूढ काँग्रेसपुढे पंडितजी आणि शास्त्रीजी यांच्या निधनाच्या वेळी नवा नेता निवडण्याचा पेचप्रसंग उभा राहिला. त्यावर मात करून काँग्रेस पक्ष पुढे जात राहिला. परंतु इंदिरावादी आणि इंदिराविरोधी असे दोन गट पक्षात पडणे अपरिहार्य होते. इंदिराजींच्या नेतृत्वाखालील सरकारने अनेक पुरोगामी निर्णय घेतले. परंतु सर्वच बाबतीत त्यांना पक्षातून पूर्ण पाठिंबा होता, असे मात्र नाही. हे वातावरण पाहून इंदिराजींनी आपले स्वतःचे कार्यकर्ते आणि विश्वासू सहकारी यांची फळी उभारण्याचे धोरण आखले होते. त्या दृष्टीने दोन्ही गट आपले उमेदवार लोकसभा आणि राज्य विधानसभा निवडणुकीत पुढे करीत होते.

याच पार्श्वभूमीवर १९६७ साली लोकसभेची पुन्हा निवडणूक झाली. त्या निवडणुकीत साहजिकच चुडामणअण्णांखेरीज दुसऱ्या कोणाचा विचार धुळे लोकसभा मतदारसंघाचे उमेदवार म्हणून करण्याचा प्रश्नच उद्‌भवत नव्हता. त्याप्रमाणे चुडामणअण्णा हेच १९६७चे काँग्रेसचे लोकसभा उमेदवार ठरले. विरोधी

पक्षांनी त्यांच्याविरुद्ध शेतकरी कामगार पक्षाचे झुलाल भिलाजी ऊर्फ झेड. बी. पाटील यांना उभे केले.

या निवडणुकीत चुडामणअण्णा यांना १,६४,३४९ मते मिळाली. मागील निवडणुकीपेक्षा ही मते २० हजारांनी जास्त होती. हाही विजय ऐतिहासिक ठरला. मात्र ही निवडणूक १९६२च्या निवडणुकीइतकी नाट्यमय झाली नाही. सुरुवातीपासूनच चुडामणअण्णांचा विजय निश्चित होता आणि कार्यकर्ते व मतदार या सर्वांना त्याची खात्री होती. अशा रितीने १९६७मध्ये पुन्हा इंदिराजींच्या नेतृत्वाखालील काँग्रेसचे खासदार म्हणून चुडामणअण्णा दिल्लीत दाखल झाले. १, साऊथ ॲव्हेन्यू हे त्यांचे दिल्लीतील निवासस्थान होते. १९७१च्या लोकसभा निवडणुकीतही पक्षाचे स्वरूप बदलले, तरी याच विजयाची पुनरावृत्ती चुडामणअण्णांनी केली व पुन्हा लोकसभेत आले.

❖❖❖

# श्री शिवाजी विद्या प्रसारक संस्थेचा सुवर्ण महोत्सव

## (संस्थेचे 'आभीर' वार्षिकातील १९६६ वर्णन)

श्री शिवाजी विद्या प्रसारक संस्थेच्या इतिहासात सुवर्णाक्षरांनी लिहिला जाणारा महद्भाग्याचा समारंभ सुवर्ण महोत्सव. दि. २६ मार्च १९६६ भारताचे राष्ट्रपती डॉ. राधाकृष्णन यांच्या शुभ हस्ते संस्थेच्या सुवर्ण महोत्सवाचे उद्घाटन झाले. अध्यक्षस्थानी होते भारताचे संरक्षणमंत्री ना. यशवंतराव चव्हाण. समारंभाचे स्वागताध्यक्ष खासदार अण्णासाहेब ऊर्फ चुडामण पाटील यांनी म्हटल्याप्रमाणे हा अपूर्व असा दुग्धशर्करा योगच. मध्यंतरीच्या काळात राष्ट्रीय आणीबाणीच्या परिस्थितीमुळे दोनदा लांबणीवर पडलेला हा समारंभ असा झाला. त्याच्या सुखद स्मृती अनेकांच्या मनात दीर्घकाळ रेंगाळत राहतील. सकाळी ८ ते ११ असा समारंभाचा कार्यक्रम संस्थेच्या साहित्य, विज्ञान आणि मु. फि मु. अ. वाणिज्य महाविद्यालयाच्या क्रीडांगणावर उभारलेला भव्य मंडप. प्रेक्षकांची उपस्थिती लाखाच्या आसपास. या प्रेक्षकांत शाळकरी मुलगा म्हणून या चरित्राचा लेखकही आपल्या वडिलांबरोबर उपस्थित होता. व्यासपीठावर महाराष्ट्राचे राज्यपाल डॉ. चेरियन व सौ. तारा चेरियन, महाराष्ट्र राज्याचे मंत्री ना. शंकरराव चव्हाण, मधुकरराव चौधरी व ना. दिगंबरराव पाडवी, महाराष्ट्र राज्य गृहनिर्माण मंडळाचे अध्यक्ष व संस्थेचे माजी ज्येष्ठ कार्यकर्ते श्री. ना. स. पाटील, राष्ट्रपतींचे सुपुत्र डॉ. गोपाळ आदी अनेक नामवंत पाहुणेमंडळी अगत्याने उपस्थित होती. सुरुवातीला समारंभाचे स्वागताध्यक्ष खासदार चुडामणअण्णा पाटील यांनी भरल्या हृदयाने आणि कृतज्ञतापूर्वक महामहिम राष्ट्रपती, संरक्षणमंत्री यांचे, तसेच उपस्थितांचे स्वागत करून तापी तीरावरील खान्देशी मातीत रुजणाऱ्या, वाढणाऱ्या

प्रेमळ खान्देशी मनाचीही ओळख करून दिली. संस्थेची गेली पस्तीस वर्षे सतत अध्यक्षपदाची धुरा संभाळणारे कर्मवीर डॉ. दादासाहेब घोगरे यांनी आपल्या अहवालाच्या भाषणात संस्थेने गेल्या पाच दशकांत केलेल्या विविधांगी प्रगतीचे ठसठशीत चित्र डोळ्यांसमोर उभे केले. या दोघाही माननीय पदाधिकाऱ्यांच्या भाषणातून महात्मा जोतिराव फुले यांच्या शैक्षणिक, सामाजिक कार्यामधून संस्थेला मिळालेल्या स्फूर्तीचा व त्यांच्या 'बहुजन हिताय बहुजन सुखाय' या व्यापक लोकशाही भूमिकेचा कृतज्ञतेने गौरवपूर्ण उल्लेख केलेला होता.

महाराष्ट्र राज्याचे तडफदार शिक्षणमंत्री ना. मधुकरराव चौधरी यांनी महाराष्ट्र शासनाच्या वतीने या प्रसंगी एक समयोचित निर्णय घोषित केला. सुवर्ण महोत्सवाच्या निमित्ताने संस्था जेवढा निधी गोळा करेल तेवढीच मदत संस्थेचा विकास विस्तारासाठी शासनाकडूनही मिळेल, असे आश्वासन संस्थेला मागे मिळाले होते. संस्थेने या प्रसंगी तीन लाखांहूनही अधिक निधी गोळा केला. संरक्षणमंत्री ना. यशवंतराव चव्हाणांची ही प्रेरणा आणि आव्हानही संस्थेने स्वीकारले आणि ते प्रत्यक्ष कृतीत आणून दाखवले. त्याबद्दल ना. चौधरींनी संस्थाचालकांना मनापासून धन्यवाद दिले आणि महाराष्ट्र शासनाच्या वतीने महाराष्ट्र शासनाचा निर्णय टाळ्यांचा कडकडाटात जाहीर केला, की संस्थेने तीन लाखांहून अधिक निधी गोळा केला आहे तेवढीच रक्कम महाराष्ट्र शासन संस्थेला देणार आहे. या सक्रिय मदतीचे ऋण शब्दांत व्यक्त करणे खरोखरीच कठीण आहे. महाराष्ट्र शासनाच्या पुरोगामी उदार दृष्टिकोनाचा आणि शिक्षणकार्याच्या विलक्षण एकमेवाद्वितीय आत्मीयतेचा हा ठसठशीत पुरावाच होय. महाराष्ट्र शासनाच्या शिक्षणविषयक क्रांतिकारक उज्ज्वल परंपरेला शोभून दिसणाऱ्या या निर्णयाने संस्थाचालकांना आपल्या कार्याची पावती जशी मिळाली आहे, तशी किंबहुना त्यापेक्षाही अधिक मिळाले ते शासनाचे सौहार्दपूर्ण प्रोत्साहन. त्यामुळे संस्थेच्या विकासाच्या वाटचालीच्या अनेकविध नवीन योजना आता द्रुतगतीने कार्यान्वित होतील.

नंतरचा संस्थेच्या काही निवडक प्रतिनिधीस्वरूप कार्यकर्त्यांचा राष्ट्रपतींच्या हस्ते झालेल्या सत्काराचा सोहळाही डोळ्यांचे पारणे फेडणारा होता. संस्थेची प्रदीर्घ काळ आत्यंतिक निष्ठेने सेवा करीत असलेले, आपले जीवन संस्थेच्या जीवनाशी एकरूप करून टाकलेले संस्थेचे अध्यक्ष कर्मवीर डॉ. दादासाहेब घोगरे आणि संस्थेच्या अडचणीच्या मधल्या काळात कणखरपणे संस्थेच्या पाठीमागे उभे राहणारे व संस्थेवर निरतिशय प्रेम करणारे संस्थेचे उपाध्यक्ष श्री. माधवराव

दिवाण पाटील यांनी आपल्या तन-मन-धनाने संस्थेची सेवा केली असे म्हटले. तर आदर्श शिक्षक श्री. कुंभार गुरुजी यांनी प्रामुख्याने आपल्या ज्ञानधनाने महात्मा फुले यांच्या चिकाटीने संस्थेची व समाजाची सेवा केली. समाजशिक्षणाचे कंकणच त्यांनी आपल्या हाती बांधले आहे असेच कोणीही म्हणेल, अशा या त्रिमूर्तींचा शिक्षणक्षेत्रातील कार्याबद्दल राष्ट्रपतींच्या हस्ते मानचिन्ह म्हणून शाली देऊन सत्कार करण्यात आला. त्यांचा व त्यांच्या कार्याचा यथोचित परिचय संस्थेच्या कार्यकारणीचे चेअरमन बापूसाहेब ऊर्फ रा. पौ. पाटील यांनी या वेळी करून दिला. याच प्रसंगी संस्थेच्या विविध भव्य वास्तू उभारणारे श्री. देवराम मिस्त्री यांचाही राष्ट्रपतींच्या हस्ते सत्कार झाला.

संरक्षणमंत्री ना. यशवंतराव चव्हाण यांच्या प्रेमळ आग्रहामुळेच राष्ट्रपतींसारखी महनीय व्यक्ती या समारंभाच्या उद्‌घाटनास लाभू शकली. आणि म्हणूनच आपण अध्यक्षाच्या भूमिकेतून येथे आलो नसून, निमंत्रकांच्या नात्याने येथे आलो आहोत, असा आपल्या भाषणात संरक्षणमंत्र्यांनी खुलासा केला. या संस्थेच्या कार्याची माहिती राष्ट्रपतींना करून दिल्यावर त्यांच्यातील जातिवंत शिक्षक, शिक्षणप्रेमी जागा झाला. ते येथे आले व त्यांचा शाबासकीचा हात – पंचेचाळीस कोटींच्या प्रतिनिधीचा शाबासकीचा हात – या शिक्षणकार्य करणाऱ्या मंडळींच्या पाठीवर पडला असे ते आपल्या भाषणात म्हणाले. शिक्षणाच्या क्षेत्रात कार्य करणाऱ्यांचा समाजाने गौरव केला पाहिजे. तो जर केला नाही, तर समाजात कृतज्ञतेची भावना नाही, असे समजले जाईल. त्यांच्या गुणांची कदर होणार नाही, हा विचार सांगून देशाची बांधणी म्हणजे या देशातील माणसाच्या मनाची, शीलाची बांधणी, त्यांच्या विचारांची बांधणी हा सिद्धांत त्यांनी मांडला. पुरातन्यांच्या अभिमानावर कडक टीका करताना आज पाश्चिमात्यांनी ज्ञानविज्ञानाचे सामर्थ्य मोठ्या प्रमाणावर कसे वाढवले आहे इकडे त्यांनी लक्ष वेधले. त्यासाठी गुणी मुले झोपडीतून शोधली पाहिजेत. त्यांच्याकडे चालत गेले पाहिजे, असे आवाहन करून संस्थेचे हे शिक्षणप्रसाराचे काम वाढत राहो, या शब्दांत त्यांनी आपल्या शुभेच्छा प्रकट केल्या. विचारपरिप्लुत असूनही हृदयाला जाऊन भिडणारे भाषण यशवंतरावच करू जाणोत. संरक्षणमंत्र्यांनी शिक्षण-संरक्षणाची, संवर्धनाची महत्त्वाची सूत्रेच जणू आपल्या भाषणातून सांगितली.

राष्ट्रपती डॉ. राधाकृष्णन म्हणजे तत्त्वज्ञ शिक्षक. मानवाच्या विकासाचे व त्या दृष्टीने शिक्षणाच्या महत्त्वाचे तत्त्वज्ञान त्यांनी आपल्या भाषणात विशद

केले. संस्थेसाठी प्रसिद्ध असलेल्या महाराष्ट्राचा व त्यासंदर्भात भारत सेवक समाज, डेक्कन एज्युकेशन सोसायटी आणि श्री शिवाजी विद्या प्रसारक संस्था या संस्थांचा गौरवपूर्ण उल्लेख केला. देह, मन व आत्मा यांचे पावित्र्य हे ध्येय असले पाहिजे. वाणीची स्वच्छता, चित्तशुद्धता व विचारांचे मांगल्य मिळविले पाहिजे. माणसामाणसांतील उच्चनीच भेद शिक्षणकार्यात अडसर आहेत. त्यांचा शिरकाव होऊ देऊ नये. भेदाभेद टाळून अखिल मानवतेसाठी आपण झटले पाहिजे. जोपर्यंत हे करू शकत नाही, तोपर्यंत आपण खऱ्या अर्थाने सुशिक्षित ठरू शकणार नाही. केवळ उदरभरणाचे काम करणारे हे मानवी पशूच समजले पाहिजेत. सत्तेच्या लालसेऐवजी सेवेची लालसा माणसांत निर्माण व्हायला पाहिजे, असे राष्ट्रपती म्हणाले. आपल्या या तत्त्वगंभीर भाषणाचे भरतवाक्य राष्ट्रपतींनी म्हटले, ते या संस्थेने स्वीकारलेले सुप्रसिद्ध ब्रीदवाक्य 'बहुजन हिताय, बहुजन सुखाय।' राष्ट्रपतींसारख्या थोर विचारवंतांच्या तेजस्वी वाणीत अनुप्रणित झालेले त्यांच्या भाषणाच्या अखेरीचे हे शब्द दीर्घकाळापर्यंत धुळेकरांच्या कानांत निनादत राहतील.

## राष्ट्रपती डॉ. राधाकृष्णन यांचे उद्घाटनाचे भाषण

शिक्षणाचे ध्येय कोणते? तुमचे हे सरस्वतीचे स्तवनगीत घ्या देहाचे, मनाचे आणि आत्म्याचे पावित्र्य त्यात अभिप्रेत आहे. धवल – स्वतःला विशुद्ध निर्मळ करा. निःशेष जाड्या पहा – तुमच्या मनाच्या साऱ्या व्याधी दूर करा. वाणीची स्वच्छता, देहाची निर्मळता आणि आत्म्याची पवित्रता या तीन गोष्टी शिक्षणाचे ध्येय असल्या पाहिजेत. पुष्कळ जणांना वाटते, की भारतीय शिक्षण केवळ आध्यात्मिक दिवास्वप्नांना वाहिलेले आहे आणि आजच्या जगाबद्दल, मानवतेच्या सेवेच्या कामाबद्दल ते उदासीन आहे. खरे पाहिले तर आध्यात्मिक पूर्णता ही देह, मन व आत्मा यांच्या विकासानेच लाभू शकते.

अमरत्व हे येथे या पृथ्वीवर अनुभवाला येऊ शकते. पण कोणत्या गोष्टींनी? प्राणायाम – तुमच्या प्रबळ जीवनशक्तीच्या क्रीडेने. मन आनंद – तुमच्या मानसिक समाधानाने, शांती समृद्धी तुमच्या मानसिक समाधानाने. शांती समृद्धी – तुमच्या आत्म्याच्या निरतिशय शांतीने. या तीन गोष्टी प्राप्त केल्या म्हणजे येथेच या जगात तुम्हाला तत्काळ मोक्ष मिळाला असे समजावे. अमरत्व मिळवण्यासाठी वरती जाण्याची, दुसऱ्या जगात जाण्याची आवश्यकता नाही. तुमच्यातच दिव्यत्वाचा अंश आहे. परमेश्वर हा काही स्वर्गात नाही, तुमच्याच अस्तित्वाच्या गाभ्यात तो

लपलेला आहे. तुम्ही त्याच्याकडे दुर्लक्ष करता, त्याला विसरता आणि जीवनाच्या किरकोळ क्षुद्र गोष्टींत स्वतःला हरवून बसता. त्यामुळे स्वतः पासूनच तुम्ही दूर जाता, निर्वासित बनता. खरे सुशिक्षित तेच, की ज्यांना आपल्यातील या केंद्रीभूत स्वत्वाची जाणीव झालेली आहे.

अनेक तऱ्हेचे कृत्रिम, खोटे भेद माणसामाणसांत आपण मानतो. काहींना उच्च व काहींना नीच समजतो. आपल्या दैवी शक्तीच्या प्रवृत्तीशी ते विसंगत आहे. या साऱ्या भेदाभेदांच्या पलीकडे आपण गेले पाहिजे. आध्यात्मिक जीवनाची सर्वोच्च पातळी प्रत्येक माणूस गाठू शकतो. तसे सामर्थ्य त्याच्या ठिकाणी आहे, अशी आपली श्रद्धा असली पाहिजे. जोपर्यंत आपणाला हे जमत नाही, तोपर्यंत आपण खऱ्या अर्थाने सुशिक्षित नव्हेतच. आहोत ते केवळ नरपशूच. उदरभरण करणारे, वंशसातत्य टिकवण्यात गुरफटलेले, स्वतःच्याच स्वार्थाचा विचार करणारे, सत्तेच्या लालसेने आपणाला घेरलेले आहे. त्याऐवजी मानवतेच्या सेवेची लालसा आपणात निर्माण झाली पाहिजे. आपल्या अस्तित्वाची सार्थकता कशात आहे? शारीरिक वाढ, भौतिक समृद्धी किंवा बौद्धिक विकास यांत ती नाही. स्वतःतील त्याचप्रमाणे दुसऱ्यातील अमरत्व जाणून घेणे यात ती आहे. सारे जग म्हणजे एक एकसंध मानवसमाज आहे असे समजले पााहिजे.

तुम्ही सारेजण या संस्थेच्या विकासासाठी एकसारखे झटत आहात. आणि संस्थेची वाढही एकसारखी होत आहे. निरनिराळ्या शाखा आपण सुरू केल्या आहेत. आपल्यातील दैवी शक्तीच्या अंशाचा शोध घेण्याचेच ते निरनिराळे प्रयत्न आहेत, असे समजले पाहिजे. शेवटी जे काही काम आपणाला करावयाचे आहे ते अनेकदा सांगितले गेल्याप्रमाणे 'बहुजन हिताय, बहुजन सुखाय' करायला पाहिजे.

## संरक्षणमंत्री ना. यशवंतराव चव्हाण यांचे अध्यक्षीय भाषण

आमच्या सर्वांच्या मनातील गोष्ट आज पूर्ण होत आहे, याचा आनंद होतो आहे. डॉ. घोगरे, कुंभार गुरुजी ही महाराष्ट्रातील सामान्य माणसांपर्यंत शिक्षणाची, ज्ञानाची गंगा पोहोचावी असा प्रयत्न आपल्या स्वतःच्या मनोभूमिकेतून करणारी जी अनेक माणसे महाराष्ट्रातील जिल्ह्याजिल्ह्यांमध्ये होऊन गेली त्यांची प्रतिनिधी असलेली माणसे आहेत. आजकाल कामाची जाहिरात करण्याचे नवीन तंत्र निर्माण झाले आहे. नामांकित माणसे आकर्षित करणे सोपे झाले आहे. परंतु ज्या कामाचे कौतुक आणि गौरव राष्ट्रपतींच्या हस्ते आपण करीत आहोत त्या कामाचा श्रीगणेशा

५० वर्षांपूर्वी झाला. हे चित्र मनाशी आणले म्हणजे या कामाचे महत्त्व समजते. ही माणसे आहेत त्यांच्या कामाचा त्यांचा गौरव समाजाने केला पाहिजे. अत्यंत शांतपणे निश्चयाने, श्रद्धेने समाजाच्या सेवेची काम करणारी जी माणसे त्यांच्या कामाचा गौरव जर केला नाही, तर समाजामध्ये कृतज्ञतेची भावना नाही, असे समजले जाईल आणि या गुणांची जर कदर होणार नाही, तर समाजामध्ये गुणांची वाढही होणार नाही. पुष्कळ कामे होतात नि जातात. मी असे म्हणतो, की शिक्षणाचे काम माझ्या मते नित्य महत्त्वाचे राहणार आहे. देशाची बांधणी करायची म्हणजे शेवटी कोणाची बांधणी करायची? आपण पूल, धरणे, कारखाने बांधतो आहोत. पण ही बांधणी करण्याचे सामर्थ्य व शक्ती शेवटी कशातून येणार आहे? हे काम करणारा जो माणूस आहे त्याच्या मनाची, शीलाची, बुद्धीची बांधणी जर झाली नाही, तर या झालेल्या सर्व बांधण्या फुकट जातात. देशाच्या बांधणीचा खरा अर्थ या देशातील माणूस विचाराने बांधला पाहिजे हा आहे. त्याच्या मनापर्यंत विचारांचे हे संस्कार पोहोचल्याशिवाय नवभारत निर्माण होणार नाही.

विज्ञानाचे सामर्थ्य दुनियेमध्ये वाढते आहे. अमेरिका आणि रशिया मोठे आहेत ते निव्वळ धनिक देश आहेत किंवा निव्वळ शास्त्रास्त्रे त्यांच्या हाती आहेत म्हणून नव्हे, तर ते जे धनिक झाले आहेत किंवा मोठी शस्त्रास्त्रे त्यांच्या जवळ आहेत त्याचे मूळ कारण असे, की ज्ञान आणि विज्ञानाचे सामर्थ्य त्यांनी आपल्या देशामध्ये फार मोठ्या प्रमाणावर वाढविलेले आहे. गुणी मुले ही शोधून काढली पाहिजेत. झोपडीत असली तर तेथून शोधून काढली पाहिजेत. गुणी जेथे आहेत तेथे तुम्हाला, मला चालत गेले पाहिजे. अशी माणसे दिसली म्हणजे त्यांना उचलणे तसे महत्त्वाचे काम आहे, तसेच ती जेथे दिसत नसतील तेथे जाऊन त्यांना शोधले पाहिजे. त्यांना शक्ती, सामर्थ्य दिले पाहिजे. हे काम करण्याची जबाबदारी समाजधुरीणांची, शासनाची आहे असे आम्ही मानतो. भारताच्या राष्ट्रपतींनी येथे चाललेल्या या कामाचा गौरव केला. काम करणाऱ्या कार्यकर्त्यांच्या पाठीवरती विश्वासाने, प्रेमाने, श्रद्धेने हात फिरवला. याच्यातून निर्माण होणारे सामर्थ्य मोठे सामर्थ्य आहे. आणि म्हणून मी माझ्या शुभेच्छा देतो आणि प्रार्थना करतो, की हे काम वाढते राहो आणि गरिबांच्या, सामान्य जनांच्या जीवनामध्ये नवीन सामर्थ्य निर्माण करण्याचे हे महत्त्वाचे साधन ठरो. राष्ट्रपतींच्या हस्ते धुळे नगरपालिकेच्या नव्या इमारतीची कोनशिला बसवण्यात आली. हीच धुळे महानगरपालिकेची इमारत आहे व तिच्याबाहेर डॉ. सर्वपल्ली राधाकृष्णन शॉपिंग सेंटर आहे. या कार्यक्रमात राष्ट्रपतींना पालिकेतर्फे मानपत्र देण्यात आले.

या समारंभाच्या यशस्वी संयोजनाबद्दल व शांत सहभागाबद्दल नागरिकांचे आभार मानणारे पत्रक चुडामणअण्णा यांनी काढले होते, ते पुढे दिले आहे.

## जाहीर आभार

महामहिम राष्ट्रपती डॉ. राधाकृष्णन व महाराष्ट्राचे कंठमणी व भारताचे संरक्षणमंत्री माननीय ना. यशवंतरावजी चव्हाण, महाराष्ट्राचे राज्यपाल डॉ. चेरियन, सौ. चेरियन, महाराष्ट्राचे वीज व पाटबंधारे खात्याचे मंत्री नामदार शंकरराव चव्हाण, शिक्षण खात्याचे मंत्री नामदार मधुकरराव चौधरी व उपमंत्री दिगंबररावजी पाडवी यांचे धुळे शहरात आगमन झाले त्या प्रसंगी –जिल्हा काँग्रेस कमिटी, शहर काँग्रेस कमिटी, श्री शिवाजी विद्या प्रसारक संस्था, नगरपालिका, धुळे वरील संस्थांच्या अध्यक्षांच्या विनंतीवरून धुळे शहरातील तमाम जनतेने वरील मान्यवर नेत्यांचे ठिकठिकाणी पताका, तोरणे, कमानी, आकर्षक सजावट व स्वागतपर फलक लावून जे उत्स्फूर्त स्वागत केले व स्वागत करताना जो अमाप उत्साह दाखवला त्याबद्दल वरील संस्था जनतेचे जाहीर आभार मानीत आहेत. त्याचप्रमाणे या आगमनाचे प्रसंगी मुलकी व पोलिस अधिकारी यांनी जी दक्षता घेतली व सर्व कार्यक्रम शांतपणे, सुरळित व वेळेवर पार पाडणेस जिवापाड मेहनत घेतली, त्याबद्दल सर्व अधिकाऱ्यांचे जाहीर आभार मानीत आहोत. धुळे शहरात सर्वांत चांगली सजावट करणाऱ्यांना बक्षिसे जाहीर केलेली असून, ही बक्षिसे समारंभपूर्वक लवकरच दिली जातील.

**चुडामण आनंदा पाटील**
अध्यक्ष, जिल्हा काँग्रेस कमिटी

**बी. एन. पाटील**
अध्यक्ष, शहर काँग्रेस कमिटी, धुळे

**कर्मवीर डॉ. पां. रा. घोगरे**
अध्यक्ष, शिवाजी विद्या प्रसारक संस्था, धुळे

**सईद अहमद लालमहंमद सरदार**
अध्यक्ष, नगरपालिका धुळे

❖❖❖

# धुळे जिल्हा काँग्रेस कमिटी
## (१९२०-१९८०)

१९२० साली नागपूर येथील काँग्रेस अधिवेशनानंतर जिल्हावार काँग्रेस समित्या स्थापन करण्यात आल्या होत्या. स्वदेशी प्रसार, दारूच्या दुकानांवर पिकेटिंग यांसारखे कार्यक्रम, अधिक संघटितपणे सुरू राहण्यास संघटनात्मक चौकटीचा उपयोग झाला. जिल्ह्यात सर्वत्र हे कार्यक्रम आयोजित केले गेले होते.

धुळे जिल्ह्याची पहिली काँग्रेस कमिटी २० मार्च १९२१ रोजी स्थापन करण्यात आली. तेथे अध्यक्षपद मुस्लिम समाजातील मौलवी अब्दुल सलाम यांना देण्यात आले. त्यानंतर काही दिवसांनी वरिष्ठ नेत्यांच्या सूचनेवरून २४ जुलै १९२१ रोजी बाळुभाई मेहता हे धुळे जिल्ह्यात काँग्रेसचे कार्य करण्यास अधिकृतरीत्या आले. तेव्हा आठवडभरात म्हणजे ३१ जुलै १९२१ रोजी रीतसर जिल्हा काँग्रेसची स्थापना करण्यात आली. तिच्या अध्यक्षपदी बाळुभाई मेहता यांची निवड करण्यात आली. उपाध्यक्ष श्री. ओगले, तर चिटणीस म्हणून श्री. जावडेकर होते. दरम्यानच्या काळात १९२१च्या मे महिन्यात महात्मा गांधींनी धुळे जिल्ह्याचा दौरा केला होता. गांधीजींचा दुसरा दौरा फेब्रुवारी १९२८मध्ये झाला. त्याची हकीकत इतर प्रकरणात आली आहे. धुळे जिल्हा काँग्रेस कमिटीने १९३६च्या फैजपूर काँग्रेसच्या आयोजनात मोठी भूमिका निभावली होती. त्या काळात झालेल्या निवडणुकांमध्ये काँग्रेसचेच उमेदवार खान्देशातून निवडून येत असत. इतकी काँग्रेस धुळे जिल्ह्यात लोकप्रिय करण्यात ग्रामीण भागातील कार्यकर्त्यांचा वाटा मोठा होता. त्याच्या परिणामी ग्रामीण कार्यकर्त्यांचे वर्चस्व पक्षसंघटनेत स्पष्टपणे जाणवू लागले होते. बहुजन समाजात काँग्रेस लोकप्रिय करण्यासाठी अनेक नेत्यांनी खेडोपाडी प्रयत्न केले होते. सुरुवातीला श्रीमंत व सुशिक्षित वर्गातील लोक चळवळीला मदत करीत असत, त्यामुळे त्यांचा पक्षावर

प्रभाव असे. हे चित्र बदलण्याचे ऐतिहासिक काम चुडामणअण्णा यांनी केले. हे काम सोपे नव्हते. जिल्ह्याची काँग्रेस ही शेठ, सावकार आणि रावसाहेब, रावबहादूरांची न ठेवता सर्वसामान्यांची काँग्रेस बनवण्याचे कार्य चुडामणअण्णांच्या हातून होणार होते. १९२९ला मिलमध्ये नोकरी करता करता त्यांनी काँग्रेसमध्ये प्रवेश केला.

१९२९ हे साल काँग्रेसच्या इतिहासात व काँग्रेसच्या लढ्यात अतिशय महत्त्वाचे होते. या वर्षी लाहोर येथे रावी नदीच्या काठी झालेल्या काँग्रेस अधिवेशनात संपूर्ण स्वातंत्र्याचा ठराव संमत करण्यात आला. आणि २६ जानेवारीचा दिवस स्वातंत्र्यदिन म्हणून साजरा करण्यात आला. या पार्श्वभूमीवर चुडामणअण्णांसारखा शेतकरी व कामगार असलेला ग्रामीण युवक काँग्रेस पक्षाचा सदस्य बनला. पक्षात प्रवेश केल्यानंतर त्यांनी नियमितपणे पक्षाच्या बैठकांना हजर राहण्यास सुरुवात केली. एवढेच काय, पण गांधीजींकडून येणाऱ्या आदेशाप्रमाणे जंगल सत्याग्रह, वैयक्तिक सत्याग्रह यात भाग घेतला. त्याची हकीकत संबंधित प्रकरणात आलेली आहे. त्यांच्या कामगारपणाचे व कमी शिक्षणाचे भांडवल करून त्यांना स्वातंत्र्यचळवळीत सहभागी होऊ द्यायचे नाही व आपल्यासोबत घ्यायचे नाही, असा प्रयत्न त्या वेळच्या काँग्रेस अध्यक्षांनी केला होता. परंतु चुडामणअण्णांनी आपल्या निर्धाराने चळवळीत भाग घेतला. त्यांचे नाव काँग्रेस कार्यकर्ता व स्वातंत्र्यसैनिक म्हणून घेतले जाऊ लागले.

गिरणी कामगारांच्या प्रश्नात ते लक्ष घालत होते. १७ ऑगस्ट १९३३ रोजी धुळे व चाळीसगाव येथील गिरणी कामगारांचा संप सुरू झाला. तो तीन महिने चालला. त्यात चुडामणअण्णांच्या बरोबर नथुभाऊ पारोळेकर व भाऊराव कुलकर्णी हे होते. त्यामुळे त्यांची लोकप्रियता वाढत होती. त्या वेळचे राजकारण शेठ-सावकारांच्या ताब्यात होते. काँग्रेसच्या बैठकीत बडी मंडळी गाद्यांवर बसायची आणि सर्वसामान्य कार्यकर्त्यांनी त्यांच्या पायाशी बसायचे, अशी पद्धत होती. रस्त्यावर उतरून लढे देणारे कार्यकर्ते हीच खरी काँग्रेसची ताकद होती आणि त्यांच्या जिवावर कौन्सिलात निवडून येणारे लोक त्यांनाच जमिनीवर बसवत असत, याची चीड चुडामणअण्णांच्या मनात होती. हे चित्र बदलून काँग्रेसमध्ये सर्वसामान्य काँग्रेसजनांना प्रतिष्ठा मिळवून देण्याचा निर्धार त्यांनी मनाशी केला. कामगारांचे लढे आणि स्वातंत्र्यचळवळीतील गांधीजींच्या आंदोलनात हरप्रकारे सहभागी होत चुडामणअण्णांची राजकीय वाटचाल सुरू होती. १९३२ साली ते धुळे तालुका काँग्रेसचे चिटणीस झाले.

धुळे जिल्हा काँग्रेसचे कार्य विस्तारत असताना तेथील कार्यकर्ते व तरुणांना प्रेरणा देणारी आणि खेड्यापाड्यांत काँग्रेसची चळवळ नेणारी एक ऐतिहासिक घटना घडली. ती म्हणजे पूर्व खान्देश जिल्ह्यातील (आताचा जळगाव जिल्हा) फैजपूर येथे १९३६ साली झालेले काँग्रेसचे राष्ट्रीय अधिवेशन. खान्देशातील कार्यकर्ते तसेच महाराष्ट्रातील नेतृत्व हे अधिवेशन यशस्वी होण्यासाठी झटले. तोवरची काँग्रेसची सर्व अधिवेशने मोठ्या शहरांत झालेली होती. ग्रामीण भागात होणारे हे पहिलेच अधिवेशन होते. काँग्रेस स्थापण्याच्या सुवर्ण महोत्सवानिमित्त हे अधिवेशन खेड्यात व्हावे, अशी गांधीजींची इच्छा होती. फैजपूरची अधिवेशनासाठी निवड झाल्यानंतर या कल्पनेला अनुकूल नसलेल्या लोकांनी फैजपूरचे फजितपूर होईल, असे म्हणायला सुरुवात केली.

प्रत्यक्षात अधिवेशनाचे यश इतके नेत्रदीपक होते, की लोकांनी फैजपूर नव्हे, तर फत्तेपूर असे उद्गार काढले. या अधिवेशनात दोन्ही खान्देश जिल्ह्यातील घराघरांत गृहिणींनी जात्यावर काँग्रेसची गाणी म्हणत पीठ दळून पाठवले होते. मंडप व तंबूची उभारणी पूर्णपणे स्वदेशी साहित्यातून केलेली होती. धुळ्याकडून अधिवेशनाला लागणाऱ्या कार्यकर्त्यांसाठी वाहतुकीची सोय म्हणून अतिशय कमी खर्चात बैलगाड्यांची सोय करण्यात आली होती. काही बैलगाड्या चुडामणअण्णांच्या मोहाडी गावातून सुटल्या होत्या. अनेक कार्यकर्त्यांना घेऊन चुडामणअण्णा फैजपूरला पोचले होते. या अधिवेशनाच्या निमित्ताने त्यांना प्रथमच काँग्रेसच्या वरिष्ठ नेत्यांशी थेट भेटायला आणि बोलायला मिळाले. या अधिवेशनासाठी उभारलेल्या ७५ फुटी ध्वजस्तंभाच्या फिरकीतून ध्वजाची दोरी निसटल्याचे लक्षात आले, तेव्हा शिरपूरचा किसनसिंग ओंकारसिंग राजपूत हा तरुण कसलाही विचार न करता सरसर खांबावर चढला आणि त्याने ती दोरी व्यवस्थित करून ध्वजवंदनाचा मार्ग मोकळा केला. त्याबद्दल त्याला ५१ रुपयांचे बक्षीसही तेथल्या तेथे देण्यात आले. या अधिवेशनात चुडामणअण्णांची गांधीजींशी भेट झाली. त्या वेळी जिल्ह्यात काँग्रेस कार्यकर्ता व्हायचे म्हणजे खादी, चरखा निसर्गोपचार वगैरेंचे फार स्तोम माजलेले होते. खान्देशातील अर्धनग्न राहणारा, झोपडीत मातीच्या तव्यावर कशीबशी शेकलेली भाकरी मिरचीच्या ठेच्यासोबत खाणारा आमचा खान्देशी माणूस यात कोठे बसतो, आमचा शेतकरी यात कोठे बसतो, चूल पेटावी म्हणून दिवसभर कष्टणारा कामगार कोठे बसतो? त्याच्यासाठी काँग्रेस नाही का? त्यांना मी काँग्रेसचा संदेश काय सांगू? असा प्रश्न अण्णांनी बापूजींना विचारला. त्यावर बापूजी म्हणाले, 'तुझ्या म्हणण्यात कमालीचे तथ्य आहे. तू सत्याची पाठराखण

करीत पुढे जात राहा. असले प्रश्न विचारण्याची हिंमत जेवढी विनोबाजवळ आहे तेवढीच तुझ्याजवळही आहे. सत्य तुला प्रकाश देत राहील. तुझ्या प्रश्नांची मी कदर करतो.' फैजपूरमध्ये साक्षात महात्माजींच्या तोंडून मिळालेल्या या आशीर्वादानंतर चुडामणअण्णांनी धुळे जिल्ह्यातील शेतकरी, कष्टकरी व गरीब जनतेला काँग्रेसच्या चळवळीत ओढून आणले. आधीच गांधीजींचे नावच खेडोपाडी देवासारखे घेतले जायचे, परंतु कर्मकांडामुळे काँग्रेसपासून दूर असलेले हे शेतकरी चुडामणअण्णांच्या व सहकाऱ्यांच्या प्रचारानंतर स्वातंत्र्यलढ्यात सामील झाले.

फैजपूर येथे महात्मा गांधींप्रमाणेच पं. जवाहरलाल नेहरूंनीही एका क्षणी चुडामणअण्णांच्या खांद्यावर हात ठेवला आणि ही प्रेरणा त्यांना आयुष्यभर काँग्रेस कार्यकर्ता म्हणून राहण्यास उपयोगी ठरली. फैजपूर काँग्रेसने चुडामणअण्णांच्या आयुष्यात अशाप्रकारे वेगळेच परिवर्तन आणले. त्यानंतर १९३७ साली त्यांना धुळे जिल्हा काँग्रेसचे सरचिटणीसपद देण्यात आले. १९३९ सालच्या सत्याग्रहात भाग घेतल्याबद्दल त्यांना १० महिने तुरुंगवासाची शिक्षा झाली. त्या वेळी तेथे (धुळे तुरुंगात) साने गुरुजींचा सहवास लाभला.

तुरुंगातून सुटका झाल्यानंतर मिल मालकाने त्यांना आपल्या परवानगीशिवाय आंदोलनात जायचे नाही, अशी अट घातली. ही अट झुगारून त्यांनी मिलमधील नोकरीवर पाणी सोडले. पण काँग्रेस व गांधीजींच्या कामात तडजोड केली नाही. मिलमधील नोकरी सुटल्यामुळे त्यांनी आपल्या चरितार्थासाठी शेतीकडे लक्ष देण्यास सुरुवात केली. शेतीबरोबर भाजीपाला, दूध वगैरे जोडउद्योग सुरू केले. त्याचप्रमाणे काही काळाने पिठाची गिरणीही सुरू केली. त्यांची पत्नी आणि आई गडीमाणसांच्या मदतीने शेती बघत असत. त्यामुळे चुडामणअण्णांना काँग्रेसच्या कार्यासाठी वेळ मिळत असे. १९४२च्या आंदोलनात त्यांना पकडून नाशिक येथील तुरुंगात दोन वर्षे स्थानबद्ध करण्यात आले होते. तेथे काँग्रेस नेते काकासाहेब गाडगीळ व इतरांचा सहवास आणि मार्गदर्शन यांचा लाभ चुडामणअण्णांना झाला. तेथील वैचारिक चर्चा आणि वाचन यांमुळे त्यांचे राजकीय व्यक्तिमत्त्व चांगले प्रगल्भ झाले होते. तुरुंगातून सुटल्यानंतर पुढे काय करायचे, याचा विचार त्यांनी केलेला होता. देश पुढे स्वतंत्र होईल, तेव्हा आपल्याला काय भूमिका बजावायची आहे, याचा विचार त्यांनी करून ठेवलेला होता. त्याप्रमाणे कारावासातून १९४४ साली धुळ्यात परतल्यानंतर त्यांनी जिल्हा काँग्रेस पक्षाला विशिष्ट दिशा देण्याचे ठरवले होते. खेडोपाडी पसरलेल्या आपल्या सहकाऱ्यांना त्यांनी एकत्र करावयास सुरुवात

केली. सर्व तालुक्यांत सर्व जाती-समाजातील कार्यकर्ते त्यांनी काँग्रेसच्या छत्राखाली एकत्र आणले. त्या काळात जिल्ह्यात सत्यशोधक मंडळी, तसेच कम्युनिस्टांचा प्रभाव वाढलेला होता. त्याला शह देऊन त्यांनी तो एक-दोन तालुक्यांपुरताच राहील असे कार्य केले. त्या वेळी जिल्हा काँग्रेसचे अध्यक्ष असलेले बाळुभाई मेहता यांचे राजकारण जनसामान्यांपर्यंत पोहोचणारे नव्हते. त्यात गोरगरीब शेतकऱ्यांना स्थान नव्हते. ते मिळाले पाहिजे, कामगार वर्ग काँग्रेससोबत आला पाहिजे, यासाठी चुडामणअण्णांचे प्रयत्न सुरू होते. १९४७ साली देशाला स्वतंत्र्य मिळाले, तेव्हा श्री. रंगनाथ राजाराम टोणगावकर हे जिल्हा काँग्रेसचे अध्यक्ष होते. त्यांच्या हस्ते स्वातंत्र्यातील पहिले झेंडावंदन पोलिस परेड ग्राऊंडवरच्या समारंभात पार पडले.

त्यानंतर १९४७ साली धुळ्यात आलेल्या सिंधी निर्वासितांच्या पुनर्वसनाचा प्रश्न सोडवण्यासाठी चुडामणअण्णांनी मार्गदर्शन केले. निर्वासितांच्या निवासाची व चरितार्थाची सोय लावण्यासाठी ते प्रशासनाबरोबर कार्य करीत होते. त्यातच १९४८ साली ३० जानेवारी रोजी पुण्याचा माथेफिरू नथुराम गोडसे याने दिल्लीत राष्ट्रपिता महात्मा गांधी यांची हत्या केली. त्यानंतर महाराष्ट्राच्या काही भागांत ब्राह्मणांची घरे जाळण्यात आली. पण खान्देशात तसे फारसे काही घडले नाही. कारण तेथील बहुजन समाज सौजन्यशील होता. त्याच वर्षी स्थापना झालेल्या गांधी स्मारक निधीत सर्व जातींचे, तसेच शहर आणि खेड्यातील सर्व कार्यकर्ते देणग्या देत होते. गांधीजींचे उचित स्मारक धुळ्यात व्हावे, यासाठी प्रयत्न करीत होते.

१९४८च्या मध्यावर जिल्हा काँग्रेस कमिटीची पुनर्रचना होऊन चुडामणअण्णा यांची धुळे जिल्हा काँग्रेस कमिटीच्या अध्यक्षपदी निवड झाली. त्यांचे निकटचे सहकारी मुरलीधर मगन भावसार हे चिटणीस होते. चुडामणअण्णा व भावसार यांनी पुढची अनेक वर्षे झटून जिल्ह्यात काँग्रेसची पाळेमुळे खोलवर रुजवण्याचे कार्य केले. चुडामणअण्णा हे धुळे जिल्हा काँग्रेस कमिटीच्या अध्यक्षपदी १९४८ ते १९६३ असा विक्रमी काळ होते. या काळात दोनदा महाराष्ट्र राज्य विधिमंडळात आणि तीनदा लोकसभेत निवडून गेले. त्यांच्या कारकिर्दीत एखाददुसरा अपवाद वगळता जिल्ह्यातील विधानसभा व लोकसभा निवडणुकीत सर्व जागा काँग्रेसच जिंकत असे. आपल्या संघटनकौशल्याच्या जोरावर काँग्रेसलाच भरघोस यश मिळवून देणाऱ्या चुडामणअण्णांना काँग्रेसमधीलच काही लोकांनी व्यक्तिगत द्वेषापोटी त्रास देण्यास सुरुवात केली होती. तरीही अशा वृत्तीकडे लक्ष न देता चुडामणअण्णांनी पक्ष बळकट करण्याचे आपले काम सुरू ठेवले. पक्षाला स्वतःचे

कार्यालय नाही, त्यामुळे पक्षाच्या बैठका कोणातरी शेठजींच्या माडीवर होतात व त्या शेठजींचा शब्द पक्षात चालतो, याचे दुःख चुडामणअण्णा यांना वाटत असे. या संदर्भातील एक आठवण ते नेहमी सांगत असत. पंतप्रधान पं. जवाहरलाल नेहरू यांचा मुक्काम खासदार शालीग्राम भारतीया यांच्या बंगल्यावर होता.

तेव्हा एक दिवस सकाळी चुडामणअण्णा पंडितजींना भेटायला म्हणून त्या बंगल्यावर गेले. मात्र त्यांना ते जिल्हा काँग्रेस अध्यक्ष असूनही आत घेण्यात आले नाही. हा अपमान त्यांच्या जिव्हारी लागला. त्याचक्षणी त्यांनी धुळे जिल्ह्याच्या काँग्रेस कार्यकर्त्यांसाठी हक्काचे कार्यालय म्हणून धुळे जिल्हा काँग्रेस भवन उभारण्याचा निर्धार केला. त्यासाठी कार्यकर्ते आणि काँग्रेसप्रेमी जनता यांच्याकडून लहान-मोठ्या देणग्या गोळा करण्याचे ठरवले. जिल्ह्यात गावोगावी फिरून सभा-समारंभांच्या निमित्ताने मदतीचे आवाहन करून निधी जमा केला व काँग्रेस भवनाचे बांधकाम सुरू केले. आज ज्या मोजक्या जिल्ह्यात काँग्रेसची स्वतःची वास्तू आहे, त्यात धुळ्याचा समावेश आहे. धुळ्याच्या आधी केवळ पुण्यातच जिल्हा काँग्रेस भवन होते व ते काकासाहेब गाडगीळ यांच्या प्रयत्नातून साकारले होते. अनेक बाबतीत काकांचे विचार आदर्श मानणाऱ्या चुडामणअण्णांनी काँग्रेस भवन उभारण्याच्या बाबतीत त्यांचा कित्ता गिरवला असावा.

एकेकाळी श्रीमंतांच्या दावणीला बांधलेल्या काँग्रेसमध्ये श्रमिकांचा शिरकाव चुडामणअण्णांच्यामुळे झाला. त्या वेळी काँग्रेसच्या नेत्यांपाशी मोटारगाड्या व घोडागाड्या, शेतमळे, कारखाने, दुकाने अशी संपत्ती होती. पण चुडामणअण्णांपाशी आपले श्रम, अंगावर नेहरू शर्टासारखा सदरा, कमरेला दुटांगी धोतर, डोक्यावर गांधी टोपी, सायकलला लावलेल्या पिशवीत घरून बांधून दिलेला डबा, त्यात भाकरी, मिरचीचा ठेचा याखेरीज कोणतेही वेगळे भांडवल व सामग्री नव्हती. आपल्या लढाईत त्यांनी सामान्य मिल कामगार, शेताच्या बांधावर शेती करणारे शेतकरी, शेतमजूर आणि शहराच्या गरीब वस्त्यांत राहणारे सर्व जातिधर्माचे अठरा पगड लोक हे चुडामण अण्णांचे सैन्य होते. या सर्वांची ताकद त्यांनी काँग्रेसच्या पाठीशी अनेक वर्षे व काही पिढ्या उभी केली. त्यासाठी सामान्य माणसांच्या काँग्रेस प्रेमाचे प्रतीक म्हणून त्यांनी धुळ्याचे काँग्रेस भवन उभे करून दाखवले. धुळे शहरात वल्लभभाई पटेल उद्यानाच्या (टॉवर बाग) शेजारी जेथे जमनालाल बजाज मार्ग मिळतो, त्या मोक्याच्या जागी रस्त्याच्या लगत काँग्रेस भवन उभे आहे. हे भवन उभारण्यासाठी कोणी कोणी देणग्या दिल्या याचा वृत्तांत तत्कालीन वृत्तपत्रे चाळताना वाचावयास मिळतो.

शहरात, खेड्यापाड्यांत, सभा-संमेलनात, लग्नसमारंभात अशा प्रकारे जमेल तेथे आवाहन करून काँग्रेस भवनसाठी निधी उभारण्यात आला होता. १९४८ पासून धुळे जिल्हा काँग्रेस कमिटीचे सलग अनेक वर्षे लोकनिर्वाचित अध्यक्ष असलेले चुडामणअण्णा यांनी काही वर्षे काँग्रेस भवन उभारणीचा ध्यास घेतला होता. काँग्रेस भवनाच्या पायाच्या दगडापासून ते प्रत्येक खिडकी, दरवाजा आणि भिंती याच्या मांडणी व उभारणीवर त्यांचे बारीक लक्ष असे. कार्यकर्त्यांना व नेत्यांना सतरंज्या टाकून पंखे, दिवे, खुर्चा-टेबले याशिवाय हवेशीर वातावरणात बैठका घेता येतील व खेळीमेळीच्या वातावरणात विचारविनिमय करता येईल, अशी धुळ्याच्या काँग्रेस भवनातील सर्व खोल्या व सभागृहाची रचना त्यांनी करवून घेतली. याची प्रचिती आजही काँग्रेस भवनात फिरताना येते.

चुडामणअण्णांच्या या दूरदृष्टीची दाद देताना त्यांच्यानंतर वीस वर्षांनी जिल्हा काँग्रेसचे अध्यक्ष झालेले डॉ. हेमंतनाना देशमुख म्हणतात, की चुडामणअण्णांचा काँग्रेस भवनाच्या उभारणीतील वास्तुशास्त्रीय (आर्किटेक्चरल) ज्ञानाचा आवाका व्यावसायिक तज्ज्ञांपेक्षाही दांडगा होता. वास्तुबांधणीत लागणारी एक विलक्षण सौंदर्यदृष्टी (इसथेंटिक सेन्स) त्यांच्यापाशी होती. काँग्रेस भवनातील दिवसभर मिळणारा उजेड आणि खेळती हवा, बैठकींसाठी खोल्यांची सुलभ रचना या सर्वांचा अनुभव आपल्याला काँग्रेस भवनात वावरताना आला आहे.

चुडामणअण्णा हे केवळ रुक्ष राजकारणी नव्हते, तर पक्षाच्या कार्यकर्त्यांच्या लहान-मोठ्या अडचणींचा विचार ते करीत असतच. जनसामान्यांनी दिलेल्या देणगीतून उभारलेल्या काँग्रेस भवनाची रचना करताना ते कार्यकर्त्यांची सोय पाहत होते. पक्ष कार्यानिमित्त धुळ्यात येणाऱ्या कार्यकर्त्यांची तसेच नेत्यांच्या निवासाची सोय काँग्रेस भवनात व्हावी, असे नियोजन त्यांनी केलेले होते. याच काँग्रेस भवनात जिल्हा लोकल बोर्ड, जिल्हा सहकारी बँक, दूध संघ, कृषि उत्पन्न बाजार समित्या, जिल्हा परिषद, विधानसभा व लोकसभा यांचे जिल्ह्यातील उमेदवार ठरवण्याच्या बैठकी होत असत. जिल्हा कमिटीने केलेल्या शिफारशीत बदल किंवा ढवळाढवळ होण्याचे काही प्रसंग अण्णांच्या कारकिर्दीत आले. प्रसंगी थोडासा संघर्षही त्यांना वरिष्ठ नेत्यांशी करावा लागला. परंतु त्यांनी कितीही अन्याय झाला, तरीही काँग्रेसवरची आपली निष्ठा सोडली नाही. आपल्यातून काँग्रेस वजा केली, तर आपण एक सामान्य अशिक्षित कामगार व शेतकरी आहोत, त्यापलीकडे आपली किंमत नाही, असे ते नम्रपणे बोलून दाखवत. हा खरेतर त्यांचा विनम्रपणा होता.

खेड्यापाड्यांतील शेतकरी, कष्टकरी आणि शहरातील पांढरपेशा, तसेच औद्योगिक कामगार, हिंदू तसेच मुसलमान या सर्वांशी त्यांचे अतूट नाते जोडले गेले होते. हा त्यांच्या लोकप्रियतेचा मूलाधार होता. कारण ते दिवसातील किमान अठरा तास या वर्गांच्या सेवेत, त्यांच्या लहान-मोठ्या समस्या सोडविण्यात व त्यांची गाऱ्हाणी सरकारदरबारी मांडून त्यांची तड लावून घेण्यात गुंतलेले असत. त्यांची ही जनसेवा केवळ अद्वितीय अशीच होती. त्यामुळे त्यांच्या कारकिर्दीत काँग्रेसला निवडणुकीत पराभव कधीही पाहावा लागला नाही. अगदी संयुक्त महाराष्ट्राच्या चळवळीच्या लाटेवर महाराष्ट्र आरूढ झालेला असताना धुळे जिल्ह्यात महत्त्वाच्या जागा चुडामणअण्णांच्या नेतृत्वाखाली काँग्रेसच जिंकली. त्या निवडणुकांची हकीकत त्या त्या संबंधित निवडणुकीच्या प्रकरणात आलेली आहे. त्यामुळे त्याची येथे पुनरावृत्ती करण्याची गरज नाही.

जिल्ह्यात काँग्रेसचे वर्चस्व अबाधित ठेवायचे, तर जिल्हा काँग्रेस संघटना आणि जिल्हा काँग्रेस समिती निष्ठावान लोकांच्या हातात असावी या बाबतीत जिल्हाध्यक्ष म्हणून ते अतिशय दक्ष असत. जिल्हा काँग्रेस कमिटी ही रामायणातील सीतेसारखी आहे अशी उपमा देऊन या संदर्भातील आपले विचार मांडताना चुडामणअण्णा एकदा म्हणाले होते, की ही काँग्रेस कमिटी मी शाबूत कशी ठेवली? तुम्हा हजारो कार्यकर्त्यांना मी सांगू इच्छितो की, 'काँग्रेस कमिटी ही अशी एक सीता आहे जिला दहा तोंडांच्या रावणाशी नव्हे, तर शंभर तोंडांच्या कौरवांशी लढायचे आहे. या साऱ्या संघर्षातून आणि अग्निदिव्यातून या सीतेला बाहेर काढताना मी करीत असलेल्या कष्टाची तुम्हाला कल्पना नाही. माझ्यापाशी शस्त्रबाण नाहीत, अग्निशस्त्रे नाहीत, सामान्य किसान-कास्तकारांच्या, मिल मजदुरांच्या, श्रमिकांच्या बळावर ही लढाई लढताना आणि नवे रामायण लिहीत असताना गांधी नावाचा केंद्रबिंदू माझ्या वर्तुळाचा परीघ व्यापक करतो आहे यासारखे समाधान नाही.' चुडामणअण्णांचे हे उद्गार मोठ्या मोठ्या नेत्यांनाही अनपेक्षित होते. त्यानंतर नेत्यांची त्यांच्याकडे पाहण्याची दृष्टी बदलत गेली.

चुडामणअण्णांच्या जुन्या व नव्या विरोधकांनी वेळोवेळी त्यांच्या विरुद्ध पक्षश्रेष्ठींकडे तक्रारी केल्या व अण्णांच्या हातून धुळे जिल्हा काँग्रेस कमिटीची सूत्रे काढून घ्यावीत, अशी मागणी केली. परंतु दोन कारणास्तव चुडामणअण्णांच्या या स्थानाला धक्का लावण्यास कोणीही धजत नव्हते. पहिले कारण म्हणजे चुडामणअण्णांना जिल्हा व तालुका काँग्रेस समित्यांमध्ये तसेच खेडोपाडी

असलेला भक्कम जनाधार आणि दुसरे म्हणजे ज्या शिस्तीने ते जिल्हा काँग्रेस कमिटीचा कारभार चालवत असत ती शिस्त. या दोन्ही कारणांमुळे ते अनेक वर्षे जिल्हा काँग्रेसचा कारभार उत्तम प्रकारे चालवू शकले.

स्वातंत्र्यप्राप्तीपासून देशाचे नेतृत्व पं. जवाहरलाल नेहरू यांच्याकडे राहिले. संसदीय लोकशाही सुरू झाल्यानंतर १९५२, १९५७ व १९६२ या तीन निवडणुकांत देशाची सत्ता काँग्रेसकडे राहिली. काही राज्यांत विरोधी पक्षांची संयुक्त मंत्रिमंडळे आली. पण देशाच्या पातळीवर काँग्रेसला पर्याय उभा राहू शकला नाही. या तीन निवडणुकांत तसेच पुढील निवडणुकांतही काँग्रेसचीच सत्ता अबाधित राहिली. या संपूर्ण काळात तसेच पुढील निवडणुकांमध्ये काँग्रेस पक्षात काही स्थित्यंतरे झाली. पक्षाने धोरणे बदलली, नेतृत्व बदलले, पण चुडामणअण्णा यांची काँग्रेसवरची निष्ठा अविचल राहिली. १९६२च्या निवडणुकीत राज्य काँग्रेस कमिटीने त्यांना लोकसभेत पाठवण्याचा निर्णय घेतला. विक्रमी मतांनी अभूतपूर्व विजय मिळवून चुडामणअण्णा लोकसभेत पोहोचले. त्याची हकीकत पहिली लोकसभा निवडणूक या प्रकरणात आहे. त्या निवडणुकीत त्यांनी जनसंघाचे मावळते खासदार उत्तमराव लक्ष्मण पाटील यांचा दणदणीत पराभव केला. १९६४ साली काँग्रेसवर आणि देशावर मोठे संकट कोसळले. १९६२ साली चीनने भारतावर केलेल्या आक्रमणानंतर झालेल्या युद्धात भारतीय सैन्याचा पराभव झाला. त्या पराभवाने जवाहरलाल नेहरू मनातून खचले. त्यांनी त्या काळात महाराष्ट्राचे मुख्यमंत्री यशवंतराव चव्हाण यांना संरक्षणमंत्री म्हणून दिल्लीत बोलावून घेतले. त्यामुळे पंडितजी, यशवंतराव आणि चुडामणअण्णा संसदीय कामाच्या निमित्ताने दिल्लीत एकत्र आले. मात्र हा योग फार काळ टिकला नाही. काळाने क्रूर घाला घालून पं. जवाहरलाल नेहरूंना आपल्यातून ओढून नेले.

२७ मे १९६४ रोजी पंडितजींचे निधन झाले आणि देश पोरका झाला. हंगामी पंतप्रधान म्हणून गुलझारीलाल नंदा यांची नियुक्ती झाली. नंतर पंतप्रधानपदी लालबहादूर शास्त्री यांची निवड झाली. त्या काळात भारताचे १९६५मध्ये पाकिस्तानशी युद्ध झाले. शास्त्रीजींनी देशाला प्रेरणा देण्यासाठी 'जय जवान जय किसान' ही संस्मरणीय घोषणा दिली. भारतीय सैन्याने हे युद्ध जिंकले. १९६६च्या जानेवारीत सोव्हिएत संघातील ताश्कंद येथे भारत-पाकिस्तान वाटाघाटी होऊन ताश्कंद करारावर सह्या झाल्या, परंतु त्याच रात्री हृदयविकाराच्या तीव्र धक्क्याने शास्त्रीजींचे निधन झाले. देश पुन्हा निर्नायकी अवस्थेत सापडला. पुन्हा एकदा

गुलझारीलाल नंदा हे हंगामी पंतप्रधान झाले, त्यानंतर पंतप्रधानपदाची निवडणूक एकमताने होऊ शकली नाही. त्या निवडणुकीत पक्षात दोन गट पडले. मोरारजी देसाई यांचा पराभव करून इंदिरा गांधी या पंतप्रधानपदी निवडून आल्या. इंदिरा गांधींची कारकीर्द अनेक समस्यांनी घेरलेली राहिली.

१९६५ ते ६७ या काळात देशाच्या काही भागात दुष्काळ पडला होता. तसेच काँग्रेस पक्षाची राष्ट्रीय पातळीवरची लोकप्रियता कमी होऊन बहुमताचा आकडा खाली आला होता. त्या वातावरणातही चुडामणअण्णा आपले विक्रमी मताधिक्य कायम राखून लोकसभेवर निवडून आले होते आणि धुळे जिल्ह्यातील काँग्रेसचा गडही शाबूत होता. तेव्हा पुन्हा पंतप्रधान झालेल्या इंदिराजींनी आपल्या कारकिर्दीत काही पुरोगामी व धडाडीचे निर्णय घेतले. १४ मोठ्या बँकांचे राष्ट्रीयीकरण करणे, संस्थानिकांचे तनखे रद्द करणे आणि राष्ट्रपती निवडणुकीत पक्षाच्या उमेदवाराऐवजी व्ही. व्ही. गिरी यांना मदत करणे व निवडून आणणे असे निर्णय समाविष्ट होते. या गोष्टींमुळे पक्षातील मतभेद तीव्र होत गेले, तेव्हा काँग्रेस अध्यक्ष असलेले निजलिंगप्पा यांनी इंदिराजींना पक्षातून काढून टाकल्याचे जाहीर केले.

हा संघर्ष वैयक्तिक नसून वैचारिक आहे, असे त्यावेळी इंदिराजींनी स्पष्ट केले. त्यांच्या पुरोगामी धोरणामुळे दीनदलित, आदिवासी व गोरगरीब जनता त्यांच्या पाठीशी उभी राहिली. त्यांच्या नेतृत्वाखालील काँग्रेस हीच खरी काँग्रेस ठरली. पुढे १९७१ साली पूर्व पाकिस्तानमधील नेते व जनता यांच्यावर पश्चिम पाकिस्तानातील नेत्यांनी केलेल्या दडपशाहीमुळे तेथील जनता बंड करून उठली. परंतु लष्कराच्या अत्याचारामुळे लाखो बंगाली निर्वासित पूर्व पाकिस्तानातून भारतात शिरू लागले. भारताला हे अत्याचार अलिप्तपणे पाहणे शक्य नव्हते. त्यामुळे इंदिरा गांधींनी भारतीय लष्कर तेथे पाठवून पूर्व पाकिस्तानची पश्चिम पाकिस्तानच्या जोखडातून मुक्तता केली. १६ डिसेंबर १९७१ रोजी स्वतंत्र बांगलादेशची निर्मिती झाली. भारतीय संसदेने इंदिरा गांधींचा एकमुखी गौरव केला. त्यानंतर लवकरच लोकसभेच्या निवडणुका झाल्या. १९७२मध्ये झालेल्या या निवडणुकीत इंदिरा गांधी यांनी दिलेल्या 'गरिबी हटाव' या घोषणेमुळे त्यांच्या नवकाँग्रेस (इंडिकेट) या पक्षाला दणदणीत बहुमत मिळाले. इंदिराजींच्या काँग्रेसला ३५० जागा मिळाल्या, तर जुन्या काँग्रेस गटाला अवघ्या १६ जागा मिळाल्या. इंदिरा काँग्रेसच्या ३५० खासदारांमध्ये चुडामणअण्णा यांचाही समावेश होता. त्यांनी धुळे जिल्ह्यातील काँग्रेसजनांच्या विजयाची परंपरा कायम राखली होती. संसदेत सर्व काही सुरळीत

सुरू असताना १९७५ साली अलाहाबाद उच्च न्यायालयात सुरू असलेल्या एका खटल्याचा निकाल लागून इंदिराजींची लोकसभेची निवडणूक रद्द ठरवण्यात आली.

त्यानंतर राजकीय घडामोडी वेगाने घडून २६ जून १९७५ रोजी इंदिराजींनी देशात आणीबाणी लागू केली. या काळातील कारभारामुळे देशात कमालीचे काँग्रेसविरोधी वातावरण निर्माण झाले होते. विरोधी पक्षांतील मोठे नेते, तसेच आणीबाणीला विरोध असणारे काँग्रेसमधील नेते यांना तुरुंगात टाकण्यात आले होते. मात्र १९७७च्या फेब्रुवारीमध्ये आणीबाणी उठवून झालेल्या लोकसभा निवडणुकीत काँग्रेसचा दारुण पराभव झाला. स्वतः इंदिरा गांधी, त्यांचे पुत्र संजय गांधी व प्रमुख मंत्री पराभूत झाले, सर्व विरोधी पक्षांनी स्थापन केलेला जनता पार्टी नावाचा पक्ष बहुमताने सत्तेवर आला. या निवडणुकीस चुडामणअण्णा हे उभे राहिले नव्हते. त्यांना पक्षाने तिकीट दिले नव्हते. (त्याची कारणे व सविस्तर हकीकत इतर प्रकरणात आहेत.) मात्र ही जनता पक्षाची राजवट फार काळ टिकली नाही. १९८० साली हे जनता सरकार कोसळले. नंतर झालेल्या निवडणुकीत इंदिरा गांधी पुन्हा प्रचंड बहुमताने निवडून येऊन पंतप्रधान झाल्या. दरम्यानच्या काळात चुडामणअण्णा निवडणुकीच्या राजकारणातून निवृत्त होऊन मार्गदर्शकाच्या भूमिकेत वावरू लागले होते.

१९७८ साली झालेल्या महाराष्ट्र विधानसभा निवडणुकीत चुडामणअण्णा यांचे चिरंजीव रोहिदासदाजी पाटील हे इंदिरा गांधी यांच्या पक्षातर्फे कुसुंबे मतदारसंघातून आमदार म्हणून निवडून आले. चुडामणअण्णांची दुसरी पिढी अशाप्रकारे सक्रिय राजकारणात उतरली. जिल्हा काँग्रेस कमिटीच्या नेतृत्वात त्यापूर्वीच बदल होऊन चुडामणअण्णा मार्गदर्शकाच्या भूमिकेत शिरले. दरम्यानच्या काळात त्यांनी धुळे जिल्ह्यातील सहकार क्षेत्र, शिक्षण क्षेत्र आणि इतर विधायक कार्यात स्वतःला गुंतवून घेतले होते. त्याची फळे विविध क्षेत्रांतील विकासाच्या रूपाने दिसू लागली होती. त्याची हकीकत त्या त्या प्रकरणात वाचावयास मिळेल.

## धुळे जिल्हा काँग्रेसची विजयी परंपरा

१९६७मध्ये झालेल्या सार्वत्रिक निवडणुकीत धुळे जिल्ह्यातून लोकसभेच्या दोन्ही जागा काँग्रेसने जिंकल्या. धुळे मतदारसंघातून श्री. चुडामण आनंदा पाटील आणि नंदुरबार मतदारसंघातून श्री. तुकाराम हूरजी गावीत हे निवडून आले.

विधानसभा निवडणुकीत ९ पैकी ७ जागा काँग्रेसला, तर २ जागा कम्युनिस्टांना मिळाल्या. विजयी उमेदवार पुढीलप्रमाणे काँग्रेस १) शिंदखेडे भाऊसाहेब ऊर्फ ना.

स. पाटील. २) शिरपूर शिवाजीराव पाटील, ३) शहादे-अक्राणी सोनुसिंग बादल पवार. ४) तळोदे-अक्कलकुवा दिगंबरराव नरसी पाडवी व त्यांच्या निधनानंतर त्यांच्या पत्नी वहारीबाई पाडवी, ५) नंदुरबार रमेश पान्या वळवी, ६) नवापूर धर्मा जयराम कोकणी, ७) धुळे तालुका- चंद्रकांत नामदेव पाटील.

कम्युनिस्ट विजयी उमेदवार : धुळे शहर - डॉ. रा. भ. चौधरी, साक्री - उत्तमराव नांद्रे.

## १९७२ची निवडणूक

१९७१ साली झालेल्या मुदतपूर्व लोकसभा निवडणुकीत धुळे मतदारसंघातून श्री. चुडामण आनंदा पाटील आणि नंदुरबार मतदारसंघातून श्री. तुकाराम हूरजी गावीत हे निवडून आले. विधानसभा निवडणुका १९७२ साली झाल्या. या वेळी जिल्ह्यातील ९ पैकी ८ जागा काँग्रेसला मिळाल्या.

विजयी उमेदवार काँग्रेस १) व २) धुळे शहर व तालुका - कमलाबाई अजमेरा व सदाशिवराव माळी, ३) शिंदखेडे - लीलाताई उत्तमराव पाटील, ४) शिरपूर - शिवाजीराव गिरधर पाटील, ५) शहादे-अक्राणी - चंद्रसिंग धानका भंडारी व त्यांच्या निधनानंतर शंकर फुगरा जाधव, ६) नंदुरबार - रमेश पान्या वळवी, ७) नवापूर - सुरूपसिंग हिऱ्या नाईक, ८) साक्री - गोजरताई रामराव भामरे, तर तळोदे मतदारसंघातून जनसंघाचे दिलवरसिंग पडवी निवडून आले होते.

१९७७च्या लोकसभा निवडणुकीत देशभर जनता पक्षाची लाट असताना तसेच स्वतः श्रीमती इंदिरा गांधी पराभूत झाल्या असताना धुळे जिल्ह्यातील लोकसभेच्या दोन्ही जागा काँग्रेसने जिंकल्या. या वेळी श्री. चुडामणअण्णा हे स्वतः उमेदवार नव्हते, मात्र त्यांच्या मार्गदर्शनाखाली काँग्रेसने धुळे जिल्ह्याचा गड कायम राखला. काँग्रेसचे धुळे मतदारसंघातील उमेदवार श्री. विजय नवल पाटील यांनी नानासाहेब उत्तमराव पाटील (जनता पक्ष) यांचा पराभव केला. तर नंदुरबार मतदारसंघात सुरूपसिंग हिऱ्या नाईक यांनी दिलवरसिंग पडवी यांचा पराभव केला. या निवडणुकीपासून श्री. चुडामणअण्णा यांनी पुढे कधीही निवडणूक लढवली नाही. मात्र त्यांच्या हयातीत काँग्रेसला कधीही धुळे व नंदुरबार लोकसभा मतदारसंघात पराभव पाहावा लागला नाही.

❖❖❖

# धुळे जिल्हा लोकल बोर्ड व जिल्हा परिषद पर्व

श्री. चुडामणअण्णा हे धुळे जिल्हा काँग्रेस कमिटीचे अध्यक्ष झाल्यानंतर म्हणजे १९४८ पासून किंवा खरेतर त्यापूर्वीच स्वातंत्र्यचळवळीच्या काळातही त्यांचे लक्ष जिल्ह्यातील गावागावांतील तरुण होतकरू आणि संघटनकुशल व प्रभावी कार्यकर्त्यांचा संच गोळा करण्याकडे होते. बहुजन समाज, ज्यात मराठा-कुणबी, गुजर, तेली, माळी, रजपूत यांसारखे कृषिप्रधान समाजातील लोक, शेतकरी व शेतमजूर आणि शहरी भागांत लहान-मोठे व्यवसाय करणारे गरीब व्यावसायिक व कामगार, कारखान्यात नोकरी करून, हमाली करून पोट भरणारे, कामगार, मुस्लिम अल्पसंख्याक वगैरे लोक मोठ्या संख्येने होते. लोकशाहीत निवडणुकीतील बहुमताची तागडी याच लोकांच्या मतांनी भरते. स्वातंत्र्याच्या संधिकालात हा वर्ग गरीब तर होताच, पण अशिक्षितही होता आणि सर्वांत वाईट म्हणजे त्याचे शोषण आजूबाजूचे उद्योजक, व्यापारी व ज्यांच्या हातात उत्पादनाची आणि संपत्तीनिर्मितीची साधने होती तो शेठ-सावकार, बनिया वर्ग राजरोस करीत होता. त्यांची ब्रिटिश सत्ताधाऱ्यांशी म्हणजे त्यांच्या प्रशासनयंत्रणेत कळीच्या जागी बसलेल्या लोकांशी जवळीक असायचीच, पण येत्या वाऱ्याची दिशा ओळखून नव्याने सुरू झालेल्या स्वातंत्र्यचळवळीचे महत्त्वही त्यांनी ओळखले होते. काँग्रेस किंवा इतर व्यासपीठांवर त्यांचा वावर होता. स्वातंत्र्यचळवळीला लागणारा निधी यातील काहीजण प्रामाणिकपणे व निखळ राष्ट्रप्रेमापोटी पुरवत होते, ही बाब निःसंशय खरी असली, तरी आगामी काळातील सत्ताधारी म्हणून काँग्रेसकडे पाहणारे व तेथेही गुंतवणूक आणि प्रभाव असावा या हेतूने सहभागी होणारेही कमी नव्हते. शिवाय रावसाहेब आणि रावबहादूर या किताबावर समाधानी राहून आपले हितसंबंध जपू

पाहणारे सरंजामशाहीचे प्रतिनिधीही वेळोवेळी संधी साधून काँग्रेसचे व्यासपीठ जवळ करीत असत. मात्र काँग्रेसवासी झाले म्हणून काही त्यांचे उद्योग-व्यापारातील हितसंबंध आणि त्यांची नफेखोरी व शोषण करण्याची वृत्ती संपली किंवा बदलली असे घडत नसे. एखादेच बजाज किंवा बिर्ला घराणे स्वातंत्र्यचळवळीत पूर्णपणे झोकून देणारे असे. इतर अनेकांचे हेतू संशयास्पद होते किंवा स्वातंत्र्यनिष्ठा खरी असली, तरी गरीब स्वातंत्र्यसैनिकांकडे व बहुजन समाजातील कार्यकर्ते व होतकरू नेते यांच्याशी त्यांचे वागणे समान पातळीचे नसे.

नेमकी हीच गोष्ट चुडामणअण्णा व त्यांच्यासारख्या पार्श्वभूमीतून आलेल्या नव्या कार्यकर्त्यांना खुपत होती. यापुढे येणाऱ्या लोकशाहीत पैशाचा किंवा संपत्तीचा प्रभाव चालणार नाही, तर जनसामान्यांचा पाठिंबा महत्त्वाचा ठरेल, हे ओळखून चुडामणअण्णांनी आपले संघटनकौशल्य वापरून जिल्ह्याच्या प्रत्येक गावातील सामान्य कार्यकर्त्यांच्या घराघरापर्यंत स्नेहाचे व आपुलकीचे संबंध प्रस्थापित केले होते. त्यांना धुळे जिल्ह्याच्या प्रत्येक गावातील प्रभावी कार्यकर्ता आणि त्याच्या जवळचे लोक ठाऊक असत.

जिल्ह्यातील सर्व सरपंचांना, (त्या वेळी हा जिल्हा आजच्यापेक्षा दुप्पट आकाराचा होता, संपूर्ण नंदुरबार जिल्हा धुळे जिल्ह्यात समाविष्ट होता.) त्यांच्या कौटुंबिक पार्श्वभूमीसह ओळखणारा व त्यांची विचारपूस करणारा नेता म्हणून चुडामणअण्णा पुढे आले. इतर सहकारी वेगवेगळ्या मार्गांनी स्थैर्य व संपन्नता यांचे मार्ग शोधत असताना चुडामणअण्णा मात्र दिवसातील अठरा तास पक्षकार्य आणि जनसेवा हा मंत्र घेऊन धुळे जिल्ह्यातील सामान्य जनतेच्या मनात आपले स्थान भक्कम करीत होते. या बाबतीत त्यांनी आपल्या पक्षांतर्गत स्पर्धकांना खूपच मागे टाकले होते. त्या काळी पक्षात सत्तास्पर्धा नव्हती, असे म्हणणे खूपच भाबडेपणाचे ठरेल. पक्षाचा इतिहासही या अंतर्गत सत्तास्पर्धेचे अनेक पुरावे देतो. त्या काळी आजच्यासारखे पक्षीय संघटनात्मक पदांवर नेमणुकांसाठी 'वरून' पत्रे वगैरे देत नसत, तर इच्छुक नेत्याला त्या पदावर 'निवडून' यावे लागे. तळागाळातील काँग्रेसजनांच्या संमतीची मोहोर असलेले व खरा जनादेश असलेले नेतृत्व मग जनतेच्या खऱ्या भावना न भीता सरकार आणि पक्षश्रेष्ठींसमोर मांडू शकत असे. धुळे जिल्हा काँग्रेस कमिटीचे कार्यकर्ता नियुक्त अध्यक्ष म्हणून चुडामणअण्णा यांनी धुळे जिल्ह्याचे पुढारीपण केले ते याच जनादेशाच्या जोरावर आणि गावागावांतील नेते व कार्यकर्ते यांच्याशी असलेल्या थेट संपर्काच्या जोरावरच. त्यांच्या शब्दासाठी

हे कार्यकर्ते अर्ध्या रात्री धावून येत. एवढेच नव्हे, तर चुडामणअण्णा सांगतील ते काम पूर्ण करीत. अगदी चुडामणअण्णांनी त्यांचा राजीनामा मागितला, तर ते कसलाही विचार न करता, 'चुडामणअण्णा मागताहेत ना, मग दिलाच पाहिजे' म्हणत राजीनामाही देऊन टाकत.

अशा कार्यकर्त्यांची प्रत्येक गावपातळीपर्यंत भक्कम फळी असणाऱ्या चुडामणअण्णांचा राजकीय पाया किती भक्कम असेल, याची कल्पना आजच्या 'प्रोफेशनल' आणि 'गिव्ह अँड टेक'च्या जमान्यात करता येणे शक्य नाही. या जनसंपर्काच्या आणि जनादेशाच्या बळावर चुडामणअण्णांनी जिल्ह्यातील विकास संस्थांचे प्रत्यक्ष आणि अप्रत्यक्ष नियंत्रण अनेक वर्षे सलग केले. त्यात जिल्हा लोकल बोर्ड आणि नंतरची जिल्हा परिषद ही एक महत्त्वाची संस्था होती. तिच्या कारभाराला चुडामण अण्णांनी कसे वळण दिले त्याच्या आठवणी त्यांनी कधीकधी सांगितल्या. त्यांचा संदर्भ घेऊन पुढे लोकल बोर्ड व जिल्हा परिषद पर्व कथन केले आहे.

धुळे जिल्हा काँग्रेस कमिटीबद्दल चुडामणअण्णा म्हणतात, 'मी काँग्रेस सभासद झालो, तेव्हा जिल्ह्याचे पुढारीपण ठरावीक लोकांच्या हाती होते. त्या लोकांमध्ये श्रीमंत आणि शिकलेल्या लोकांचा भरणा अधिक होता. त्यात बाळुभाई मेहता, शंकर ठकार, रामेश्वर जोहारमल, शालीग्राम भारतीया, माधवराव पाटील, नवल पाटील, बॅ. मोरे वगैरे. पहिले लोकल बोर्ड इलेक्शन झाले, तेव्हा काँग्रेस पक्षाने ते इलेक्शन लढवले. त्या काळी काँग्रेस कार्यकर्त्यांना प्रथम मान आणि आदराची भावना जनतेमध्ये होती. त्याचवेळी लोकल बोर्ड निवडणुकीत काँग्रेसचे फार मोठ्या प्रमाणात बहुमत होते. त्या वेळी अध्यक्ष निवडणुकीआधी निवडून आलेल्या सभासदांतून चेअरमन निवडल्यानंतर त्या चेअरमनच्या अध्यक्षतेखाली लोकल बोर्ड अध्यक्ष निवडला जाईल अशी घटना होती. त्या घटनेप्रमाणे प्रेसिडेंट निवडणूक तारीख लागली. निवडणूक राव पार्टी व काँग्रेस यांच्यात झाली. राव पार्टी अल्पमतात होती व बहुमताने काँग्रेस निवडून आली होती. अध्यक्ष निवडणूक तारीख लागल्यानंतर राव पार्टीचे अप्पासाहेब, नामदेवराव पाटील व भाऊसाहेब गुलाब गिरासे हे जे प्रमुख होते, त्यांनी काँग्रेसवाल्यांना सांगितले, की या निवडणुकीत दोन जागा आहेत. एक अध्यक्ष ज्यांचे अध्यक्षतेखाली प्रेसिडेंट निवडला जाईल व दुसरा चेअरमन. निवडून येतील ते पाच वर्षांसाठी लोकल बोर्डाचे अध्यक्ष राहतील. आम्हाला चेअरमन करा, तुम्हाला अध्यक्षपद देतो. याप्रमाणे काँग्रेस सभासदांची दिशाभूल करून भाऊसाहेब गिरासे चेअरमन म्हणून

निवडून आले. चहापानाकरिता सभेचे काम तहकूब केले. चहापान आटोपल्यानंतर मीटिंग सुरू केली. सभेच्या चेअरमनपदी गिरासे होते, त्यांनी आपल्या भाषणात सांगितले, 'मला आपण सर्वांनी मिळून चेअरमन केले व चेअरमन निवडणुकीला जे लोक मतदार आहेत तेच अध्यक्ष निवडीसाठीही मतदार आहेत, म्हणून मी अध्यक्ष म्हणून निवडून आलो आहे, असे जाहीर करतो.' असे म्हणून त्यांनी सभेचे काम संपवले आणि प्रोसिडिंग बुक घेऊन निघून गेले. अशा प्रकारे काँग्रेसचे रीतसर बहुमत असूनही राव पार्टीने लोकल बोर्डाचे अध्यक्षपद पटकावले.

त्या वेळी वास्तविक जिल्हा काँग्रेस कमिटी अध्यक्ष मेहता हे एम.ए., एलएल.बी. होते. काँग्रेसचे लोकल बोर्ड अध्यक्षपद उमेदवार अप्पासाहेब मोरे हे बॅरिस्टर होते. कायद्यामध्ये दोघेही तज्ज्ञ होते. आणि त्यांना फसवून राव पार्टीचे अल्प मतात असलेले गुलाब गिरासे अध्यक्ष झाले. अदमासे दोन-तीन वर्षे बहुमत नसताना अशा प्रकारे अध्यक्षांची जागा चालवत होते. त्या वेळी काँग्रेसचे सरकार होते. जिल्हाधिकाऱ्यांवर दबाव आणून यांना अध्यक्षपदावरून दूर करावे असे प्रयत्न असताना जिल्हाधिकाऱ्यांनी ऐकले नाही. नाईलाजाने जिल्हाधिकाऱ्यांची बदली करण्यात आली. नंतर नवीन कलेक्टर आल्यानंतर त्यांनी गिरासेंची निवडणूक बेकायदा ठरवून बॅ. मोरेंना अध्यक्ष केले. त्या वेळी स्थानिक स्वराज्य मंत्री ना. ल. मा. कोळसे पाटील होते. हे बॅ. मोरेसाहेबांचे साडू होते. नंतर त्या लोकल बोर्डाची मुदत संपली. त्यानंतर काँग्रेसने तात्यासाहेब माधवराव दिवाण पाटील यांचे नाव अध्यक्षपदाचे उमेदवार म्हणून निश्चित केले.

राव पार्टी व काँग्रेस पार्टी या दोन पक्षात ही निवडणूक होती. काँग्रेसचे काही सभासद राव पार्टीने पळवले. माझे दोन जवळचे सहकारी स्वतंत्र निवडून आले होते. त्यात धुळे तालुक्यातील उडाणे गावचे शंकर पाटील व म्हसदी (ता. साक्री) येथील तानाजी शंकर पाटील या दोघांना मी काँग्रेसमध्ये आणले व माधवराव पाटील जिल्हा परिषद अध्यक्ष झाले. माधवराव दिवाण यांची मुदत संपल्यानंतर अध्यक्ष कोणास करावे, हा वाद निर्माण झाला. जिल्हा काँग्रेस कमिटीत मी सांगितले, 'आतापर्यंत जिल्हा काँग्रेस इतिहासात मराठा जातीशिवाय इतर जातीचा अध्यक्ष झाला नाही. सगळ्यांचे सहकार्य सर्व जाती-पंथांचे सहकार्य घेतल्याशिवाय आपल्याला जिल्ह्यात काम करता येणार नाही म्हणून या वेळी मराठेतर प्रेसिडेंट करावा.' त्याप्रमाणे तळोद्याचे जयदेवसिंह राणा यांना अध्यक्ष करण्यात आले. ४ ते ५ महिने काम केल्यानंतर लक्षात आले, की लोकल बोर्डातील सभासदांचा

नोकरांवर प्रभाव पडेनासा झाला आहे. म्हणून राणा यांना बदलवून सत्तारसिंग सोना वसावे यांना बोर्ड अध्यक्ष करावे, असे सुचवण्यात आले व राहिलेल्या मुदतीत वसावे यांनी अध्यक्षपद संभाळले. त्यांच्यानंतर कोण, असा प्रश्न पुढे आला. त्या वेळी श्री. शंकर दशरथ पाटील (बाबूराव दादा) यांचे नाव पुढे करण्यात आले. हे शिंदखेड्यातील पोलिस पाटील होते. तसेच स्वभावाने तालुक्यात व जिल्ह्यात लोकप्रिय होते. ते बॅ. मोरेसाहेबांचे जिवलग मित्र होते. राणांच्या वेळेस बाबूराव दादांचे नाव पुढे करण्यात आले होते, पण मला मराठा व्यतिरिक्त अध्यक्ष करावयाचा असल्यामुळे त्यांचा विचार झाला नाही. दुसरे म्हणजे दादांना जर अध्यक्ष केले, तर मोरेसाहेब म्हणाले असते, त्यांनीच हा अध्यक्ष केला, हे घडू नये म्हणून दादांचा विचार केला नाही.'

जिल्हा लोकल बोर्डाचे उमेदवार आणि नंतर पदाधिकाऱ्यांची निवड यांचे निर्णय जिल्हा काँग्रेस कमिटीने व लोकल बोर्डातील पक्ष सदस्यांनी सहमती व बहुमताने घेतले पाहिजेत, अशी जिल्हा काँग्रेस कमिटीचे अध्यक्ष म्हणून चुडामणअण्णांची भूमिका होती. त्याप्रमाणे त्यांनी जिल्हा परिषदेची स्थापना होईपर्यंत नियोजन केले. या काळात बाबूराव दादा (शंकर पाटील) व नवापूरचे शांतिलाल शहा यांनी लोकल बोर्डाचे अध्यक्षपद भूषवले. त्या काळात अण्णांच्या नेतृत्वाला आव्हान देण्याचे अनेक प्रयत्न झाले, पण अण्णा सर्वांना पुरून उरले, असे म्हटले पाहिजे. मात्र याचा परिणाम असा झाला, की जिल्हा पातळीवर तालुकावार काही नवे महत्त्वाकांक्षी नेते उदयाला आले व त्यांनी पंचायत समित्या आणि जिल्हा परिषदेतील समित्या यांवर नियंत्रण मिळवण्यासाठी आपापले गट स्थापन केले. हे गट किंवा त्या प्रकारचे गट आजही धुळे जिल्ह्याच्या राजकारणात कार्यरत आहेत. मात्र चुडामणअण्णांनी आपल्या मुत्सद्देगिरीने डावाला प्रतिडाव आणि शहाला काटशह असे धोरण ठेवत आपला शब्द अध्यक्ष म्हणून पाळला जाईल याकडे लक्ष पुरवले. ते एका ठिकाणी म्हणतात, 'मला अशिक्षित, अडाणी माणूस म्हणून संबोधले जात होते. असा माणूस जिल्ह्याचे नेतृत्व करतो, म्हणून टीका व्हायची. मी अनेक प्रसंगी शिकलेल्या विद्वानांचा सल्ला घेतो.'

याच काळात मुंबई राज्यात मराठी-गुजराती द्विभाषिकाचा जो प्रयोग सुरू होता, तो रद्द करून केंद्र सरकारने मराठी भाषिक महाराष्ट्राची स्थापना केली. त्यानंतर पंचायत राज्याचे त्रिस्तरीय मॉडेल स्वीकारून राज्यात नाईक समितीच्या शिफारशीनुसार १ मे १९६२ पासून नव्या जिल्हा परिषदा अस्तित्वात आल्या. धुळे

जिल्हा परिषदेची पहिली निवडणूक २७ व ३० मे १९६२ रोजी होऊन काँग्रेसलाच बहुमत मिळाले. अध्यक्षपदाच्या निवडणुकीची वेळ आली, तेव्हा पक्षातर्फे ग. द. माळी गुरुजी यांना उमेदवार करण्यात आले, पण एका गटाने बुला नारायण पाटील यांना उमेदवार करून पाठिंबा दिला. अण्णांनी बंडखोरी थांबवण्याचे व सामोपचाराने मार्ग काढण्याचे प्रयत्न केले. पण शेवटी बंडखोर बुलादादा हेच अध्यक्ष झाले. त्यांच्या बंडाचा अहवाल व त्यांना पाठिंबा देणाऱ्या पक्षातील काही लोकांच्या बेशिस्त वर्तनाबाबत अहवाल आणि कारवाईची शिफारस जिल्हा पक्षाध्यक्ष म्हणून चुडामणअण्णांनी प्रांतिक काँग्रेसकडे पाठवला होता. तथापि, अण्णाविरोधी गटाचे लोक प्रांताच्या पदाधिकाऱ्यांना भेटून बंडखोरांवरील कारवाईत अडथळे आणत. वरून कारवाई होत नाही, असे पाहून अण्णांनी जिल्हा कमिटी अध्यक्षाच्या अधिकारात ११ जून १९६३ रोजी बुलादादा पाटील व त्यांचे पाठीराखे असलेले व्यंकटराव धोबी आणि इतरांना शिस्तभंगाच्या नोटिसा बजावल्या. त्यानंतर मात्र धावपळ होऊन काही महिन्यांनी म्हणजे ८ फेब्रुवारी १९६५ रोजी बुला नारायण पाटील यांना जिल्हा परिषद अध्यक्षपद सोडण्यास सांगण्यात आले.

तथापि, पुढील वर्षी ऑक्टोबर महिन्यापर्यंत कालापव्यय होऊन प्रांतिक काँग्रेसचे अध्यक्ष विनायकराव पाटील धुळ्यात आल्यानंतर १२ ऑक्टोबर १९६५ रोजी बुलादादा यांना व उपाध्यक्षांना पदाचे राजीनामे देण्याचा आदेश झाला आणि जिल्हा परिषदेच्या नवीन अध्यक्षाचा शोध सुरू झाला. तेही काम काही सोपे नव्हते. कारण अध्यक्षपदाबाबत एकमत किंवा सहमती होणे आवश्यक होते. चुडामणअण्णांनी त्यासाठी सर्व काँग्रेस जिल्हा परिषद सदस्यांची एकत्रित बैठक बोलावली. त्या बैठकीमध्ये एकमताने निर्णय घेण्यात आला. शिरपूरचे भाऊसाहेब इंद्रसिंग राजपूत यांना काँग्रेसने जिल्हा परिषद अध्यक्ष करावे, असे एकमताने ठरवण्यात आले व या निवडणुकीच्या निमित्ताने व अन्य कार्यासाठी लागणारा खर्च भाऊसाहेबांनी करावा असे ठरले. चर्चा होईपर्यंत भाऊसाहेबांनी एकाग्रतेने चर्चा ऐकली व शेवटी सांगितले, की 'मी आर्थिकदृष्ट्या अडचणीत आहे. एवढा खर्च करू शकणार नाही. माझ्याऐवजी बापूसाहेब ऊर्फ शिवाजी रायमल देवरे यांची निवड व्हावी, अशी जिल्हा कमिटीला विनंती करतो.' यावर चुडामणअण्णा म्हणाले, की हे होणार नाही. सभासदांनी त्यांना विचारलं, 'का होणार नाही?' अण्णा म्हणाले, 'बापूजी योग्य नाहीत असे माझे म्हणणे नाही. ते अध्यक्षपदाची जबाबदारी पूर्ण पार पाडतील, हा माझा विश्वास आहे. परंतु मी पक्षपात करतो आहे

असा आरोप नको, म्हणून सभासदांनी ठरवावे.' पण सभासदांनी त्यांचे म्हणणे ऐकले नाही व बापूजींच्या नावाचाच आग्रह धरला. त्यामुळे त्यांना नाईलाजाने त्यांचे ऐकावे लागले. त्यानंतर अण्णांनी बापूसाहेबांना विचारले, 'आपली इच्छा आहे?' ते 'होय' म्हणाले. त्यावर अण्णांनी पुन्हा 'बापूसाहेब विचार करा, खर्च फार होईल. तेवढा खर्च आपण करणार का?' त्यावर 'कितीही खर्च आला, तरी मी करेन. काळजी करू नका', असे बापूसाहेब म्हणाले.

बुलाभाईच्या विरोधात बापूसाहेब देवरे यांची उमेदवारी निश्चित झाली. गाठीभेटी सुरू झाल्या. मग बापूसाहेबांना अण्णांनी सांगितले, की आजपासून एक जीप व पेट्रोलला लागणारा खर्च जिल्हा कमिटीचे सेक्रेटरी भावसार यांच्याकडे द्या.' त्याप्रमाणे बापूजींची गाडी घेऊन सर्व शक्तीनिशी जिल्हा कमिटी कामाला लागली. हे बघून जिल्ह्यातील काँग्रेस बंडखोर रणधीर, गजमल तुळशीराम पाटील घाबरले. प्रांतिक नेत्यांकडे पुन्हा जाण्याच्या हालचाली सुरू झाल्या. प्रांतिक नेते यशवंतराव चव्हाण, प्रांत अध्यक्ष विनायकराव पाटील यांनी ठरवले, की बुलाभाईंनी राजीनामा द्यावा. त्याप्रमाणे बुलाभाई राजीनामा देणार, हे जवळ जवळ निश्चित झाले. पुढील धोरण ठरवण्यासाठी जिल्हा परिषद सदस्य व जिल्हा काँग्रेस कमिटी सदस्य यांची संयुक्त बैठक घेण्यात आली. त्या वेळी जिल्हा परिषद अध्यक्ष कोण, हा विषय काही स्वार्थी लोकांनी मुद्दाम उपस्थित केला.

काही कार्यकर्ते म्हणत होते. बापूजींना शब्द दिला आहे तेच अध्यक्ष होतील. राजकारणात दिलेला शब्द पाळायचाच असतो का? असे काही कार्यकर्त्यांनी विचारले. यावर अण्णांनी ठामपणे, आमच्या जिल्हा काँग्रेस कमिटीने दिलेला शब्द पाळायचा हा नियम आहे, असे उत्तर दिले. बैठकीत उलटसुलट चर्चा रंगात आली. इतका वेळ चाललेल्या चर्चेत अण्णांनी ऐकण्याचे काम केले, भाग घेतला नाही. दोन्ही बाजूंच्या कार्यकर्त्यांचे म्हणणे समजले होते. बापूसाहेब देवरेंना याबाबत विचारण्याचा प्रश्नच नव्हता, कारण त्यांनी स्वतः उमेदवारी मागितली नव्हती. जिल्हा काँग्रेस कमिटीच्या सर्व सभासदांनी आग्रह केल्यानंतरच त्यांनी उमेदवारी स्वीकारली होती. त्यामुळे त्यांना कुठल्या तोंडाने उमेदवार होऊ नका असे सांगू, असा प्रश्न अण्णांनी विचारला. बापूसाहेब देवरेंचे नाव आग्रहपूर्वक सुचवणारे भाऊसाहेब राजपूत यांनाच अण्णांनी प्रश्न केला. तेव्हा ते म्हणाले, की 'माझी इच्छा आहे व मीही अध्यक्षपदाचा एक उमेदवार आहे.' त्यांच्या या पवित्र्याने आश्चर्यचकित झालेले अण्णा म्हणाले, की 'भाऊसाहेब आपण कार्यकर्ते

आहोत. कोणी लहान, कोणी मोठ्या पदावर आहे. सर्व कार्यकर्त्यांनी दिलेला शब्द पाळावा, अशी आग्रहाची विनंती आहे.' अण्णा भाऊसाहेबांना म्हणाले, की 'तुमच्या आग्रहावरून मी देवरेबापूंना उमेदवारी स्वीकारण्यास भाग पाडले. त्यांनी माझा आग्रह मान्य केला. आता उरलेल्या वेळात बापूसाहेब यांच्याशिवाय दुसरा अध्यक्ष या जिल्हा काँग्रेस कमिटीला मान्य नाही.' देवरेच अध्यक्ष होतील, दुसरा कोणी नाही, असेही अण्णांनी ठामपणे सांगितले.

बुलाभाईंनी राजीनामा दिल्यानंतर प्रांतिक काँग्रेस कमिटी अध्यक्ष श्री. विनायकराव पाटील हे कोणाला अध्यक्ष करावे, हा निर्णय घेण्याकरिता धुळ्याला येणार होते. त्याप्रमाणे जिल्ह्याची कार्यकारिणी व सर्वसाधारण सभा बोलावण्याकरिता जिल्हा काँग्रेस कमिटीला कळवले. त्यांच्या आदेशाप्रमाणे जिल्हा काँग्रेस कमिटीने दोन्ही बैठका एकाच तारखेला घेतल्या. विनायकराव पाटील यांच्या उपस्थितीत कार्यकारणीची बैठक सुरू झाली. सर्व सभासदांचे म्हणणे समोरासमोर ऐकून घेतले. चुडामणअण्णांनासुद्धा त्यांनी त्यांचे काय म्हणणे आहे ते सांगा, असे विचारले. अण्णांनी आपले म्हणणे, इंद्रसिंग भाऊसाहेब यांनी अध्यक्ष व्हावे व होणारा सर्व खर्च त्यांनी करावा, असे असल्याचे सर्वांच्या समोर सांगितल्यानंतर प्रांताध्यक्षांनी मान्य आहे का, असे विचारले. त्यावर एकाही सभासदाने 'हो' किंवा 'नाही' म्हटले नाही.

विनायकराव पाटलांना जे समजायचे ते कळून चुकले. ते कार्यकारिणी मंडळातून सर्वसाधारण सभेच्या बैठकीला जाण्यासाठी निघाले. त्या परिस्थितीबाबत अण्णा सांगतात, की 'माझे हितचिंतक यांनी अनेक काँग्रेस पुढाऱ्यांचे वजन आणून बाबूरावदादांचे नाव सुचवावे, यासाठी प्रयत्न केला होता, असे मला समजले होते. म्हणून प्रांताध्यक्षांच्या मनातील कौल समजून घेण्याकरिता रस्त्यावर अडवले व साहेब, आपण काय निर्णय घेतला आहे, तो मला आधी सांगितला पाहिजे. आम्ही जिल्हा काँग्रेस कमिटीने देवरेबापू यांना खर्च करायला लावला आहे आणि ज्यांच्या सांगण्यावरून उमेदवारी पत्करली तेच बदलले आहेत. आम्ही सांगितल्याप्रमाणे आपण निर्णय देणार असाल, तर आम्ही बैठकीला थांबतो, नाहीतर आम्ही बैठक सोडून निघून जातो. उद्या आम्हाला दोष देता कामा नये. त्यावर विनायकरावांनी मला स्पष्ट शब्दांत सांगितले, 'अण्णा, तुम्ही नाराज व्हाल असे मी करणार नाही, विश्वास ठेवा.' त्याप्रमाणे सर्वसाधारण सभेत प्रांताध्यक्ष हजर झाले. प्रास्ताविक भाषण झाल्यानंतर त्यांनी निर्णय जाहीर केला, की उरलेल्या कालावधीसाठी

जिल्हा परिषद अध्यक्ष म्हणून बापूसाहेब देवरे हेच राहतील. टाळ्यांचा प्रचंड कडकडाट झाला. सभा संपल्यावर विनायकराव पाटील यांनी अण्णांना कडकडून मिठी मारली. अनेक वर्षांनी जिवलग स्नेही एकमेकांना भेटतात त्याप्रमाणे! शक्यतो बाबूरावदादाचे नाव सुचवा आणि अण्णांनी आग्रह सोडला नाही, तर शिवाजी देवरे यांना अध्यक्ष करा, असा संदेश मला चव्हाणसाहेब व आबासाहेब खेडकर यांनी दिला होता, अशी माहिती विनायकरावांनी त्या वेळी दिली. हे प्रकरण संपल्यानंतर भाषणात अण्णा म्हणाले, 'मित्रहो, हे घडवण्यामध्ये माझा व्यक्तिगत स्वार्थ नव्हता. हा जिल्हा काँग्रेस कमिटीचा निर्णय होता. जिल्ह्यातील काँग्रेस संघटना ही नातीगोती, वजन याला बळी पडत नाही व पूर्वीचा निर्णय बदलत नाही, हे विरोधकांना व प्रांतिक नेत्यांना दाखवण्यासाठी मी आग्रह धरला. ज्याप्रमाणे बापू देवरे माझे स्नेही, त्याप्रमाणे राजपूत हेही माझे जिवलग मित्र आहेत.' असे अण्णांनी सर्वांना सांगून सभा संपवली. याबाबतची आठवण सांगताना अण्णा म्हणाले होते, की 'त्या वेळी अनेक लोकांनी माझ्या विरोधात यशवंतराव चव्हाण आणि विनायकराव पाटील यांचे माझ्याविषयी मत वाईट करण्याचे शिकस्तीने प्रयत्न केले, पण काही परिणाम झाला नाही.'

बुलाभाईंनी राजीनामा दिल्यानंतर बापूसाहेब देवरे यांची कारकीर्द सुरू झाली. अत्यंत शांत व खंबीर अशी वागणूक, मने दूषित झालेल्या सभासदांना समान वागणूक देऊन त्यांनी जिल्हा परिषद सभासदांत नवचैतन्य निर्माण केले.

चुडामणअण्णांनी जिल्हा काँग्रेस अध्यक्ष म्हणून पक्षावर चांगली पकड बसवली होती. प्रयत्न करूनही इतरांना ती मोडणे शक्य झाले नाही. त्यामुळे अनेकांनी पक्षांतर्गत आपापले गट स्थापन केले व त्याच्या जोरावर विविध पदांची सौदेबाजी केली जात असे. १९६७च्या जिल्हा परिषद निवडणुकांच्या नंतर बापूसाहेब देवरे यांच्याऐवजी आपण अध्यक्ष बनावे किंवा आपल्या गटाचा अध्यक्ष व्हावा, यासाठी काहीजणांनी प्रयत्न केले. पण चुडामणअण्णांनी सभासदांनाच काय ते ठरवू द्या, अशी भूमिका घेऊन पदाधिकाऱ्यांबाबतचे निर्णय जिल्हा काँग्रेस कमिटीच्या माध्यमातून झाले पाहिजेत, असा आग्रह धरला. आणि बंडखोरांवर शिस्तीचा बडगा उगारला जाईल, असा इशाराही द्यायला त्यांनी मागेपुढे पाहिले नाही. त्यामुळे पक्षांतर्गत कुरबुरी होऊनही पुन्हा बापूसाहेब देवरे हेच जिल्हा परिषद अध्यक्ष झाले. अण्णांच्या शब्दाला जिल्ह्याच्या राजकारणात किती मान होता, हे दाखवणारी आणखी एक घटना त्यांच्या आठवणीत नोंदवलेली आहे.

जिल्हा परिषदेत अध्यक्ष व उपाध्यक्ष यांच्यानंतर समिती सभापतींच्या निवडणुका होतात. त्यात दोन पदांसाठी रामराव पाटील व गिरधर माळी यांची नावे पक्षाने ठरवली होती. पण पक्षातील एका गटाने ऐनवेळी शंकर फुगरा जाधव या आदिवासी उमेदवारास उभे केले. त्यांना जास्त मते मिळाली. रामराव पाटील यांना १७, तर माळी यांना २ मते मिळाली. पक्षाच्या उमेदवारांचा पराभव अण्णांना सहन झाला नाही, तसेच जिल्हा अध्यक्ष म्हणून अण्णांच्या प्रतिष्ठेचाही प्रश्न निर्माण झाला होता. विरोधकांना अण्णांचा असा अपमान झाल्याचे पाहून आनंदाच्या उकळ्या फुटत होत्या. सभापतिपद मिळाले नाही म्हणून माळी नाराज होते. माळींना दिलेला शब्द पाळला गेला नाही, याबद्दल अण्णाही नाराज होते. या परिस्थितीतून अण्णांनी कमालीच्या मुत्सद्देगिरीने मार्ग काढला. त्यांनी बंडखोरांचे उमेदवार शंकर फुगरा यांना बोलावून सांगितले, की चारपैकी दोन सभापतिपदे आधीच आदिवासींना गेली आहेत. तेव्हा आणखी एक सभापतिपद आदिवासींना देणे जिल्ह्याच्या दृष्टीने बरोबर दिसत नाहीत म्हणून तुम्ही राजीनाम द्या. त्यानंतर शंकर फुगरा यांनी अण्णांच्या म्हणण्यानुसार लगेच राजीनाम दिला व पक्षाचे उमेदवार माळी यांचा सभापतिपदाचा मार्ग मोकळा झाला. विरोधक अण्णांच्या या मुत्सद्देगिरीने अचंबित झाले. अण्णांना आपली प्रतिष्ठा कशी राखायची व कोणता प्रश्न प्रतिष्ठेचा करायचा आणि कोणता नाही, याचे अचूक ज्ञान होते. व्यक्तिगत स्वार्थाकरिता काँग्रेस वापरणे हे अत्यंत गैर आहे, असे अण्णा आपल्या सहकाऱ्यांना, कार्यकर्त्यांना आणि विरोधकांनाही सांगत असत. त्यांची पक्षनिष्ठा अढळ होती.

पुढे जिल्हा परिषदेत आणि विधानसभा मतदारसंघ पातळीवर स्वातंत्र्यसैनिकांची ज्येष्ठ पिढी मागे पडून नव्या नेतृत्वाचा उदय होऊ लागला. त्यांच्या महत्त्वाकांक्षांना धुमारे फुटू लागले. १९७२च्या जिल्हा परिषद निवडणुकीच्या वेळी अशा एका गटाने पक्षाविरुद्ध बंड करून निरनिराळ्या गटांत उमेदवार उभे केले व त्यातील काहीजण निवडूनही आले. बदलत्या काळाचे रंग पाहून अण्णांनी जिल्ह्याच्या राजकारणातून हळूहळू अंग काढून घ्यावयास सुरुवात केली होती. जिल्ह्याच्या राजकारणात व्यंकटराव धोबी (रणधीर), गजमल बापूजी, रामरामदादा पाटील, दत्तात्रय वामन पाटील यांसारखे नेते पुढे येऊ लागले होते. अण्णांचे चिरंजीव रोहिदास पाटील हे जिल्हा परिषदेच्या राजकारणात आणि युवक काँग्रेसच्या संघटनात्मक कार्यात उतरून अण्णांचा राजकीय वारसा चालवण्यास सज्ज झाले होते. १९७८ साली त्यांनी विधानसभेची निवडणूक लढवली व ते आमदार झाले.

❖❖❖

# काँग्रेसमधील फूट आणि पुढे...

श्री. चुडामण अण्णांना खासदार म्हणून दिल्लीत दाखल झाल्यानंतर लोकसभेच्या पहिल्याच कार्यकाळात त्यांना तीन पंतप्रधान पाहावे लागले. पं. जवाहरलाल नेहरूंचे निधन (मे १९६४), नंतर अल्पावधीतच झालेले लालबहादूर शास्त्री यांचे निधन (जानेवारी १९६६) या दोन घटनांनंतर भारताच्या इतिहासाला वेगळे वळण लागले. पंडितजींच्या कन्या श्रीमती इंदिरा गांधी यांना पक्षाने नेता म्हणून निवडून पंतप्रधान केले. त्याच वेळी पक्षातील जुन्या नेत्यांचा एक गट नाराज झालेला होता. मोरारजी देसाईंची पंतप्रधानपदाची इच्छा लपून राहिलेली नव्हती. तथापि, त्या वेळी पक्षसंघटनेवर चांगल्यापैकी पकड असलेले के. कामराज आणि त्यांच्या सोबतचे अतुल्य घोष, स. का. पाटील, संजीव रेड्डी आदींनी मोरारजींना पंतप्रधान होऊ द्यायचे नाही, असे शास्त्री यांच्या निवडीच्या वेळेपासूनच ठरवले होते. गुलझारीलाल नंदा हेही पंतप्रधानपदाचे इच्छुक होते, परंतु त्यांचे राजकीय वजन लक्षात घेता त्यांचा कोणी गांभीर्याने या पदासाठी विचारच केला नाही. त्यामुळे असे सांगितले जाते, की पक्षात शास्त्रीजींच्या निधनानंतर पंतप्रधानपदाचे जे दोन खरे उमेदवार नेते ते म्हणजे श्रीमती इंदिरा गांधी व श्री. यशवंतराव चव्हाण.

गेल्या काही वर्षांत प्रसिद्ध झालेल्या दस्तावेजानुसार यशवंतरावांना खरोखर संधी होती, परंतु संयुक्त महाराष्ट्राच्या वेळी इंदिरा गांधींनी केलेली मदत, तसेच त्या पंडितजींच्या कन्या आहेत या दोन गोष्टींमुळे यशवंतरावांनी इंदिराजींचा पंतप्रधानपदावर अधिक हक्क आहे, हे मान्य केले होते. तशी स्पष्ट मान्यताही त्यांनी इंदिराजींना भेटून दिली होती. मात्र काही कारणास्तव इंदिराजी पक्षनेतेपदाची निवडणूक लढणार नसतील, तर त्यांनी आपल्याला पाठिंबा द्यावा, असा प्रस्तावही त्यांच्यासमोर ठेवला होता. इंदिराजींनी त्यांचे म्हणणे

ऐकून घेतले होते, पण त्या भेटीत त्यांनी काहीही सांगितले नाही. दरम्यान, उत्तर प्रदेशातील खासदारांकरवी इंदिरा गांधींनाच पंतप्रधान करावे, अशी जाहीर मागणी करण्यात येऊ लागली. शिवाय कामराज, घोष, रेड्डी, स. का. पाटील हेही यशवंतरावांच्या बाजूने नव्हते. कामराज यांनी राज्यांच्या मुख्यमंत्र्यांचा कौल घेण्याची एक खेळीही यासाठी केली.

मध्य प्रदेशचे तत्कालीन मुख्यमंत्री द्वारकाप्रसाद मिश्र यांनी इंदिरा गांधींना पंतप्रधान करणे देशाच्या हिताचे असल्याचे एक पत्रक काढले. मग कामराज आदींनी आपला कल स्पष्ट केला. तरीही मोरारजीभाई देसाईंनी आपले नाव मागे न घेतल्याने काँग्रेस संसदीय पक्षाला नेतानिवडीसाठी निवडणूक घ्यावी लागली. त्या निवडणुकीत इंदिरा गांधींना ३५५ मते पडली, तर मोरारजीभाईंना १६९ मते पडली आणि इंदिराजी पंतप्रधान म्हणून निवडल्या गेल्या. या ३५५ मतापैकी एक मत श्री. चुडामणअण्णा यांचेही होते. पक्षातील बहुसंख्य खासदारांनी येऊ घातलेल्या लोकसभा निवडणुकांचा विचार करून नेहरूकन्या म्हणून इंदिराजींची लोकप्रिय प्रतिमा होती आणि देशातील सामान्य जनतेमध्ये त्यांना जो पाठिंबा दिसत होता तो लक्षात घेऊनच बहुसंख्य खासदारांनी हा निर्णय घेतलेला होता.

इंदिराजींच्या निवडीनंतर पक्षातील दोन गटांतील दरी हळूहळू अधिक रुंदावत गेली. त्या वेळी देशाची स्थिती खालावलेली होती. १९६५ व १९६६ साली पडलेले दुष्काळ आणि त्यामुळे निर्माण झालेली अन्नधान्याची टंचाई होती. एकूणच आर्थिक धोरणे फारशी उपयुक्त ठरत नव्हती. भाववाढ व टंचाई यावर देशात ठिकठिकाणी विद्यार्थी आणि मध्यमवर्गीय कर्मचाऱ्यांसह अनेक वर्गांची आंदोलने होऊ लागली. सरकारी उत्पन्न वाढवण्यासाठी उत्पादनक्षमता व रोजगारनिर्मितीत वाढ करण्यापेक्षा करवाढीचा मार्ग अधिक सोपा म्हणून वापरला जात होता. हे वातावरण काँग्रेसची लोकप्रियता धोक्यात आणणार होते. मात्र इंदिरा गांधींनी या प्रश्नापेक्षा आपल्या पक्षांतर्गत विरोधकांना धडा शिकवण्यावर अधिक लक्ष केंद्रित केले. देशातील अन्नटंचाई संपवण्यासाठी अमेरिकेकडून पी. एल. ४८० या योजनेखाली मिळणारी अर्थिक मदत वाढली, पण त्यासाठी शेतीवर अधिक खर्च करणे आणि रुपयाचे अवमूल्यन करणे हे निर्णय इंदिरा गांधींना घ्यावे लागले. या निर्णयापूर्वी त्यांनी आपल्याला विश्वासात घेतले नाही म्हणून कामराज व त्यांच्यासोबतचा गट नाराज होऊन इंदिरा गांधींच्या विरोधात जाहीरपणे बोलू लागला. यातच पक्षातील भावी फुटीची बीजे होती.

या काळात विविध प्रकारची आंदोलने सुरू होती. त्यात एक आंदोलन गोहत्या बंदीसाठी त्रिशूलधारी साधूंनी केलेले होते. त्यांनी पार संसदेतच बेडा घातला होता. गृहमंत्री गुलझारीलाल नंदा ही परिस्थिती हाताळण्यास समर्थ ठरले नाहीत म्हणून इंदिरा गांधींनी त्यांच्या जागी यशवंतराव चव्हण यांना गृहमंत्री करण्याचे ठरवले. त्याप्रमाणे त्यांनी गृहमंत्रिपद स्वीकारून परिस्थिती हाताळली.

या काळात देश खूपच आंदोलनग्रस्त झाला होता. पंजाबात शिखांचे आंदोलन, तर दिल्लीत पोलिसांचे आंदोलन अशी परिस्थिती. याच वातावरणात १९६७ची सार्वत्रिक निवडणूक आली. व्यक्तिशः चुडामणअण्णांच्या दृष्टीने ही लोकसभा निवडणूक अतिशय सोपी व सहज होती अणि त्यांचे मताधिक्य या निवडणुकीत आणखीनच वाढले होते. तथापि, पक्षाला मात्र ही निवडणूक सोपी गेली नव्हती. इंदिरा गांधी विरुद्ध मोरारजी हे चित्र तर होतेच, पण कामराज व इतर नेतेही इंदिरा गांधींच्या विरोधात होते. पक्षातूनच इंदिरा गांधी पुन्हा पंतप्रधान होणार नाहीत, अशी चर्चा सुरू करण्यात आली होती. काही राज्यांत काँग्रेसची मंत्रिमंडळे पुन्हा येणार नाहीत, असे अंदाज व्यक्त केले जात होते. वातावरण डॉ. राममनोहर लोहिया यांच्या बिगर काँग्रेसवादाने भारले होते. विरोधी पक्ष अधिकृतपणे एकत्र आले नसले, तरी ते पूर्वीपेक्षा अधिक संघटित होऊन निवडणुकीत उतरले होते.

निवडणुकांचे निकाल आले, तेव्हा काँग्रेसचे लोकसभेतील संख्याबळ कमी होऊन काठावरचे बहुमत मिळाले होते. ५२१ पैकी २७३ जागा काँग्रेसला मिळाल्या. हे बहुमत फक्त तेरा जागांचे होते. महाराष्ट्र, गुजरात, कर्नाटक या राज्यांत काँग्रेसला चांगल्या जागा मिळाल्या. त्यातही महाराष्ट्रात बऱ्या जागा मिळाल्या. राज्य विधानसभांच्या निवडणुकीत १७ पैकी आठ राज्यांत काँग्रेसचा पराभव झाला. राज्यातील काही मुख्यमंत्री व मंत्री पराभूत झाले. अनेक राज्यांत बिगर काँग्रेस मंत्रिमंडळे सत्तेवर आली. लोकसभा निवडणुकीत काँग्रेसमधील कामराज, घोष, स. का. पाटील आदी नेते पराभूत झाले. मतदारांचा हा कौल इंदिरा गांधींच्या बाजूने आहे, असा त्याचा अर्थ लावून जुन्या नेत्यांना म्हणजे इंदिराविरोधकांना दूर ठेवण्यात आले. पंतप्रधान निवडीचा प्रश्न उपस्थित झाला, तेव्हा मोरारजीभाई पुन्हा इच्छुक होतेच, मात्र या वेळी पक्षातील वातावरण आणखी बिघडू नये म्हणून निवडणूक न घेता इंदिराजी पंतप्रधान आणि मोरारजीभाई उपपंतप्रधान व अर्थमंत्री अशी तडजोड स्वीकारण्यात आली. मात्र दोघेही या बाबतीत नाखूष होते व धुसफूस सुरू होती.

इंदिरा गांधींनी या पंतप्रधानपदाच्या काळात काही महत्त्वाचे निर्णय घेतले. यापैकी लोकाभिमुख पुरोगामी कार्यक्रम आखण्याची पक्षातून मागणी होती. स्वतः इंदिरा गांधींना या काळात डाव्या कार्यक्रमांचे आकर्षण वाटत होते. या विषयावरही पक्षात मतभेद होते. देशातील मोठ्या खासगी बँकांचे राष्ट्रीयीकरण आणि संस्थानिकांचे तनखे बंद करण्याचा निर्णय हे दोन निर्णय महत्त्वाचे ठरले. या निर्णयामुळे इंदिरा गांधींची धाडसी आणि पुरोगामी अशी प्रतिमा जनतेत निर्माण झाली. याच काळात राष्ट्रपती निवडणुकीचा विषय आला. पक्षात राष्ट्रपतिपदासाठी प्रथम दलित नेते बाबू जगजीवनराम यांचे नाव पुढे आले. त्यानंतर संजीव रेड्डी यांच्याही नावाची चर्चा सुरू झाली.

महात्मा गांधी जन्मशताब्दीचे वर्ष असल्याने दलित नेत्यास राष्ट्रपती करण्याची मागणी प्रथम आलेली होती. मात्र पुढे जगजीवनराम यांच्याऐवजी व्ही. व्ही. गिरी यांचेही नाव पुढे आले. १० जुलै १९६९ रोजी बंगलोर येथे काँग्रेस महासमितीच्या बैठकीत या प्रश्नावरील मतभेद स्पष्ट झाले. जगजीवनराम की संजीव रेड्डी असा प्रश्न निर्माण झाला. त्यातच व्ही. व्ही. गिरी हेही राष्ट्रपतिपदाचे उमेदवार आहेत, असे जाहीर झाले. याच गदारोळात पंतप्रधान दिल्लीला परतल्या, तेव्हा त्यांनी मोरारजीभाईंचे अर्थखाते काढून घेऊन त्यांना उपपंतप्रधानपदी तेवढे कायम ठेवले. या अपमानाचा राग येऊन मोरारजींनी त्या पदाचाही राजीनामा दिला.

मोरारजी व इंदिराजी यांच्यातील मतभेदाचे मुख्य कारण बँकांचे राष्ट्रीयीकरणाचे धोरण असे स्पष्ट झाले. दरम्यान, काँग्रेसतर्फे संजीव रेड्डी व विरोधकांतर्फे व्ही. व्ही. गिरी अशी लढत राष्ट्रपतिपदासाठी होऊन व्ही. व्ही. गिरी हे विजयी झाले. गिरींच्या या विजयाला पंतप्रधान इंदिरा गांधींचा हातभार लागलेला होता. त्यामुळे त्यांच्या विरुद्ध शिस्तभंगाची कारवाई करावी, अशी मागणी पक्षातील काही लोकांनी केली. पक्ष पुन्हा एकदा फुटीच्या उंबरठ्यावर आला. एका गटाने इंदिरा गांधींना पक्षातून काढून टाकण्याची भूमिका घेतली. याचा निर्णय लावण्यासाठी संसदीय काँग्रेस पक्षाची बैठक आयोजित करण्यात आली.

पक्षाच्या ४२९ खासदारांपैकी ३१० सदस्य बैठकीला हजर होते. त्यातील लोकसभेचे २२० खासदार होते. यातील ६८ खासदारांनी पंतप्रधानांवर विश्वास दाखवण्याचा ठरावाविरुद्ध मतदान केले. तेव्हा काँग्रेसमध्ये संघटना काँग्रेस व रिक्विझिशनिस्ट काँग्रेस असे दोन गट पक्षात पडले. याही वेळी यशवंतराव चव्हाण यांच्याप्रमाणेच चुडामणअण्णा व खान्देशातील इतर खासदार इंदिरा गांधींच्या

बाजूनेच होते. वास्तविक इंदिराजी त्या वेळी लोकसभेत खरोखरच अल्पमतात आलेल्या होत्या. परंतु कम्युनिस्ट व काही अपक्ष त्यांच्या बाजूने असल्याने त्यांना राजीनामा देण्याची गरज पडली नाही. मात्र त्यानंतर त्यांनी काँग्रेस पक्ष संघटनेवरची पकड भक्कम करण्याकडे लक्ष दिले.

इंदिरा गांधींचे नेतृत्व मानणाऱ्या काँग्रेसजनांचे अधिवेशन लगेचच मुंबईत घेण्यात आले. या अधिवेशनात यशवंतराव चव्हाण यांनी मावळत्या सूर्याला साक्षी ठेवून पुरोगामी कार्यक्रम राबवण्यासाठी इंदिरा गांधींचे हात बळकट करण्याची ग्वाही दिली. महाराष्ट्रातील काँग्रेस पक्ष या वेळी बहुसंख्येने त्यांच्यासोबत होता. १९७१ ते १९७४ या काळात अनुक्रमे जगजीवनराम, डी. संजीवय्या, शंकरदयाळ शर्मा व देवकांत बारुआ यांची इंदिरा गांधींनी पक्षाध्यक्षपदी नियुक्ती केली होती. पक्षातील बहुमत त्यांच्या बाजूला होते. आपण अल्पमतात आहोत, याची जाणीव असलेल्या इंदिरा गांधींनी १९७०च्या अखेरीस लोकसभा बरखास्त करून निवडणुका घ्याव्यात, अशी मागणी राष्ट्रपतींकडे केली आणि त्यानुसार राष्ट्रपती गिरी यांनी मार्च १९७१मध्ये निवडणुका होतील, असे जाहीर केले. याच दरम्यान इंदिरा गांधींनी केंद्रीय मंत्रिमंडळात काही बदल केले.

इंदिरा गांधींचा पुरोगामी कार्यक्रम घेऊन खासदार पुढील निवडणुकीसाठी आपापल्या मतदारसंघांत परतले. चुडामणअण्णाही या खासदारांपैकी एक होते. या काळात पक्षातील वादामुळे काँग्रेसचे बैलजोडी हे चित्र गोठवून संघटना काँग्रेसला चरखा आणि इंदिरा गांधींच्या नवकाँग्रेसला गायवासरू हे निवडणूक चिन्ह म्हणून देण्यात आले. देशभर तिला इंडिकेट असे नाव पडले होते. त्याचे कारण म्हणून विरोधी गटाला काँग्रेसला सिंडिकेट असे नाव मिळाले होते. सिंडिकेट विरुद्ध इंडिकेट असा सामना तर होताच, पण देशातील बरेचसे विरोधी पक्ष एकत्र येऊन त्यांनी 'इंदिरा हटाव' अशी घोषणा निवडणुकीसाठी तयार केली. तर इंदिरा गांधींनी त्याला प्रत्युत्तर म्हणून 'गरिबी हटाओ' अशी घोषणा तयार केली. महाराष्ट्रात 'गायवासरू नका विसरू' अशी घोषणा तयार करण्यात आली होती. विरोधकांचे इंदिरा गांधींना हटवण्याचे स्वप्न त्या वेळी काही पूर्ण झाले नाही. विरोधकांचा पराभव करून इंदिरा गांधी पुन्हा सत्तेवर आल्या.

त्यानंतर डिसेंबर १९७१मध्ये पूर्व पाकिस्तानात सुरू असलेल्या बंगाली भाषिक जनतेच्या आंदोलनाला दाबून टाकण्याचा पाकिस्तानचा प्रयत्न आणि त्यामुळे तेथून लाखो लोकांचे भारतात होणारे स्थलांतर म्हणजे निर्वासितांची

समस्या बनून भारताला लष्करी हस्तक्षेप करणे भाग पडले. बांगलादेशाचे हे युद्ध भारतीय लष्कराने जिंकले. पाकिस्तानी लष्कर शरण आले. १६ डिसेंबर १९७१ रोजी भारताच्या पाठिंब्याने जगाच्या नकाशावर बांगलादेश नावाचा नवीन देश अस्तित्वात आला.

## बांगलादेशचा विजय

लोकसभा निवडणुकीत निःसंदिग्ध जनादेश इंदिरा गांधींना मिळाला असला तरी देशापुढच्या समस्या अतिशय गंभीर रूप धारण करू लागल्या होत्या. 'गरिबी हटाओ' ही घोषणा लोकसभेत बहुमत मिळवून देण्यास उपयोगी ठरली असली, तरी प्रत्यक्षात मात्र तिची अंमलबजावणी किती अवघड आहे हे सर्वांच्याच लक्षात आले होते. त्या काळात सर्वांत मोठा प्रश्न धान्यटंचाईचा होता. त्याप्रमाणेच इतर जीवनावश्यक वस्तूंची टंचाई असल्यामुळे वस्तूंच्या किमती सुमारे २० टक्क्यांनी वाढल्या होत्या. या परिस्थितीच्या तीव्रतेत पूर्व पाकिस्तानातून येणाऱ्या निर्वासितांच्या लोंढ्यामुळे आणखीनच भर पडत होती. पूर्व पाकिस्तानात एक मोठा राजकीय पेचप्रसंग निर्माण झाला होता. बंगाली भाषिक पूर्व पाकिस्तानवर दीड हजार मैलांवरून राज्य करणारे उर्दू भाषिक पश्चिम पाकिस्तानचे नेते बंगाली भाषिक जनतेला दुय्यम नागरिकासारखे वागवीत. त्यांचे साधे लोकशाही हक्कदेखील त्यांना वापरता येत नव्हते.

संसदीय निवडणुकीत पूर्व पाकिस्तानच्या शेख मुजिबूर रहमान यांच्या आवामी लीग पक्षाला प्रचंड बहुमत मिळून पश्चिम व पूर्व पाकिस्तान अशा संयुक्त संसदेत त्यांचे सरकार येण्याची परिस्थिती निर्माण झाली, तेव्हा पश्चिमेतील हुकूमशाह मार्शल खान व झुल्पिकार अली भुट्टो यांनी आम्ही बंगाली भाषिकांच्या हाताखाली काम करणार नाही, असा पवित्र घेत मतपेट्यांचा कौल धुडकावून लावला. पूर्व पाकिस्तानात स्वातंत्र्य चळवळ सुरू होत आहे, हे पाहून दडपशाही करण्यासाठी तेथे लष्कर पाठवून दिले. पाकिस्तानी अधिकारी व लष्कर यांच्या अमानुष कारवायांमुळे पूर्व पाकिस्तानातून लाखो निर्वासित भारतात येऊ लागले. निर्वासितांची सोय करताना भारतीय अर्थव्यवस्थेवर ताण पडू लागला. इतर काही देशांनी त्यासाठी मदत केली, पण ती अगदीच तोकडी होती.

पाकिस्तानी राज्यकर्त्यांनी पूर्व पाकिस्तानातील आंदोलने आणि उठाव लष्करी बळाच्या जोरावर चिरडून टाकण्याचा पवित्रा घेतल्याने भारताला आपली

लष्करी सिद्धता वाढवून तेथे लष्करी हस्तक्षेप करणे आवश्यक होऊन बसले. शिवाय या पेचप्रसंगात अमेरिकेचे अध्यक्ष निक्सन यांनी व त्यांच्या सल्लागारांनी पाकिस्तानला पाठिंबा देण्याचे धोरण स्वीकारले. त्यामुळे आणखीनच चेव येऊन याह्या खान व भुट्टो यांनी लष्करामार्फत अत्याचाराचा कळस केला. दरम्यानच्या काळात मुजिबूर रहमान यांनी भूमिगत होऊन पूर्व पाकिस्तान स्वतंत्र राष्ट्र असल्याचे जाहीर करून भूमिगत आंदोलन तसेच लष्कराशी उघड संघर्ष सुरू केला होता. पाकिस्तानचा अत्याचार सहन करण्यापलीकडे गेला, तेव्हा भारताने तेथे आपले लष्कर घुसवून हस्तक्षेप केला. या संघर्षात पाकिस्तानी सरकारी फौजांचा पराभव झाला आणि त्यांनी शरणागती पत्करली.

तोपर्यंत भूमिगत असलेले पूर्व पाकिस्तानचे बंडखोर सरकार १६ डिसेंबर १९७१ पासून स्वतंत्र बांगलादेशचे सरकार म्हणून वावरू लागले. या युद्धात इंदिरा गांधी यांनी दाखवलेल्या राजकीय नेतृत्वामुळे त्यांचे स्थान केवळ स्वपक्षातच नव्हे, तर संपूर्ण देशाच्या राजकारणात भक्कम झाले. जनसंघाचे नेते अटलबिहारी वाजपेयी यांनी इंदिरा गांधींचा 'दुर्गा' असा उल्लेख केला होता. इंदिराजींच्या या विजयामुळे त्यांच्याभोवती पक्षातील बहुमत गोळा झाले. मात्र बहुमत असूनही देशापुढच्या आर्थिक समस्या गंभीर झाल्या. तरीही काँग्रेसच्या सुदैवाने १९७२च्या विधानसभा निवडणुकीत पक्षाला राज्याराज्यांत चांगले यश मिळाले. एवढेच नव्हे, तर १९६७ साली हातातून गेलेल्या राज्यांतील सत्ता पुन्हा काँग्रेसला मिळाली. महाराष्ट्रात तर प्रश्नच नव्हता.

१९७१च्या लोकसभेच्या निवडणुका या मुदतपूर्व निवडणुका होत्या. त्यात इंदिरा गांधींना अभूतपूर्व यश मिळाले, तरी मार्च १९७२च्या निरनिराळ्या राज्यांतील निवडणुकीत काय चित्र असेल, यासंबंधी उत्सुकतेचे वातावरण होते. बांगलादेशचा विजय ताजा असल्यामुळे त्यात महाराष्ट्र विधानसभा निवडणुकीतही यश मिळण्यास हातभारच लागला. खान्देश हा तर असाही काँग्रेसचाच बालेकिल्ला होता. चुडामणअण्णांच्या नेतृत्वाखाली नेहमी बहुमत मिळवणाऱ्या काँग्रेसने इंदिरा गांधींच्या विजयाची कमान या वेळी अधिक उंचावली.

श्री. चुडामणअण्णा पाटील हेच १९७१च्या लोकसभा निवडणुकीतील नवकाँग्रेसचे उमेदवार राहिले. त्यांच्या विरोधात विरोधी पक्षाने उमदवार दिले असले, तरी मुख्य लढत सिंडिकेट काँग्रेसचे उमेदवार व मोरारजीभाई यांचे निकटवर्ती श्री. सोनुसिंग धनसिंग पाटील यांच्यातच होती. इंदिरा गांधींची गोरगरीब, दलित,

आदिवासी व अल्पसंख्याक यांसारख्या वर्गातील लोकप्रिय प्रतिमा आणि त्यांनी घेतलेले बँकांचे राष्ट्रीयीकरण, संस्थांनिकांचे तनखे बंद करणे यांसारखे निर्णय यामुळे सामान्य जनता त्यांच्याकडे आकर्षित झाली होती. शिवाय ग्रामीण आणि आदिवासी भागात नेहरूकन्या म्हणून त्यांची एक वेगळीच प्रतिमा जनमानसावर ठसली होती. तिचा फायदा ग्रामीण व दुर्गम भागातील काँग्रेसजनांना मिळाला. महाराष्ट्रातून १९७१ सालच्या या निवडणुकीत ४८ पैकी ४२ खासदार काँग्रेसचे होते. या विजयानंतर इंदिरा गांधींचे पक्षातील नेतृत्व निर्विवाद ठरले आणि सिद्ध झाले. जनमानसाचा फार मोठा कौल घेऊन इंदिरा गांधी यांची पंतप्रधानपदाची कारकीर्द सुरू झाली. या लोकसभेतून कारकिर्दीच्या रूपाने चुडामणअण्णांची लोकसभेची तिसरी टर्म सुरू झाली. जनमताचा मोठा पाठिंबा असला तरी आणि बांगलादेशच्या विजयानंतर इंदिरा गांधींची प्रतिमा उजळून निघाली असली तरी देशापुढील समस्या आणखीनच गंभीर होत चालल्या होत्या. त्यामुळे याच लोकसभेच्या काळात देशापुढे मोठे राजकीय प्रश्न निर्माण होऊन देशाच्या इतिहासाला वेगळीच कलाटणी मिळणार होती. सत्तारूढ पक्षाचे खासदार चुडामणअण्णा हे त्या इतिहासाचे साक्षीदार म्हणून त्या काळात दिल्लीत होते.

❖❖❖

# निवृत्तीचा काळ धावपळीचा

१९७७ नंतरच्या काळाला आपण आपल्या सोयीसाठी अण्णांचा निवृत्तीचा काळ असे म्हणतो. प्रत्यक्षात ते सार्वजनिक जीवनातून कधी निवृत्त झालेच नव्हते. १९७७ साली मार्च महिन्यात भारतीय राजकारणात पहिले बिगरकाँग्रेसी सरकार सत्तेवर आले. पंतप्रधानपदी जनता पक्षाचे ससंदीय पक्षनेते म्हणून मोरारजीभाई देसाई यांची निवड झाली. आता खरेतर अनेक वर्षांनी चुडामणअण्णांना विश्रांतीसाठी वेळ मिळाला होता. पण कसचे काय! दिवसाचे अठरा तास समाजकार्यात आणि गोरगरिबांचे प्रश्न सोडवण्यात घालवण्याची तीस वर्षांची सवय त्यांना गप्प थोडीच बसू देणार होती. आणीबाणीचा परिणाम म्हणून देशभर निवडणुकीत काँग्रेसला मोठा फटका बसलेला होता, पण धुळे जिल्ह्यातील लोकसभेच्या दोन्ही जागा काँग्रेसने जिंकल्या होत्या. स्वतः उमेदवार नसले, तरी चुडामणअण्णा प्रत्येक महत्त्वाच्या प्रचारसभेत सहभागी झाले होते. यशवंतराव चव्हाणसाहेव व मुख्यमंत्री शंकरराव चव्हाण त्यांना व्यासपीठावर आपल्यासोबत बोलावीत असत.

पक्षाच्या कार्यकर्त्यांनी चुडामणअण्णा व इतर नेत्यांच्या मार्गदर्शनाखाली गोरगरीब व आदिवासी जनतेसाठी पंतप्रधान इंदिराजींचा वीस कलमी कार्यक्रम प्रभावीपणे व तळमळीने राबवला होता. सावकारी कर्जमाफी, बेघरांना घरे आणि अल्पबचत गुंतवणुकीत वाढ यांसारख्या कार्यक्रमांसोबत कोठेही गैरप्रकाराच्या तक्रारी न येता अल्पसंख्याकांसह सर्वांसाठीच कुटुंबनियोजनाचा कार्यक्रम लोकाभिमुखपणे राबवलेला होता. आणीबाणीच्या राजकीय परिणामांपेक्षा कल्याणकारी कार्यक्रमांचे पारडे जड झाले होते. संसदीय पक्ष पातळीवर धुळे जिल्ह्यातील दोन्ही खासदारांनी (श्री. विजय नवल पाटील आणि श्री. सुरूपसिंह नाईक) इंदिरा काँग्रेसशीच आपली निष्ठा जाहीर केली होती. जिल्ह्यातील काँग्रेस अध्यक्षपदाची जबाबदारी तर अण्णांनी खूप आधीच सोडली होती. त्यांचे चिरंजीव रोहिदासदाजी पाटील हे जिल्हा परिषद

आणि युवक काँग्रेसच्या माध्यमातून राजकारणात आले होते व पुढील वाटचालीची दिशा ठरवीत होते. त्यांना जन्मदात्याच्या रूपाने उत्तम आणि समर्थ मार्गदर्शक लाभला होता. जिल्हा परिषदेनंतर राज्याच्या राजकीय रंगमंचावर प्रवेश करण्याची संधी दाजींना १९७८ सालच्या महाराष्ट्र विधानसभा निवडणुकीत मिळणार होती व पुढे तशी ती मिळालीही. पण तोपर्यंतच्या मधल्या काळात चुडामणअण्णांनी आपल्या निवृत्तीच्या काळात काय काय केले, ते पाहू या.

काँग्रेस पक्षात जिल्ह्यात युवकांची एक नवी फळी उभारण्याची गरज होती, कारण स्वातंत्र्य चळवळ आणि संयुक्त महाराष्ट्र आंदोलनाच्या काळातील पिढी अण्णांच्याप्रमाणे सक्रिय राजकारणातून हळूहळू निवृत्त होऊ लागली होती. त्यांच्यानंतरची पिढीही प्रौढ या गटात मोडू लागली होती. पक्षसंघटनेत नव्या रक्ताची, पुरोगामी विचाराच्या व ताज्या दमाच्या कार्यकर्त्यांची गरज होती. त्यांना काँग्रेस म्हणजे काय, काँग्रेसची शतकाची व चार-पाच पिढ्यांची परंपरा म्हणजे काय, काँग्रेसच्या लोकाभिमुखतेचे व यशाचे रहस्य काय आणि ते नव्या पिढीने कसे आत्मसात करावे, याचे धडे अण्णा युवक कार्यकर्त्यांना देत असत. त्याचे वर्णन ‘अण्णा व युवक कार्यकर्ते’ या प्रकरणात दिले आहे.

या काळात आणखी एक महत्त्वाचे व खान्देशातील भावी पिढ्यांना उपयुक्त ठरणारे कार्य जे अण्णांनी केले ते म्हणजे श्री शिवाजी विद्या प्रसारक संस्थेच्या कार्याचा गुणात्मक आणि संख्यात्मक विस्तार, तसेच या संस्थेला धुळे जिल्ह्याच्या नकाशावरील महत्त्वाच्या गावांत पोहोचवून मुलांना त्यांच्या घराजवळच शिक्षणाच्या संधी उपलब्ध करून देणे. अण्णांचा या संस्थेशी संबंध येईपर्यंत ती केवळ मराठा बोर्डिंग आणि माध्यमिक विद्यालय चालवणारी संस्था होती. धुळे शहरातील पहिले कॉलेज या संस्थेने काढले. डॉ. दादासाहेब घोगरे तिचे काम पाहत होते. पण पुढे अण्णांनी आपले राजकीय वजन व जनसंपर्क वापरून मोठ्या देणग्या मिळवून सध्याची महाविद्यालय संकुलाची जागा मिळवून दिली. संस्थेस कॉलेज काढावयाचे आहे व त्यासाठी दानशूर नागरिकांनी देणग्या द्याव्यात, असे आवाहन करणारे जे पत्रक त्या काळी निघाले होते, त्यावर अण्णांची एम.एल.सी. म्हणून सही आहे. पुढे ते या संस्थेच्या संचालक मंडळाचे सदस्य आणि पदाधिकारी झाले. हे कॉलेज सुरू तर झालेच, पण ९ एप्रिल १९५८ रोजी कॉलेजच्या स्वतःच्या नव्या इमारतीचे उद्घाटन तत्कालीन राज्यपाल ना. श्रीप्रकाश यांच्या हस्ते झाले, तेव्हा चुडामणअण्णा हे कॉलेजच्या कार्यकारिणीचे उपाध्यक्ष म्हणून त्या समारंभास हजर होते.

१९६२च्या निवडणुकीत लोकसभेवर खासदार म्हणून निवडून गेल्यानंतर त्यांनी श्री शिवाजी विद्या प्रसारक संस्थेच्या सुवर्ण महोत्सवासाठी पंतप्रधान पं. जवाहरलाल नेहरू यांना आमंत्रित करण्याची जबाबदारी घेतली होती. पण चीनबरोबरचे युद्ध आणि नंतर पंडितजींचे निधन यामुळे ते घडू शकले नाही. तसेच सुवर्ण महोत्सव सोहळाही दोन वर्षे लांबणीवर टाकावा लागला. त्या सोहळ्यास मग राष्ट्रपती डॉ. सर्वपल्ली राधाकृष्णन आणि संरक्षणमंत्री म्हणून मा. यशवंतराव चव्हाणसाहेब, महाराष्ट्राचे राज्यपाल व इतर अनेक मान्यवर उपस्थित होते. त्या सोहळ्याची सविस्तर हकीकत स्वतंत्र प्रकरणात दिली आहे. तेव्हापासून राज्याच्या एका टोकाला असलेल्या धुळ्यासारख्या जिल्ह्यातील ही संस्था राज्यभर माहीत झाली. तिच्या विस्तारात अण्णांनी व त्यांच्या सहकाऱ्यांनी लक्ष घातले. निवृत्तीच्या काळात अण्णा नियमितपणे संस्थेच्या फुले भवन या इमारतीतील कार्यालयात बसून महत्त्वाचे निर्णय घेत असत. या चरित्र लेखकाने एक-दोन वेळा त्यांची तेथे काही कामानिमित्त भेट घेऊन त्यांच्या कामाचा झपाटा पाहिला आहे. श्री शिवाजी विद्या प्रसारक संस्थेचे आजचे कार्य अण्णांची दुसरी व तिसरी पिढी त्याच आत्मीयतेने चालवताना दिसते. या संस्थेची आजमितीस धुळे शहरात व जिल्हाभर चोवीस शैक्षणिक युनिट्स आहेत व बालवाडीपासून ते पीएच. डी. पर्यंत सर्व विद्याशाखांतील शिक्षण तेथे मिळते.

शिक्षणाच्या प्रसाराप्रमाणेच आणखी एक महत्त्वाचे कार्य त्यांनी या काळात केले ते म्हणजे धुळ्यातील कापड गिरणी कामगारांच्या समस्या सोडवण्याचे. मुंबई व दिल्लीपर्यंत हा विषय नेऊन, प्रसंगी कामगारांच्या प्रतिनिधींना सोबत घेऊन, त्यांनी या विषयाचा पाठपुरावा केला. आयुष्याच्या सुरुवातीला चुडामणअण्णा स्वतः गिरणी कामगार होते व धुळ्याच्या न्यू प्रताप मिलमध्ये १९२९पासून घडी खात्यात काम करीत होते. १९४०च्या वैयक्तिक सत्याग्रहात कारावास भोगल्यानंतर मालकाने त्यांना नोकरीवर परत घेण्यासाठी स्वातंत्र्यचळवळीत काम करताना आपली परवानगी घेत जावे, अशी अट घातल्याने आपण ती नोकरी सोडून दिली, अशी आठवण अण्णांनी नोंदवून ठेवली आहे. मात्र पुढे जिल्हा काँग्रेस अध्यक्ष व आमदार-खासदार झाल्यानंतरही अण्णा गिरणी कामगारांच्या प्रश्नांच्या सोडवणुकीसाठी सदैव प्रयत्नशील राहिले. गिरणी कामगारांच्या घराघरांत आजही त्यांचे नाव निघते. गिरणी कामगार नेत्यांच्या काही आठवणी इतरत्र दिल्या आहेत, पण माणिकतात्या काकडे यांनी सांगितलेली एक आठवण येथे मुद्दाम देत आहे, कारण ती या निवृत्तीच्या काळाशी संबंधित आहे.

कामगारनेते माणिकतात्या काकडे आपल्या आठवणीत लिहितात, की एकदा युनियनच्या निवडणुकीनंतर कामगारांच्या प्रश्नासाठी मा. चुडामणअण्णांच्या नेतृत्वाखाली पाच-सहाजणांचे शिष्टमंडळ दिल्लीला गेले होते. तेथे आमची भेट प्रथम नामदार सोनुसिंग पाटील (तेव्हाचे भारत सरकारचे गृह राज्यमंत्री, ज्यांचा १९७१च्या निवडणुकीत चुडामणअण्णांनी पराभव केला होता.), तसेच जॉर्ज फर्नांडिस यांची भेट अण्णांनी घडवून दिली. दुसऱ्या दिवशी पंतप्रधान मोरारजीभाई देसाई यांची भेट झाली. त्या वेळी आम्ही पाहिले, की अण्णांचे पंतप्रधानांशी कसे जवळचे संबंध होते. मोरारजीभाईंनी अण्णांच्या प्रकृतीची चौकशी केली. ते खूपच आस्थेवाईकपणे बोलत होते. 'तुम्हाला दम लागतो. दम्याचा विकार आहे का', असे अण्णांना विचारून आमच्या कामगारांच्या प्रश्नांबाबत श्री. जार्ज फर्नांडिसांना भेटावयास सांगितले. अण्णा आमची फार काळजी घेत असत. अण्णांच्या घरी मोहाडीला कोणीही गेले, तरी अण्णा त्याला चहाशिवाय येऊ देत नसत. तो माणूस जायला निघाला, की अण्णा त्याला दारापर्यंत सोडायला येत. एकदा आम्ही चहा घेतला आणि कपबश्या उचलल्या. अण्णा आमच्यावर रागावले. त्यांनी भाईदासअण्णाला बोलावले. कपबश्या उचलायला सांगितले. त्या दिवशी त्यांच्याकडील मोलकरीण आली नव्हती. श्रमाची लाज वाटायला नको, असे अण्णा म्हणाले.

अण्णा खासदार असताना एकदा अण्णांना काम आटोपल्यावर दिल्लीला जायचे होते. मीही त्यांच्याबरोबर होतो. व्ही.टी. स्टेशनवर पोहोचलो, तोवर दिल्लीला जाणारी गाडी निघून गेली होती. स्टेशन मास्तरांनी सांगितले, की बॉम्बे सेंट्रलला जा. तिथे गाडी मिळेल. मग आम्ही बॉम्बे सेंट्रलला आलो. एक्स्प्रेसला जायला सात-आठ मिनिटांचा वेळ होता. अण्णांनी तसेच घाईगर्दीत टी.सी.ला गाठून त्यांची फर्स्ट क्लासची आणि माझी थ्री टायरमध्ये व्यवस्था केली. ती गाडी मधे पॅसेंजर बनते. पुढच्या स्टेशनवर अण्णा अंथरूण घेऊन आले आणि सांगितले, की 'थ्री टायरच्या आसनावर फळ्या रुततात. आपल्याला टू टायरमध्ये जागा मिळाली नाही. हे बेडिंग घ्या. मला आरामशीर आसन असते.' मला खूप लाज वाटली. एक खासदार असलेला वयस्क नेता एका सामान्य कामगाराची किती काळजी घेत होता. पोहोचल्यावर साऊथ अव्हेन्यू-१ या त्यांच्या निवासस्थानी गेल्यावर समोरच्या टपरीवर जाऊन स्नानाचा साबण घेतला. थोड्या वेळात त्यांचा सेवक त्यांच्या व्यक्तिगत कामासाठी आला. त्याला आमच्या अंघोळीची व्यवस्था करायला सांगितली. अण्णा मला तात्या म्हणायचे, मला लाज वाटायची.

त्यांनी मला अंघोळ प्रथम तुम्ही करा, असे सांगितले. माझी अंघोळ झाली. तोपर्यंत त्यांचे पेपर वाचन संपले होते. ते अंघोळीला गेले. माझ्यावर खूपच चिडले. मला काही समजेना. माझी काय चूक आहे. काय चुकले आपले? अण्णांनी विचारले, 'तुम्ही अंघोळीला साबण का घेतला नाही.' मी संकोचामुळे अण्णांच्या आधी साबण कसा वापरायचा, म्हणून साबण घेतला नाही. अण्णा म्हणाले, प्रवासात अंग धुळीने खराब होते. म्हणून मुद्दाम साबण घेतला होता. तुम्ही असा संकोच करत जाऊ नका, असे मला बजावले. एका कामगाराची एवढी काळजी घेणाऱ्या अण्णांबद्दल माझा आदर द्विगुणित होत गेला.

अशीच आणखी एक आठवण. एकदा कॉलेजतर्फे सामने भरवले गेले होते. खेळाडूंसाठी काहीतरी कार्यक्रम होता. मी आणि मच्छिंद्र येरडावकरही अण्णांसोबत होतो. व्यासपीठावर अण्णांसाठीच एक खुर्ची होती. अण्णांनी एकाला हाक मारली. 'आणखी दोन खुर्च्या ठेवता येतील का?' असे विचारले, तो आदेशच होता. लगेचच दोन खुर्च्यांची व्यवस्था झाली. आम्हा दोघांना बसायला सांगितले. अण्णा सामान्य कार्यकर्त्यालाही बरोबरीने व सन्मानाने वागवत असत.

सरकारी वकिलांचा अण्णांनी त्यांच्या घरी जेवणाचा कार्यक्रम ठेवला होता. आम्हालाही बोलावले होते. आम्हाला थोडा वेळ झाला होता. तोपर्यंत आमंत्रितांचे जेवण आटोपले होते. पण आमचे अण्णा आमच्याकरिता थांबून राहिले. पाहुणे गेल्यावर आमच्या बरोबरच जेवायला बसले. अण्णा सर्वांना अशी सन्मानाची वागणूक देत असत. नंतरच्या काळात अण्णा माणूस पाठवून मला हिरे भवनवर बोलावून घेत असत आणि त्यांच्या जीवनातील संकटांना कसे धैर्याने तोंड दिले, त्याबद्दल बोलायचे. नातेवाइकांबद्दलही बोलायचे. श्री. बंकटअप्पा- अण्णांचे भाचे यांचा लहानपणापासून कसा सांभाळ केला, सोलापूरला घेतलेल्या ट्रॅक्टर एजन्सीत झालेले नुकसान ते बंकटअप्पाने हिमतीने कसे भरून काढले, म्हणून त्यांचे कौतुक करायचे. अण्णासाहेब म्हणायचे, 'मी माझ्या चार मुलांप्रमाणेच माझ्या भाच्याचा बंकटअप्पाचा असे पाच हिस्से करून त्याला शेती, घर वगैरे असे सगळ्यांत वाटेकरी केले आहे.'

चुडामणअण्णांच्या नेतृत्वाखाली आम्ही इंटकच्या नेतृत्वाविरुद्ध नवी युनियन काढली. तिला 'धुळे मिल मजदूर संघ' असे नाव दिले. युनियनच्या ऑफिससाठी पाच हजार दोनशे पन्नास स्क्वेअर फूट प्लॉट घेतला. त्याची विधिवत पूजा केली. सर्व कामगारबंधू बहुसंख्येने हजर झाले होते. आम्हाला प्रचंड प्रतिसाद मिळाला होता.

काकडेतात्या सांगत त्या आठवणी व तशा प्रकारचे अनेक प्रसंग प्रताप मिलच्या कामगार वस्तीतील अनेक घरांतून ऐकायला मिळतात. वास्तविक आज अण्णांच्या गिरणी कामगार पर्वातील किंवा त्यांच्यासोबत तेथे काम केलेल्यांपैकी कोणी हयात नाही. या लोकांनी अण्णांना पाहिले ते आमदार किंवा खासदार म्हणून. यातील अनेकजण लाल बावटेवाले असले, तरी त्यांनी निवडणुकीत अण्णांचा किंवा अण्णा सांगतील त्या उमेदवाराचा प्रचार केला. पण अण्णा त्यांच्याकडे मतदार म्हणून बघत नव्हते. ते गिरणी कामगारांच्या सुखदुःखाशी इतके समरस झाले होते, की 'कळवळ्याची ऐशी जाती, करी लाभाविण प्रीती' या संतवचनाची आठवण यावी. गिरणी कामगारांचे इतके प्रेम कदाचित त्याआधी केवळ कॉ. नथुभाऊ पारोळेकर आणि नंतर डॉ. रा. भ. चौधरी व भाई मदाने वगळता इतर कोणत्याही नेत्याला मिळाले नसेल. १९७७ नंतर गिरणी कामागारांचे प्रश्न आणखीनच बिकट होते गेले. मुंबईतील १९८२च्या ऐतिहासिक कापड गिरणी संपानंतर तर हा उद्योग मरणपंथाला लागला. या काळात व तत्पूर्वी वेळोवेळी सरकारने कापड गिरण्यांचे राष्ट्रीयीकरण करून कामगारांच्या निर्वाहाची व निवृत्तीची जबाबदारी घेतली होती, तेव्हा सरकारदरबारी धुळ्याच्या कापड गिरणी कामगारांचे प्रश्न मांडण्यासाठी शिष्टमंडळे घेऊन अण्णा मुंबईला येत असत. काही वेळा या चरित्रलेखकाने त्यांना या कामासाठी आलेले व रोहिदासदाजींच्या आमदार निवासातील खोलीवर कामगारांसमवेत थांबलेले पाहिले आहे. तेव्हा वर काकडे यांनी सांगितलेल्या हकीकतीचा प्रत्यय आला.

गिरणी कामगारांचे अण्णांवर इतके प्रेम आहे, की त्यांनी अण्णांच्या स्मरणार्थ 'कै. अण्णासोहब ऊर्फ चुडामण आनंदा पाटील शैक्षणिक व सांस्कृतिक मंडळ' नावाची संस्था स्थापन केली असून, तिच्यामार्फत कामगारांच्या कुटुंबीयांसाठी तसेच विशेष करून मुलांसाठी कार्यक्रम आयोजित केले जातात. यात देवरामअण्णा पाटील व आजळकर कुटुंबीयांचा पुढाकार दिसतो. अण्णांप्रमाणेच रोहिदासदाजी यांनीही गिरणी कामगार बांधवांबरोबरचे संबंध कायम ठेवले आहेत.

निवृत्तीच्या या काळातील अण्णांचे आणखी एक महत्त्वाचे कार्य म्हणजे धुळेकरांसाठी हिरे भवनची उभारणी. जरी अण्णांच्या सुरुवातीच्या राजकीय काळात भाऊसाहेब हिरे यांचे व अण्णांचे फारसे जमत नव्हते तरी पुढे संयुक्त महाराष्ट्राच्या प्रश्नावर दोघे पक्षात एकत्र होते. भाऊसाहेबांचे सत्ताकारणातील महत्त्व चव्हाण साहेबांबरोबरच्या स्पर्धेमुळे लवकर संपले व १९६१ साली त्यांचे

धुळे येथेच अकाली निधन झाले. त्यानंतर बऱ्याच काळाने भाऊसाहेबांचे सुपुत्र व्यंकटरावभाऊ यांना मंत्रिमंडळात घेण्यात आले. भाऊसाहेबांच्या कन्या पुष्पलता यांचा विवाह चुडामणअण्णांचे चिरंजीव डॉ. भाईदास यांच्याशी झाला व त्या वेळी हजर राहून चव्हाणसाहेबांनी कन्यादानही केले होते. अशा प्रकारे भाऊसाहेबांच्या पश्चात हिरे कुटुंबाशी अण्णांचा नातेसंबंध प्रस्थापित झाला. भाऊसाहेबांनंतर त्यांच्या तोडीचा नेता उत्तर महाराष्ट्रात झाला नाही. ते महाराष्ट्राचे ज्येष्ठ नेते होतेच, पण देशाची घटना लिहिणाऱ्या घटना समितीचे लोकनियुक्त सदस्यही होते. अशा महान नेत्याचे स्मारक धुळे शहरात झाले पाहिजे या विचाराने अण्णांच्या मनात घर केले व ते कामाला लागले. ज्याप्रमाणे स्वातंत्र्याच्या संधिकालात त्यांनी सामान्य जनतेकडून लहान-मोठ्या देणग्या जमा करून धुळ्याचे काँग्रेस भवन उभारले होते, त्याचप्रमाणे त्यांनी १९८०च्या सुमारास हिरे भवनच्या उभारणीचे काम हाती घेतले. या कामातील व्यवहारांबाबत ते किती दक्ष असत ते याच ग्रंथात अण्णांचे सहकारी भाऊसाहेब हांडे यांच्या मुलाखतीत वाचायला मिळेल. हिरे भवनच्या रूपाने धुळे शहराला एका लोकोपयोगी सांस्कृतिक संकुलाची देणगीच अण्णांनी दिली आहे, असे म्हटले पाहिजे.

अण्णांच्या या धावपळीतही त्यांचे राजकारणावरचे लक्ष अजिबात ढळलेले नव्हते. ते हाडाचे व मुरलेले राजकारणी होते. त्यांचा संसदीय राजकारणात प्रवेश झाला तो कालखंड पक्षातील आगामी बदलांची बीजे पोटात घेऊन आलेला होता. १९६६ साली पंतप्रधान झालेल्या श्रीमती इंदिरा गांधींच्या आगमनाला व पुढे त्यांच्या धोरणांना विरोध करणाऱ्यांना बाजूला करून आपल्या निष्ठावंत पाठीराख्यांच्या मदतीने इंदिराजींनी आपले व पक्षाचे स्थान जनमानसात भक्कम केले. त्यांच्या निष्ठावंत पाठीराख्यांत चुडामणअण्णा होते व आज रोहिदासदाजीही निष्ठावंत म्हणून ओळखल्या जाणाऱ्या काँग्रेसजनांत आहेत. १९७७-७८ या काळात काँग्रेसची पुन्हा शकले झाली. १९७८ साली जी विधानसभा निवडणूक झाली ती महाराष्ट्रात चुडामणअण्णांच्या निवृत्ती काळातील पहिली विधानसभा निवडणूक ठरली. तोपर्यंत रोहिदासदाजी हे जिल्हा परिषदेत आणि पक्षसंघटनेत चांगले कार्य करणारे नेते म्हणून परिचित झाले होते. त्यांना विधानसभेत पाठवावे, असे अण्णांना वाटणे स्वाभाविक होते व दाजींच्याही मनात ती आकांक्षा निर्माण झालेली होती. मात्र त्या वेळची राजकीय परिस्थिती इतकी गोंधळाची व गुंतागुंतीची होती, की लोकांना कोण कोठे आहे ते कळेना व कोण कधी कोठे जाईल, याचा अंदाज

करणेही अवघड झाले होते. तर आगामी राजकारणात आपण कुणीकडे जावे याचा निर्णय घेणे अनेकांना कठीण आणि अडचणीचेही वाटत होते.

महाराष्ट्रात १९७२मध्ये झालेल्या विधानसभा निवडणुकीनंतर आणीबाणीनंतरच्या काळात पक्षातही मोठ्या प्रमाणावर बदल झाले होते. विशेष म्हणजे आणीबाणीनंतर आता इंदिराजींचे राजकारण संपले असे वाटून अनेकांनी त्यांची साथ सोडली होती. त्याचे प्रतिबिंब १९७८च्या विधानसभा उमेदवारी वाटपाच्या वेळच्या वातावरणात दिसले. या निवडणुकीत रोहिदास पाटील हे इंदिरा काँग्रेसचे उमेदवार म्हणून उभे राहिले. त्यांची लढत मावळते आमदार सदाशिवराव माळी व इतर सहाजणांशी होती. त्या अटतटीच्या लढाईत ते विजयी झाले.

त्यानंतर महाराष्ट्रात वसंतदादा पाटील व नाशिकराव तिरपुडे यांच्या नेतृत्वाखाली जुनी काँग्रेस व नवी काँग्रेस यांच्या मंत्रिमंडळाचा प्रयोग झाला. तो फार काळ चालला नाही. श्री. शरद पवार हे त्या मंत्रिमंडळातून व काँग्रेसमधून बाहेर पडले. जनता पक्षाच्या पाठिंब्याने पुलोद आघाडी स्थापन करून ते मुख्यमंत्री झाले. तिकडे राष्ट्रीय राजकारणात जनता पक्षाने इंदिरा गांधींविरुद्ध कमालीचे सूडाचे राजकारण खेळून त्यांना कैदेत टाकण्यापासून ते त्या लोकसभेवर निवडून आल्यानंतरही त्यांचे सदस्यत्व बहुमताच्या जोरावर रद्द करण्याची चाल खेळण्यापर्यंत पावले उचलली. त्या सरकारातील अंतर्गत असंतोष व मतभेद यांचा लाभ उठवून ते सरकार पाडण्यात आले व चौधरी चरणसिंग यांचे औटघटकेचे सरकार इंदिरा काँग्रेसचा बाहेरून पाठिंबा घेऊन सत्तेवर आले आणि काही दिवसांतच पडले. त्या सरकारात यशवंतराव चव्हाणसाहेब जुन्या काँग्रेसचे प्रतिनिधी म्हणून उपपंतप्रधान होते. १९८० साली लोकसभेच्या मुदतपूर्व निवडणुका घ्याव्या लागून या वेळी इंदिरा गांधींच्या नेतृत्वाखालील काँग्रेसने निर्विवाद बहुमत मिळवून आपला पक्ष हीच खरी काँग्रेस असल्याचे सिद्ध करून त्या पुन्हा पंतप्रधान झाल्या. याही वेळी धुळे जिल्ह्याने दोन्ही खासदार काँग्रेसचेच निवडून दिले. फरक इतकाच होता, की धुळे व नंदुरबार हे दोन्ही लोकसभा मतदारसंघ अनुसूचित जमातींसाठी (आदिवासी) राखीव झाले होते व धुळ्यातून श्री. रेश्मा भोये आणि नंदुरबारमधून श्री. सुरूपसिंह नाईक हे निवडून गेले. काँग्रेसचे मावळते खासदार विजय नवल पाटील यांना शेजारचा एरंडोल मतदारसंघ देण्यात आला व तेही निवडून आले. त्यानंतर पंतप्रधान इंदिराजींनी १७ फेब्रुवारी १९८० रोजी महाराष्ट्रातील पुलोद सरकार बरखास्त करून राष्ट्रपती राजवट लागू केली. नंतर

मेअखेर व जूनच्या प्रारंभी झालेल्या निवडणुकीत इंदिरा काँग्रेसला बहुमत मिळाले. श्री. रोहिदासदाजी याही वेळी कुसुंबे मतदारसंघातून निवडून आले. इंदिराजींनी मुख्यमंत्री म्हणून खासदार ए. आर. अंतुले यांना पाठवले. त्यांच्या मंत्रिमंडळात नंदुरबारचे खासदार सुरुपसिंह नाईक यांना कॅबिनेट मंत्री करण्यात आले, त्यामुळे पुन्हा पोटनिवडणूक होऊन त्यांच्या जागी माणिकराव गावीत हे खासदार झाले, तर ना. नाईक हे विधानसभेवर बिनविरोध निवडून आले. १९८० ते १९८४ ही चार वर्षे पुन्हा भारताच्या इतिहासाला निर्णायक वळण देणारी ठरली.

२३ जून १९८० रोजी पंतप्रधान इंदिरा गांधी यांचे चिरंजीव खासदार संजय गांधी यांचे विमान अपघातात निधन झाले. त्यामुळे श्री. राजीव गांधी यांना राजकारणात यावे लागले. याच काळात खलिस्तानवादी अतिरेक्यांच्या कारवाया देशाला धोकादायक ठरू लागल्या होत्या. त्यांचे नेते संत भिंद्रनवाले यांनी अमृतसरच्या पवित्र सुवर्ण मंदिरावर कब्जा करून तेथे प्रचंड शस्त्रसाठा जमवून भारताच्या सार्वभौमत्वालाच आव्हान देण्याची तयारी सुरू केली होती. त्यामुळे ३ जून १९८४ रोजी तेथे लष्कर पाठवून अतिरेक्यांना धडा शिकवण्याची कारवाई करण्यात आली. तिचे नाव ऑपरेशन ब्ल्यू स्टार. तीन दिवस चाललेल्या या कारवाईत शेवटी भिंद्रनवाले ठार झाला. मात्र या कारवाईचा सूड म्हणून इंदिराजींच्या हत्येचे कारस्थान रचले गेले. ३१ ऑक्टोबर १९८४ रोजी सकाळी त्यांच्या दोन अंगरक्षकांनी त्यांच्या निवासस्थानाच्या आवारातच गोळ्या घालून त्यांची हत्या केली. हे दोघेही शीख होते. देश शोकसागरात बुडाला आणि दिल्लीत शोकसंतप्त जमावांनी शिखांच्या घरावर हल्ले सुरू केले. इंदिराजींच्या निधनाने रिकाम्या झालेल्या पंतप्रधानपदी राजीव गांधींची नियुक्ती करण्यात आली. मातृनिधनाच्या दुःखातून बाहेर पडून त्यांनी एक नवा आधुनिक भारत निर्माण करण्याचे आपले स्वप्न असल्याचे सांगून सर्वांना त्यात सहभागी करून घेतले. त्यांनी डिसेंबरमध्ये लोकसभेची निवडणूक जाहीर करून ती घेतली व अभूतपर्व बहुमत मिळवून काँग्रेस पक्ष पुन्हा सत्तेवर आला. याच काळात चुडामणअण्णांचे प्रिय नेते यशवंतराव चव्हाणसाहेब हेही इंदिराजींच्या नेतृत्वाखालील पक्षात परतले होते. २५ नोव्हेंबर १९८४ रोजी त्यांचे दुःखद निधन झाले. २७ नोव्हेंबरला नवमहाराष्ट्राच्या या शिल्पकारावर सरकारी इतमामात अंत्यसंस्कार करण्यात आले. तेव्हा त्यांना गुरुस्थानी व पितृतुल्य मानणारी नवी पिढी अधिकारावर आणि सार्वजनिक जीवनात आली होती. चव्हाणसाहेबांच्या निधनाने चुडामणअण्णांना

फार दुःख झाले. कायम पाठीशी राहणारा थोर मार्गदर्शक व मित्र गमावल्याचे दुःख झाले. अण्णांच्या चारही मुलांचे शिक्षण किंवा नोकरी किंवा विवाह आणि करिअर यात चव्हाणसाहेबांची थेट मदत झाली होती. अण्णा म्हणत, 'प्रथम उपकार प्रभूचे आणि दुसरे यशंवतरांवांचे.' चव्हाणसाहेब आणि चुडामणअण्णा समवयस्क होते. त्यांच्या निधनाने महाराष्ट्राच्या इतिहासातील एक भव्यदिव्य पर्व संपले, तशीच अण्णांच्याही जीवनात एक पोकळी निर्माण झाली.

या काळात महाराष्ट्रात काँग्रेसचा जनाधार भक्कम होता, पण मुख्यमंत्री अंतुले यांना इंदिरा प्रतिभा प्रतिष्ठानसाठी सिमेंटवाटपाच्या अधिकाराचा गैरवापर करून देणग्या जमा केल्याबद्दल उच्च न्यायालयाने दोषी ठरवल्यामुळे १२ जानेवारी १९८२ रोजी राजीनामा द्यावा लागला. त्यानंतर काही काळ अस्थिर वातावरणात जवळपास दरवर्षी मुख्यमंत्री बदलण्याची वेळ पक्षश्रेष्ठींवर आली. अंतुले यांच्यानंतर बाबासाहेब भोसले, त्यानंतर वसंतदादा पाटील, नंतर शिवाजीराव निलंगेकर पाटील, नंतर शंकरराव चव्हाण असे बदल १९८२ ते १९८६ या काळात झाले. १९८८च्या जून अखेरीस श्री. शरद पवार यांना मुख्यमंत्री करण्यात आले. त्याआधी काही काळ ते राजीव गांधींच्या आवाहनाला प्रतिसाद म्हणून काँग्रेसमध्ये परतले होते.

१९८० साली निवडून आलेल्या विधानसभेच्या सभागृहात पाच वर्षे रोहिदास पाटील यांनी संसदपटू व अभ्यासू लोकप्रतिनिधी म्हणून नाव कमावले. याच काळात त्यांनी धुळे तालुक्यासाठी जवाहर सहकारी सूतगिरणीची उभारणी सुरू केली. काही वर्षांपूर्वी म्हणजे १९६३च्या सुमारास चुडामणअण्णा व त्यांच्या सहकारी काँग्रेसजनांनी पाहिलेले सूतगिरणी उभारणीचे स्वप्न रोहिदासदाजी यांनी साकार करून दाखवले. एवढेच नव्हे, तर या सूतगिरणीने पहिल्या काही वर्षांतच उत्पादनाची राष्ट्रीय पारितोषिकेही मिळविली. मात्र १९८५च्या विधानसभा उमेदवारांच्या यादीत त्यांचे नाव नव्हते. वैयक्तिक महत्त्वाकांक्षेसाठी किंवा स्वार्थासाठी पक्षाविरुद्ध बंडखोरी करायाची नाही, ही चुडामणअण्णांची शिकवण त्यांनी आचरणात आणली. आपले रचनात्मक विकासाचे कार्य तालुक्यात सुरू ठेवले. जेव्हा जून १९८७मध्ये महाराष्ट्रात मुख्यमंत्री बदलाच्या हालचाली सुरू झाल्या, तेव्हा पक्षश्रेष्ठींना रोहिदास पाटील यांच्यावरील अन्याय दूर करावासा वाटला व त्यांना नव्या मुख्यमंत्र्यांनी म्हणजे ना. शंकरराव चव्हाणांनी राज्य मंत्रिमंडळात घ्यावे, असे ठरले. त्यानुसार मग आमदार नसतानाही त्यांना जून

१९८७मध्ये राज्यमंत्री करण्यात आले. याच काळात एकदा हिरे भवनच्या कामासाठी चुडामणअण्णा व त्यांचे सहकारी दिल्ली येथे गेले होते व नेहमीप्रमाणे पक्ष मुख्यालयातही गेले होते. तेथे राजीव गांधींशी अण्णांची भेट झाली, तेव्हा त्यांनी 'तुमच्या चिरंजीवांस मंत्री करीत आहोत' असे सांगितले. तेव्हा अण्णा म्हणाले, की 'ते छान झाले, त्याबद्दल आभारी आहे. पण आता मी हिरे भवनसाठी मदत मागायला आलो आहे, त्याबद्दलही काही करा.' चुडामणअण्णा हे असे वेगळ्या प्रकारचे स्पष्टवक्त होते. रोहिदासदाजींना राज्यमंत्रिपद मिळाले ते त्यांच्या कार्यक्षम व अभ्यासू अशा प्रतिमेमुळे. अण्णा स्वतः कधीही मंत्रिपदाच्या मागे धावले नाहीत. तो त्यांचा पिंडच नव्हता. एकदा ते कार्यकर्त्यांपाशी या विषयावर बोलताना म्हणाले होते, "माझ्या अंगावरची खादी आणि सत्तेची गादी यांचे जमत नाही." पण रोहिदासदाजी हे शिक्षण व अनुभव आणि अभ्यासूवृत्ती व संसदीय कामकाजातील कार्यक्षमता यांमुळे मंत्री होण्यास पात्र आहेत, असे त्यांचे मत होते.

अण्णांनी आपला एक मुलगा वकील झालेला पाहिला होता, तोच मुलगा पुढे कलेक्टरही बनला. परदेशातून उच्च पदवी घेऊन आलेली दोन मुले सेवाभावी डॉक्टर झाले आणि एक मुलगा आता मंत्री झाला होता. खडकमोहाडी नावाच्या गावातील एका कर्जबाजारी शेतकऱ्याच्या तरुण मुलाला १९२९ साली गरिबीमुळे शिक्षण सोडून देऊन कापड गिरणीत कामगार व्हावे लागले होते. योगायोगाने तो स्वातंत्र्यचळवळीत व काँग्रेसमध्ये आला. त्याने पुढे जे स्वतःचे आयुष्य घडवले त्याची कथा आपण वाचली. पुढे १९९१ साली रोहिदासदाजी हे कॅबिनेट मंत्रीही झाले. ते क्रमप्राप्तच होते. मात्र ते यश पाहायला चुडामणअण्णा या जगात नव्हते. १९८८पर्यंत सार्वजनिक जीवनात सक्रिय असलेल्या चुडामणअण्णांना तरुणपणी झालेल्या दम्याच्या विकाराने गाठले. एकदा तर ते क्षयाच्या सीमारेषेपर्यंत जाऊन परत आले होते. परंतु आता वृद्धापकाळात सारी सुखे आणि उत्तमोत्तम उपचार उपलब्ध असताना तो पुन्हा आला. १९९०च्या मे महिन्यात त्यांना या आजाराने पुन्हा गाठले. त्यातच त्यांचे निधन झाले. त्याची हकीकत 'अखेरचे दिवस' या प्रकरणात पुढे आहे.

❖❖❖

# अखेरचे दिवस बॉम्बे हॉस्पिटल

१९९०च्या मे-जून महिन्यात चुडामणअण्णा हे मुंबईत मलबार हिलवर आपले चिरंजीव रोहिदासदाजी यांच्या शिवगिरी बंगल्यावर वास्तव्यास होते. त्यांना खरेतर कामाशिवाय धुळ्याच्या आणि मोहाडीच्या बाहेर राहायला अजिबात आवडत नसे. मुंबईत व दिल्लीतही ते दोनदा आणि तीनदा खासदार असतानाही अधिवेशनाखेरीज फारसे राहत नसत. निवडणुकीच्या राजकारणातून निवृत्त झाल्यानंतरही त्यांची कामाची ठिकाणे पूर्वीप्रमाणेच धुळ्याचे काँग्रेस भवन, फुले भवन आणि मोहाडीचे घर हीच होती. ज्येष्ठ चिरंजीव भास्करदादा हे वरिष्ठ आय.ए.एस. अधिकारी होऊन शासनाच्या प्रशस्त बंगल्यात राहत असत, पण अण्णा तेथेही राहायला फारसे उत्सुक नसत. एवढेच काय, यापूर्वी दोन्ही डॉक्टर चिरंजीव म्हणजे डॉ. भाईदासअण्णा व डॉ. विश्वासनाना हे एम.बी.बी.एस. नंतर उच्च वैद्यकीय शिक्षणासाठी इंग्लंडला गेले होते आणि जाताना त्यांची लग्नेही झालेली होती. तेथे त्यांना चांगली नोकरी व घरेही मिळाली होती. तरीही खासदार असताना सहज पासपोर्ट मिळवून परदेशी जाणे शक्य असताना चुडामणअण्णा कधीही इंग्लंडला गेले नाहीत. त्यामुळे देशातही विनाकारण धुळ्यापासून दूर राहण्याची त्यांची इच्छा नसे. मात्र प्रकृतीच्या कारणास्तव, तसेच रोहिदासदाजी मंत्री झाल्यानंतर ते उपचार व विश्रांतीसाठी मुंबईला थांबू लागले.

दाजींच्या बंगल्यावर त्यांच्या मुलांसमवेत अण्णांची इतर नातवंडेही अधूनमधून येत-जात असत. तेव्हा शिवगिरीच्या हिरवळीवर आपल्या तिसऱ्या पिढीतील या मुलांमध्ये ते रमून जात असत. आपल्या बालपणीच्या तसेच राजकीय जीवनातील आठवणी ते मुलांना सांगत. नातवंडेही मोठ्या उत्सुकतेने आपल्या थोर आजोबांच्या गोष्टी ऐकण्यात गुंग होऊन जात. गोष्टी ऐकवता ऐकवता ते कधीकधी अभ्यासाचे प्रश्न विचारून नातवंडांना चकित करून टाकत असत. ही नातवंडे

एरवी दूर दूर असली, तरी त्यांच्या या आजोबांना- बाप्पाजींना कोण कितवीत शिकतो आहे, याची व्यवस्थित माहिती असायची. त्यानुसारच त्यांच्याशी बाप्पाजींचा संवाद असायचा. कधीकधी ते नातवांना गणिताचे पाढेसुद्धा विचारत. त्यांच्या सेवेला दाजीसाहेबांच्या सुविद्य पत्नी लतामाई या तर होत्याच, पण इतर सुनाही अधूनमधून मुंबईला येऊन जायच्या.

अशा प्रकारे भरलेल्या घरात आनंदाने कालक्रमणा करीत असताना श्वासोच्छ्वासाचा त्रास होऊ लागल्याने त्यांना बॉम्बे हॉस्पिटलमध्ये दाखल करण्यात आले. श्वसनाचा प्रश्न असल्याने अतिदक्षता विभागात त्यांना ठेवण्यात आले. त्या वेळचे जगप्रसिद्ध धन्वंतरी डॉ. फिलीप बोर्डोस व त्यांच्या कन्या सत्याहत्तर वर्षांच्या या स्वातंत्र्यसेनानींवर उपचार करण्यात दंग होते. आयुष्याच्या सुरुवातीला कापड गिरणीत काम आणि नंतर तुरुंगवासाच्या पहिल्या टप्प्यात काही काळ झालेली क्षयाची बाधा यांचा परिणाम आयुष्याच्या शेवटी डोके वर काढत होता. अण्णांना नार्कोसिसने (फुप्फुसांचा आजार) ग्रासल्याचे स्पष्ट झाले. त्यांनी आयुष्यात कोणतेही व्यसन केले नव्हते. मात्र विरंगुळ्यापोटी ते सिगारेट ओढत, एवढेच! तुरुंगवासात येऊन गेलेल्या या आजारापासून दूर राहण्यासाठी अण्णांनी रोज सकाळी न्याहरीचा विशिष्ट आहार ठरवला होता. ते दररोज सकाळी उकडलेली दोन अंडी आणि अर्धा लिटर दूध न्याहारीच्या वेळी घेत असत. पुढे वयपरत्वे दुधाचे प्रमाण कमी झाले, पण ही न्याहारी कायम राहिली. एवढेच काय, पण आपली सर्व मुले घरी किंवा शिक्षणासाठी असतील तेथे रोज सकाळी नियमितपणे दूध पितात की नाही व व्यायाम करतात की नाही याकडे त्यांचे बारीक लक्ष असे. या खर्चासाठी पैसे कमी पडणार नाहीत, याची ते जातीने काळजी घेत. त्यामुळे त्यांची सर्व मुले सार्वजनिक कार्याला लागणारी सुदृढता घेऊनच मोठी झाली. हे सर्वजण कॉलेजमध्ये शिकत असताना अण्णांच्या देखरेखीखाली शेतीची व शेतमालाच्या विक्रीची कामे स्वतः करीत. हेही त्यांच्या आरोग्याचे इंगित आहे.

७५ वर्षांपर्यंत स्वतः चुडामणअण्णाही शेतावर फेरफटका मारीत. रिक्षा किंवा त्या वेळी असलेल्या घरच्या फियाट गाडीतून किंवा नंतर उपलब्ध कारमधून रोज धुळ्याला येऊन कामाच्या निमित्ताने आपल्या निरनिराळ्या कार्यालयांत जाऊन बसत. अशा तऱ्हेने ते शेवटपर्यंत कार्यमग्न होते. अधूनमधून विश्रांतीसाठी मुंबईला येत. त्याप्रमाणे याही वेळेला ते मुंबईला आले होते. या मुंबईभेटीत आपल्याला इस्पितळात जाऊन पडावे लागेल हे त्यांच्या ध्यानीमनीही नव्हते. घरात तसेच बाहेर

सर्व सोयीसुविधा हात जोडून उभ्या होत्या. नामवंत डॉक्टर्स येऊन तपासून जात व उत्तमोत्तम उपचारही मिळत होते. मात्र आयुष्यातील गेली ५०-५५ वर्षे केवळ देशसेवा आणि समाजसेवा यासाठी रोजचे किमान अठरा तास देह झिजवल्याने वयोमानानुसार देहयष्टीही थकू लागली होती. त्यात जुना आजार उफाळून आल्याचे निमित्त झाले आणि दिवसभर केवळ कामाचीच सवय असलेल्या या कर्मयोग्याला बॉम्बे हॉस्पिटलमधील वातानुकूलित सोयीसुविधांचा कंटाळा आला.

ऊन-पावसाची पर्वा न करता झंझावातासारखे लोककार्यासाठी फिरणाऱ्या य नेत्याला व्हेंटिलेटरवरच्या कृत्रिम श्वासोच्छ्वासावरचे जीणे केविलवाणे वाटू लागले. या आजारासाठी निव्वळ अंथरुणावर खिळून राहावे लागले आणि उपचारांमुळे आजारातून पूर्णपणे बाहेर पडण्याची खात्री नाही. शिवाय हे सर्व इतरांच्या व यंत्राच्या साहाय्यानेच पार पाडावयाचे आणि तेही किती काळ, याचा अंदाज बांधता येत नाही. अशा परिस्थितीत अखेरचे दिवस आपल्या कर्मभूमीत आपल्या गावी, आपल्या घरात, आपल्या गावाकडच्या माणसांत आनंदाने उपभोगावेत, अशी इच्छा त्यांनी मुलांजवळ बोलून दाखवली. आपला अखेरचा श्वास ज्या मातीत इतकी वर्षे वावरलो तेथेच घ्यावा, अशी त्यांची तीव्र इच्छा होती. त्या इच्छेला मान देऊन कुटुंबीयांनी त्यांना मोहाडी येथे आणले. इथे मोहाडीमधील घरात त्यांची सर्व बडदास्त ठेवण्यात आली होती. सर्व उपचार, सोयी-सेवा हात जोडून उभ्या होत्या, पण मुंबईतील वातानुकूलित इस्पितळातील खास रूमपेक्षा गावातील या घरात आणखी एक खास आनंददायी सोय होती आणि ती म्हणजे आपल्या माणसांचा रात्रंदिवस सहवास! या आनंदात असले तरी त्यांच्या मनात एकच दुःख असेल हे कृतार्थ जीवन, आपल्या माणसांचं प्रेम-सहवास आयुष्याचा हा सारा जीवनपट सोडून जावं लागेल याची होणारी जाणीव पुनःपुन्हा त्यांना अस्वस्थ करीत होती.

## अखेरचे दिवस

मोहाडीच्या त्या वातावरणात अखेरच्या प्रवासाची तयारी करीत असताना चुडामणअण्णांच्या नजरेसमोर आपल्या जीवनातील अनेक प्रसंग तरळून गेले असतील. मोठ्या भावाच्या आकस्मिक मृत्यूनंतर त्यांना मावशीच्या गावी सामनेर येथे सुरू असलेले शिक्षण थांबवून धुळ्याच्या शाळेत प्रवेश घ्यावा लागला. तेथे मराठी चौथी आणि इंग्रजी पाचवीपर्यंत घेतलेले शिक्षण आणि फी

भरायची ऐपत नसल्याने सोडावे लागलेले शिक्षण. या शिक्षणाच्या अभावामुळे विरोधकांनी मारलेला अडाणीपणाचा शिक्का, शेतीवर कुटुंब चालणार नाही, हे लक्षात आल्यावर पकडलेली गिरणीतील नोकरी, वडिलांचे कर्जबाजारीपण आणि ते कर्ज फेडण्यासाठी उपसलेले कष्टाचे डोंगर, नंतर स्वतःच्या अडचणींप्रमाणेच कामगारबंधू आणि देशबांधवांच्या अडचणींसाठी राजकारणात घेतलेली उडी, काँग्रेसमध्येही कमी शिक्षणाच्या कारणास्तव जबाबदाऱ्या सोपवण्यास नाकारणारे राजकारणी, तेव्हाचे मारवाडी ब्राह्मण, रावबहादूर, रावसाहेब लोक यांच्याशी संघर्ष करून काँग्रेस संघटनेत मिळवलेले स्थान, गांधीजींच्या सर्व आवाहनांना प्रतिसाद देऊन केलेले सर्व सत्याग्रह, १९३९च्या आणि १९४२च्या लढ्यात भोगलेला तुरुंगवास, त्या तुरुंगवासातही कैद्यांच्या प्रश्नांसाठी दिलेले लढे, साने गुरुजी व काकासाहेब गाडगीळांचा तुरुंगात लाभलेला सहवास, गाडगीळांपासून आपण शिकलेली काँग्रेसनिष्ठा - म्हणजे काँग्रेस वगळली तर आपण एक सामान्य माणूस आहोत ही जाणीव, स्वातंत्र्यानंतर काँग्रेसच्या माध्यमातूनच कामगारवर्ग आणि खेड्यापाड्यांतील शेतकरीवर्ग यांचे प्रश्न सोडवण्याचा घेतलेला वसा, १९४८ साली मिळालेले जिल्हा काँग्रेसचे अध्यक्षपद आणि त्या निमित्ताने प्रांतिक व राष्ट्रीय पातळीवर आलेले थोरामोठ्यांचे संबंध, तथाकथित सुशिक्षित पक्षनेत्यांनी रोखलेल्या राजकीय प्रगतीच्या वाटा, विधानसभेच्या पहिल्या निवडणुकीत नाकारलेले तिकीट, त्यानंतर पक्षासाठी झटून केलेले कार्य व विधान परिषदेची मिळविलेली उमेदवारी आणि प्राप्त केलेले यश, त्यासाठी धुळे आणि अहमदनगर जिल्ह्यातील नगरपालिका सदस्यांकडे माराव्या लागलेल्या चकरा, नंतर १९५७च्या विधानसभा निवडणुकीत संयुक्त महाराष्ट्र समितीचा सर्वत्र बोलबाला असतानाही धुळे जिल्ह्यात काँग्रेसला लोकसभेत व विधानसभेत मिळवून दिलेले यश आणि स्वतःचाही विधानसभा सदस्यत्वाचा मिळवलेला पहिला विजय. त्यानंतर काँग्रेस अंतर्गत संयुक्त महाराष्ट्राच्या वादात संयुक्त महाराष्ट्राचा पक्ष घेऊन ज्यांना तोवर नेते मानले होते त्या मोरारजी व यशवंतरावाविरुद्ध घेतलेली उघड भूमिका, भाऊसाहेब हिरेही फारसे राजकीयदृष्ट्या सरस नसतानाही ते केवळ संयुक्त महाराष्ट्रवादी आहेत म्हणून त्यांच्या बाजूने नेतेपदासाठी केलेले मतदान या सर्व घटनांनी आपल्याला राज्याच्या काँग्रेसच्या मुख्य प्रवाहात कसे आणले आणि काँग्रेसमधील काहीजणांनी वेळोवेळी अपमान करूनही, पक्ष सोडायचा नाही या निश्चयावर कसे अटळ राहिलो याच्या आठवणी त्यांच्या नजरेसमोर तरळू लागल्या.

त्यानंतर त्यांना आठवले असेल ते खासदारकीची पंधरा वर्षे आणि विक्रमी मतांनी जिंकलेल्या निवडणुका. लोकसभेच्या पहिल्याच निवडणुकीत जनसंघाचे उत्तमराव पाटील यांच्यासारख्या मातब्बर उमेदवाराला विक्रमी मतांनी पाडून मिळवलेला विजय. त्या विजयामुळे पं. जवाहरलाल नेहरूंच्या मताधिक्याशी झालेली तुलना. त्यानंतर अर्थातच पुढच्या दोन लोकसभा निवडणुकीत सहज मिळवलेले विजय. मुलांच्या शैक्षणिक आणि व्यावसायिक यशामुळे त्यांच्या मातब्बर घराण्यात जुळलेल्या सोयरिकी. धुळे जिल्ह्याच्या राजकारणात व सामाजिक जीवनात दूध संघ, जिल्हा बँक आणि धुळे पॉलिटेक्निक, तसेच श्री शिवाजी विद्या प्रसारक संस्थेचा वाढलेला पसारा या यशाने त्यांना कृतकृत्य झाल्यासारखे वाटत असेल. चारही मुलांचे उत्तम चाललेले संसार, आपापल्या व्यवसायात व क्षेत्रात कमावलेले नाव ही त्यांना अभिमान वाटणारी बाजू.

कधीकाळी धुळ्याच्या प्रताप मिलच्या मालकाने, जेलमधून सुटून आलेल्या या स्वातंत्र्यसैनिकाला पुन्हा आंदोलन किंवा सत्याग्रह करण्यापूर्वी आपली परवानगी घेण्याची अट घातली, तेव्हा आपण स्वाभिमानाने ती नोकरी नाकारली होती. मात्र पुढे चाळीस वर्षांनी आपला चिरंजीव रोहिदास यांनी धुळे तालुक्यातील शेतकऱ्यांसाठी जवाहर सहकारी सूतगिरणी उभारून शेतकऱ्यांच्या कापसाला भाव आणि शेकडो तरुणांना प्रत्यक्ष आणि अप्रत्यक्ष रोजगार मिळवून दिला, ही नियतीची करामत त्यांना सुखावून गेली. या सूतगिरणीला राष्ट्रीय पातळीवरचे आदर्श गिरणीचे पुरस्कार मिळाले, याचा त्यांना अभिमान वाटत असणार. राजकारण व सहकार यांबरोबरच शिक्षण, वैद्यकीय शिक्षण व आरोग्यसेवा, उच्च शिक्षण या क्षेत्रात दाजींच्या जवाहर समूहाने केलेली प्रगती म्हणजे पन्नास वर्षांपूर्वी आपण रोवलेल्या समाजसेवा कार्याच्या बीजातून बहरलेला वृक्षच होय, ही भावनाही त्यांना सुखावत असणार. धुळे जिल्ह्याचे नेतृत्व करीत असताना बड्याबड्यांना आव्हाने देत कामगारशक्ती आणि विविध अल्पसंख्य जातीतील सहकारी यांचीही त्यांना प्रकर्षानं आठवण आलेली असणार.

लोकसभेच्या पहिल्या निवडणुकीत जनसंघाच्या उमेदवाराने, आपण वकील आहोत, तर काँग्रेसचे चुडामण पाटील अडाणी आहेत, असा जो प्रचार सुरू केला होता, त्याला उत्तर देण्यासाठी सहजच 'मी वकील नसेन पण वकिलाचा बाप आहे', असे उत्तर देऊन निवडणुकीचे पारडे फिरवले होते. आणखीन दैवयोग असा, की वकिलांचाच बाप नव्हे, तर खान्देशातील पहिल्या एफआरसीएस

असलेल्या डॉक्टरचा बाप, आयएएस अधिकाऱ्याचा म्हणजेच कलेक्टरचा बाप आणि शेवटी मंत्र्याचा बाप म्हणजे मिनिस्टरचा बाप असेही बिरुद आपल्याला मिळाले या जाणिवेने ते खूष झाले असणार. शिवाय स्वातंत्र्य मिळाल्यापासून पुढची बावीस वर्षे जिल्हा काँग्रेस कमिटीचे अध्यक्ष असताना धुळे जिल्ह्यातील सर्वच काँग्रेस कार्यकर्त्यांवर आपण मुलांसारखे प्रेम केले आणि त्यांच्याही पालकाची भूमिका पार पाडली. आयुष्याच्या सत्याहत्तर वर्षांपैकी जवळपास साठ वर्षे समाजसेवेत घालवून आपण कृतार्थ जीवन जगलो, हीच भावना त्यांच्या मनात अखेरच्या दिवसांत होती. महाभारतात कुरुक्षेत्रावर इच्छामरणाचे वरदान लाभलेले भीष्माचार्य जसे शेवटी आपल्या वंशजांच्या सहवासात मृत्यूला सामोरे गेले, तशी तयारी चुडामणअण्णांनीही मुंबईहून निघताना केली होती. फरक एवढाच की भीष्माचार्य बाणांच्या शय्येवर होते आणि नुकतेच त्यांनी आपल्या नातवंडांचे आपापसांतील युद्ध पाहिले होते. अण्णा मात्र आपल्या सर्व कुटुंबाचा, सर्व मुला-नातवंडांचा एकोपा आणि सर्वांच्या जीवनात एकत्रितपणे झालेला उत्कर्ष पाहून कमालीचे समाधानी होते. हे जग सोडताना एक कृतार्थता व कर्तव्यपूर्तीचा आनंद ते आपल्यासोबत नेत होते.

अशा वातावरणात परमेश्वराने १२ जून १९९० रोजी या महान आत्म्याला आपल्यात विलीन करून घेतले. एक जीवनज्योत विझली, एक धगधगते यज्ञकुंड शांत झाले, धुळे जिल्ह्यातील व इतर ठिकाणच्याही लाखो कार्यकर्त्यांना पोरके झाल्यासारखे वाटले. जिल्ह्यावर दुःखाची छाया पसरली.

## महानिर्वाण आणि महायात्रा

मुंबईच्या इस्पितळातून हट्टाने अखेरचे दिवस आपल्या गावच्या मातीत घालवण्यासाठी मोहाडीत आलेले चुडामणअण्णा सर्वांशी निरोपाचे शब्द बोलून अखेरच्या प्रवासास निघाले. त्यांना शेवटचा काही काळ कृत्रिम श्वासोच्छ्वासवर ठेवण्यात आले होते. काही वेळाने त्यांचा श्वास कायमचा थांबला. एक झुंजार व्यक्तिमत्त्व काळाच्या पडद्याआड गेले. तो दिवस होता १२ जून १९९०. अंत्यसमयी त्यांच्या जवळ सर्व कुटुंबीय होते. त्यांच्या दुःखद निधनाची वार्ता धुळे शहरात, जिल्ह्यात आणि महाराष्ट्रात पोहोचताच त्यांच्या अंत्यदर्शनासाठी लोक धुळ्याकडे निघाले. आपल्या ७७ वर्षांच्या आयुष्यातील बालपणाचे दिवस वगळता जाणते झाल्यापासून चुडामणअण्णांनी आपल्या आयुष्याचा प्रत्येक दिवस आणि त्या

दिवसातील थोडासा झोपेचा वेळ वगळता प्रत्येक क्षण केवळ जनसेवेसाठी अर्पण केला होता. चुडामणअण्णांकडे मदत मागितली आणि ती मिळाली नाही, असे सांगणारा माणूस सापडला नसता. त्यामुळे त्यांचे अंत्यदर्शन घेण्यासाठी जनसागर लोटणार, हे स्पष्ट होते. या लोकांना त्यांच्या प्रिय नेत्याचे आणि उपकारकर्त्यांचे दर्शन घेता यावे म्हणून १३ जून रोजी त्यांचा पार्थिव देह त्यांनीच धुळे शहरासाठी उभारलेल्या हिरे भवनात ठेवण्याचे ठरले. त्यानंतर शहराच्या प्रमुख मार्गावरून अंत्ययात्रा काढून सायंकाळी श्री शिवाजी विद्या प्रसारक संस्थेच्या मैदानावर अंत्यसंस्कार करण्याचे ठरले.

हिरे भवनात हजारो लोकांनी त्यांचे अंत्यदर्शन घेतले. सामान्य जनता, कामगार, शेतकरी, काँग्रेस तसेच इतर पक्षांचे कार्यकर्ते, शासकीय अधिकारी, जिल्हा परिषद सदस्य, आमदार, खासदार, मंत्री या सर्वांनी त्यांचे अंत्यदर्शन घेऊन श्रद्धांजली वाहिली.

अण्णांचे चारही सुपुत्र श्री. भास्करदादा, श्री. डॉ. भाईदासअण्णा, श्री. रोहिदासदाजी व श्री. डॉ. विश्वासनाना यांच्यासोबत अण्णांची नातवंडे, इतर कुटुंबीय, आप्तेष्ट, अण्णांचे पक्षातील आणि विधिमंडळ व संस्थेतील सहकारी उपस्थित होते. हिरे भवन मंगल कार्यालयातून फुलांनी सजवलेल्या एका ट्रॅक्टरवर चुडामणअण्णांचे पार्थिव ठेवण्यात आले. 'कर्मवीर अण्णासाहेब ऊर्फ चुडामण पाटील चिरायु होवोत' असे शब्द ट्रॅक्टरवर लिहिण्यात आले होते. त्यांची महायात्रा जुन्या आग्रा रोडवरील प्रभाकर टॉकीजपासून पुढे निघाली. ती पाच कंदीलपर्यंत आली. नंतर तेथून मामलेदार कचेरी मार्गे काँग्रेस भवनापाशी येऊन थांबली. काँग्रेस भवन हेही जिल्ह्यातील कार्यकर्त्यांसाठी चुडामणअण्णांनीच उभारलेले आहे. सुमारे तीन दशके याच इमारतीतून अण्णांनी आपले सार्वजनिक जीवन जनतेच्या सेवेत अर्पण केले होते. या काँग्रेस भवनाशी त्यांचे अतूट नाते होते. काँग्रेस भवन येथे त्यांचे पार्थिव सुमारे अर्धा तास ठेवण्यात आले. येथेही अनेकांनी त्यांना पुष्पहार अर्पण करून श्रद्धांजली वाहिली. त्यानंतर समोरच्या जमनालाल बजाज मार्गावरून पुन्हा ही अंत्ययात्रा जुन्या आग्रा रोडवर आली. आणि तेथून पांजरेचा पूल ओलांडून देवपूरमधील श्री शिवाजी विद्या प्रसारक संस्थेच्या महाविद्यालयीन संकुलातील मैदानावर अंत्यसंस्कारसाठी पुढे चालू लागली. वाटेत हजारो लोकांनी रस्त्याच्या दुतर्फा उभे राहून, तसेच अंत्ययात्रेत सहभागी होऊन आपला शोक व्यक्त केला. धुळे शहराच्या एका टोकापासून निघालेली ही महायात्रा शहराच्या दुसऱ्या टोकाला

पोहोचेपर्यंत सायंकाळ होत आली होती. आकाशात पश्चिम दिशेला एक सूर्य मावळण्याच्या बेतात असताना श्री शिवाजी विद्या प्रसारक संस्थेच्या मैदानावर दुसरा एक सूर्य मावळत होता. मैदानावर फुलांनी सजवलेल्या एका चबुतऱ्यावर चिता रचण्यात आली होती. त्या चितेवर अण्णासाहेबांचे पार्थिव ठेवण्यात आले, तेव्हा हजारो उपस्थितांच्या डोळ्यांतून अश्रूंचा पूर वाहिला. अण्णासाहेबांचे नातू आणि श्री. भास्करदादांचे चिरंजीव शिवाजी यांनी चितेस अग्नी दिला.

त्या प्रसंगी हजारो मुखांतून 'चुडामणअण्णा अमर रहे' अशा घोषणा देण्यात आल्या. या दुःखद प्रसंगी पोलिस बँड पथकाने 'ऐ मेरे वतन के लोगों' ही धून वाजवून अनंतात विलीन होणाऱ्या धुळे जिल्ह्याच्या या अद्वितीय नेत्याला अखेरची मानवंदना दिली. अंत्यविधीसमयी महाराष्ट्राच्या कानाकोपऱ्यांतून आलेले त्यांचे चाहते व सहकारी उपस्थित होते. अंत्यसंस्कारानंतर त्याच मैदानावर शोकसभा आयोजित करण्यात आली. अनेकांनी भावपूर्ण शब्दांत आपल्या प्रिय नेत्याला श्रद्धांजली वाहिली. कवी नागेशअप्पा मोगलाईकर यांनी सर्वधर्मीय प्रार्थना म्हटली. जिल्ह्याचे पालकमंत्री ना. सुरूपसिंह नाईक म्हणाले, की महाराष्ट्रातील एका महान निष्ठावंत नेत्याला काँग्रेस मुकली आहे. त्यांना शेवटचा निरोप देताना त्यांचे कार्य पुढे सुरू ठेवणे, हीच त्यांना खरी श्रद्धांजली ठरेल. जिल्हा काँग्रेसचे अध्यक्ष श्री. रामरावदादा पाटील म्हणाले, 'की चुडामणअण्णा अनंतात विलीन झाले असले, तरी ते जिल्ह्यातील प्रत्येक माणसाच्या मनात घर करून आहेत, अशी मला खात्री आहे. अतिशय प्रतिकूल परिस्थितीत काँग्रेसचा गाडा हाकणारे व जातिवादाला विरोध करणारे ते या जिल्ह्याचे प्रथम नेते होते. जातिवाद समूळ नष्ट करणे, हीच त्यांना खरी श्रद्धांजली ठरेल.'

महाराष्ट्राचे माजी मंत्री व दिवंगत अण्णासाहेबांचे व्याही (डॉ. विश्वासनाना यांचे सासरे) श्री. बी. जे. खताळ पाटील म्हणाले, 'की अण्णासाहेब देहाने गेले असले, तरी त्यांचा आत्मा येथेच आहे.'

माजी मंत्री श्यामराव कदम म्हणाले, 'की महाराष्ट्रात इतका दीर्घकाळ समाजकारण व राजकारण करणारे चुडामणअण्णा हे एकमेव नेते असावेत. ते यापुढेही कीर्तिरूपाने आपल्यात राहतील.'

या सभेत धुळे जिल्ह्यातील अनेक नेते बोलले. माजी आमदार व माजी मंत्री कमलाबाई अजमेरा, माजी मंत्री भाऊसाहेब ना. स. पाटील, आ. द. वा. पाटील, अमरीशभाई पटेल, तारासिंह भंडारी, संभाजीनाना पाटील, ॲड. झेड. बी. पाटील,

चोपड्याचे डॉ. सुरेश पाटील व किशोरअप्पा पाटील, एम. जी. धीवरे, मधुभाऊ सिसोदे, जळगावचे के. डी. पाटील, धुळ्याचे तत्कालीन जिल्हाधिकारी अरविंद रेड्डी, माजी जिल्हाधिकारी शिवाजीराव पाटील, पत्रकार हेमंत मदाने, फकीराअप्पा देवरे यांचीही श्रद्धांजलीपर भाषणे झाली. अशी भव्य अंत्ययात्रा धुळ्याच्या इतिहासात प्रथमच निघाली होती.

चुडामणअण्णांच्या निधनानंतर मुख्यमंत्री ना. शरद पवार यांनी व मंत्रिमंडळातील बहुतेक सर्व मंत्र्यांनी शोकसंदेश पाठवले होते. चुडामणअण्णा पाटील यांच्या निधनामुळे आपण एका ज्येष्ठ स्वातंत्र्यसैनिकास आणि सेवाभावी काँग्रेस नेत्यास मुकलो आहोत, असे मुख्यमंत्र्यांनी पाठवलेल्या शोकसंदेशात म्हटले होते.

धुळ्याच्या आग्रा रोडवरून गेल्या साठ-सत्तर वर्षांत इतकी लांब अंत्ययात्रा कोणाचीच निघाली नव्हती. धुळे जिल्ह्याच्या खेड्यापाड्यांतून हजारो लोक धुळ्यात दाखल झाले होते. ही अंत्ययात्रा कोणाची आहे हे सांगण्याची गरज पडत नव्हती. गेले काही दिवस चुडामणअण्णांच्या तब्येतीत झपाट्याने बिघाड होत असून, अखेरचा श्वास घेण्यासाठी ते आपल्या गावी आले व तेथे त्यांनी सर्वांचा निरोप घेतला. डोळे मिटण्यापूर्वी आपली माणसे, आपला परिसर, आपली कर्मभूमी यांचे दर्शन घेतले. सर्वांचा मनःपूर्वक निरोप घेतला आणि सर्वांना अखेरचा रामराम केला. त्यांच्या दुःखद निधनाचे वृत्त जिल्हाभर पसरले होते, त्यामुळे अंत्यदर्शनासाठी घरी, हिरे भवनात आणि काँग्रेस भवनात, तसेच आग्रा रोडच्या दुतर्फा जनसागर जमा झाला होता. हाच जनसागर श्री शिवाजी विद्या प्रसारक संस्थेच्या मैदानावर आपल्या लाडक्या नेत्याला अखेरचा निरोप देण्यासाठी मूकपणे चालत आला.

चुडामणअण्णांचे पार्थिव अग्नीच्या साक्षीने पंचत्वात विलीन होताना या जनसागराचे मौन सुटले आणि 'चुडामणअण्णा अमर रहे' अशा घोषणा हजारो लोकांच्या मुखातून उमटल्या.

आजही दरवर्षी १२ जूनला चुडामणअण्णांचे चाहते व अनुयायी त्या समाधीस्थळापाशी जमून आपल्या थोर नेत्याला आदरांजली वाहतात. नवमहाराष्ट्राचे भाग्यविधाते स्वर्गीय यशवंतराव चव्हाणसाहेब आणि चुडामणअण्णा यांची जन्मशताब्दी एकाच वर्षात आली. त्या शताब्दीनिमित्त चुडामणअण्णांचे सक्रिय राजकारण व लोकप्रतिनिधित्व यांचा थेट अनुभव घेण्याची संधी ज्या पिढीला मिळाली नाही, त्या युवा पिढीसाठी अण्णांचे जीवनकार्य समजावून सांगणारे

हे चरित्र मुद्दाम प्रसिद्ध केले जात आहे. आज तालुका आणि गावपातळीवर गटातटांची आणि पक्षांची गर्दी झालेली असताना, धुळे जिल्हा अवघ्या तीस-पत्तीस वर्षांपूर्वी एका लोकनेत्याच्या शब्दावर चालत असे. आणि हा नेता कोणी मंत्री वगैरे नव्हता, तर आपला संपूर्ण दिवस लोकांच्या सेवेसाठी आणि त्यांची लहान-मोठी कामे करून देण्यासाठी तन-मन-धनाने झटणारा एक सच्चा जनसेवक होता. विधान मंडळ आणि लोकसभा यांचे सदस्यत्व आणि तेही निवडणुकीतील प्रचंड जनाधाराच्या जोरावर मिळवलेले, एवढे सोडता या नेत्याने कोणत्याही सरकारी पदाची अभिलाषा बाळगली नाही.

चुडामणअण्णांच्या अखेरच्या दिवसांबद्दल त्यांचे ज्येष्ठ चिरंजीव डॉ. भाईदास अण्णा पाटील (एफ.आर.सी.एस.) म्हणाले, ‘एक अतिशय समाधानी आणि तृप्त आयुष्य आमचे वडील जगले. ही डाईड ए व्हेरी हॅपी ॲन्ड कंटेन्ड मॅन. ज्याप्रमाणे आयुष्यभर त्यांनी कोणत्याही पदाची अभिलाषा बाळगली नाही, त्याचप्रमाणे या जगाचा निरोप घेण्याचा क्षण आला आहे याची जाणीव होताच त्यांनी आयुष्य लांबवणारे कृत्रिम उपाय घेण्याचे नाकारले. मुंबईच्या अद्ययावत इस्पितळात नाका-तोंडाला नळ्या लावून कृत्रिम उपायांनी कसेबसे नावाला जिवंत राहण्यापेक्षा आपल्या मातीत, आपल्या माणसांच्या सहवासात आणि आपल्या गावच्या खुल्या हवेत परमेश्वराच्या भेटीचा मुहूर्त गाठणारा पुण्यात्मा ठरलेले आमचे वडील हे साधे आयुष्य जगले. लोकांवार त्यांचे प्रेम आणि त्यांच्यावरचे लोकांचे प्रेम ही त्यांची खरी कमाई. व्यक्तिगत संपत्ती आणि सत्तास्थाने यांत त्यांना रस नव्हता. एवढेच काय, पण त्या काळी सहकारी साखर कारखाने किंवा इतर सहकारी उद्योग काढून ते चालवण्याइतकी प्रगल्भता आणि कौशल्य कार्यकर्त्यांमध्ये नसल्याने आपल्या कारकीर्दीत ते अशा संस्था स्थापण्यास अनुकूल नव्हते, मात्र त्यांच्या निवृत्तीच्या काळात दुसऱ्या पिढीने जेव्हा असे उपक्रम हाती घेतले, तेव्हा त्यांना कमालीचा आनंद होत असे. या संस्था चालवताना कार्यकर्त्यांचे व संचालकांचे आचरण नैतिकतेच्या कसोटीवर पूर्णपणे उतरले पाहिजे, असा त्यांचा आग्रह असायचा.

जवाहर सहकारी सूतगिरणी हा धुळे तालुक्यातील शेतकऱ्यांच्या मालकीचा प्रकल्प उभा राहिला. त्याचे भूमिपूजन, उभारणी, कार्यान्वयन आणि त्या प्रकल्पाला मिळालेले पुरस्कार या प्रसंगी ते अतिशय आनंदून जात. आज त्यांच्या नावाने त्यांच्या स्मरणार्थ अण्णासाहेब चुडामण पाटील वैद्यकीय महाविद्यालये आणि अभियांत्रिकी महाविद्यालये मुंबई, नाशिक व धुळे जिल्ह्यात कार्यरत आहेत. जवाहर

शिक्षण संस्था आणि श्री शिवाजी विद्या प्रसारक संस्था या त्यांचा आशीर्वाद आणि कर्तृत्वाचा स्पर्श लाभलेल्या दोन्ही संस्था बालवाडीपासून पीएच.डी.पर्यंत विविध प्रकारचे व्यावसायिक शिक्षण आणि उच्च शिक्षण देण्याचे पवित्र कार्य करीत आहेत. जवाहर मेडिकल फौंडेशनच्या इस्पितळामध्ये वैद्यकीय आणि दंतवैद्यकीय शिक्षणाचे विद्यार्थी ज्ञान मिळवत आहेत. धुळे जिल्ह्यातील व जवळपासच्या परिसरातील हजारो नागरिक जवाहर फौंडेशनच्या इस्पितळातील आरोग्यसुविधांचा लाभ घेत आहेत. या सर्व उपक्रमांना आमच्या वडिलांचा आशीर्वाद लाभला आहे.

माझे लहान बंधू डॉ. विश्वासनाना (एम.आर.सी.पी., इंग्लंड) हे मधेच आमची साथ सोडून निघून गेले. ही दुःखद घटना वगळता आजही आम्ही समाधानाने सर्व क्षेत्रांत आमच्या वडिलांचा समाजसेवेचा वारसा निष्ठेने चालवत आहोत आणि समाजसेवेबद्दलची ही निष्ठा आमच्या नंतरच्या पिढीतही त्याच प्रकारे उतरली आहे. हे पाहत असताना स्वर्गवासी चुडामणअण्णांच्या म्हणजे आमच्या तात्यांच्या आत्म्याला नक्कीच समाधान वाटत असेल, याची मला खात्री आहे.' डॉ. भाईदास पाटील हे बोलत होते, तेव्हा ते धुळे जिल्ह्यातील चुडामणअण्णांच्या सर्वच चाहत्यांच्या मनातील भावना बोलून दाखवत आहेत, असे वाटल्यावाचून राहिले नाही. सतत समाजसेवा आणि मदत मागायला आलेल्यांसाठी कायम धावून जाणे, हा चुडामणअण्णांचा समाजसेवेचा मंत्र त्यांची दुसरी आणि तिसरी पिढी आज आचरत आहे. आणि याची साक्ष जवाहर ग्रुप आणि संलग्न संस्थांच्या विविध उपक्रमांतून आजही मिळते.

❖❖❖

# चुडामणअण्णा आणि युवक कार्यकर्ते

१९७७च्या लोकसभा निवडणुकीत चुडामणअण्णा यांना काँग्रेस पक्षातर्फे उमेदवारी देण्यात आली नाही. वास्तविक त्यांची त्या निवडणुकीत निवडून येण्याची पुरेपूर क्षमता होती, पण काही कारणास्तव पक्षाच्या निर्णयामुळे त्यांना निवडणुकीच्या राजकारणातून निवृत्ती घ्यावी लागली. आणीबाणी संपल्यानंतरच्या काळातील राजकीय वातावरणात पक्षांतराला मोठा ऊत आलेला होता. कोणीही उठावे आणि इंदिरा गांधींच्या विरोधात बोलावे आणि मते मागावीत, असा प्रकार सुरू होता. मात्र चुडामणअण्णांच्या मनात चुकूनही बंडखोरीचा विचार आला नाही, असे त्यांनी या काळातील आठवणी सांगताना अनेकदा नमूद केले आहे.

१९७७ नंतर लोकांचा काँग्रेसकडे बघण्याचा दृष्टिकोन काही काळ बदलला असला, तरीही धुळे जिल्ह्यातील काँग्रेसचे तारू इतर नेत्यांनी यशाच्या किनाऱ्यावर नेऊन पोहोचवले होते. याच पार्श्वभूमीवर पक्षात पुन्हा युवकांचा प्रवेश घडवून आणणे आवश्यक होते. श्री. रोहिदास पाटील हे युवक काँग्रेसच्या माध्यमातून पुढे आले होते. ते महाराष्ट्र राज्य युवक काँग्रेसचे सरचिटणीसही होते. नंतर अर्थातच जिल्हा काँग्रेस समितीतही सक्रिय होऊन तेथे उपाध्यक्ष झाले. त्यांच्यासोबत असणाऱ्या गावोगावच्या युवकांचे संघटनात्मक प्रशिक्षण, तसेच समाजकार्य कसे करावे, याचे धडे चुडामणअण्णांनी त्या युवकांना देण्यास सुरुवात केली. या संबंधातील आठवणी धुळे जिल्ह्यातील सध्याचे ज्येष्ठ काँग्रेस नेते मधुकर जगन्नाथ गर्दे ऊर्फ भाऊसाहेब यांनी या चरित्राच्या निमित्ताने सांगितल्या. तसेच काही काळ युवक काँग्रेसचे अध्यक्ष असलेले मुकुंद कोळवले यांनीही युवकांना अण्णा कसे शिकवत, याची माहिती दिली.

चुडामणअण्णा हे लोकांची मने कशी जिंकावीत आणि राजकीय पाठिंबा व मतदानाचे अंदाज कसे करावेत, याची प्रात्यक्षिकेही विविध कामांच्या रूपाने दाखवत, असे श्री. मधुकर गर्दे म्हणाले. ते १९७७च्या सुमारास वडिलांच्या निधनानंतर धुळे जिल्हा युवक काँग्रेसच्या कार्यात उतरले. तेव्हा धुळे जिल्हा परिषदेत सदस्य व जिल्हा काँग्रेसचे उपाध्यक्ष असलेले रोहिदासदाजी आगामी विधानसभा निवडणूक लढवण्याच्या तयारीला लागले होते.

धुळे तालुका व जिल्हा हा विविध जाती-जमातींचे मिश्रण असलेला आहे. या सर्व समाजातील संघटनकौशल्य असणाऱ्या व काँग्रेसच्या तत्त्वज्ञानावर आणि विचारांवर निष्ठा असणाऱ्यांना चुडामणअण्णा आपल्या पंखाखाली घेत असत व संघटनकार्याचे आणि समाजसेवेचे धडे देत असत. ग्रामपंचायती, तालुका पंचायती, तालुका स्तरावरील सहकारी संस्था व सोसायट्या यांच्या निवडणुकांसारख्या बारीक तपशिलाकडे अण्णा लक्ष पुरवीत असत. धुळे जिल्ह्यातील पुढे आमदार झालेले अनेक नेते त्यांच्या मार्गदर्शनाखाली प्रथम आपापल्या गावी ग्रामपंचायतींचे सरपंच झाले. याचे एक उदाहरण म्हणजे धुळ्याजवळच्या नगाव या गावचे प्रथम तरुण सरपंच झालेले दत्तात्रय वामन पाटील उर्फ दत्तूअण्णा हे पुढे अण्णांच्या शब्दामुळे तालुका पंचायत समितीचे सभापतीही झाले. पण जिल्हा परिषद अध्यक्षपदाच्या वेळी मतभेद झाले. नंतर ते पक्षाविरुद्ध बंडखोरी करून अपक्ष आमदार झाले व नंतर पक्षात परत आले. जिल्हा परिषद किंवा इतर जिल्हास्तरीय संस्थांतील वादावर चुडामणअण्णा कसे तोडगे काढत, याची उदाहरणे इतर प्रकरणांत आली आहेत.

जिल्ह्यातील लोकांच्या जिव्हाळ्याचे प्रश्न लोकप्रतिनिधीने किंवा काँग्रेस कार्यकर्त्याने त्यांच्या प्रश्नांची निकड ओळखून कागदी घोडे न नाचवता व तोंडी आश्वासने न फेकता संबंधित कार्यालयाशी संपर्क साधून, प्रसंगी प्रत्यक्ष जाऊन येणारा माणूस तुमच्याशी व तुमच्या पक्षाशी कायमचा जोडला जातो, असे चुडामणअण्णा नव्या युवक कार्यकर्त्यांना सांगत. तहसील कार्यालय, कलेक्टर ऑफिस, पोलिस स्टेशन, जिल्हा परिषद व पंचायत समित्या, त्यातही शिक्षण व शेतकी खाते, सहकारी आणि खासगी इस्पितळे व डॉक्टर्स, जंगल खाते यांसारख्या कार्यालयातच सामान्य माणसांची कामे असतात. पूर्वी लोकप्रतिनिधी किंवा पक्ष कार्यकर्त्यांच्या शब्दावर कामे होत असत. अशा कामांसाठी चुडामणअण्णा आयुष्यभर उपलब्ध होते. दिवसातील झोपेचे सहा तास सोडता हा नेता अठरा तास व सातही दिवस लोकांच्या कामांसाठी उपलब्ध असे. शिवाय त्या काळी सरकारी

कार्यालयांत लोकांची कामेही फार नसत. सध्याच्या काळात वाढलेला भ्रष्टाचार आणि सरकारी कार्यालयातील कामांसाठी कर्मचारी व दलाल यांची साखळी त्या काळात नसायची.

कामाचे स्वरूप समजल्यावर ते संबंधित अधिकाऱ्यास वा कर्मचाऱ्यास फोन करून ते काम करण्याची विनंती करीत. काही अडचण असेल, तर त्या कर्मचाऱ्याकडे समक्ष जाऊन ती समजून घेत व प्रश्न कसा सोडवता येईल, ते विचारत आणि जरूर तेव्हा वरिष्ठांशी बोलून प्रश्न सोडवून घेत. त्यांना गावातल्या गावात प्रवासासाठी जे उपलब्ध वाहन असेल ते चालत असे. सायकल, एखाद्या कार्यकर्त्याची मोटारसायकल किंवा रिक्षा यांचाही वापर ते करीत. आपण आमदार-खासदार वगैरे असलो, तरी अजूनही इतर सामान्य माणसांप्रमाणेच आहोत तसेच त्यांच्यातील आणि त्यांच्यासाठी आहोत हे अण्णा आपल्या वागण्यातून सतत दाखवून देत असत. मुख्य म्हणजे आपण आमदार-खासदार किंवा जनसेवक जे काही आहोत ते 'त्यांच्यामुळेच' आहोत याची जाणीव ठेवून आपण वागले आणि वावरले पाहिजे, असा संदेशसुद्धा अण्णा आपल्या अवतीभोवतीच्या होतकरू पक्ष कार्यकर्त्यांना देत असत. नुसते भाषणातून नव्हे, तर आपल्या नित्याच्या चालण्या-बोलण्यातून ते उदाहरणे घालून देत, असे श्री. गर्दे भाऊसाहेब यांनी सांगितले. एरवी काहीसे तापट व आक्रमक राजकारणी नेते अशी अण्णांची प्रतिमा होती. तरी कोणत्याच सरकारी कर्मचाऱ्यावर ते कधीच चिडले नाहीत. किंवा अधिकाराच्या तोऱ्यात अरेरावीने कधी त्यांच्याशी बोलले नाहीत. प्रचारसभेत विरोधकांवर टीकेचा भडिमार करणारे चुडामणअण्णा सर्व सरकारी कर्मचाऱ्यांना 'अहो साहेब' अशी हाक मारीत. त्यांच्याकडून काम न झाल्यास त्याच्या वरिष्ठाला भेटून काम करून घेत. मात्र कोणी सरकारी अधिकारी किंवा कर्मचारी कारण नसताना नाठाळपणे काम अडवून ठेवतो आहे, असे अण्णांना वाटले, तर मात्र ते वरिष्ठांना सांगून त्याची बदली करायला लावत. त्यामुळे इतर नाठाळ कर्मचाऱ्यांना आपोआप धडा मिळत असे. आपल्याला मदत व सहकार्य करणारे सरकारी अधिकारी व कर्मचारी यांच्या मदतीला अण्णा धावून जात.

धुळे पोस्टात १९४२च्या आंदोलन काळात बॉम्ब ठेवणारे व तो परत काढण्याच्या प्रयत्नात जखमी झालेले स्वातंत्र्यसैनिक व नंतरही पोस्टातच सेवेत राहिलेले श्री. लक्ष्मण द. शेळकर यांनी त्यांच्या आठवणीत अण्णांचा हा मोठेपणा नमूद केला आहे. शेळकरांची गैरसोयीच्या ठिकाणी झालेली बदली चुडामणअण्णांनी स्वतःहून लक्ष घालून धुळे येथे करून दिली होती. ही घटना १९६८ची. त्यानंतर

काही वर्षांनी पुन्हा शेळकर यांच्या मुलीचे आणि पुतण्याचे महाविद्यालय प्रवेशाचे काम चुडामणअण्णांनी स्वतः लक्ष घालून त्या कामासाठी संस्थेतर्फे रीतसर देणगी घेण्याची पद्धत असताना स्वातंत्र्यसैनिक म्हणून शेळकरांची कामे देणगीशिवाय करून दिली. याच आठवणीत भर घालताना शेळकरांनी सांगितले होते, की चुडामणअण्णा हे जिल्हा स्वातंत्र्यसैनिक गौरव समितीचे अध्यक्ष होते. तेव्हा त्यांनी अज्ञात स्वातंत्र्यसैनिकांना शोधून काढले आणि त्यांचा गौरव केला. शेळकरांसारखी अनेक उदाहरणे धुळे जिल्ह्यात सापडतात आणि त्यांच्या तोंडून चुडामणअण्णांची जनसेवा कशाप्रकारे चालायची याची माहिती मिळते. आजच्यासारखे केवळ चिठ्ठ्या देणे त्यांना मंजूर नव्हते. त्या काळी सरकारी कार्यालय आणि अधिकारी यांची संख्या मोजकी असायची, त्यामुळे अण्णांना सर्व कर्मचारी-अधिकारी ठाऊक असायचे.

मुंबईला सचिवालयात अण्णांना जिल्हा अध्यक्ष व आमदार असल्यापासून सर्वच मंत्री आणि सचिव ओळखत असत, त्यामुळे जिल्हास्तरावर एखादे सरकारी काम होत नसेल, तर मुंबईतून वरिष्ठ अधिकाऱ्यांकडून किंवा मंत्र्याकडून कसे करून घ्यायचे याची हातोटी चुडामणअण्णांना चांगलीच साधलेली होती. एकदा तर मंत्री श्री. बाळासाहेब देसाई आणि श्री. बी. जे. खताळ पाटील यांनी जी दोन कामे होणार नाहीत असे अण्णांना सांगितले होते, ती कामे त्यांनी मुख्यमंत्री यशवंतराव चव्हाणसाहेब यांच्याकडे जाऊन करून घेतली होती. एकदा धुळे शहरात दंगल झाली होती आणि जिल्ह्याचे कलेक्टर घरी नव्हते. चौकशीअंती ते शिकारीला गेले होते, असे चुडामणअण्णा यांना कळले. तातडीची परिस्थिती असूनही हे कलेक्टर लवकर परतले नाहीत म्हणून चुडामणअण्णांनी त्यांच्या कार्यालयात निरोप ठेवला व सांगितले, की दुसऱ्या दिवशी या कलेक्टरची बदली होईल. अण्णांना ओळखणाऱ्या लोकांना ते आपला शब्द खरा करून दाखवतील याची माहिती असल्याने त्यांनी कलेक्टरसाहेबांना ते आल्याबरोबर घडलेल्या प्रकाराची कल्पना दिली. ते कलेक्टरसाहेब अण्णांना फारसे ओळखत नसल्याने त्यांनी या गोष्टीकडे लक्ष दिले नाही व कलेक्टरची बदली इतक्या सहज होते काय, असे उद्गार काढले. प्रत्यक्षात मात्र सकाळी अकरा वाजता त्यांना मुंबईतून बदलीचा आदेश आला, तेव्हा त्यांचा चेहरा पाहण्यासारखा झाला होता. या घटनेमुळे चुडामणअण्णांचे मंत्रालयात किती वजन आहे, हे सिद्ध झाले. त्याचप्रमाणे जातीय दंगलीसारख्या स्फोटक व संवेदनशील घटनांकडे गांभीर्याने पाहिले पाहिजे, हा संदेश जिल्हा प्रशासनाला मिळाला. याच संदर्भात चुडामणअण्णा हे किती लोकाभिमुख आणि

लोकप्रिय होते, हे सांगताना ज्येष्ठ कार्यकर्ते व अण्णांच्या निकटवर्तीयापैकी एक असणारे मुकुंदराव कोळवले म्हणाले, की धुळ्यात जातीय दंगल पेटली आणि ती आटोक्यात येत नाही असे दिसले, तर ती थांबवण्यासाठी दंगलीच्या मध्यभागी जाऊन दंगलखोर जमावाला काबूत आणण्याचे वैयक्तिक नैतिक सामर्थ्य फक्त चुडामणअण्णा यांच्यात होते. अशा अनेक प्रसंगांत चुडामणअण्णा दंगलीच्या मध्यभागी जाऊन उभे राहिल्याचे व त्यांनी दंगल रोखल्याचे प्रसंग घडले आहेत. दुर्दैवाने अशा नैतिक ताकदीचा नेता नंतर निर्माण झाला नाही, त्यामुळे या शहरात वारंवार जातीय दंगली होऊन लवकर शांत होत नाहीत व लोक होरपळून निघतात, अशी प्रतिक्रिया काही कार्यकर्त्यांनी या निमित्ताने बोलताना दिली.

युवक कार्यकर्त्यांच्या अंगी असणारे संघटनकौशल्य आणि सेवाभाव यांना विधायक वळण देण्यासाठी चुडामणअण्णा यांनी धुळे जिल्ह्यात पडलेल्या सर्व दुष्काळाच्या वर्षांमध्ये युवक काँग्रेसच्या कार्यकर्त्यांना चारा गोळा करणे व तो गुरांच्या छावण्यात पोहोचवणे तसेच गरजू जनावर मालकांना चारा उपलब्ध होईल, याची व्यवस्था करण्यास सांगणे ही कामे करून घेतली. या कामासाठी जेथे जेथे चारा उपलब्ध होण्याची शक्यता आहे, अशा ठिकाणी अण्णा आम्हाला पाठवत असत आणि चारा कसा मिळवावा ते सांगत असत, अशी आठवण मुकुंद कोळवले यांनी सांगितली.

आपल्या विश्वासातील निष्ठावंत कार्यकर्त्यांना न्याय मिळवून देण्यासाठी चुडामणअण्णा मुंबई व दिल्लीपर्यंतही कसे सोबत येत असत, याची एक आठवण कोळवले यांनी सांगितली. एकदा धुळे शहरातील काँग्रेसमधील गटांच्या वादात एका आमदाराने कोळवले यांना युवक काँग्रेसच्या अध्यक्षपदावरून काढून टाकण्याची मागणी युवक काँग्रेसच्या तत्कालीन प्रदेश अध्यक्षांकडे केली. त्यांनी फारशी चौकशी न करता आमदारांच्या सांगण्याप्रमाणे कारवाई केली. यामुळे अण्णा संतप्त झाले व एका खासदाराकडून कोळवले यांना अध्यक्षपदावरून काढू नये, असे पत्र घेऊन कोळवले व युवक कार्यकर्त्यांसह अण्णा मुंबईला गेले. तेथे प्रदेश युवक काँग्रेस अध्यक्षांची कार्यकर्त्यांसह भेट घेतली, तेव्हा प्रदेश अध्यक्षांनी आमदारांची मागणी होती म्हणून काढले, असे उत्तर दिले. त्यावर खासदारांचे पत्र दाखवत 'आता खासदारांनी सांगितले म्हणून पुन्हा नेमा' असे सांगितले. त्यावर युवक काँग्रेस अध्यक्षांना आपली चूक लक्षात आली. या प्रसंगातून चुडामणअण्णा हे आपल्या कार्यकर्त्यांना न्याय मिळवून देण्याबाबत खासदार व जिल्हा अध्यक्ष नसतानाही कसे दक्ष होते, याची प्रचिती येते, असे कोळवले म्हणाले.

## गिरणी कामगारांच्या समस्या

श्री. चुडामणअण्णा हे आपल्या आयुष्यात सुरुवातीला दहा-बारा वर्षे गिरणी कामगार होते. त्या काळात गिरणी कामगारांचे नेतृत्व त्यांच्याकडे चालून आले. वैयक्तिक सत्याग्रहात झालेल्या तुरुंगवासानंतर त्यांनी गिरणीतील नोकरी सोडली, कारण मालकाने त्यांना स्वातंत्र्य आंदोलनात भाग घेण्यापूर्वी आपली परवानागी घ्यायला पाहिजे, अशी अट घातली होती. ती अट मान्य न केल्याने त्यांना नोकरी पुढे सुरू राहणार नाही, असे मालकाने सांगितले. स्वाभिमानी अण्णांनी नोकरीवर तत्काळ पाणी सोडले. नोकरी सोडली तरी गिरणी कामगारांच्या संघटनेशी आणि गिरणी कामगारांच्या कुटुंबीयांशी असलेले अण्णांचे संबंध अखेरपर्यंत कायम राहिले. व्यक्तिशः तसेच इंटकच्या माध्यमातून गिरणी कामगारांचे अनेक प्रश्न चुडामणअण्णांनी मुंबई व दिल्लीपर्यंत जाऊन सोडवले. या संदर्भातील आठवणी जाणून घेण्यासाठी या चरित्र लेखकाने धुळ्याच्या बंद असलेल्या प्रताप मिल परिसरात आणि कामगार वस्तीत कामगारांच्या व कुटुंबीयांच्या भेटीगाठी घेतल्या असता, चुडामणअण्णा हे आयुष्याच्या अखेरपर्यंत गिरणी कामगारांच्या हितासाठी झटत होते, असे अनेकांनी सांगितले.

अण्णांच्या नंतर त्यांचे चिरंजीव श्री. रोहिदासदाजी हेही तितक्याच आत्मीयतेने आमच्या प्रश्नात लक्ष घालून आमच्या अडीअडचणीला मदत करतात, असे अनेकजण म्हणाले. धुळे मिल कामगारांच्या नेत्यापैकी चुडामणअण्णांचे निकटवर्ती असलेले श्री. देवरामअण्णा पाटील आजळकर व माणिकतात्या काकडे हे आज सत्तरी ओलांडलेले व्याधिग्रस्त वृद्ध माजी गिरणी कामगार आहेत. अण्णांबरोबरच्या कामगार चळवळीतील आठवणी सांगताना ते म्हणाले, की आमची त्यांची ओळख झाली, तेव्हा ते गिरणी कामगार नव्हते आणि आमदार व खासदार म्हणून व्ही. आय. पी. होते. मंत्री व मुख्यमंत्र्यांकडे त्यांना सन्मानाने प्रवेश दिला जाई, परंतु अण्णांचे मन एवढे मोठे होते, की सोबत असणाऱ्या कोणत्याही माणसाला त्यांच्याप्रमाणेच व्ही.आय.पी. वागणूक मिळाली पाहिजे, असा आग्रह ते धरत. कधीकधी रेल्वे प्रवासात कार्यकर्ते, कामगार सेकंड क्लासमध्ये व अण्णा खासदार म्हणून फर्स्ट क्लासमध्ये अशी वेळ आली, तर अण्णा आमची सर्वांची चौकशी करण्यासाठी वारंवार सेकंड क्लासच्या डब्यात डोकावत असत. उतरताना त्यांच्या सामानाप्रमाणेच आमचेही सामान हमालाकरवी बाहेर नेण्याची सोय करीत. निवासाच्या जागी खासदार म्हणून त्यांना वेगळी बेडरूम आणि कार्यकर्ते बाहेर

हॉलमध्ये असे कधी घडले नाही. ते आम्हाला सतत स्वतः सोबतच ठेवत असत. हॉटेलात किंवा कोणाच्या घरी जेवायला जाण्याचा प्रसंग आला, तरी याच प्रकारे अण्णा आमची व्यवस्था करत. त्यामुळे सर्व कामगारांना शेवटपर्यंत अण्णा कितीही उच्च पदावर असले किंवा पदावर नसले, तरीही आपल्यातीलच एक वाटत असत.

गिरणी कामगारांच्या प्रश्नाला अण्णा अतिशय महत्त्व देत असत आणि त्यासाठी त्यांनी प्रसंगी कम्युनिस्ट नेत्यांशी आणि पक्षाशी सहकार्याचे धोरण ठेवले होते. मात्र असे करताना पक्षाची कामगार शाखा असलेल्या इंटक संघटनेचे सक्षमीकरण व्हावे, याकडे त्यांनी लक्ष पुरवले. धुळे जिल्हा काँग्रेस भवनमध्ये तळमजल्यावर इंटकला प्रशस्त कार्यालय दिलेले असून, आजही ते नियमित सुरू आहे. सक्रिय राजकारणातून निवृत्त झाल्यानंतरही इंटकच्या कामासाठी चुडामणअण्णा सदैव वेळ देत असत आणि त्यासाठी लागेल तेवढा प्रवासही करीत असत आणि काँग्रेसमधील ज्येष्ठ नेते आणि मंत्री यांच्याकडून इंटकला न्याय मिळवून देत असत, अशी माहिती धुळे काँग्रेस भवनात इंटकचे कामकाज व कार्यालय सांभाळणारे श्री. मच्छिंद्र येरडावकर यांनी दिली. वेळोवेळी इंटकचे अंतर्गत वाद तसेच इतर संघटनांबरोबरचे संघर्ष यात अण्णांची कामगारांना कशी मदत झाली व कामगारांची देणी वेळोवेळी मिळत राहावीत यासाठी अण्णा कसे प्रयत्नशील होते, यावरही येरडावकर यांनी प्रकाश टाकला. राजकारणातून निवृत्त झाल्यानंतर तसेच गिरणीशी संबंध उरलेला नसतानाही कामगारांच्या हिताचा इतका सहृदयपणे विचार करणारा व तन-मन-धनाने कामगारांसाठी झटणारा नेता आपण दुसरा पाहिला नाही, या शब्दांत गिरणी कामगार वस्तीतील अनेक लोकांनी चुडामणअण्णांच्या कार्याचा गौरव केला.

## दुष्काळाशी सामना

१९७२च्या लोकसभेच्या काळात देशात भाववाढ आणि टंचाई यांनी उग्र स्वरूप धारण केले. त्यातच महाराष्ट्रात १९७२चा भीषण दुष्काळाची भर पडली. या काळात यशवंतराव चव्हाण हे देशाचे अर्थमंत्री होते. अभूतपूर्व अशा आर्थिक परिस्थितीला त्याना तोंड द्यावे लागले. महाराष्ट्र काँग्रेसमध्येही दुष्काळ आणि महागाईच्या प्रश्नावर चलबिचल होऊ लागलेली होती. राज्याराज्यांत नैसर्गिक आपत्तीवर मोठ्या प्रमाणावर खर्च करणे आवश्यक होऊन बसले होते. धुळे जिल्ह्यातही हा दुष्काळ अतिशय भीषण स्वरूपाचा होता. चुडामणअण्णा यांनी जिल्ह्यातील

इतर लोकप्रतिनिधी व काँग्रेस कार्यकर्ते यांच्या मदतीने जिल्ह्यातील दुष्काळग्रस्त जनतेला दिलासा देण्यावर लक्ष केंद्रित केले. मुख्यमंत्री वसंतराव नाईक यांनी सुरू केलेल्या विविध दुष्काळी योजनांचा लाभ जिल्ह्यातील खेड्यापाड्यांत मिळाला पाहिजे यावर त्यांनी भर दिला. १९५२-५३चा, तसेच १९६५-६६चा दुष्काळ चुडामणअण्णांनी लोकप्रतिनिधी म्हणून जवळून पाहिला होता. त्याच काळात त्यांच्या हातून पूरमेपाडा व सय्यदनगर या दोन मोठ्या धरणवजा बंधाऱ्यांची कामे मार्गी लागली होती.

१९७१-७२चा दुष्काळ हा अन्नधान्यटंचाई आणि महागाईग्रस्त अशा कालखंडाचा होता. खेड्यापाड्यांतील जवळपास सर्वच माणसे रोजगार हमीच्या कामावर जात होती. यात शेतमजुरांप्रमाणेच शेतकरीही होते. त्यांच्या स्वतःच्या रोजगाराचा प्रश्न आणि धान्याचा प्रश्न सरकारी योजनांमुळे सुटल्यासारखा दिसत असला, तरी शेतकऱ्यांच्या गुराढोरांच्या चारापाण्याचा प्रश्न तितकाच गंभीर होता. शासकीय पातळीवरच्या उपाययोजना सुरू असतानाच जिल्ह्याचे नेते म्हणून चुडामणअण्णांनी काँग्रेस कार्यकर्ते व काँग्रेसची युवकफळी यांना शेतकऱ्यांच्या गुराढोरांच्या चारापाण्याच्या प्रश्नात लक्ष घालण्यास सांगितले. युवक काँग्रेसतर्फे जमेल तेथून चारा गोळा करून तो ठिकठिकाणच्या गुरांच्या छावण्यांना पुरविण्यात येऊ लागला. गावोगावी पाझर तलाव आणि रस्ते यांची नियोजनबद्ध कामे करून घेण्यावर त्यांनी भर दिला. जिल्ह्यातील सर्व टंचाईग्रस्त भागात कोणती ना कोणती दुष्काळी कामे सुरू केली. दुष्काळी परिस्थिती व गंभीर पाणीटंचाईमुळे कॉलेज आणि विद्यापीठांच्या परीक्षा पुढे ढकलाव्या लागल्या. शासनाने दुष्काळग्रस्त भागातील विद्यार्थ्यांसाठी परीक्षा शुल्क माफीची योजना जाहीर केली. दुष्काळग्रस्त विद्यार्थ्यांना अशा प्रकारच्या शुल्क माफीचे लाभ मिळवून देण्याबरोबरच त्यांच्यावर पडणाऱ्या इतर खर्चाचा बोजा हलका करण्यासाठी अण्णांच्या मार्गदर्शनावरून श्री शिवाजी विद्या प्रसारक संस्थेच्या विविध शैक्षणिक संस्थांतून सवलतीच्या योजना राबवण्यात आल्या. सुशिक्षित युवकांना रोजगार हमीच्या अंतर्गत कामावर सामावून घेण्याच्या सूचना चुडामणअण्णांनी प्रशासनाला दिल्या. अशाप्रकारे १९७२-७३च्या गंभीर दुष्काळाचा सामना धुळे जिल्ह्यात यशस्वीरीत्या केला.

❖❖❖

# चुडामणअण्णांचे व्याही बी. जे. खताळ-पाटील यांची मुलाखत

चुडामणअण्णांच्या सहकारी नेत्यापैकी फारसे कोणी आता हयात नाहीत आणि जे कोणी आहेत त्यांची प्रकृती आणि स्मृती त्यांना तेव्हाच्या घटना आठवण्यास साथ देत नाही. याला अपवाद म्हणजे वयाच्या ९४व्या वर्षी ठणठणीत प्रकृती असलेले आणि उत्तम स्मृतीच्या मदतीने तेव्हाच्या आठवणी सांगू शकणारे दादासाहेब खताळ. ते आजही कसलाही आधार न घेता जिने चढू आणि उतरू शकतात. ते १९६२ ते १९८० असा दीर्घकाळ महाराष्ट्र शासनात राज्यमंत्री व कॅबिनेट मंत्री होते. चुडामणअण्णांचे सर्वांत धाकटे चिरंजीव डॉ. विश्वासनाना यांचा विवाह दादासाहेब खताळ यांच्या कन्या प्रमिलाताई यांच्याशी १९६८ साली झाला. तेव्हापासून त्यांचे आप्तसंबंध निर्माण झाले. आज अण्णांच्या शताब्दी वर्षात दुर्दैवाने डॉ. विश्वासनाना हयात नाहीत. मात्र प्रमिलाताई यांनी त्यांच्या पश्चात जवाहर शिक्षण संस्थेची धुरा सांभाळली आहे. त्यांचे दोन पुत्र डॉ. आशिष व उत्कर्षभैय्या हे अनुक्रमे वैद्यकीय आणि औद्योगिक क्षेत्रात आघाडीवर आहेत. तसेच श्री शिवाजी विद्या प्रसारक संस्था आणि जवाहर मेडिकल फौंडेशनशी संबंधित उपक्रमात सक्रिय आहेत.

संगमनेर येथील गजबजलेल्या रंगार गल्लीतील आपल्या जुन्या घराच्या वरच्या मजल्यावरील साध्या पण सुसज्ज अशा बैठकीत दादासाहेब खताळ यांच्याकडून या चरित्र लेखकास चुडामणअण्णांच्या आठवणी व तत्कालीन राजकीय परिस्थिती यांबाबत बरेच काही ऐकायला मिळाले.

चुडामणअण्णा यांचे व्यक्ती व नेते म्हणून कोणते वैशिष्ट्यपूर्ण गुण आपल्याला आठवतात, असे विचारले असता, दादसाहेब म्हणाले, “१९६२पर्यंत मी चुडामणअण्णा पाटील यांच्या संबंधी फक्त दुरून ऐकून होतो. त्या वेळच्या

लोकसभा निवडणुकीत पंतप्रधान पं. जवाहरलाल नेहरू यांच्यापेक्षाही अधिक मतांनी निवडून आलेला खासदार म्हणून त्यांची पक्षीय वर्तुळात चर्चा होत होती. त्यामुळे ही व्यक्ती कशी आहे, याची मला उत्सुकता होती. मग एक दिवस तेच माझ्याकडे आले, तेव्हा मी मंत्री होतो. ते मतदारसंघातील काही काम घेऊन आले होते. परंतु माझ्याकडून ते काम होण्यासारखे नव्हते. त्यामुळे आमच्यात काही शाब्दिक वादविवाद झाला. त्याला मी भांडण असे म्हणणार नाही, पण माझ्या नकारामुळे अण्णा नाराज होऊन मुख्यमंत्री माननीय यशवंतराव चव्हाणसाहेबांकडे गेले व आपली तक्रार त्यांच्याकडे मांडली. तेथे काय निर्णय झाला, हे आता महत्त्वाचे नाही. त्यामुळे चुडामणअण्णा हे माझ्यावर फारच नाराज असतील असे मला वाटत होते, पण वस्तुस्थिती तशी नव्हती. चुडामणअण्णा हे अशा गोष्टींचा मनात राग धरणारे गृहस्थ नव्हते. जे काही सांगायचे ते ताबडतोब, समोर आणि तोंडावर सांगायचे, ही त्यांची पद्धत होती. अगदी एखाद्या चुकीबद्दल दिलगिरी व्यक्त करण्यासही ते वेळ लावायचे नाहीत. त्यांचा आणि माझा आमदार सहकारी म्हणून महाराष्ट्र विधिमंडळात एकत्र काम करण्याचा प्रसंग आला नाही. कारण मी विधानसभेत आलो, तेव्हा ते लोकसभेवर निवडून गेले होते. मंत्री म्हणून कधीतरी संबंध येत असे, पण वर प्रारंभी सांगितलेल्या घटनेचा माझ्या मनावर एक प्रकारचा तणाव होता.

त्यातच १९६७ साली प्रदेश काँग्रेसने मला धुळे जिल्ह्याचा निरीक्षक म्हणून नेमले. त्यामुळे तसेच मंत्री म्हणून तिकडे वारंवार दौरे करावे लागत. त्या वेळी अण्णा खासदार आणि धुळे जिल्हा काँग्रेस समितीचे अध्यक्ष होते. त्यामुळे अनेक कार्यक्रमांतही आम्ही व्यासपीठावर एकत्र असायचो. माझे धुळ्यातील मित्र श्री. शिवाजीराव गिरधर पाटील आणि अण्णांचे संबंध फारसे मित्रत्वाचे नव्हते. तसेच शहरातील काही वकील मंडळींकडे मला आमंत्रण असे. ती मंडळीही राजकीयदृष्ट्या अण्णांच्या जवळची नव्हती. तरीपण त्यांनी मी धुळ्यात पोहोचताच माझी सौजन्य भेट घेण्याची प्रथा कायम ठेवली. या भेटीत ते घरी जेवणाचे आमंत्रण न विसरता देत असत. या काळातील एक आठवण सांगण्यासारखी आहे ती म्हणजे धुळे येथे जिल्हा परिषद निवडणुकीनंतर विजयाबद्दल श्री. बापूसाहेब ऊर्फ शिवाजी रायमल देवरे यांची भव्य मिरवणूक निघाली होती व नंतर काँग्रेस भवनात मोठा सत्काराचा कार्यक्रम झाला. याच वेळी धुळे येथील बार असोसिएशनने माझा सत्कार ठेवला होता. काँग्रेस भवनमधील कार्यक्रमात अण्णांनी माझा इतर कार्यकर्त्यांप्रमाणे रोहिदास पाटील यांच्याशी परिचय करून दिला. त्या वेळी आपल्या सर्व मुलांच्या

शिक्षणाची व करीअरची माहिती त्यांनी मला दिली. अण्णा स्वतः अल्पशिक्षित असूनही त्यांनी आपल्या सर्व मुलांना उत्तम शिक्षण दिले व उत्तम व्यावसायिक पार्श्वभूमी निर्माण करून दिली, हे मला त्यातून जाणवले. आपण स्वतः फारसे शिकलेलो नसलो, तरी आपले कुटुंब उच्चशिक्षित आहे, याचा अभिमान त्यांच्या बोलण्यातून जाणवत होता व तो रास्तही होता.

त्यानंतर एक दिवस अण्णा व काहीजण माझ्या बंगल्यावर येऊन गेले आणि माझी कन्या प्रमिलाताई (पमाताई) हिच्या हातात एक रुपया ठेवला. ही गोष्ट आम्ही विसरून गेलो, कारण त्यामागील अर्थ आम्ही वेगळ्या सामाजिक परंपरेतील असल्याने आमच्या तत्काळ लक्षात आला नाही. खान्देशी मराठ्यांमध्ये मुलगी पसंत असल्यास असा हातात रुपया देण्याची पद्धत असते व तिचा अर्थ आम्ही मुलीला मागणी घातली आहे असा होतो. पण नगरकडे आमच्यात तशी काही प्रथा नव्हती व ती काही मी मानत नाही, त्यामुळे काही उत्तर देण्याचा प्रश्न नव्हता. जे काही झाले ते प्रथेविषयीच्या अज्ञानामुळे. पण आमच्याकडून काही प्रतिसाद नाही हे पाहून अण्णा पुन्हा नाराज झाले व परिचितांकडे त्याबद्दल बोलले. मलाही त्यांनी एक खरमरीत पत्र लिहून या वर्तनाचा खुलासा विचारला. तसे ते फार स्पष्टवक्ते होते. मग चूक लक्षात आल्यानंतर मी त्यांना दिलगिरीचे पत्र लिहून माझी भूमिका स्पष्ट केली व एवढ्यात मुलीचे लग्न करायचे नाही, नंतर पाहू असे कळवले. परंतु अण्णा हे गृहस्थ अशा उत्तरांनी गप्प होणारे नव्हते. त्यांच्या मनात त्यांनी पमाताईला सून करून घेण्याचे पक्के ठरवले होते, त्यामुळे त्यांनी या विषयाचा पाठपुरावा करून माझी भूमिका बदलण्यासाठी माझे मतपरिवर्तन होईपर्यंत माझी पाठ सोडली नाही.

पुढे यथावकाश त्यांनी रीतसर मुलगी बघावयास यावे व मुलासही आणावे, असा निरोप आम्ही दिला. त्यानंतर पुढील कार्यक्रम झाले व डॉ. विश्वास आणि प्रमिला यांचा विवाह निश्चित झाला. अण्णांच्या वतीने त्यांचे एक निकटचे आप्त विवाहातील देण्या-घेण्याच्या याद्या करण्यासाठी आमच्याकडे आले. त्यांनी लिहिलेली यादी मला दाखवली, या गोष्टींवर माझा विश्वास नसल्याने मी ती यादी फाडून टाकली. अण्णांना ही घटना कळताच त्यांनी त्या आप्ताची कानउघाडणी केली व मला फोन करून आपल्या बाजूने चूक झाल्याचे सांगून दिलगिरी व्यक्त केली व नंतर येऊनही भेटले. यातील चांगली बाब अशी की केवळ मी रागावलो म्हणून देण्या-घेण्याचा व्यवहार रद्द झाला असे नव्हे, तर अण्णांना मुळातच लग्नातील

हुंडा अथवा अन्यप्रकारे देवघेव मान्य नव्हती. आपल्या मुलांची लग्ने त्यांनी हुंड्याशिवाय केली. एवढेच नव्हे, तर वेळप्रसंगी मुलाचा बाप असूनही स्वखर्चाने लग्न लावण्याची त्यांची तयारी असे. असा पुढारी आजच्या वातावरणात सापडेल का? या विवाहात माझे सहकारी मंत्री व्यंकटराव हिरे यांचीही महत्त्वाची भूमिका होती. व्यंकटरावांची बहीण पुष्पाताई यांचा विवाह अण्णांचे द्वितीय चिरंजीव डॉ. भाईदास यांच्याशी झालेला होता. तसेच व्यंकटरावांचे वडील भाऊसाहेब हिरे यांचा माझा चांगला परिचय होता. ते संगमनेरला अनेकदा घरी येत असत. या लग्नामुळे आम्ही आप्तपणात गुंफलो गेलो.

अण्णांचे कुटुंब खान्देशी शेतकऱ्याचे तर आम्ही अहमदनगरकडची देशमुख मंडळी. त्यातून माझे न्यायाधीशाच्या नोकरीनिमित्त निरनिराळ्या गावी राहणे आणि नंतर आमदार व मंत्री म्हणून मुंबईत राहणे, यांमुळे मुलीचे अनुभवविश्व सुरुवातीला सासरपेक्षा खूप वेगळे होते. तिला त्या घरात रुळण्यास काही वेळ लागला व अडचणी आल्या. तेव्हा प्रत्येक वेळी अण्णा माझ्याशी बोलायचे व कसा मार्ग काढायचा, हे विचारायचे. वास्तविक ते मुलीचे सासरे होते. आपल्या सामाजिक रूढीप्रमाणे त्यांचे स्थान वरचे होते. पण तरीही त्यांनी वेळोवेळी माझा सल्ला विचारण्यात संकोच आणि अपमान मानला नाही. हे त्यांचे माणूस म्हणून मोठेपण होते. हे मला मान्यच केले पाहिजे.

व्याही म्हणून संबंध निर्माण झाल्यानंतर मला त्यांच्या दिलदारपणाचे अनुभव येत गेले. धुळे येथील दौऱ्यात त्यांच्याशी न पटणाऱ्या लोकांकडे मी जात असे किंवा ते माझे कार्यक्रम ठेवत असत. अशा वेळी चुकूनही त्यांनी मला कधी तिकडे जाऊ नका, असे सुचवलेसुद्धा नाही. ते कार्यक्रम संपले की आमच्या भेटी होत असत. पक्षाचा मंत्री म्हणून व व्याही म्हणून आम्ही पुन्हा एकत्र असायचो.

सासरेपणाचा हक्क किंवा अधिकार त्यांनी कधी गाजवल्याचे मला आठवत नाही. उलट त्यांच्यापोटी मुलगी नसल्याने सर्व सुनांना ते मुली मानत व त्यांच्यावर मुलांपेक्षा जास्त प्रेम करीत. जेव्हा जेव्हा ते काही अडचणीच्या प्रसंगी मला बोलावून एखादी गोष्ट माझ्यामार्फत पमाताईला सांगण्याची विनंती करत असत, तेव्हा मी त्यांना विचारत असे, की 'तुम्ही स्वतःच हे तिला का सांगत नाही?' यावर त्यांनी उत्तर दिले, की 'माझे तिच्यावर मुलीपेक्षा जास्त प्रेम आहे व मी तिचे मन दुखावण्यास तयार नाही म्हणून तुम्हाला बोलावले आहे.' अशी त्यांची प्रेमळ व संवेदनशील दृष्टी होती. माझ्या आठवणीप्रमाणे अण्णांनी अखेरच्या क्षणी

पमाताईच्या मांडीवर डोके ठेवले होते.

पमाताईचे लग्नामुळे थांबलेले शिक्षण पुढे लंडनला गेल्यामुळेही खंडित झाले होते. ते पुन्हा सुरू करण्याचा विषय निघाला, तेव्हा अण्णांनी आमच्याकडे अशी पद्धत नाही या कारणास्तव त्या कल्पनेला विरोध केला होता. पण या विषयावर ते माझ्याशी बोलले. आमचे दोघांचे विचार या प्रश्नी थोडे वेगळे होते. त्यामुळे तो विषय डोक्यात असताना तेथे सायंकाळी एका जाहीर सभेत भाषण करताना मी बोलून गेलो, की आमच्या पक्षातीलच पुढारी जर घरातील स्त्रियांच्या शिक्षणाला विरोध करणार असतील, तर कसे व्हायचे? नुसते पुरोगामी विचार सांगून काय उपयोग आहे? हे ऐकल्यावर माझ्या बाजूला बसलेले चुडामणअण्णा उभे राहिले व त्यांनी भर सभेत, 'मी चुकलो, खताळसाहेबांचे म्हणणे मला मान्य आहे', असे म्हणून खाली बसले व माझे भाषण पुढे सुरू राहिले. अण्णांचा हा मनाचा मोठेपणा त्या दिवशी सर्व सभेने पाहिला. विशेष म्हणजे पमाताईने पुढे पदवी, पदव्युत्तर व पीएच.डी. अशा मोठ्या पदव्या मिळवून आज ती एका कॉलेजची प्राचार्या आहे.

एखाद्या विषयात आपल्या मतापेक्षा किंवा विचारांपेक्षा कोणी वेगळा सल्ला दिला किंवा प्रतिकूल मत व्यक्त केले, तर ते विरोधी म्हणून त्याच्याकडे पाठ फिरवीत नसत, तर समोरच्याचे वेगळे मत का आहे, ते ऐकून घेऊन ते योग्य वाटल्यास आपले मत किंवा निर्णय बदलत असत. विरोधी मताचा आदर करण्याची सहिष्णुता हा त्यांचा एक गुण मला अनेक वेळा अनुभवाला आला. सार्वजनिक जीवनात व राजकारणातही ते असेच सहिष्णू होते. वाणीने काहीसे कठोर असले, तरी एकूण चुडामणअण्णा हे मनाचे मवाळ, वृत्तीचे कणखर आणि प्रकृतीने मनमोकळे होते. सामाजिक कार्यातील मतभेद किंवा भिन्न भूमिका बाळगण्याचा इतरांचा अधिकार ते मान्य करीत असत. अशा वेळी त्यांना काही तडजोड स्वीकारावी लागली किंवा त्यांची भूमिका अमान्य झाली, तर ते त्या घटनेकडे वैयक्तिक मानापमानाचा प्रश्न समजून कधीही पाहत नसत.

१९८३मध्ये महाराष्ट्रात उच्च आणि व्यावसायिक शिक्षणाचे खासगीकरण होऊन पैसे भरून वैद्यकीय व अभियांत्रिकी शिक्षण देण्याचे धोरण स्वीकारले गेले, तेव्हा अण्णा अतिशय नाराज झाले होते. देणगी अर्थात कॅपिटेशन फी या कल्पनेला त्यांचा विरोध होता. असे करणे म्हणजे गरिबांच्या मुलांच्या शिक्षणात खीळ घालण्याचा प्रकार आहे, असे त्यांचे मत होते. गुणवत्तेला माघारी जावे लागावे आणि श्रीमंताच्या घरात शिक्षण जावे, ही गोष्ट त्यांना अतिशय खटकत होती. या

नव्या धोरणामुळे अनेकांना संधी मिळेल, पण गोरगरिबांची मुले मात्र पैशाअभावी या शिक्षणापासून वंचित राहावीत हे त्यांना आवडत नसे. पुढे सारेच वातावरण बदलले, तो भाग वेगळा. पण त्यांनी आपली भावना स्पष्टपणे बोलून दाखवली होती हे महत्त्वाचे. अण्णा हे कमालीचे पक्षनिष्ठ कार्यकर्ते होते. कोणत्याही परिस्थितीत त्यांनी पक्ष सोडला नाही. प्रारंभी ते भाऊसाहेब हिरे यांचे निकटवर्ती होते. नंतर ते चव्हाणसाहेबांचे अनुयायी झाले आणि शेवटपर्यंत तसेच राहिले. त्यांची पक्षनिष्ठा हा विशेष गुण म्हटला पाहिजे."

धुळे जिल्ह्यात फिरताना पक्षनेते म्हणून व लोकप्रतिनिधी म्हणून चुडामणअण्णांची अतिशय चांगली प्रतिमा असल्याचे आपल्याला जाणवत असे. आणि चुडामणअण्णाही जनतेच्या प्रश्नांसाठी सतत झटत असल्याचे दिसत असे. यांमुळे ते लोकप्रिय होते व कधीही निवडणुकीत पराभूत झाले नाहीत, असे विश्लेषण दादासाहेबांनी केले. चुडामणअण्णा हे मंत्री होण्याच्या मनोवृत्तीचे नेते नव्हते, त्यांची विचारांची बैठक व कामाची पद्धती वेगळी होती. त्यामुळे ते सभागृहातही जास्त बोलत नसत. त्याऐवजी कामे करवून घेण्यावर त्यांचा भर होता. एक सेवाभावी लोकप्रतिनिधी आणि एक प्रेमळ व कर्तव्यदक्ष पिता ही त्यांची प्रतिमा माझ्या मनात आहे, असे दादासाहेब म्हणाले.

❖❖❖

# मुत्सद्दी, धाडसी, धूर्त व निष्कलंक नेता
## (अण्णांचे सहकारी व माजी नगराध्यक्ष बाळासाहेब हांडे यांची मुलाखत)

संयमी व निष्कलंक नेता चुडामणअण्णा यांच्या नेतृत्वाचे आणि व्यक्तिमत्त्वाचे निरनिराळे पैलू समजून घेण्यासाठी त्यांच्याबरोबर राजकीय व सार्वजनिक जीवनात वावरलेल्या काही व्यक्तींच्या मुलाखती या चरित्राच्या निमित्ताने घेण्यात आल्या. त्यापैकी सर्वाधिक विस्तृत आणि वस्तुनिष्ठ विश्लेषण धुळ्याचे माजी नगराध्यक्ष बा. बा. हांडे ऊर्फ भाऊसाहेब हांडे यांनी केले. मुलाखत समयी ८५ वर्षांचे वय असलेले भाऊसाहेब हांडे हे मूळचे जुन्नर भागातील देशमुखांपैकी, मात्र तेथे परिस्थिती अवघड झाल्यामुळे ही मंडळी अनेक ठिकाणी पांगली. भाऊसाहेबांचे पूर्वज धुळ्यात आले. त्यांनी एका गुजराथी व्यापाऱ्याच्या मदतीने बी-बियाण्यांचा व्यापार सुरू केला. भाऊसाहेब हांडे हे नेताजी सुभाषचंद्र बोस यांच्या विचारावर श्रद्धा असणारे, पण चुडामणअण्णांशी व्यक्तिगत मैत्री ठेवून सार्वजनिक जीवनात वावरणारे नेते होते. धुळे शहरातील एका मोठ्या भागाला सुभाषनगर हे नाव भाऊसाहेब हांडे यांच्या पुढाकाराने दिले असले, तरी त्या वेळी चुडामणअण्णांचा सक्रिय पाठिंबा नसता, तर ते शक्य झाले नसते, असे त्यांनी सांगितले.

चुडामणअण्णा हे गांधीजी आणि जवाहरलाल नेहरू यांचे अनुयायी असल्याने ते भाऊसाहेब हांडे यांच्या फॉरवर्ड ब्लॉक या नेताजीप्रणीत पक्षाच्या कार्यक्रमासाठी व्यासपीठावर कधीही आले नाहीत. मात्र चांगल्या कामासाठी आणि शहराचा कारभार भ्रष्टाचारविरहित व्हावा, यासाठी काँग्रेसच्या नगरसेवकांची ताकद

चुडामणअण्णांनी हांडे यांच्या नगराध्यक्षपदाच्या काळात त्यांच्या मागे उभी केली, याची आठवण ते आवर्जून काढतात.

चाळीस-पन्नास वर्षे धुळे जिल्ह्याचे राजकारण व काँग्रेसचे जिल्ह्यातील अस्तित्व राखून तिला बळकटी देणे ही दोन कामे चुडामणअण्णांनी केली. असा दुसरा नेता महाराष्ट्रात क्वचितच कोणी असेल. चुडामणअण्णा आयुष्यात एकही निवडणूक हरले नाहीत. याचे कारण त्यांनी कोणालाही दिलेला कोणताही शब्द कधीच मोडला नाही. मतदारांचा व कार्यकर्त्यांचा पूर्ण विश्वास त्यांनी संपादन केलेला होता. एकदा शब्द दिल्यानंतर त्यांच्या पूर्ततेच्या मार्गात कितीही अडचणी आल्या आणि आव्हाने उभी राहिली, तरी त्यांनी आपला शब्द कधीही खाली पडू दिला नाही. ते त्या अर्थाने एकवचनी होते, असे हांडे यांनी सांगितले. याचे एक उदाहरण म्हणून १९६९ साली धुळे नगरपालिकेच्या नगराध्यक्षपदाच्या निवडणुकीत कम्युनिस्ट उमेदवार सौ. नलिनी सुधाकर मदाने यांना मदत करण्याचा जो शब्द अण्णांनी दिला होता तो पूर्ण करण्यात काही अडचणी होत्या. सभागृहातील बहुसंख्य नगरसेवकांची इच्छा श्रीमती मिरजकर यांना नगराध्यक्ष करण्याची होती, पण चुडामणअण्णा यांनी सौ. मदाने यांचे पती पत्रकार व कम्युनिस्ट नेते भाई मदाने यांना शब्द दिला असल्याने त्यांनी सर्व नगरसेवकांची समजूत काढून सौ. मदाने यांना नगराध्यक्ष केले व आपला शब्द पाळला.

धुळ्यातील मारवाडी समाजातील काँग्रेस कार्यकर्त्या सौ. कमलाबाई अजमेरा यांना पक्षश्रेष्ठींनी धुळे शहर व लगतचा ग्रामीण परिसर अशा विधानसभा मतदारसंघातून उमेदवारी दिली. हा मतदारसंघ पूर्णपणे चुडामणअण्णा यांच्या प्रभावाखालचा होता व ते सांगतील त्या माणसाला मतदार निवडून देत असत. त्यामुळे केवळ अण्णांच्या शब्दाखातर लोकांनी कमलाबाईंना आमदार म्हणून निवडून दिले. पुढे या कमलाबाई राज्यमंत्रीही झाल्या.

धुळ्यात कम्युनिस्ट व काँग्रेसवाले यांच्यात राजकीय आघाडीवर संघर्षाचे आणि स्पर्धेचे वातावरण असे. मात्र धुळ्यातील कामगार, तसेच गिरणी कामगार यांच्या समस्यांसाठी लढायला चुडामणअण्णा जेव्हा उभे राहत असत, तेव्हा कम्युनिस्ट कार्यकर्ते व नेते त्यांच्या पाठीशी उभे राहत. कामगारहिताच्या मुद्द्यापुढे पक्षीय मतभेद गौण आहेत, असे चुडामणअण्णा यांनी कम्युनिस्टांना पटवून दिले होते. त्यामुळे धुळे शहरात आणि जिल्ह्यात अनेक ठिकाणी चुडामणअण्णांना कम्युनिस्टांचा पाठिंबा मिळत असे. धुळे जिल्ह्यातील ग्रामीण भागातील नवनव्या

नेत्यांना चुडामणअण्णांनी पुढे आणले, त्यात शिरपूरचे व्यंकटराव धोबी (रणधीर), शहाद्याचे पी. के. अण्णा पाटील होते. आणि त्यानंतर सदाशिवराव माळी यांना त्यांनी जिल्ह्यात काही जबाबदाऱ्या देऊन पुढे आमदारही बनवले, अशी आठवण भाऊसाहेब हांडे यांनी सांगितली. आपल्या अवतीभोवती व मागेपुढे असलेल्या विविध तालुक्यांतील कार्यकर्त्यांना त्यांनी अशाच प्रकारे पुढे आणले होते. जिल्हा लोकल बोर्ड, जिल्हा परिषद, नगरपालिका यांसारख्या संस्थांत, तसेच सहकार क्षेत्रातील कृषी आणि दूध संस्थांमध्ये नेते म्हणून पुढे आणले. मात्र यातीलच काहीजण स्वार्थी आणि कृतघ्न निघाले, परंतु अण्णांनी मात्र त्यांना कधीही सूडबुद्धीने वागवले नाही, अशी आठवणदेखील हांडे यांनी सांगितली. स्वार्थबुद्धीने चुडामणअण्णांवर उलटणारा किंवा गद्दारी करणारा कोणीही माणूस त्या काळी चुडामणअण्णांपेक्षा मोठा कधीही होऊ शकला नाही, याकडे हांडे यांनी लक्ष वेधले. अण्णांचा एखाद्याला विरोध असेल, तर तो केवळ निवडणुकीपुरता व काही तत्त्वांसाठी असे. तेवढा भाग वगळता त्यांनी कोणाशीही शत्रुत्व ठेवले नाही. खरा भाग तर असा होता, की अण्णांनी शत्रुत्व करावे अशा लायकीचा मोठा नेता कोणीही जिल्ह्यात नव्हताच.

अण्णांच्या तालमीत व मदतीने आपले आयुष्य घडवणाऱ्या काही नेत्यांनी पुढे अण्णांच्या नेतृत्वाला आव्हान देऊन स्वतःचे गट उभारले, पण अण्णा आपल्या हयातीत त्या सर्वांना पुरून उरले, अशी आठवण हांडेसाहेबांनी सांगितली. महत्त्वाकांक्षा आणि सत्तेची ओढ यांमुळे असे नेते अण्णांशी भांडण उकरून काढत. असे लोक बरेच होते. पण ज्याच्याशी अण्णांचे कधीच भांडण झाले नाही असा एकमेव नेता, बहुधा मीच असेन, असे हांडेसाहेब म्हणाले.

निवडणुकीच्या राजकारणतून निवृत्त झाल्यानंतरच्या काळात चुडामणअण्णांनी धुळ्यात जी हिरे भवन नावाची सांस्कृतिक वास्तू उभारली, तिच्या आर्थिक व्यवहारांच्या व्यवस्थापनात स्वच्छता राहावी, यासाठी अण्णांनी मला अनेक वर्षे त्या संस्थेचा खजिनदार म्हणून काम पाहायला लावले. हा त्यांचा माझ्यावरच्या विश्वासाचा पुरावा आणि माझा सन्मान आहे, असे हांडेसाहेब अभिमानाने सांगतात. हिरे भवनच्या आठवणी सांगताना हांडेसाहेब थोडे भूतकाळात गेले व चुडामणअण्णांनी काँग्रेस भवन कसे उभारले याच्या काही आठवणीही त्यांनी सांगितल्या. धुळे जिल्हा काँग्रेस कमिटीचे अनेक वर्षे अध्यक्ष व तत्पूर्वी सचिव अशा जबाबदाऱ्या चुडामणअण्णा पार पाडत होते. मात्र त्या काळात काँग्रेस संघटना मारवाडी, शेठजी आणि ब्राह्मण यांच्या ताब्यात होती,

हे अण्णांना खटकत होते, त्यामुळे त्यांनी हळूहळू प्रयत्न करून खेड्यापाड्यांतील शेतकऱ्यांपर्यंत काँग्रेस पोहोचवून ती सर्वसामान्यांच्या ताब्यात आणली. पूर्वी एखादा शेटजी ठरवेल तसाच काँग्रेसचा कार्यक्रम असे. मात्र चुडामणअण्णांनी ही प्रथा बदलायला लावली. यशवंतराव चव्हाणसाहेब मुख्यमंत्री झाल्यानंतर धुळ्यातील काहीजणांनी त्यांना परस्पर सत्काराचे आमंत्रण दिले व यशवंतरावांनी ते स्वीकारले. ही गोष्ट अण्णांच्या कानांवर येताच त्यांनी साहेबांना जिल्हा काँग्रेस अध्यक्षाच्या पूर्वसंमतीशिवाय पक्षाचा कार्यक्रम कसा काय होऊ शकतो, असा प्रश्न विचारला व त्यांना कार्यक्रम बदलण्याची विनंती केली आणि साहेबांनी ती मान्य केली. असेच एकदा भारतीयाशेठ यांच्या माडीवर काँग्रेस कमिटीची बैठक घेण्याचा प्रयत्न झाला. मुख्यमंत्री त्या बंगल्यावर चहापानासाठी गेले होते. चहापान संपताच शेठजींनी 'चला काँग्रेसची बैठक घेऊन टाकू' असे सांगितले. पूर्वी ते त्यांच्या घरीच बैठक घेत असत, परंतु चुडामणअण्णांनी सामान्य जनतेतून रुपया-दोन रुपये अशी रक्कम गोळा करून काँग्रेस भवन उभारले होते, तेथेच बैठक झाली पाहिजे, कोणाच्या बंगल्यावर आता बैठक घेण्याची गरज नाही, असे सांगून त्यांनी सर्वांना बैठकीसाठी काँग्रेस भवनावर आणले.

काँग्रेस भवन उभारण्याची अण्णांची इच्छा होतीच, परंतु एका प्रसंगामुळे त्यांनी हा निर्णय लवकर अमलात आणला, असे हांडेसाहेबांनी सांगितले. ती आठवण अशी, की पंतप्रधान पं. नेहरू धुळे येथे आले होते (१९५२). तेव्हा त्यांचा मुक्काम भारतीयांच्या बंगल्यावर होता. अण्णा पंडितजींना भेटायला म्हणून तेथे गेले, पण त्यांना आत सोडण्यात आले नाही. या अपमानाचा परिणाम होऊन अण्णांनी धुळ्यात काँग्रेस नेत्यांच्या राहण्याची सोय करण्यासाठी काँग्रेस भवन बांधण्याचा संकल्प सोडला व तो गावागावांत फिरून आणि विविध समारंभांतून देणग्या गोळा करून पूर्ततेस नेला. त्यामुळे काँग्रेसच्या बैठका व पक्षाचा कारभार तेथूनच चालू लागला. अनेकांनी देणग्या दिल्या असल्या, तरी काँग्रेस भवनाचे खरे शिल्पकार चुडामणअण्णा हेच निर्विवादपणे आहेत, हे हांडेसाहेबांनी पुन्हा एकदा अधोरेखित केले.

प्रांतिक काँग्रेसच्या काही नेत्यांच्या मनात चुडामणअण्णांविषयी आकस होता, तरीही अण्णांची जिल्ह्यातील ताकद एवढी मोठी होती, की कोणीही त्यांना राजकारणात डावलू शकले नाही. तसेच अनेक वर्षे अण्णांच्याविरुद्ध कागाळ्या व चुगल्या करणारे काही नेते मुंबई, दिल्लीत जात असूनही कोणी अण्णांचे तिकीट कापू शकले नाही. मात्र १९७७च्या निवडणुकीत नवीन राजकीय वातावरणात त्यांना

प्रथमच डावलले गेले, तेव्हा पक्षाचा निर्णय मान्य करून बंड वगैरे न करता, पक्ष न बदलता निवडणुकीच्या राजकारणातून त्यांनी सन्मानाने निवृत्ती घेतली आणि नंतर पुढील वर्षापासून चिरंजीव रोहिदासदाजी यांना राज्याच्या राजकारणात पाठवले.

प्रांतिक काँग्रेसचे अध्यक्ष व महाराष्ट्राच्या राजकारणातील बडे प्रस्थ भाऊसाहेब हिरे व चुडामणअण्णा यांचे राजकीय सूर फारसे नीट जुळले नाहीत, याची आठवण सांगताना हांडेसाहेब म्हणाले, की धुळ्यातील काही मारवाडी व्यापारी व उद्योजक यांच्याशी भाऊसाहेब हिरे यांची घनिष्ठ मैत्री आणि व्यावसायिक संबंधही होते. या व्यापाऱ्यांचे अण्णांशी फारसे जमत नसे. त्यामुळेही कदाचित भाऊसाहेब हिरे व अण्णा यांच्यात दुरावा असेल. मात्र पुढे संयुक्त महाराष्ट्राच्या प्रश्नावर मोरारजी देसाई आणि यशवंतराव चव्हाण यांना विरोध करून भाऊसाहेब हिरे नेतेपदाच्या निवडणुकीत उभे राहिले, तेव्हा चुडामणअण्णा व त्यांच्या सहकाऱ्यांनी केवळ संयुक्त महाराष्ट्राच्या भूमिकेतून भाऊसाहेब हिरे यांना मत दिले आणि तसे भाऊसाहेबांना बजावून सांगितले. या काळातील आठवणी सांगताना हांडेसाहेब म्हणाले, की भाऊसाहेब हिरे हे तेव्हापासून चुडामणअण्णांच्या डॉक्टर चिरंजीवांना मुलगी देऊन सोयरीक जोडण्यास उत्सुक होते, पण अण्णा ते टाळत होते. शेवटी भाऊसाहेब हिरे यांच्या निधनानंतर ही सोयरीक जमली. त्यातही चव्हाणसाहेबांचा पुढाकार होता. म्हणजे भाऊसाहेब हिरे हे हयात असताना अण्णांचे व्याही झालेले नव्हते.

चुडामणअण्णांना अनेक शत्रू होते, पण हा माणूस कोणाचा शत्रू नव्हता हे आवर्जून सांगताना भाऊसाहेब हांडे म्हणाले, की अशा शत्रूंना चुडामणअण्णांनी पक्षासाठी तसेच माणुसकी म्हणून मदत केली. या मदतीमध्ये अशा लोकांचा व त्यांच्या कुटुंबीयांचा वैद्यकीय खर्च करणे, त्यांच्यापाशी पैसे नसल्यास स्वतःच्या खिशातील पैसे काढून देणे, त्यांच्याकडून आलेल्या किंवा इतर लोकांच्या बदलीच्या कामासाठी शक्य तेव्हा ताबडतोब फोन उचलून ते काम करून देणे, किंवा इतर काही काम असल्यास त्या त्या कार्यालयात स्वतः जाऊन काम करून देणे, ही अण्णांची कार्यशैली होती, त्यामुळे माणसे जोडली जात असत. कोणीही माणूस अण्णांकडे आपले काम घेऊन येत असे व अण्णा ती कामे आपल्या शैलीने करीत असत. तरीही काही वेळा काम होत नसे. अशा प्रसंगी काही माणसे अण्णांनी आपल्यासाठी केलेले प्रयत्न आणि दिलेली वेळ याची जाणीव न ठेवता दुखावत व डूक धरून वागत असत. निवडणुकीत ते अण्णांना किंवा त्यांच्या उमेदवारांना मत देत नसत. अशा लोकांच्या वागण्यापासून धडा घेऊन अण्णा पुढे

राजकारणात वावरताना आपल्याकडून अशा प्रकारे कोणी दुखावले गेले आहे का, याचा व्यवस्थित मनाशी हिशेब ठेवत असत. त्यामुळे गावोगावी आपली व आपल्या पक्षाच्या उमेदवाराची काय परिस्थिती असेल, याची त्यांना पूर्ण कल्पना असे. प्रत्येक गावी त्यांच्या विश्वासातील काही माणसे असत. त्यांच्यामार्फत गावोगावची ताजी माहिती नियमितपणे मिळवून बदलत्या परिस्थितीचे मनन व चिंतन करीत असत. धुळे नगरपरिषदेत काही वेळा कर्मचाऱ्यांच्या पगाराला पैसे नसत, त्यामुळे कंत्राटदार आणि पुरवठादार यांचीही बिले बराच काळ देणे शक्य नसे. अशा थकलेल्या बिलांबाबत ते लोक अण्णांकडे तक्रारी घेऊन जात असत. त्यांच्या तक्रारी अण्णा ऐकून घ्यायचे, परंतु नगराध्यक्ष म्हणून माझ्याकडून वस्तुस्थिती समजून घेतल्यानंतर त्यांच्या तक्रारी फेटाळून लावायचे. एकदा तर धुळे जिल्ह्यातील काँग्रेस नेते व उद्योगपती यांच्या पेट्रोल पंपावर प्रत्यक्ष विकलेल्या पेट्रोलपेक्षा दुप्पट पेट्रोलचे पैसे नगरपालिकेकडे आकारले जात असत. हा भ्रष्टाचार काहीजणांनी पकडला. नगराध्यक्ष म्हणून मीही लक्ष घालून तशी उदाहरणे पकडली आणि पालिकेचे बरेचसे नुकसान होत आहे, ही बाब अण्णांच्या कानांवर घातली. त्यांनीही माझ्या भूमिकेला पाठिंबा देऊन त्या पेट्रोल पंपातील गैरव्यवहार थांबले पाहिजेत व चुकीचे पैसे मिळणार नाहीत, असा स्पष्ट निरोप त्या नेत्याला पाठवला आणि हा भ्रष्टाचार थांबला.

धुळे शहरातील विविध प्रकारचे कामगार आणि मुस्लिम समाज यांचा अण्णांवर फार जीव होता, याचे कारण म्हणजे चुडामणअण्णा हे सच्चे देशभक्त आणि सचोटीचे काँग्रेस कार्यकर्ते आहेत, याची मुस्लिम समाजाला जाणीव होती. त्यांच्या वैयक्तिक आणि व्यावसायिक समस्या अण्णा तळमळीने सोडवीत. धुळ्यातील मुस्लिम समाज हातमागाच्या व्यवसायात आणि यंत्रमागाच्या व्यवसायात मोठ्या प्रमाणावर होता. त्यांच्या समस्या दिल्लीदरबारी अण्णांनी जातीने लक्ष घालून सोडवल्या. त्याचा फायदा मालेगाव व भिवंडी येथील व्यावसायिकांनाही झाला. त्याबद्दल ते व्यावसायिक आजही चुडामणअण्णांचे ऋणी आहेत. मुस्लिम बांधवांच्या अडीअडचणींना धावून जाणारे चुडामणअण्णा यांनी धुळ्यातील अनेक जातीय तणावांचे आणि दंगलीचे प्रसंग एकट्याने हाताळून पुढील अनर्थ टाळला. मारामारी किंवा दंगलीपर्यंतचा प्रसंग आलेला असेल, तर अण्णा वाघासारखे तेथे धावून जात आणि दंगलखोरांच्या मधेच उभे राहत. त्यांच्या पोशाखामुळे ते कितीही लांबून ओळखू येत असत. त्यांचा मुस्लिम बांधवांवर

इतका प्रभाव होता, की ते पोहोचताच दंगल शांत होत असे. अण्णा जनतेची आणि कार्यकर्त्यांची कामे करण्यासाठी चिठ्ठी, पत्र वगैरे यांच्या भानगडीत न पडता थेट फोन उचलून त्या अधिकारी किंवा कर्मचाऱ्याशी बोलत, प्रसंगी त्या कार्यालयात स्वतः तातडीने जात. मात्र कोणत्याही सरकारी कर्मचाऱ्याशी किंवा अधिकाऱ्याशी ते अरेरावीने कधीच वागले नाहीत. समोरचा माणूस कोणी असला, तरी त्याला ते 'साहेब' म्हणत. त्याच्या हातून आपण आणलेले काम होणार नसेल, तर ते का अडले आहे आणि ते कोण करू शकेल हे जाणून घेत आणि पुढच्या टप्प्यावर ज्यांच्याशी बोलणे आवश्यक असेल त्यांच्याकडे अण्णा स्वतः पाठपुरावा करीत. ज्या माणसाने ते काम आणले असेल त्याला इकडे तिकडे पिटाळून स्वतः खुर्चीत बसून राहणारे नेते अण्णा नव्हते, हे हांडेसाहेबांनी आवर्जून सांगितले. एकदा धुळ्यातील काही गरिबांची कामे घेऊन चुडामणअण्णा तत्कालीन मंत्री खताळ पाटील यांना भेटले. त्यांच्याकडून ते काम होणार नाही, असा संकेत मिळाल्यानंतर अण्णांनी मुख्यमंत्र्यांकडे जाऊन तेथे बाजू मांडली. असाच प्रसंग बाळासाहेब देसाई यांच्या बाबतीतही आला होता. त्यांनी नकार दिल्यानंतर अण्णांनी ते काम मुख्यमंत्र्यांकडे स्वतः बसून करून घेतले.

चुडामणअण्णांचा पक्षातील वाढता दबदबा आणि लोकांवर असलेला त्यांचा प्रभाव जिल्ह्यातील काहीजणांना खुपत होता. अण्णांना बाजूला करून जिल्हा कॉंग्रेस अध्यक्षपद आपल्या गटातील कोणाला तरी द्यावे यासाठी मा. यशवंतराव चव्हाणसाहेबांशी संपर्क साधला. त्या लोकांच्या बोलण्यात काही संशयास्पद गोष्टी आढळल्याने चव्हाणसाहेबांनी चुडामणअण्णांशी संपर्क साधून अध्यक्षपद निवडणुकीची माहिती घेतली. अण्णांनी 'मी स्वतःच अध्यक्षपदाचा उमेदवार आहे' असे सांगितल्यानंतर चव्हाणसाहेबांनी तो विषय तेथेच संपवला. जिल्हा कॉंग्रेस कमिटीने विधानसभा आणि लोकसभा उमेदवारीसाठी प्रांतिककडे केलेल्या शिफारशी जर डावलल्या गेल्या, तर चुडामणअण्णा निःसंदिग्ध शब्दांत अशा लादलेल्या उमेदवारांच्या 'विजयाची जबाबदारी आपण घेऊ शकत नाही' असे श्रेष्ठींना सांगायचे. याचा परिणाम म्हणून जिल्ह्याची शिफारस सहसा बदलली जात नसे. क्वचित प्रसंगी अण्णांच्या संमतीशिवाय लादलेले उमेदवार निवडून येत नसत, असेही घडले. मात्र ज्या वेळी श्रेष्ठींनी अण्णांना विश्वासात घेऊन काही कारणास्तव उमेदवार बदलले, त्या वेळी अण्णांनी त्या उमेदवारांना आपली प्रतिष्ठा पणाला लावून निवडून आणले. याचे उदाहरण म्हणजे धुळ्याच्या कमलाबाई अजमेरा यांना धुळे शहर व तालुक्याचा काही भाग अशा मतदारसंघातून दिलेली

उमेदवारी. ही उमेदवारी अण्णांच्या मनाविरुद्ध दिलेली आहे, याची जाणीव असलेल्या कमलाबाई एक दिवस हांडेसाहेबांकडे आल्या व 'अण्णा माझा प्रचार करण्यास मदत करतील का', असा प्रश्न त्यांनी हांडेसाहेबांना विचारला. त्यावर हांडेसाहेबांनी त्यांना सांगितले, की थेट अण्णांना जाऊन भेटा, प्रामाणिकपणे विनंती करा. ते नक्की मदत करतील. त्याप्रमाणे कमलाबाई अण्णांकडे गेल्या 'मला मदत करा' अशी विनंती केली. यावर अण्णा म्हणाले, की 'बाई, तुम्ही उमेदवार आहात आणि मी पक्षाचा अध्यक्ष आहे, त्यामुळे तुम्हाला नाही तर कोणाला मदत करणार?' त्याप्रमाणे अण्णांनी शब्द पाळला आणि अण्णांचा शब्द प्रमाण असलेल्या त्या मतदारसंघातून कमलाबाई अजमेरा चांगल्या प्रकारे निवडून आल्या. एवढेच नव्हे, तर पुढे राज्यमंत्रीही झाल्या. त्यांच्या राजकीय कारकीर्दीचा यशस्वी पाया चुडामणअण्णांनी रचून दिलेला आहे, हे लक्षात घेतले पाहिजे. अशा प्रकारे अनेकजणांना अण्णांनी कार्यकर्त्यांचे नेते केले.

चुडामणअण्णा हे काळाची पावले ओळखून चालणारे नेते होते. आयुष्याच्या प्रवासात कोण माणूस कधी उपयोगी पडेल, कसा उपयोगी पडेल आणि कोण कसा दगा देऊ शकेल, हे ते ओळखत असत. त्यातच त्यांच्या राजकीय आणि इतर आघाडीवरील यशाचे रहस्य दडलेले आहे. स्वातंत्र्यसैनिक म्हणून तुरुंगवास भोगल्यानंतर गिरणीच्या मालकाने त्यांना स्वतंत्र्यचळवळीत भाग न घेण्याची अट नोकरीवर परत घेण्यासाठी घातली होती. ती मान्य करणे चुडामणअण्णांना शक्यच नव्हते. नोकरीपेक्षा त्यांची काँग्रेसनिष्ठा व स्वातंत्र्यनिष्ठा अधिक प्रबळ होती. त्यामुळे त्यांनी समोर बेरोजगारीचे संकट आणि पदरी वाढता संसार असतानाही ती अट नाकारून नोकरीवर पाणी सोडले. नंतर शेती, अडत दुकान, पिठाची गिरणी, दूधदुभते वगैरे व्यवसाय करून त्यांनी चांगल्या प्रकारे प्रपंच चालवला. स्वातंत्र्यासाठी जेल भोगल्यानंतर वास्तवाची जाणीव ठेवून त्यांनी संसाराची घडी आधी नीट बसवली. मुलांची शिक्षणे दृष्ट लागावीत अशा प्रकारे केली. आणि कोणत्याही पांढरपेशा प्राध्यापकाला आणि मोठ्या माणसाला हेवा वाटावा अशा प्रकारे मुलांचे आयुष्य घडवले. सार्वजनिक व्यवहारात नीतिमूल्ये आचरणे फार महत्त्वाचे असते, याची जाणीव त्यांना कायम होती व आपल्या पुढील पिढ्यांमध्ये ती रुजवण्याचा त्यांनी अखेरपर्यंत प्रयत्न केला. त्यामुळे त्यांची थोरवी आणखीनच उठून दिसते, असे हांडेसाहेब म्हणाले.

❖❖❖

# धुळे जिल्हा काँग्रेस कमिटी – १९७७ नंतर...
# ऐतिहासिक बदल

१९७७च्या लोकसभा निवडणुकीत काँग्रेसचा पराभव होऊन जनता पक्ष सत्तेवर आला. या सभागृहात श्रीमती इंदिरा गांधी नव्हत्या. काँग्रेससारख्या प्रदीर्घ अनुभव असलेल्या व अनुभवी कार्यकर्त्यांचा व नेत्यांचा संच असलेल्या त्या पक्षाच्या नेत्यांना प्रभावी विरोधी पक्ष म्हणून काम करता आले नाही. सत्तेचीच सतत सवय राहिल्यामुळे अनुभवी आणि ब्रिटिश सत्तेशी ज्यांनी संघर्ष दिला असे नेते नेतृत्व असतानाही ते गोंधळून गेले. भारतीय लोकशाहीच्या इतिहासात एवढ्या मोठ्या प्रमाणात एकच विरोधी पक्ष कधीच निवडून आला नव्हता, तेही भाग्य फक्त काँग्रेसच्याच वाट्याला आले. सतत ३० व ३५ वर्षे काँग्रेसविरोधी पक्ष संघटित करण्याचे प्रयत्न या देशात झाले, परंतु ते यश त्यांना मिळाले नाही. काँग्रेसविरोधी नकारात्मक भूमिकेतून व काँग्रेसमधील दोषांमुळेच जे काही विरोधी पक्ष वाढल्यासारखे दिसले तेवढेच आणि तेही काँग्रेसमधून फुटून निघालेले काही नेते विरोधकांना जाऊन मिळाले, तेव्हाच विरोधक शक्तिशाली झाले असल्याचा भास निर्माण झाला. या सर्व अवस्थेला कंटाळून श्रीमती इंदिरा गांधींचा काँग्रेस पक्ष आपल्या पद्धतीने संघटित करण्याच्या प्रयत्नातून १९७८च्या जानेवारीमध्ये असलेल्या काँग्रेस पक्षात आणखी फूट पडली. त्या वेळी महाराष्ट्राचे नेते म्हटली जाणारी सर्व मातब्बर मंडळी इंदिराजींच्या विरोधात होती.

सामान्य कार्यकर्ते व सामान्य जनतेने आपली शक्ती असू शकते हे १९७८च्या महाराष्ट्र विधानसभा निवडणुकीत दाखवून दिले. धुळे जिल्ह्यातील कार्यकर्ते आणि जनतेने नवा इतिहास घडवला आणि इंदिरा काँग्रेसने उभ्या केलेल्या नऊ उमेदवारांपैकी चार उमेदवार निवडून आले, तर रेड्डी काँग्रेसने उभ्या केलेल्या दहा उमेदवारांपैकी

फक्त दोनच उमेदवार निवडून आले व जनता पक्षाचे तीन व एक स्वतंत्र उमेदवार निवडून आला. जानेवारीत पक्षाची स्थापना होऊन फेब्रुवारी महिन्यात निवडणुका झाल्या आणि एवढ्या थोड्याशा कालावधीत हे भरघोस यश विधानसभा निवडणुकीत मिळवून दिले. परिणामस्वरूप रेड्डी काँग्रेसमध्ये असलेले कार्यकर्ते व नेते विचार करू लागले व १९७९च्या धुळे जिल्हा परिषदेच्या निवडणुकीपर्यंत बरेचसे कार्यकर्ते व नेते इंदिरा काँग्रेसमध्ये सामील झाले. आणि दुसरी महत्त्वाची गोष्ट म्हणजे भारतीय राजकारणात लोकशाहीला उपकारक जे काही बदल झाले, त्यात धुळे जिल्ह्यातील त्या वेळी निवडून आलेले खासदार श्री. विजय नवल पाटील व श्री. सुरूपसिंह नाईक यांच्याबाबतचा उल्लेख करावा लागेल. इंदिरा काँग्रेसचे संसदीय विरोधी पक्ष नेते म्हणून श्री. स्टीफन यांनी श्री. यशवंतराव चव्हाण यांच्या विरोधात निवडणूक लढवली, तेव्हा या उभय खासदारांनी श्री. स्टीफन यांना आपली मते दिली व ते लोकसभेत विरोधी पक्ष नेते म्हणून निवडून येऊ शकले. हा ऐतिहासिक बदल घडवून आणण्यात या उभय खासदारांनी फार मोलाची कामगिरी बजावली व भारतीय लोकशाहीच्या इतिहासात काँग्रेस पक्षाने दिलेल्या योगदानात महत्त्वाचा वाटा उचलला व इंदिरा काँग्रेसला भारतीय राजकारणात जे चढत्या भाजणीने यश पुढच्या काळात मिळत गेले, त्याला महत्त्वाचा हातभार या जिल्ह्याने लावला. त्यामुळे इंदिराजींना नवी शक्ती मिळाली. अत्यंत प्रतिकूल परिस्थितीतही त्या विरोधकांना नामोहरम करून पराभूत करण्यात व फिरून सत्ता आपल्या हाती मिळवण्यात यशस्वी होऊ शकल्या.

## विधायक कर्तृत्व

धुळे जिल्ह्यातील काँग्रेसच्या कार्यकर्त्यांनी व्यापक समाजहिताची दृष्टी ठेवून या जिल्ह्यातील विधायक उपक्रम जाणीवपूर्वक संघटित केल्याचा प्रत्यय निश्चितपणे येतो. सहकारी चळवळीच्या क्षेत्राच्या या जिल्ह्यातील कार्यकर्त्यांनी व विशेषत्वाने काँग्रेस कार्यकर्त्यांनी पुढाकार घेऊन विधायक प्रकल्प उभारून ते यशस्वी केल्याचे दिसून येते. काही उपक्रमांत यशापयशाचा प्रश्न असला, तरी त्या सर्व उपक्रमांमागची विधायक दृष्टी व व्यापक समाजहिताचा दृष्टिकोन महत्त्वाचा आहे. त्या दृष्टीने या जिल्ह्यातील सहकारी क्षेत्रात वाढलेला दुधाचा धंदा व त्याचा व्यापक प्रमाणात ग्रामीण विभागात मिळालेला फायदा लक्षात घेता या संबंधात कै. पीतांबर जिभाऊ यांनी या व्यवसायाची सहकारी क्षेत्रात केलेली सुरुवात व या जिल्ह्याला महाराष्ट्रात प्रथम क्रमांक मिळवून देण्यातील त्यांचा सहभाग विसरता

येणार नाही. त्यामुळे शासकीय दूध प्रकल्प या जिल्ह्यात आला. तद्वतच सहकारी साखर कारखानदारीच्या क्षेत्रात या जिल्ह्याने उशिरा पदार्पण केलेले असले, तरी कारखानदारी उभी करण्यात काँग्रेसजनांचाच वाटा महत्त्वाचा आहे. पहिला साखर कारखाना साक्री तालुक्यात सुरू झाला. त्यानंतर शहादे तालुक्यात उभा राहिलेला व यशस्वी ठरलेला सातपुडा तापी परिसर सहकारी साखर कारखाना सुरू करून यशस्वी करण्यात श्री. पी. के. अण्णा पाटील यांचा महत्त्वाचा वाटा व्यक्ती म्हणून असला, तरी ते त्या वेळेस काँग्रेसजन होते म्हणूनच ते घडू शकले, हे विसरता येणार नाही. त्यानंतर शिरपूर येथे श्री. शिवाजीराव पाटील यांनी व धुळे तालुक्यात नवलनगर येथे श्री. विजय नवल पाटील यांच्या व त्यांच्या सहकाऱ्यांच्य प्रयत्नाने साखर कारखाने उभे राहिले. धुळे जिल्हा मध्यवर्ती सहकारी बँकेचे नेतृत्व सुरुवातीस श्री. दादासाहेब राऊळ व त्यानंतर श्री. पी. के. पाटील व त्यानंतर श्री. शिवाजीराव आणि रामरावदादा पाटील यांनी केले. या सर्वांचा काँग्रेसजन म्हणून असलेला वाटा महत्त्वाचा आहे. त्याचप्रमाणे अगदी दुर्गम विभागातही शैक्षणिक सोयी उपलब्ध करून देण्याच्या बाबतीत व त्यातून व्यापक समाजापर्यंत अगदी उच्च शिक्षणाच्या सोयी पोहोचविण्याचा व समाजातील दुर्बल व उपेक्षित घटकांना देखील सर्व तऱ्हेचे शिक्षण विशेष परिश्रम व अडचणीशिवाय उपलब्ध व्हावे हाच दृष्टिकोन ठेवला व त्यामुळे अगदी आदिवासी व दुर्गम विभागात देखील या जिल्ह्यात महाविद्यालयीन सोयी उपलब्ध आहेत व त्या उपलब्ध करून देण्यासाठी या जिल्ह्यातील शिक्षणक्षेत्रातील काँग्रेसजनांची सेवा ही लक्षणीय अशीच आहे. यात विशेषत्वाने कै. दादासाहेब घोगरे व कै. कुंभार गुरुजी व चुडामणअण्णा पाटील यांची प्रेरणा मिळाली. श्री. व्यंकटराव रणधीर, कै. गजमल बापूजी, कै. ग. द. माळी गुरुजी, कै. अप्पासाहेब बेडसे, पी. के. पाटील, प्राचार्य गो. हू. महाजन, सर्वश्री दादासाहेब राऊळ, रामरावदादा पाटील, ना. सुरूपसिंह नाईक, खा. माणिकराव गावीत, कै. जयंतराव नटावदकर, श्री. भाऊ गोविंद चौधरी, श्री. सदाशिवराव माळी अशा बहुसंख्य काँग्रेस कार्यकर्त्यांनी मोलाची कामगिरी बजाविली आहे व या जिल्ह्यातील शैक्षणिक वातवरण समृद्ध केले आहे.

## काँग्रेस संघटना

स्वातंत्र्योत्तर काँग्रेसच्या हाती सत्ता आल्यापासून सत्ता व संघटना यांचे संबंध काय असावेत, ही चर्चा सुरू आहे. या प्रश्नावरून काही मान्यवर नेते काँग्रेस पक्ष सोडून गेले. सत्ता आणि संघटना यामध्ये सत्तेचा वरचष्मा असलेला सुरुवातीपासूनच

भासत व दिसत किंवा जाणवत असला, तरी संघटनेत काम करण्यात कोणाला स्वारस्यच वाटू नये इतपत संघटनात्मक कामाचे अवमूल्यन झाले नव्हते, किंवा संघटनेतील स्थान म्हणजे सत्तेपर्यंत पोहोचण्याची शिडी हे स्वरूपही संघटनेस आलेले नव्हते. ही अवस्था साधारणतः जिल्हा पातळीवर १९७२च्या विधानसभा निवडणुकीपर्यंत या जिल्ह्यात तरी टिकून होती व साधारणपणे तशी ती राष्ट्रीय पातळीवरही टिकलेली होती. धुळे जिल्ह्यातीत काँग्रेस संघटनेचे स्वरूप पाहता स्वातंत्र्यपूर्व काळात या जिल्हा काँग्रेस कमिटीला समर्पित जीवन जगलेल्या व समाजासाठीच जीवन आहे असे मानणाऱ्या कै. बाळुभाई मेहता, कै. श. वि. ठकार, कै. अप्पासाहेब देव, कै. शं. श्री. देव यांसारख्या व्यक्तींचे नेतृत्व आणि मार्गदर्शन लाभल्यामुळे स्वातंत्र्योत्तर काळातही साधारणतः व्यापक समाजहिताचा व समाजसेवेचा धागा खंडित झालेला आढळत नाही.

श्री. अण्णासाहेब टोणगांवकरांच्या अध्यक्षीय कारकिर्दीनंतर दीर्घकाळ या जिल्ह्याची सूत्रे जिल्हा काँग्रेसचे अध्यक्ष म्हणून समर्थपणे सांभाळली ती श्री. अण्णासाहेब ऊर्फ चुडामण आनंदा पाटील यांनी. काही काळ कै. ग. द. माळी गुरुजी हे जिल्हा काँग्रेसचे अध्यक्ष झाले. तो काळ सोडला, तर श्री. चुडामणअण्णा हेच १९६७ सालची आपली खासदारपदाची निवडणूक लढवून विजयी होईपर्यंत त्या पदावर होते. हा त्या काळातील एक विक्रम होता. संयुक्त महाराष्ट्र समितीची लाट वगळता बहुतेक सर्व निवडणुका काँग्रेसनेच जिंकल्या. त्यानंतर श्री. दादासाहेब राऊळ यांनी कार्याध्यक्ष म्हणून काही काळ काम पाहिले. श्री. अण्णासाहेब ऊर्फ चु. आ. पाटील यांच्या कारकिर्दीत काँग्रेस भवन ही जिल्हा काँग्रेसच्या मालकीची भव्य वास्तू बांधून झाली व त्यांच्याच कारकिर्दीत १९५२ ते १९६७ पर्यंत झालेल्या विधानसभा व लोकसभेच्या निवडणुका झाल्या, तसेच स्थानिक स्वराज्य संस्था म्हणजे लोकल बोर्ड व नंतर जिल्हा परिषद, पंचायत समित्या, तसेच नगरपालिकांच्या निवडणुकांतही बहुतेक ठिकाणची सत्ता काँग्रेस कार्यकर्त्यांच्या हाती राहिली. या काळात काँग्रेस अंतर्गत गटबाजी जन्मली असली, तरी पक्षाला घातक प्रमाणात नव्हती. १९६४पासून श्री. शिवाजीराव पाटील काँग्रेसमध्ये आले व ते महाराष्ट्र प्रदेश काँग्रेसचे सरचिटणीस होते. त्यांनी जिल्ह्यात काँग्रेस कार्यकर्त्यांमध्ये एकात्म भाव निर्माण करण्याचा प्रयत्न केला. १९७२च्या विधानसभा निवडणुकीपर्यंत जिल्ह्यातील काँग्रेस संघटनेचे संघटना म्हणून अस्तित्व निश्चितच प्रभावी होते. याचे कारण जुन्या पिढीचे संघटनकौशल्य व कार्यकर्त्यांतील प्रेमभाव हे होते.

१९६९ मधील काँग्रेसमधील फाटाफुटीनंतर व काही मातब्बर नेते एकमेकांपासून दूर गेल्यानंतर मूळ संघटनेवर काही ना काही विपरीत व प्रतिकूल परिणाम होणे अपरिहार्यच होते. तरीही श्रीमती इंदिराजी गांधी यांनी आपले सर्वस्व पणाला लावून आणि काँग्रेस संघटन मूळ उद्दिष्टानुरूप गतिमान करण्याच्या प्रयत्नांतून १९७२च्या लोकसभा निवडणुकीत त्यांच्यामुळेच काँग्रेसला मिळालेले अभूतपूर्व यश व बांगलादेशच्या निर्मितीतील त्यांच्या कर्तृत्वातून काँग्रेसला निश्चितच शक्ती मिळाली. त्याचा फायदा जरूर या जिल्ह्यातीत काँग्रेस संघटनेला झाला. तसेच १९७२च्या विधानसभा निवडणुकीत या जिल्ह्यातील काँग्रेस उमेदवार विजयी होण्यात जिल्हा पातळीवर नेते यशस्वी झाले, तरी प्रांतिक काँग्रेस व अ. भा. काँग्रेसच्या पातळीवर त्यांनी स्वीकारलेल्या नव्या दृष्टिकोनामुळे उमेदवारीत बदल झाले व प्रथमच या जिल्ह्यात एकाच वेळी तीन स्त्री उमेदवारांना काँग्रेसची उमेदवारी देण्यात आली व या तिन्हीही स्त्री उमेदवार या निवडणुकीत चांगली मते मिळून यशस्वी झाल्या. या तीन स्त्री उमेदवार म्हणजे १) धुळे - सौ. कमलाबाई अजमेरा, २) शिंदखेडे - कै. लीलाताई उत्तमराव पाटील, ३) साक्री - सौ. गोजरताई रामराव भामरे या होत. या वेळी धुळे जिल्हा काँग्रेसची अध्यक्षपदाची सूत्रे श्री. अण्णासाहेब व्यंकटराव रणधीर हे सांभाळत होते व एक तळोदे मतदारसंघ सोडला, तर सर्व ठिकाणी काँग्रेस उमेदवार निवडून आले होते.

## संघटनात्मक निवडणुका

इ. स. १९७३मध्ये प्रथमच या जिल्ह्याचे काँग्रेस कमिटी अध्यक्ष म्हणून आदिवासी नेते कै. तु. हू. गावीत यांची एकमताने निवड करण्यात आली. स्वातंत्र्योत्तर काळात इंदिराजींनी जेवढा प्रयत्न संघटनेला नवे वळण देण्याचा व काळानुरूप संघटन बांधण्याचा केला, तेवढा कोणीच केला नाही, असे दिसून येईल. धुळे जिल्हा काँग्रेसचे अध्यक्ष कै. तु. हू. गावीत हे संसदसदस्य असल्यामुळे त्यांचे जिल्ह्यामधील वास्तव्य कमी असले, तरी जिल्ह्यातील प्रश्नांच्या संबंधात त्यांनी केलेले केंद्रीय पातळीवरील प्रयत्न विशेष उपयुक्त ठरलेले आहेत. केंद्र सरकारने जे स्वातंत्र्यसैनिकांना पेन्शन देण्याचे ठरवले ते पेन्शन मिळवून देण्याच्या संबंधात कै. गावीत यांनी प्रयत्नांची पराकाष्ठा करून ते मिळवून दिले. श्री. चुडामणअण्णा पाटील यांनीही स्वातंत्र्यसैनिकांच्या कामात मन घालून मोठे कार्य केले.

## दिल्ली व नरोडा येथील शिबिर

अखिल भारतीय पातळीवर जिल्हा काँग्रेस कमिट्यांच्या अध्यक्षांचे व सचिवांचे शिबिर दिल्ली येथे १९७३मध्ये झाले. त्या शिबिरास कै. गावीत अध्यक्ष म्हणून, तर शं. गो. पाटील हे सचिव म्हणून हजर होते. तसेच समाजातील वेगवेगळ्या समाजघटकांचे संघटन होण्याच्या दृष्टीने जाणीवपूर्वक प्रयत्न अखिल भारतीय पातळीवर झाले आणि वेगवेगळ्या व्यावसायिकांच्या संघटना निर्माण करण्याचा प्रयत्न जो भारतीय पातळीवरून झाला, त्याला मिळावा तो प्रतिसाद प्रांतिक काँग्रेस कमिटी व जिल्हा काँग्रेस कमिट्यांकडून मिळाला नाही.

## खांडबारा येथील मेळावा

१९७५ साली आणीबाणी आली. श्रीमती इंदिराजी गांधी या जिल्ह्यात खांडबारा येथे आल्या व त्यांनी तेथे आदिवासींच्या भव्य मेळाव्यापुढे भाषण केले. हा मेळावा संघटित करण्यात व यशस्वी करण्यात धुळे जिल्हा काँग्रेसने प्रयत्नांची पराकाष्ठा केली व तो अत्यंत यशस्वी केला. या सर्व प्रयत्नात त्या वेळी जिल्ह्याचे नेतृत्व करीत असलेले श्री. शिवाजीराव पाटील व या जिल्ह्याचे आदिवासी मंत्री श्री. रमेश पान्या वळवी यांनी महत्त्वाची जबाबदारी पार पाडली.

## इंदिराजींची धुळे जिल्ह्यास भेट

श्रीमती इंदिराजींनी खांडबारा मेळाव्यापूर्वी त्या अ. भा. काँग्रेसच्या कामात क्रियाशील असताना व काँग्रेस भवनचे बांधकाम सुरू असताना धुळे जिल्ह्याला भेट दिली. तर खांडबारा आदिवासी मेळाव्यानंतर त्या इ. स. १९७८च्या विधानसभा निवडणूक प्रचारासाठी आपल्या जिल्ह्यात धुळे येथे आल्या व त्यांची शि. वि. प्र. संस्थेच्या महाविद्यालयाच्या भव्य क्रीडा मैदानावर प्रचंड जाहीर सभा झाली. त्यापूर्वी १९७७च्या लोकसभा निवडणुकीत सर्वत्र काँग्रेसचा दारुण पराभव झाला असताना धुळे जिल्ह्यातील दोन्ही लोकसभा जागांवर मात्र देदीप्यमान यश मिळाले होते. १९७७च्या लोकसभा निवडणूक निकालाच्याच दिवशी धुळे जिल्हा काँग्रेसचे त्या वेळचे अध्यक्ष कै. तु. हू. गावीत यांचे दिल्ली येथे दुःखद निधन झाल्याचे वृत्त धुळे येथे येऊन पोहोचले. त्यामुळे विजय मिरवणूक काढण्यात आली नाही. त्यांनतर १९७८ची निवडणूक व काँग्रेस दुभंगण्यापूर्वी धुळे जिल्हा काँग्रेस अध्यक्षांची निवडणूक होऊन श्री. दादासाहेब ऊर्फ ज. दौ. राऊळ हे अध्यक्ष म्हणून निवडून आले. १९७८च्या

जानेवारीत जी अखिल भारतीय पातळीवर काँग्रेसमध्ये फूट झाली, तोपर्यंत धुळे जिल्हा काँग्रेस कमिटी ही एकसंधच होती. फक्त १९७७च्या लोकसभा निवडणुकीत या जिल्ह्यातील श्री. पी. के. पाटील यांनी जनता पक्षात प्रवेश केला होता.

## १९७८ ते १९८०

१९७८च्या जानेवारीच्या पहिल्याच आठवड्यात या जिल्ह्यात इंदिरा काँग्रेस स्थापण्याची घोषणा शं. गो. पाटील व कार्यकर्त्यांनी केली व त्या वेळी श्री. अतुल जोशी व श्री. जगुभाऊ अजळकर हे कार्यकर्ते होते. त्यानंतर सौ. कमलाबाई अजमेरा, श्री. रमेश अजमेरा यांनीही संमती दिल्यानंतर या जिल्ह्यातील इंदिरा काँग्रेसच्या स्थापनेसंबंधीचा पहिला मेळावा स्वो. वि. गृहाच्या आवारात १४ जानेवारी १९७८ रोजी घेण्यात आला. या मेळाव्यास जिल्ह्यातून बहुतेक तालुक्यांतून काही प्रमुख कार्यकर्ते उपस्थित होते. १९७८च्या निवडणुकीत या जिल्ह्यातील मान्यवर नेते इंदिरा काँग्रेसबरोबर नव्हते व काही ठिकाणी इंदिरा काँग्रेसचे व रेड्डी काँग्रेसचे उमेदवार अशा लढती होऊन दोन्ही काँग्रेसचे उमेदवार पराभूत झाले. शिंदखेडे मतदारसंघातील श्री. शिवाजीराव पाटील व शिरपूर मतदारसंघातील श्री. व्यंकटराव रणधीर यांच्या पराभवाचे उदाहरण देता येईल. फारसे वजनदार कार्यकर्ते सोबत नसतानाही इंदिरा काँग्रेसचे चार उमेदवार निवडून येऊन एक अनपेक्षित असे यश मिळाले. त्यामुळे रेड्डी काँग्रेससोबत असलेले काही नेते व कार्यकर्ते इंदिरा काँग्रेसमध्ये प्रवेश मिळवण्यासाठी प्रयत्न करू लागले. त्यातूनच जिल्ह्यातील १९७७साली निवडून आलेले उभय खासदार इंदिरा काँग्रेसमध्ये सामील झाल्याचा वर उल्लेख आलेलाच आहे. त्यानंतर धुळे जि. प. निवडणुकांपर्यंत बरेच कार्यकर्ते इंदिरा काँग्रेसमध्ये आले आणि पक्षाला चांगले बहुमत मिळाले असले, तरी अध्यक्ष व पदाधिकारी निवडणुकीत पक्षाची शिस्त पाळली गेली नाही.

## जेलभरो आंदोलन

१९७९मध्ये जनता पक्ष व श्री. चरणसिंगांचे सरकार जाऊन निवडणुका लागल्या होत्या, परंतु त्यापूर्वी जनता पक्ष सरकारने जे श्रीमती इंदिरा गांधींच्या छळाचे पर्व सुरू केले होते, त्यातून त्यांना अटक करून तुरुंगात ठेवण्यात आल्यावर धुळे जिल्ह्यात 'जेल भरो' आंदोलनाला सामान्यजनांकडून व विशेषत्वाने स्त्रियांकडून फार प्रभावी प्रतिसाद मिळाला. या जिल्ह्यातून जवळ जवळ पाच हजारांवर स्त्री-पुरुष तुरुंगात गेले व त्यापैकी एकानेही माफी मागून तुरुंगाबाहेर येण्याचा प्रयत्न केला नाही.

## संघटनात्मक बदल

सप्टेंबर १९७९मध्ये कमलाबाई अजमेरा यांची मुंबई विभागीय काँग्रेसच्या अध्यक्षा म्हणून नियुक्ती झाल्यानंतर ऑक्टोबर १९७९ पासून धुळे जिल्हा काँग्रेसची सूत्रे अध्यक्ष म्हणून श्री. शं. गो. पाटील यांनी सांभाळली. तसेच या काळात जिल्हा सरचिटणीस म्हणून श्री. अतुल जोशी व श्री. सिद्दीक यांचे सहकार्य त्यांना लाभले. १९७९च्या लोकसभेच्या निवडणूक प्रचारासाठी श्रीमती इंदिराजी गांधी या जिल्ह्यात धुळे व नंदुरबार येथे आल्या. तशाच त्यांना अटक होऊन न्यायालयाने त्यांची सुटका केल्यानंतर लगेच दुसऱ्या दिवशी महाराष्ट्र आणि गुजरात सीमा हद्दीवर नंदुरबारजवळ येऊन गेल्या व तेथे त्यांची प्रचंड जाहीर सभा झाली. अशा तऱ्हेने १९७९च्या लोकसभा निवडणुकीतही इंदिरा काँग्रेसचे उमेदवार म्हणून श्री. रेशमा मो. भोये व श्री. सु. हि. नाईक हे प्रचंड मतांनी निवडून आले. १९८०च्या विधानसभा निवडणुका इंदिरा काँग्रेसने स्वतःच्या शक्तीवर लढवल्या. त्यात १० पैकी ९ जागा इंदिरा काँग्रेसला जिंकता आल्या. हे जरी असले तरी इंदिरा काँग्रेसमध्ये सत्ताकांक्षी राजकारणाचा जोर वाढून संघटनात्मक बाबीकडील लक्ष कमी होत चालले होते. निर्णयांचे केंद्र जिल्हा काँग्रेसपासून प्रांतिक काँग्रेसकडे सर्वार्थाने गेलेले होते. त्यामुळे १९८०पासून आमदार व मंत्री यांचा संघटनात्मक कामातील हस्तक्षेप व वरचष्मा वाढत गेला. या दोषापासून हा धुळे जिल्हा अलिप्त राहणे अशक्यच होते.

## १९८० ते १९८५

१९८०मध्ये बॅ. ए. आर. अंतुले हे मुख्यमंत्री झाले व त्यांच्या मंत्रिमंडळात धुळे जिल्ह्यातील श्री. सुरूपसिंह नाईक यांचा ते खासदार असूनही कॅबिनेट मंत्री म्हणून समावेश झाला. त्यामुळे या जिल्ह्यात नंदुरबार मतदारसंघात खासदारपदाची पोटनिवडणूक होऊन श्री. माणिकराव गावीत प्रचंड मते मिळवून निवडून आले. त्यानंतर त्यांनी आपल्या आमदारपदाचा राजीनामा दिला व नवापूर विधानसभा मतदारसंघात श्री. सुरूपसिंह नाईक हे बिनविरोध निवडून आले. श्री. अंतुले यांच्यावर प्रतिभा प्रतिष्ठानमुळे आक्षेप येऊन त्यांना मुख्यमंत्रिपद सोडावे लागले. त्यानंतर श्री. बाबासाहेब भोसले मुख्यमंत्री झाले. त्यांच्याही मंत्रिमंडळात श्री. नाईक हे मंत्री होते. तसेच त्या मंत्रिमंडळात कमलाबाई अजमेरा या राज्यमंत्री झाल्या. श्री. सुरूपसिंह नाईक हे वसंतदादा पाटील यांच्या मंत्रिमंडळातही मंत्री राहिले व श्री. शिवाजीराव पाटील निलंगेकर यांच्या मंत्रिमंडळातही मंत्री होते.

१९८०मध्ये श्रीमती इंदिराजी गांधी पुन्हा या देशाच्या पंतप्रधान झाल्या व त्यांच्या मृत्यूपर्यंत त्यांना अनेक कठीण समस्यांना तोंड द्यावे लागले. त्यात श्री. संजय गांधी यांचा अपघाती मृत्यू झाला व श्री. राजीव गांधींना राजकीय क्षेत्रात यावे लागले व त्यांनी अखिल भारतीय काँग्रेसचे सरचिटणीसपद स्वीकारले. त्यांनीही काँग्रेस संघटना आपल्या पद्धतीप्रमाणे प्रभावी करण्याचा प्रयत्न केला. ते सरचिटणीस झाल्यावरच भारतातील सर्व प्रांतांतील काँग्रेस पक्षाच्या आमदार-खासदारांची बैठक झाली. भारतातील सर्व जिल्हा काँग्रेसच्या अध्यक्षांचे अखिल भारतीय पातळीवरचे शिबिर, तसेच काँग्रेसचे अध्यक्ष, पदाधिकारी व काँग्रेसच्या आघाडी संघटनांच्या प्रमुखांचे अखिल भारतीय पातळीवर संमेलन घेतले. अखिल भारतीय पातळीवरून सभासद नोंदणी करून निवडणुका घेण्याचा दोन वेळा प्रयत्न झाला, परंतु सभासद नोंदणीसंबंधीच्या तक्रारींमुळे त्या होऊ शकल्या नाहीत. धुळे जिल्हा काँग्रेसचे अध्यक्ष म्हणून श्री. शं. गो. पाटील हे जाऊन डॉ. हेमंत देशमुख १९८५च्या जूनपासून जिल्हाध्यक्ष झाले.

काँग्रेस तळागाळापर्यंत नेण्यासाठी संघटनात्मक पातळीवर विद्यार्थी, युवक, सेवा दल, महिला, शेतकरी अशा संघटना यशस्वी करण्याचा प्रयत्न झाला नाही असे नाही, परंतु त्यात यश आले नाही. ९ ऑगस्ट १९८१ला बहुतेक सर्वच काँग्रेस कार्यकर्ते इंदिरा काँग्रेसमध्ये आले व काँग्रेस भवनही इंदिरा काँग्रेसकडे आले. त्या वेळी जिल्हा समाजवादी काँग्रेसचे अध्यक्ष श्री. रामरावदादा पाटील हे होते. या देशात सर्व गुणदोषांसह काँग्रेस संघटना हेच असे संघटन आहे, की त्याला व्यापक समाजहिताची व त्यासाठी आपल्या वैयक्तिक आकाक्षांना मुरड घालण्याची प्रवृत्ती असलेले अधिक कार्यकर्ते याच पक्षापाशी आहेत. तरुणांनादेखील काँग्रेस पक्षामार्फत या देशात काहीतरी घडेल, असे वाटते व म्हणूनच तरुण काँग्रेस पक्षाकडे आकर्षित होतात व काळानुरूप, परिस्थितीनुरूप बदलते काँग्रेस नेतृत्व काँग्रेसजनांनी मानले आहे. तसे या जिल्ह्यातही घडलेले आहे. पक्ष पद्धतीत पक्ष संघटनेचे स्थान महत्त्वाचे असते. असंख्य काँग्रेस कार्यकर्ते कोण अध्यक्ष आहे, कोण मंत्री आहे, कोण खासदार-आमदार आहे, हे न पाहता पक्षासाठी काम करीत असतात. तेच खरे काँग्रेस पक्षाचे बळ आहे. धुळे जिल्ह्यात तरी ते अधिकच विशेष आहे, असे विचार चुडामणअण्णांच्या पिढीतील आणि त्यांच्या मार्गदर्शनाखाली तयार झालेले काँग्रेस कार्यकर्ते बाळगून आहेत. तेच काँग्रेसचे बळ आहे.

(संदर्भ : काँग्रेस शताब्दी स्मरणिका, धुळे जिल्हा कमिटी)

❖❖❖

# राजकीय वारसा

महाराष्ट्राला एक कार्यक्षम व संसदपटू लोकप्रतिनिधी म्हणून परिचित असलेले श्री. रोहिदासदाजी पाटील. चुडामणअण्णांचा राजकीय वारसा चौघा भावांपैकी आपल्याकडेच का आला, किंवा अण्णांनी तो आपल्याकडे का सोपवला, असे विचारले असता, त्यांनी आपण निव्वळ योगायोगानेच राजकारणात आलो असे सांगितले. सर्व बंधू शिक्षण पूर्ण करून आपापल्या भावी आयुष्याच्या दिशा ठरवत असताना प्रत्येकाची दिशा कारणपरत्वे वेगळी झाली. थोरले भास्करदादा हे वकिलीची पदवी घेतल्यानंतरही महाराष्ट्र सरकारच्या प्रशासकीय सेवेत अधिकारी म्हणून दाखल झाले. तर दुसरे भाईदासअण्णा हे एम.बी.बी.एस.ची पदवी घेऊन डॉक्टर झाले होते आणि एफ.आर.सी.एस. ही उच्च पदवी संपादन करण्यासाठी इंग्लंडला गेलेले होते. राहिलेले दोघे म्हणजे रोहिदासदाजी व विश्वासनाना यांनी अनुक्रमे इंजिनिअरिंग आणि एम.बी.बी.एस. या पदव्या संपादन करून आपापल्या क्षेत्रात व्यावसायिकदृष्ट्या स्थिर होण्यासाठी पावले टाकण्यास सुरुवात केली होती. डॉ. विश्वास यांना एम.आर.सी.पी. या उच्च वैद्यकीय अभ्यासक्रमासाठी इंग्लंडला जायचे होते व त्यांना तिकडे प्रवेशही मिळाला.

रोहिदासदाजी यांना जर्मनीत मेकॅनिकल इंजिनिअरिंगच्या पुढील अभ्यासासाठी जायचे होते. मात्र ते न जमल्याने त्यांनी मुंबईत लार्सन अँड टुब्रो या कंपनीत एका पदासाठी प्रयत्न केला. मात्र अपेक्षित पद मिळत नसल्याने त्यांनी नोकरीचा विचार सोडून दिला. काय करावे, या विचारात असताना त्यांची भेट तत्कालीन मंत्री व्यंकटरावभाऊ हिरे यांच्याशी झाली. ते नात्यातीलच होते. त्यांना नोकरीबाबतची स्थिती रोहिदासदाजींनी सांगितली. त्यावर व्यंकटरावभाऊंनी, नोकरी कशाला करता? वाहने आणि यंत्रे बनवणाऱ्या कंपनींची एजन्सी घ्या व व्यवसाय करा, असे सांगितले. त्यामुळे रोहिदासदाजींनी इतर सर्व योजना रद्द करून धुळे येथे वाहने

आणि यंत्रे यांची एजन्सी सुरू केली. हे करीत असताना घरात चुडामणअण्णांमुळे राजकीय व समाजसेवेचे वातावरण होते. या काळात इतर तिघे भाऊ घरी नसल्याने राजकारणात अण्णांना मदत करण्याची जबाबदारी आपोआपच रोहिदासदाजी पाटील यांच्यावर येऊन पडली व त्यांनी तेव्हापासून व्यवसाय आणि राजकारणास सुरुवात केली.

वडिलांचे राजकारण आपण जवळून पाहिले. ते स्वातंत्र्यसैनिक असल्याने त्यांची जीवनमूल्ये भक्कम होती. शेतकरी, शेतमजूर, कामगार व गिरणी कामगार, हमाल असा श्रमजीवी वर्ग आणि गोरगरीब आदिवासी, हरिजन यांसारखे दुर्बल घटक हे अण्णांच्या राजकारणाचे व समाजकारणाचे केंद्रबिंदू होते. अण्णा म्हणजे आमचे तात्या हे या वर्गाचे रक्षणकर्ते होते म्हणून ते त्यांच्यात प्रिय झाले. त्या काळच्या धनाढ्य आणि उच्च विद्याविभूषित, लब्धप्रतिष्ठित अशा लोकांशी लढण्यात त्यांचे आयुष्य गेले. तात्या कमी शिकलेले असले, तरी त्यांना वाचनाचा आणि कठोर परिश्रमाचा छंद असल्याने ते सुशिक्षितांपुढे कोठेच कमी पडले नाहीत. त्यांचे जीवन संघर्षमय होते. गरिबांना ते आपला आधारस्तंभ वाटत. काँग्रेसचा निष्ठावंत कार्यकर्ता, कामगारांचा उत्तम नेता आणि सामान्यांपेक्षा सामान्य जीवन जगणारा नेता अशी त्यांची प्रतिमा होती. राजकीय निवृत्तीच्या काळातही राज्यातील काँग्रेसच्या सर्व नेत्यांना हवाहवासा वाटणारा अनुभवी ज्येष्ठ कार्यकर्ता म्हणून ते प्रसिद्ध होते.

'मी राजकारणात उतरताना त्यांची छत्रछाया आणि त्या काळातील काँग्रेस नेत्यांसोबत असलेले संबंध व राज्यातील काँग्रेसशी असलेला त्यांचा प्रचंड संपर्क याचा मला राजकारणात कायमच फायदा होत होता. धुळे जिल्ह्यावर त्या काळातसुद्धा त्यांची प्रचंड पकड होती. त्यामुळे मला पक्षात काम करणे अधिकच सुखकर झाले होते. विरोधी पक्षातील नेते आणि काँग्रेसमधील त्यांचे विरोधक यांच्याशी आम्ही संबंध कसे ठेवावेत, याबाबत ते आम्हाला कायम मार्गदर्शन करीत असत. ते म्हणायचे, की 'तुम्हाला योग्य वाटेल आणि योग्य दिसेल त्याच्याशी मैत्री ठेवा.'

१९४८ ते १९७७ या प्रदीर्घ काळात त्यांनी काँग्रेस मजबूत करण्यासाठी सर्व घटकांना एकत्र घेऊन पक्षधोरणाप्रमाणे काम केले. त्यांनी जिल्ह्यातील सर्व निवडणुकांत पक्षाने दिलेला कोणताही उमेदवार निवडून आणण्याचे काम निष्ठेने केले. उमेदवार त्यांच्या मनाविरुद्ध दिलेला असला, तरीही शिस्त म्हणून त्यांनी

मनापासून प्रामाणिकपणे काम केले. त्यांच्या मनात जिल्ह्यासाठी वेगवेगळ्या संस्था स्थापन करणे, पाटबंधारे योजना व धरणे बांधणे, रेल्वेचे जाळे आणि उद्योगांची निर्मिती येथे व्हावी म्हणून ते सदैव प्रयत्नशील होते. तालुक्यासाठी सूतगिरणी काढण्याचा त्यांचा मानस होता. तो मला पूर्ण करता आला, याचा आनंद वाटतो. इंदूर-मनमाड लोहमार्ग व्हावा यासाठी प्रयत्न करण्याचा आग्रह मी मंत्री असताना ते सतत माझ्याकडे धरत असत.

त्यांची जीवनशैली व राजकीय मूल्ये वेगळी आणि साधी होती. त्यांनी कायम साधे खादीचे कपडे वापरले. ते सायकल किंवा फारतर रिक्षाने फिरत. त्यांना मोटार नकोशी वाटे. शेवटी शेवटी आम्ही त्यांना बळजबरीने मोटार वापरावयास लावले. त्यांनी राजकारणाकडे पैसे कमावण्याचे साधन म्हणून कधीच पाहिले नाही. गरजू लोक व सहकारी यांना ते आपल्या खिशातून मदत करीत असत. आम्ही स्वतंत्र व्यवसाय सुरू केले, तेव्हा आम्हाला भांडवल म्हणून द्यावयास त्यांच्याकडे पैसे नव्हते, यातच सारे काही आले. ते त्या दृष्टीने निःस्पृह होते. जिल्ह्याचा विकास आणि मुलांचे उत्तम संगोपन व शिक्षण आणि कार्यकर्त्यांना कायम मदत ही त्यांच्या स्वभावाची वैशिष्ट्ये होती. बदलत्या काळानुसार मूल्येही बदलली आहेत. तात्यांच्या मार्गावरून आम्हाला तसेच चालत जाणे नव्या वातावरणात शक्य नाही. पण गरिबांसाठी सदैव कामाला आले पाहिजे आणि जिल्ह्याचा विकास शिक्षण व उद्योगाच्या माध्यमातून झाला पाहिजे, हे त्यांचे विचार मात्र मी आमदार व मंत्री म्हणून आणि नेता म्हणून कायम अमलात आणण्याचा प्रयत्न केला.'

❖❖❖

# चुडामणअण्णांचा संसार

चुडामणअण्णा हे यशस्वी आणि आदर्श पाल पालक होते व त्यांची चारही मुले चांगल्या पदव्या संपादन करून महाराष्ट्रात सार्वजनिक क्षेत्रात नावलौकिक मिळवती झाली आणि अण्णांचेही नाव त्यांच्यामुळे आदर्श पालक म्हणून घेतले जाऊ लागले. या चार भावांच्या जोडीला अण्णांचा भाचा (बहिणीचा मुलगा) बंकटअप्पा यांचाही प्रतिपाळ पोटच्या मुलासारखा अण्णांनी केला. ज्येष्ठ पुत्र भास्करदादा हे आय.ए.एस. अधिकारी झाले. द्वितीय पुत्र भाईदासअण्णा हे एफ.आर.सी.एस. डॉक्टर झाले, तर तृतीय पुत्र रोहिदासदाजी हे अभियंता आणि राजकारणी झाले व पुढे मंत्रीही झाले. कनिष्ठ पुत्र विश्वासनाना हेसुद्धा इंग्लंडला जाऊन एम.आर.सी.पी. डॉक्टर झाले. भास्करदादा महाराष्ट्रात ठिकठिकाणी कर्तबगार अधिकारी म्हणून गाजले. तर इतर तिघा बंधूंनी धुळ्यात राहून आपापले व्यवसाय आणि चुडामणअण्णांची जनसेवा यात लक्ष घातले. बंकटअप्पा यांना शिक्षणात फारसा रस नसल्याने ते इतर भावंडांच्या गैरहजेरीत मोहाडी येथील कुटुंबाची शेती आणि इतर व्यवसाय यात लक्ष घालू लागले. चौघेही भाऊ वेळोवेळी शिक्षणासाठी बाहेरगावी किंवा परदेशात असल्याने चुडामणअण्णांचे घरातील व्यवहार पाहण्याची जबाबदारी प्रामुख्याने बंकटअप्पा यांनी सांभाळली.

चुडामणअण्णा यांनी १९४४च्या तुरुंगवासातून बाहेर येताच आपल्या कोरडवाहू शेतीचे बागायतीत कसे रूपांतर करता येईल, याकडे लक्ष दिले. घरातील सर्व माणसे म्हणजे अण्णांचे आई-वडील, पत्नी सुंदरबाई आणि मुले व गडीमाणसे शेतीत काम करीत असत. हळूहळू विहीर काढून तिच्यावर इंजिन बसवून भाजीपाला पिकवण्यास सुरुवात केली. तसेच गायी-म्हशी ठेवून दुधाचाही व्यवसाय केला. काही काळ जर्मन कंपनीचे एक इंजिन घेऊन गावात पिठाची गिरणीही अण्णांनी चालवली. यामुळे उत्पन्न चांगले येऊन रोकड पैसा साठू लागला. त्यातून चांगले

घर बांधून आणि अधिक जमीन जमेल तशी विकत घेऊन अण्णांनी शेतीचा पसारा वाढवला. त्यांच्या मळ्यातील भाजीपाला धुळे मार्केटमध्ये विकायला जाऊ लागला. धुळ्याच्या नामांकित जे. आर. सिटी हायस्कूलमध्ये शिकण्याबरोबरच हे पाचही भाऊ शेतीची कामे करीत असत. आणि चुडामणअण्णा काँग्रेसच्या व समाजसेवेच्या कार्यात मग्न असत. व्यापाऱ्यांकडे भाजीपाला विक्रीचा हिशेब मागताना रोहिदास हे अतिशय चिकित्सकपणे सर्व व्यवहार समजून घेत. त्यांच्या या चौकस वृत्तीमुळे व्यापाऱ्यांपैकी भगवान महाले यांनी त्यांना दाजी हे नाव दिले. त्या काळी घरातील कारभार आणि हिशेब पाहणाऱ्या भावास 'दाजी' असे म्हणण्याची पद्धत होती.

एकदा चुडामण अण्णांनी व्यापाऱ्याकडे हिशेब मागितला असता दाजींकडे हिशेब दिला आहे, असे उत्तर महाले यांनी दिले. तेव्हा दाजी कोण, असे कोडे अण्णांना पडले. त्यावर महाले यांनी रोहिदास यांना दाजी का म्हणतात, याचा खुलासा केला. तेच नाव त्यांना पुढे कायमचे चिकटले व आजही ते महाराष्ट्रातील जनतेला रोहिदासदाजी या नावाने परिचित आहेत. धुळे येथील माध्यमिक शिक्षण संपल्यानंतर अण्णांनी आपल्या मुलांना जाणीवपूर्वक पुणे येथे नामांकित महाविद्यालयात शिकावयास पाठवले. भास्करदादा हे बी.ए., एलएल.बी. झाले. नंतर महाराष्ट्र शासनाच्या सेवेत रुजू झाले. त्याची हकीकत इतरत्र आली आहे. भाईदासअण्णा व रोहिदासदाजी यांची अनुक्रमे वैद्यकीय आणि अभियांत्रिकी पदवी शिक्षणे मध्य प्रदेशात भोपाळ आणि इंदूर येथे झाली. विश्वासनाना हे पुण्याच्या नामांकित बी. जे. वैद्यकीय महाविद्यालयात एम.बी.बी.एस. झाले.

बंकटअप्पांनी मात्र काही काळ नोकरी व नंतर घरचा शेतीव्यवसाय हा मार्ग पत्करून आमदार व खासदार झालेल्या पितृतुल्य मामांच्या म्हणजे चुडामणअण्णांच्या घरादाराकडे व शेतीकडे लक्ष देण्याचे ठरवले. त्यांचा मुक्काम मोहाडी येथील घरी आणि शेतात असे. मोहाडी गावात आणि आजूबाजूच्या खेड्यापाड्यांवर अप्पांचे अनेक मित्र तयार झाले. ते अडीअडचणीच्या वेळी रात्रीअपरात्री चुडामणअण्णांसाठी धावून येत. आजूबाजूच्या गावातील गोरगरीब आदिवासी, हरिजनांना बंकटअप्पा अडचणीच्या प्रसंगी सढळ हाताने मदत करीत व मामा किंवा मामी कोणी त्याबद्दल त्यांना विचारत नसे. शिक्षण संपून पदव्या संपादन करून सर्व भावंडे पुन्हा एकत्र धुळ्यात जमली. रोहिदासदाजींनी नोकरी करण्याऐवजी स्वतःचा व्यापारव्यवसाय सुरू करण्याचे ठरवले. तर दोघा

डॉक्टर बंधूंनी धुळ्यातच आपले स्वतःचे हॉस्पिटल सुरू केले. मोटारसायकली आणि इतर यंत्रे विकण्याची एजन्सी दाजींनी 'पाटील बंधू' या नावाने घेतली. तर हॉस्पिटलचेही नाव 'पाटील बंधू हॉस्पिटल' असे ठेवण्यात आले. एकूण पाटील बंधू हे चुडामणअण्णांचा समाजसेवेचा वारसा आणि उद्योग व्यवसायातील स्वावलंबन असा मंत्र जपत धुळे जिल्ह्यात नावलौकिक संपादन करू लागले. हे कार्य आज तिसऱ्या पिढीतही त्याच प्रकारे सुरू आहे.

वयाच्या सोळाव्या वर्षी एका कर्जबाजारी शेतकऱ्याचा गिरणी कामगार मुलगा अशी आपल्या आयुष्याची सुरुवात करणारे चुडामणअण्णा यांनी आपले आयुष्य असे घडवले, की भल्याभल्यांना त्यांचे कौतुक वाटण्याबरोबरच हेवाही वाटू लागला. त्यांच्या सर्व मुलांना चांगल्या ठिकाणच्या सोयरिकी सांगून येऊ लागल्या. त्यापैकी भास्करदादा यांचा विवाह दिनांक २० मे १९५२ रोजी त्यांचे मामा हिरापूरचे महारू म्हसू पाटील ऊर्फ हाजीसाहेब यांच्या कन्या शकुंतलाताई यांच्याशी झाला. दोन परिवारातील ऋणानुबंध आणखीनच घट्ट झाले. चुडामणअण्णांच्या धर्मपत्नी सुंदरबाई ऊर्फ बायजाबाई यांचे आपल्या भावजयीशी म्हणजे शकुंतलाबाईंच्या आईशी अतिशय प्रेमाचे संबंध होते. पुढे या संबंधाचे विहीण या संबंधात रूपांतर झाले. हाजीसाहेबांचा आपल्या मेव्हण्यावर तसेच सर्व भाच्यांवर अतिशय जीव होता. श्री. भाईदासअण्णा व रोहिदासदाजी यांना मध्य प्रदेशात शिक्षणासाठी प्रवेश घेण्याचा प्रसंग आला. तेव्हा हाजीसाहेबांचे स्नेही हरिभाऊ पाटसकर हे तेथे राज्यपाल होते. चुडामणअण्णांची व हाजीसाहेबांची हरिभाऊंशी चांगलीच ओळख होती, त्यामुळे त्यांचा मुक्काम ते तिकडे गेले असता राजभवनावरच असे. हाजीसाहेबांचे चिरंजीव प्राध्यापक बी. एम. पाटील ऊर्फ तात्या हे धुळे येथील श्री शिवाजी विद्या प्रसारक संस्थेच्या विज्ञान महाविद्यालयात नोकरीला लागून तेथेच प्राचार्य म्हणून निवृत्त झाले. त्यांनी चुडामणअण्णांच्या, रोहिदासदाजींच्या आणि इतर मामेभावांच्या मार्गदर्शनाखाली श्री शिवाजी विद्या प्रसारक संस्थेत महत्त्वपूर्ण जबाबदाऱ्या पार पाडल्या.

अण्णांचे दुसरे चिरंजीव डॉ. भाईदासअण्णा यांना दिवंगत माजी मंत्री व लोकनेते भाऊसाहेब हिरे यांच्या कन्या पुष्पाअक्का यांचे स्थळ सांगून आले. हा विवाह भाऊसाहेबांच्या निधनानंतर झाला व विवाहानंतर हे दाम्पत्य डॉक्टरांच्या उच्च वैद्यकीय शिक्षणाच्या निमित्ताने इंग्लंडला रवाना झाले. अण्णांचे तिसरे चिरंजीव रोहिदासदाजी यांचा विवाह अण्णांचे धुळे जिल्ह्याच्या राजकारणातील

सहकारी व जिल्हा परिषदेचे दुसरे अध्यक्ष शिवाजी रायमल देवरे ऊर्फ बापूसाहेब (रा. बोरीस) यांच्या कन्या लतामाई यांच्याशी १७ मार्च १९६८ रोजी झाला. तर कनिष्ठ चिरंजीव डॉ. विश्वासनाना यांचा विवाह महाराष्ट्र राज्याचे तत्कालीन मंत्री ना. बी. जे. खताळ पाटील यांच्या कन्या प्रमिलाताई यांच्याशी झाला. आणि लवकरच म्हणजे २७ ऑक्टोबर १९६९ रोजी डॉ. विश्वास हेही सपत्निक उच्च शिक्षणासाठी इंग्लंडला रवाना झाले.

बंकटअप्पा यांचा विवाह कळंबू येथील सुमनताई यांच्याशी झाला. अशा प्रकारे चुडामणअण्णा व सुंदरबाई यांच्या घरात पाच सुना नांदावयास येण्याचा योग जमून आला. मात्र भास्करदादांच्या नोकरीमुळे पुढे शकुंतलाताईंना राज्यात निरनिराळ्या शहरी राहावे लागले. तर दोन्ही डॉक्टर मुलांच्या पत्नी पतीच्या शिक्षणासाठी दीर्घकाळ इंग्लंडमध्ये राहिल्या. त्यामुळे मोहाडी येथील घरसंसाराची जबाबदारी लताबाई आणि सुमनताई यांनी सुंदरबाईंच्या मार्गदर्शनाखाली उचलली. शिक्षणे आटोपून चारही सुना पुन्हा मोहाडीस घरी आल्यानंतर चुडामणअण्णांनी त्यांच्या व्यवसायाच्या सोयीसाठी तसेच मुलांच्या शिक्षणाच्या दृष्टीने प्रत्येकाला धुळे शहरात घर करण्यास परवानगी दिली. मात्र आपल्या नातवंडांच्या आरोग्याकडे आणि शिक्षणाकडे चुडामणअण्णांचे बारकाईने लक्ष असे.

सुरुवातीला मोहाडीस सर्वजण एकत्र असताना एक गमतीदार प्रसंग घडला. तो म्हणजे घरातील सर्व व्यवहार आणि संभाषणे अहिराणी भाषेतून होत असताना सर्वांत धाकट्या सूनबाई म्हणजे मुंबईत मंत्र्याच्या बंगल्यातून आलेल्या प्रमिलाताई या मात्र एकट्या अहिराणी न समजणाऱ्या होत्या, त्यामुळे त्यांना आजूबाजूला काय चालले आहे, हे समजत नसल्याने त्या गोंधळून जात व कधीकधी रडवेल्या देखील होत. त्यांची ही अडचण लक्षात आल्याबरोबर चुडामणअण्णांनी घरातील सर्वांना एकत्र बसवून प्रमिलाताईला कळावे म्हणून आणि एकटे पडल्यासारखे वाटू नये म्हणून सर्वांनी मराठीत बोलावे, असा आदेश दिला. ते म्हणाले, “हाई मनी बिगर अहिराणी समजणारी अंडेर शे तिले समजान करता मराठीमा बोलत जा.” म्हणजे ही माझी अहिराणी न समजणारी मुलगी आहे. तिला समजावे म्हणून सर्वांनी मराठीत बोलावे. चुडामणअण्णा हे आपल्या सर्व सुनांना मुली मानत. त्यांना स्वतःला मुलगी नव्हती, पण परमेश्वराने आपल्यासाठी पाच मुली निरनिराळ्या घरांतून पाठवल्या आहेत, असे ते व सुंदरबाई आपल्या सुनांबाबत म्हणत असत.

चुडामणअण्णांनी धुळे जिल्ह्याचा राजकीय संसार आपल्या सक्रिय राजकारणाच्या कारकिर्दीत केला तसा आपला स्वतःचाही संसार उत्तम प्रकारे केला. त्यांचे सहकारी मित्र धुळ्याचे माजी नगराध्यक्ष श्री. बाबुराव हांडे म्हणतात, की इतर कोणत्याही समकालीन राजकीय पुढाऱ्यापेक्षा चुडामणअण्णांची मुले चांगल्या प्रकारे शिकली व सुसंस्कृत आणि प्रतिष्ठित आयुष्य कसे जगावे याचा आदर्श त्यांनी इतर पुढाऱ्यांच्या मुलांपुढे घालून दिला. धुळ्यातील नामवंत चार्टर्ड अकौंटंट आणि प्राध्यापक व माजी आमदार श्री. पी. डी. दलाल म्हणतात, की चुडामणअण्णांचे राजकीय यश व लोकप्रियता यांच्यापेक्षाही आपल्याला त्यांचे विशेष कौतुक वाटते ते त्यांनी स्वतः फारसे शिक्षण झालेले नसताना आपल्या सर्व मुलांना शिक्षणाची गोडी लावून शिक्षणाच्या जोरावर आयुष्यात स्वतःच्या पायावर उभे राहण्यास मार्गदर्शन केले याचेच. अनेक पुढाऱ्यांची मुले वडिलांची सत्ता व संपत्ती याची लहानपणापासून नशा चढून वाया जातात. अशी अनेक उदाहरणे आजूबाजूला दिसत असताना चुडामणअण्णांची मुले मात्र प्रथम शिक्षण, पदवी, व्यवसाय आणि नंतर मग राजकारण अशा क्रमाने सार्वजनिक जीवनात आली. याचे श्रेय निःसंशय स्वतः चुडामणअण्णा यांनाच आहे. चुडामणअण्णा तुरुंगवास किंवा राजकारणाच्या निमित्ताने बाहेरगावी असत, तेव्हा त्यांच्या धर्मपत्नी सुंदरबाई तसेच सुंदरबाईंचे भाऊ हाजीसाहेब हे सर्वांवर लक्ष ठेवीत असत. मुलांचे संसार मार्गी लावून त्यांना संस्काराच्या शिदोरीसह आपापली स्वतंत्र आयुष्ये जगण्याचा मार्ग दाखवताना अण्णांनी व सुंदरबाईंनी त्यांच्यावर समाजसेवेचेही संस्कार केले.

घरात येणाऱ्या सुनांना आपल्या घरची रीत व अपेक्षा स्पष्टपणे समजावून देऊन त्यांची स्वप्ने व आशा जाणून घेण्याची वृत्ती या सासू-सासऱ्यांमध्ये होती. याबाबतची एक आठवण अशी, की १९५२मध्ये भास्करदादा पदवीधर होऊन कायद्याच्या शिक्षणासाठी मुंबईच्या गव्हर्नमेंट लॉ कॉलेजमध्ये शिकावयास गेले, तेव्हा त्यांचे रुढीप्रमाणे लग्न झाले, ते मामा हाजीसाहेब यांच्या कन्या शकुंतलाताई यांच्याशी. त्या वेळी अण्णांनी नवपरिणित जोडप्यास बोलावून लग्न झाले असले, तरी दादांचे आयुष्य घडवणारे उर्वरित शिक्षण व्हावयाचे असल्याने दोघांनीही एकमेकांना पत्रे वगैरे लिहिण्यात वेळ घालवू नये, असे सांगितले. त्याप्रमाणे दादांनी आपले वकिलीचे शिक्षण पूर्ण केले आणि नंतर ते राज्यभर शासनाच्या सेवेत विविध ठिकाणी नेमणुकीस आपल्या कुटुंबासह गेले.

अण्णांची नातवंडे आधुनिक जमान्यातली असली, तरी त्यांच्यावर काही मूलभूत संस्कार अण्णांच्या वागण्यातूनच आपोआप झालेले आहेत. त्यातला प्रमुख संस्कार म्हणजे जनसेवा. त्यांची तिसरी पिढी आज धुळे जिल्ह्यात व नाशिक जिल्ह्यात समाजसेवेत कार्यरत आहे. मुलांनी रोज सकाळी नाश्त्यासोबत पुरेसे दूध घेतलेच पाहिजे, असा त्यांचा जो नियम होता तो नातवंडांनाही लागू राहिला. अण्णांचे भाग्य असे आहे, की त्यांची चार नातवंडे इंग्लंडमध्ये जन्मली. डॉ. भाईदास यांची कन्या ममताताई, पुत्र नेहलदादा, डॉ. विश्वास यांचे पुत्र डॉ. आशिषदादा आणि उत्कर्षभैया हे त्यांचे आईवडील अनेक वर्षे इंग्लंडमध्ये असताना जन्माला आले. अण्णांच्या वंशवेलीवरची इतर फळे म्हणजे भास्करदादांच्या कन्या भाग्यश्रीताई व पुत्र शिवाजीदादा, तसेच रोहिदासदाजींच्या कन्या डॉ. स्मिताताई व पुत्र विनयभैया आणि कुणालबाबा, तसेच बंकटअप्पांचे चिरंजीव संभाजीदादा व चार कन्या यांचाही त्यात समावेश आहे. यातील अण्णांच्या सर्व नातवंडांना परमेश्वराने संततीचे आणि समृद्धीचे वरदान दिलेले असून, प्रत्येकजण आपापल्या निवडलेल्या क्षेत्रात उच्च पदवीधर असून, व्यावसायिक यशाच्या शिखरावर आहे. असे भाग्य फार थोड्या पालकांच्या वाट्याला येते. त्यातही राजकीय क्षेत्रात असलेल्या पालकांच्या मुलांच्या शिक्षणाची आबाळ तरी होते, किंवा मुलांना शिक्षणाची गोडी तरी नसते. मात्र चुडामणअण्णांचे नातू स्वतः शिकले. एवढेच नव्हे, तर शिक्षण प्रसाराच्याही कार्यात आघाडीवर आहेत.

❖❖❖

# मुलांचे जीवन घडवणारा आदर्श पालक

प्रचारादरम्यान प्रतिस्पर्धी वकील उमेदवाराला उत्तर देताना चुडामणअण्णा म्हणाले होते, की 'मी वकील नसलो, तरी वकिलाचा बाप आहे. आहे.' चुडामणअण्णा यांचे हे म्हणणे वाच्यार्थ व आलंकारिक दोन्ही तऱ्हेने खरे होते, कारण तोपर्यंत त्यांचे ज्येष्ठ चिरंजीव भास्करदादा हे वकील झालेले होते. भास्करदादा यांनी वकिलीची पदवी घेऊन उत्तम प्रकारे वकिली करावी व राजकारणात यावे, अशी चुडामणअण्णा यांची इच्छा होती. परंतु खुद्द भास्करदादा यांचा ओढा वकिलीपेक्षा प्रशासकीय सेवेकडे अधिक होता. त्यांचे शिक्षण मॅट्रिकपर्यंत धुळ्याच्या जे. आर. सिटी हायस्कूलमध्ये झाले. तेथे उत्तम गुण मिळवल्यानंतर चुडामणअण्णांनी भास्करदादांना महाविद्यालयीन शिक्षणासाठी विद्येचे माहेरघर म्हणून प्रसिद्ध असलेल्या पुण्यात पाठवायचे ठरवले. त्याचप्रमाणे पुण्यातही सुसंस्कृत व बौद्धिक वातावरण लाभावे म्हणून एस. पी. कॉलेजमध्ये त्यांचे नाव घातले.

कॉलेजला गेल्यानंतरही रोज अर्धा लिटर दूध प्यायलाच पाहिजे व व्यायाम करून ते पचवले पाहिजे, असा दंडक घालून दिला होता. दूध आणि योग्य आहार यासाठी पैसे कमी पडणार नाहीत, याची काळजी चुडामणअण्णा सतत घेत असत. भास्करदादांनीही भरपूर व्यायाम व भरपूर अभ्यास करून उत्तम प्रकारे बी.ए.ची पदवी संपादन केली. अभ्यासाप्रमाणेच वेट लिफ्टिंग क्रीडा प्रकाराच्या स्पर्धेत चार वर्षांत दोनदा महाराष्ट्रात पहिले बक्षीस मिळवून नाव कमावले. त्यानंतर मात्र कायद्याच्या अभ्यासासाठी उत्तम कॉलेज म्हणून अण्णांनी भास्करदादास मुंबईच्या गव्हर्नमेंट लॉ कॉलेजमध्ये पाठवले. या निर्णयाची कारणमीमांसा अण्णांनी अशी केली, की मुंबई हे बहुभाषिक बहुसांस्कृतिक शहर आहे. सर्व जातिधर्मांची मुले

कॉलेजात, तसेच वसतिगृहात एकत्र असतील. त्यांच्यासमवेत जगाची ओळख चांगल्या प्रकारे होईल. तसेच व्यवसायासाठी लागणारे संभाषणचातुर्यसुद्धा विकसित होईल आणि उत्तम प्राध्यापकांचे मार्गदर्शन लाभेल म्हणून मुंबईच्या लॉ कॉलेजची निवड केली. त्यांचा हा निर्णय योग्य असल्याचे सिद्ध करीत भास्करदादांनी एलएल. बी. परीक्षेत उत्तम गुण मिळवले.

दरम्यानच्या काळात चुडामणअण्णा हे एकदा विधान परिषद सदस्य व दुसऱ्यांदा विधानसभा सदस्य झालेले होते. असेच एक दिवस ते काही कामानिमित्त तत्कालीन मुख्यमंत्री ना. यशवंतराव चव्हाणसाहेब यांना भेटावयास गेले असता, सोबत भास्करदादाही होते. चव्हाणसाहेबांनी सोबत कोण आले आहे, अशी चौकशी केल्यावर अण्णांनी आपला तो थोरला मुलगा असून, बी.ए. व एलएल.बी. झाला असल्याची माहिती साहेबांना दिली. येथे भास्करदादांविषयी एक गोष्ट सांगणे आवश्यक आहे. ती अशी, की ते शालेय व महाविद्यालयीन जीवनात अभ्यास आणि खेळ यांबरोबरच काँग्रेस सेवा दलाचे कार्य करीत होते व संघटकपदापर्यंत पोहोचले होते.

भास्करदादांकडे पाहून चव्हाणसाहेबांनी अण्णांना सांगितले, की मुंबई व गुजरातमध्ये डेप्युटी कलेक्टर श्रेणीचे १३ अधिकारी नेमणे आहेत. सहा जागा गुजरातच्या व सात महाराष्ट्रात आहेत. त्यातील एका जागेवर आपण भास्कर पाटील यांना नेमू इच्छितो. हे अधिकारी लवकरच कलेक्टरपदापर्यंत पोहोचतील. चव्हाणसाहेबांची ही सूचना ऐकल्यानंतर चुडामणअण्णा म्हणाले, "माझ्या मुलाने सरकारी किंवा खासगी नोकरी करू नये, असे माझे मत आहे. कलेक्टर झाला तरी तो सरकारचा नोकरच गणला जाईल. त्यापेक्षा भास्करने चांगली वकिली करून राजकारणात यावे, अशी माझी इच्छा आहे." मात्र चव्हाणसाहेबांनी अण्णांच्या या विरोधाकडे लक्ष न देता भास्करदादास सांगितले, "तू अण्णांचे ऐकू नकोस. घरी जा. आईचा सल्ला घे. आठ दिवसांच्या आत मला भेट." त्यानंतर दोघांनी चव्हाणसाहेबांना नमस्कार केला व बाहेर पडले. यामुळे भास्करदादांच्या जीवनाला वडिलांनी ठरवल्यापेक्षा वेगळे वळण लागले. त्यांच्या मातुःश्रीने तसेच इतर आप्तांनी चव्हाणसाहेबांच्या प्रस्तावाला अनुकूलता दाखवून भास्करदादांनी महाराष्ट्र सरकारच्या सेवेत जावे, असे सुचवले. या सर्वांचा निर्णय चुडामणअण्णांनी मान्य केला व त्याप्रमाणे (१९५८ साली) भास्कर चुडामण पाटील हे उपजिल्हाधिकारी श्रेणीत ग्रामपंचायत अधिकारी या पदावर जिल्हा परिषद संवर्गात हजर झाले.

भास्करदादांचा विवाह १२ मे १९५२ रोजी त्यांचे मामा हाजीसाहेब ऊर्फ महारू म्हसू पाटील (हिरापूर) यांच्या कन्या शकुंतला यांच्याशी झाला होता. यथावकाश ते अतिशय मानाच्या अशा भारतीय प्रशासन सेवा (आयएएस) या राष्ट्रीय संवर्गात त्यांच्या उत्तम कामगिरीमुळे (१९७८ साली) नामनिर्देशित झाले. दोन-तीन जिल्ह्यांचे जिल्हाधिकारी म्हणून त्यांनी धडाडीने व निःस्पृहपणे काम करून कार्यक्षम जिल्हाधिकारी असा लौकिक मिळवला आणि चुडामणअण्णांचे नाव मोठे केले. त्यामुळे चुडामणअण्णा हे नुसते वकिलाचे बाप नव्हे, तर कलेक्टरचेही बाप बनले, हा सुंदर योगायोग होय.

अण्णांचे दुसरे सुपुत्र भाईदासअण्णा हेही मॅट्रिकपर्यंत धुळ्याच्या जे. आर. सिटी हायस्कूलमध्ये शिकले. भास्करदादांच्या पाठोपाठ त्यांचीही रवानगी पुण्याच्या शैक्षणिक वातावरणात करण्यात आली. पण त्यांनी विज्ञान शाखेत प्रवेश घेतला. कारण एम.बी.बी.एस. डॉक्टर होऊन धुळे जिल्ह्यातील गोरगरीब, ग्रामीण जनतेची सेवा करावी, अशी त्यांची इच्छा होती. त्याप्रमाणे त्यांनी सायन्स कॉलेजची पहिली दोन वर्षे चांगला अभ्यास करून इंटर सायन्स (प्री प्रोफेशनल) १९५७ला परीक्षेत चांगले गुण मिळवून पुण्याच्या बी. जे. मेडिकल कॉलेजमध्ये एम.बी.बी.एस. प्रवेशासाठी अर्ज केला. दुर्दैवाने त्यांना प्रवेशासाठी लागणाऱ्या गुणापैकी १.८% गुण कमी मिळाले. मुंबई प्रांतात तेवढ्या गुणावर एम.बी.बी.एस. प्रवेश मिळणार नाही, असे अनेकजणांनी सांगितले. ते खरे निघाले. काय करावे, या विचारात दोघे पिता-पुत्र असताना शेजारच्या मध्य प्रांतात मुंबई प्रांतातील विद्यार्थ्यांसाठी काही जागा राखीव आहेत, असे समजल्याने अण्णांनी त्या दिशेने प्रयत्न सुरू केले.

मुलाच्या इच्छेप्रमाणे तो डॉक्टर झाला पाहिजे, असा निर्धार केलेले चुडामणअण्णा पुन्हा एकदा यशवंतराव चव्हाणसाहेबांकडे गेले. सुदैवाने यशवंतरावजी चुडामणअण्णांना खूप जवळून ओळखू लागले होते व त्यांची प्रशंसा करीत असत. त्यांनी आपले पी. ए. श्रीपाद डोंगरे यांना सांगून ठेवले होते, की 'चुडामणअण्णा माझ्याकडे कधीही आले तरी त्यांना तत्काळ आत सोडायचे. बाहेर थांबवू नये.' त्याप्रमाणे चुडामणअण्णा हे चिरंजीव भाईदास यांना सोबत घेऊन आत गेले. नमस्कार वगैरेचा उपचार आटोपल्यानंतर त्यांना बसावयास सांगितले. त्यांच्याआधी तेथे नाशिकचे ज्येष्ठ नेते काकासाहेब वाघ बसलेले होते. साहेबांनी अण्णांना विचारले, "बोला अण्णा, कुणीकडे आलात?"

त्यावर अण्णा म्हणाले, “काकासाहेबांचे काम संपवा, मग मी सांगतो.” त्यावर साहेब म्हणाले, “काकासाहेबांशी बोलणे संपले आहे, आता आपण बोला.” भाईदासकडे बोट दाखवून अण्णा म्हणाले, “या मुलाला एम.बी.बी.एस. प्रवेशासाठी १.८ टक्के मार्क कमी पडल्यामुळे बी. जे. मेडिकल कॉलेजमध्ये प्रवेश मिळत नाही व आपल्या राज्यात इतरत्र मिळणार नाही, असे सांगण्यात आले आहे. तेव्हा आता आपण मदत करा, अशी विनंती करण्यासाठी आलो आहे.” ही समस्या ऐकून चव्हाणसाहेब हसले आणि काकासाहेबांकडे वळून बोलायला लागले, “काका, तुमचे व अण्णांचे काम एकच आहे आणि माझ्याकडे मध्य प्रांतात मेडिकल प्रवेशासाठी एकच जागा शिल्लक आहे. ती तुमच्या मुलाला द्यावी, की अण्णांच्या मुलाला द्यावी, असा प्रश्न निर्माण झाला आहे. अण्णांना मी नाराज करू शकत नाही. त्यांना मी ही जागा देतो.” यावर काकासाहेबांनी चव्हाणसाहेबांच्या इच्छेला मान दिला व ते तेथून बाहेर पडले.

चव्हाणसाहेब म्हणाले, “अण्णा तुमचा भाईदास नशीबवाला आहे. तुम्हाला यायला दहा मिनिटे उशीर झाला असता, तर काकासाहेबांचा मुलगा प्रकाश याला ही सीट दिली गेली असती.” त्यानंतर भाईदास यांच्या ॲडमिशनसाठी पुढील सूचना देण्यास साहेबांनी सुरुवात केली. सर्वप्रथम पुण्याच्या बी. जे. मेडिकल कॉलेजमध्ये फोन करून तिथे खरोखरच प्रवेश मिळणार नाही का, याची चौकशी केली. नंतर एका अधिकाऱ्याला बोलावून मध्य प्रांताचे मुख्यमंत्री डॉ. काटजू यांना फोन करून तेथील मुंबई प्रांताची एक मेडिकलची जागा भाईदास यास देण्याविषयी विनंती करावी, असे सांगितले. या अधिकाऱ्याचे नाव प्रभाकरन होते व ते धुळे येथे पूर्वी कलेक्टर होते, त्यामुळे अण्णांचा त्यांच्याशी परिचय होताच. प्रभाकरन यांनी ताबडतोब मध्य प्रांताचे मुख्यमंत्री डॉ. काटजू यांच्याशी फोनवर बोलणे केले. डॉ. काटजू यांनी अर्ज व संबंधित विद्यार्थी यांस ताबडतोब भोपाळला पाठवून द्यावे, असे सांगितले. तसेच चव्हाणसाहेबांनी त्यांना देण्यासाठी पत्रही तयार केले. त्यात म्हटले होते, की ‘भाईदास हा माझ्या अत्यंत विश्वासू व जवळच्या मित्राचा मुलगा आहे. त्याचे वडील आमदार आहेत व फार मोठ्या निष्ठेचा माझा कार्यकर्ता आहे. तेव्हा या मुलाला ॲडमिशन मिळावी, यासाठी अर्ज घेऊन पाठवत आहे. कृपया, प्रवेश मिळेल अशी आशा बाळगतो.’ त्यांनी हे पत्र तातडीने रवाना करण्यास अधिकाऱ्यांना सांगितले. चुडामणअण्णा यांना तातडीने भोपाळला जाण्यास सांगितले. त्याप्रमाणे चुडामणअण्णा व भाईदास हे भोपाळकडे रवाना झाले.

भोपाळ येथील वास्तव्याची हकीकतसुद्धा खूप रंजक आहे. भावी डॉक्टर भाईदास यांचे नशीब कसे जोरावर होते ते चव्हाणसाहेबांचा आशीर्वाद मिळाला, त्या प्रसंगात स्पष्ट झाले आहेच. पण परप्रांतातही नशीब त्यांना साथ देत होते. भोपाळला गेल्यावर त्यांनी एका हॉटेलमधील खोलीत सामान टाकले आणि टांगा करून मध्य प्रांताच्या राज्यपालांच्या बंगल्यावर निघाले. त्या वेळी तेथे राज्यपाल म्हणून चाळीसगावचेच स्वातंत्र्यसैनिक व काँग्रेस कार्यकर्ते ना. हरिभाऊ पाटसकर होते. त्यांच्याशी अण्णांचा परिचय होताच, परंतु अण्णांची सासुरवाडी असलेल्या हिरापूर गावाशी व अण्णांचे शालक (मेव्हणे) हाजीसाहेब ऊर्फ महारू पाटील यांच्याशी पाटसकरांचे घनिष्ठ संबंध होते. त्यामुळे ते अण्णांना व्याही असे म्हणत. राजभवनावर पोहोचल्यानंतर शिपायाजवळ चिठ्ठी पाठवून निरोप दिला. राज्यपाल तातडीने भेटले व कधी आलात, अशी चौकशी केली. दोन तासांपूर्वी आलो आहे, असे उत्तर ऐकल्यानंतर त्यांनी मग सामान कुठे आहे, असा प्रश्न विचारला.

'सामान हॉटेलमध्ये ठेवले आहे,' हे ऐकल्यावर रागावून ते म्हणाले, "तुम्ही मला परका समजता का?" आणि त्यांनी ताबडतोब सामान हॉटेलवरून राजभवनला आणण्यास सांगितले. त्याप्रमाणे भाईदास यांनी हॉटेलमधून सामान आणले, आणि पुढे प्रवेशाचे काम होईपर्यंत त्यांचा मुक्काम तेथेच राहिला. मध्य प्रांत सरकारमधील कामकाज पद्धतीमुळे प्रवेशाच्या कामाला उशीर झाला. काही दिवस स्वतः अण्णा, तर काही दिवस हाजीसाहेब भोपाळला भाईदास यांच्या समवेत होते. प्रत्यक्ष प्रवेश मिळण्याच्या दिवशीची एक हकीकत चुडामणअण्णा नेहमी सांगत. ती अशी, की कंटाळा आला म्हणून बाहेर फिरायला गेले असता, चुडामणअण्णांनी पानाच्या एका गादीवर पान खाल्ले. ते मधून मधून पान खात असत. परंतु त्या दिवशी वेगळा प्रकार घडला. पान खावून थुंकताना त्यांच्या सदऱ्यावर डाग पडला. त्यामुळे ते म्हणाले, बहुधा प्रवेशाचे काम झालेले दिसते, त्यामुळे त्यांनी भाईदास यांना चौकशीसाठी मेडिकल कॉलेजच्या कर्मचाऱ्याकडे पाठवले. त्यावर चौकशी केल्यानंतर तो म्हणाला, की 'तुमच्या प्रवेशाचा आदेश काल संध्याकाळीच आला आहे, आता प्रवेश घेऊन टाका.' त्याप्रमाणे पाटसकरसाहेबांना माहिती देऊन दुपारी प्रवेशाची फी भरून प्रवेशाचे काम पूर्ण केले.

पुढे इंदूर येथील सरकारी वैद्यकीय महाविद्यालयातून भाईदासनी एम.बी.बी.एस.चा अभ्यासक्रम चांगल्या प्रकारे पूर्ण केला. भोपाळच्या या १८ दिवसांच्या वास्तव्यात राज्यपाल हरिभाऊ पाटसकरांनी या पिता-पुत्रांची तसेच

काही दिवस आलेल्या हाजीसाहेबांची अतिशय उत्तम बडदास्त ठेवली. त्या पाहुणचाराच्या आठवणींविषयी डॉ. भाईदास पाटील नेहमीच कृतज्ञतेने बोलत. या मुक्कामातील एक गमतीदार आठवण चुडामणअण्णा नेहमी सांगत. नव स्वतंत्र भारतातील घटनात्मक पदावरील शासनप्रमुख आणि भारतात विलीन झालेल्या लहान-मोठ्या संस्थानांचे राजे किंवा नबाब यांच्यामधील संबंधातील काहीशा तणावाच्या किंवा वृथा अभिमानामुळे ते लोक कसे वागत, याचे उदाहरण त्यांना पाहावयास मिळाले.

मध्य प्रांतात तेव्हा वर्षातून दोनदा होणाऱ्या गव्हर्नरच्या दरबारात बड्या लोकांबरोबर जुन्या राजेरजवाड्यांनाही आमंत्रित केले जाई. आमंत्रणाप्रमाणे सर्वजण येत. अगदी ठरल्या वेळी येत आणि शिष्टाचार संकेताप्रमाणे गव्हर्नरांचे आगमन झाल्यानंतर त्यांना मान देण्यासाठी उभे राहत. भोपाळचे नबाब मात्र सभागृहात नेहमीच उशिरा येत. याचे कारण असे होते, की तोपर्यंत गव्हर्नरसाहेब स्थानापन्न होऊन दरबाराचे कामकाज सुरू झालेले असे. मग गव्हर्नर आले म्हणून उठून उभे राहण्याचा प्रश्नच येत नसे. म्हणजेच या मोडीत निघालेल्या नबाबाचा सुंभ जळाला तरी पीळ गेलेला नव्हता. अशी उदाहरणे पाहताना चुडामणअण्णांना हसू येत होते. कारण ते स्वतः तर अगदी सामान्य शेतकरी व मिल कामगार म्हणून सुरुवात करून तेव्हा आमदारपदापर्यंत पोहोचले होते. त्यांचा स्वबळावर उत्कर्ष होत असताना त्यांच्या भोवतीचे शेठ, सावकार व सरंजामदार याच मनोवृत्तीने वागताना त्यांनी अनुभवले होते.

१९६५ला इंदूर येथून एम.बी.बी.एस. झाल्यानंतर पुढे दोन वर्षे डॉ. भाईदास यांनी धुळे येथील शासकीय रुग्णालयात मानद वैद्यकीय अधिकारी म्हणून काम केले. या काळात त्यांना उच्च शिक्षणासाठी इंग्लंड किंवा अमेरिकेला पाठवण्याचा चुडामणअण्णा यांचा विचार होता. त्यासाठी एम.बी.बी.एस. होण्यापूर्वीच अण्णांनी चौकशी सुरू केली होती. भारतीय वैद्यकीय विद्यार्थ्यांना इंग्लंडमध्ये ताबडतोब नोकरी मिळते व पुढील शिक्षण घेता येते, असे समजल्यावर इंग्लंडमध्ये प्रवेशासाठी प्रयत्न सुरू झाले. तिकडून प्रवेश मिळाल्याचे पत्र आल्यानंतर लवकर कामावर हजर होण्याविषयी निरोप आला. इंग्लंडला जाण्यापूर्वी डॉ. भाईदास यांचा विवाह ३ जुलै १९६४ रोजी मालेगाव येथे तत्कालीन उपमंत्री व्यंकटराव हिरे यांच्या भगिनी पुष्पाताई यांच्याशी थाटामाटात संपन्न झाला. पुष्पाताई या महाराष्ट्राचे ज्येष्ठ नेते व माजी दिवंगत उपमुख्यमंत्री भाऊसाहेब हिरे यांच्या कन्या होत. या

विवाहासाठी यशवंतराव चव्हाणसाहेबांनी पुढाकार घेतला होता. विवाहसोहळ्यास जवळपास सारे मंत्रिमंडळ उपस्थित होते. त्याची हकीकत स्वतंत्र प्रकरणात आहे. विवाहानंतर काही दिवसांनी डॉ. भाईदास व सौ. पुष्पाताई ऊर्फ अक्का हे दाम्पत्य लंडनला रवाना झाले. तत्पूर्वी धुळे येथील काँग्रेस भवनमध्ये त्यांचा निरोप समारंभ आयोजित करण्यात आला होता. त्या वेळी सिव्हिल सर्जन कॅप्टन कर्वे यांनी डॉ. भाईदास यांची प्रशंसा केली. इतका साधा, सरळ व निगर्वी डॉक्टर आपण आयुष्यात पाहिलेला नाही. हे डॉक्टर इंग्लंडहून पदवी घेऊन परत येतील, तेव्हाही आजच्याइतकेच साधे असतील, अशी आपल्याला खात्री वाटते. कॅप्टन कर्वे यांचे बोल अक्षरशः खरे ठरले.

इंग्लंडमध्ये फेलो ऑफ रॉयल कॉलेज ऑफ सर्जन्स (एफ.आर.सी.एस.) ही पदवी घेऊन अधिक अनुभवासाठी आणखी दोन वर्षे तेथे काम करून डॉ. भाईदास पुन्हा भारतात परतले. साल होते १९७२. ते खान्देशातील पहिले एफ. आर.सी. एस. डॉक्टर ठरले. मुंबईत विमानतळावर त्यांच्या स्वागताला चुडामणअण्णा व गावातील काही प्रतिष्ठित मंडळी गेली होती. विमानतळावरून बाहेर पडताच डॉ. भाईदास यांनी थेट अहिराणी भाषेतच बोलायला सुरुवात केली आणि सर्व वडीलधाऱ्या मंडळींना नमस्कार केला. त्यांचे नम्र वागणे व बोलणे पाहून सर्वांना कॅप्टन कर्वे यांच्या निरोपाच्या भाषणाची आठवण आली. लंडनमधील वास्तव्यात त्यांच्या संसारवेलीवर नेहल व ममता अशी दोन फुले उगवली होती. पुढे काही दिवस पुन्हा सिव्हिल हॉस्पिटलमध्ये मानद सर्जन म्हणून काम केल्यावर डॉ. भाईदास यांनी स्वतःचे हॉस्पिटल काढले. त्यात पुढे त्यांना सर्वांत लहान बंधू विश्वासरावनाना यांची साथ मिळाली व हॉस्पिटलचे नाव 'पाटील बंधू हॉस्पिटल' असे ठेवण्यात आले. विश्वासराव हेही लंडनला गेले होते. त्याची हकीकत यथाक्रम येईल. ते भाईदासअण्णा या नावाने समाजाच्या तळागाळात परिचित असून, जवाहर मेडिकल फाउंडेशन या वैद्यकीय शिक्षण देणाऱ्या आणि दोनशे खाटांचे सुसज्ज हॉस्पिटल चालवणाऱ्या सेवाभावी संस्थेचे अध्यक्ष आहेत.

चुडामणअण्णा यांचे तिसरे चिरंजीव हे महाराष्ट्राला रोहिदास पाटील उर्फ दाजीसाहेब या नावाने परिचित असून, प्रदेश काँग्रेसचे ज्येष्ठ नेते आहेत. अनेक वर्षे आमदार व महाराष्ट्र शासनात मंत्री होते. धुळे जिल्ह्यातील शिक्षण, सहकार, वैद्यकीय सेवा, उद्योग यांसारख्या विधायक कार्यात आघाडीवर असणाऱ्या जवाहर ग्रुपचे ते नेते व सूत्रधार आहेत. त्यांचेही शिक्षण मॅट्रिकपर्यंत धुळ्यात झाल्यानंतर

त्यांना विज्ञान शाखेच्या शिक्षणासाठी पुण्यास एस. पी. महाविद्यालयात पाठवण्यात आले. तेथे त्यांनी अभ्यास आणि खेळ यांत चांगले प्रावीण्य मिळवले. त्यांनी इंजिनिअर व्हावे, अशी चुडामणअण्णा यांची इच्छा होती व रोहिदास पाटील हेही त्याच विचाराचे होते. इंजिनिअरिंग पूर्व परीक्षेत महाराष्ट्रातील इंजिनिअरिंग कॉलेजमध्ये प्रवेश मिळवण्याइतके गुण त्यांना मिळाले नाहीत. त्यामुळे अण्णांनी मुख्यमंत्री चव्हाणसाहेबांच्या मदतीने मध्य प्रदेशातील इंदूर येथील इंजिनिअरिंग कॉलेजात मेकॅनिकल इंजिनिअरिंगच्या अभ्यासक्रमासाठी प्रवेश मिळवून दिला. तेथे अभ्यासक्रम पूर्ण करून मेकॅनिकल इंजिनिअर होऊन रोहिदास पाटील हे धुळ्यास परतले व पुढे काय करायचे, याचा विचार करू लागले.

अण्णांची इच्छा, रोहिदास पाटील यांनी उच्च, तांत्रिक आणि व्यावसायिक शिक्षणासाठी जर्मनीत जावे आणि परतल्यावर धुळ्यात उद्योगधंदा सुरू करावा, अशी होती. मात्र रोहिदास यांनी आपल्याला राजकारणात पडावयाचे आहे, असे सांगितले. चुडामणअण्णा आठवणी सांगताना म्हणत असत, की 'आपण दाजी यास राजकारणात न पडण्याचा सल्ला दिला होता. कारण राजकारण वाईट झाले असून, चांगल्या माणसाचे काम उरलेले नाही, असे आपले मत झाले होते.'

व्यवसाय आणि राजकारण यांचे मिश्रण असलेली जीवनशैली रोहिदास पाटील यांनी अंगीकारली. मोटार सायकली व काही यंत्र, अवजारे यांची एजन्सी घेऊन व्यवसाय सुरू केला. त्यांचा विवाह धुळे जिल्ह्यातील जेष्ठ नेते व जिल्हा परिषदेचे अध्यक्ष शिवाजीराव यांच्या कन्या लतामाई यांच्याशी १७ मार्च १९६८ रोजी धुळे येथे झाला. युवक काँग्रेस, जिल्हा परिषद आणि नंतर महाराष्ट्राची विधानसभा व मंत्रिमंडळात समावेश अशा प्रकारे त्यांच्या जीवनाचा आलेख उंचावत राहिला. त्यांची एक कन्या उच्च पदवीधर डॉक्टर असून, विनय व कुणाल बाबा पाटील हे दोन्ही पुत्र इंजिनिअर आहेत. दोघेही उद्योगव्यवसायात आहेतच, पण त्यापैकी छोटे कुणालबाबा पाटील हे जवाहर ग्रुपच्या शैक्षणिक व सहकारी संस्थांची जबाबदारी समर्थपणे सांभाळत असून २०१४च्या विधानसभा निवडणुकीत धुळे ग्रामीण विधानसभा मतदारसंघातून चांगल्या मतांनी निवडून आले आहेत.

चुडामणअण्णांचे चौथे चिरंजीव विश्वास ऊर्फ मधुनाना यांचेही अकरावीपर्यंतचे शिक्षण धुळ्यात व विज्ञान महाविद्यालयाची पहिली दोन वर्षे पुण्यात असे इतर भावांप्रमाणे झाले. वैद्यकीय प्रवेशपूर्व परीक्षेत इंटर सायन्सला त्यांना उत्तम गुण मिळाले आणि कोणताही त्रास न होता, पुण्याच्या बी. जे. मेडिकल कॉलेजात प्रवेश

मिळाला. वडिलांच्या राजकीय वजनाचा कोठेही वापर करण्याची गरज पडली नाही. विश्वासनाना हे बी. जे. मेडिकल महाविद्यालयातील लोकप्रिय, क्रीडानिपुण आणि अभ्यासातही प्रवीण असे अष्टपैलू विद्यार्थी राहिले.

एम.बी.बी.एस. उत्तीर्ण झाल्यानंतर त्यांनाही उच्च शिक्षणासाठी इंग्लंडला पाठवण्याचे चुडामणअण्णांनी ठरवले. तेव्हा मोठे बंधू डॉ. भाईदास हे तेथे एफ.आर.सी.एस. पूर्ण करून तेथे उच्च व्यवसायिक अनुभव घेण्यासाठी थांबलेले होते. डॉ. विश्वास यांना लंडनला जाण्याची परवानगी तिकडून मिळाल्यानंतर भारतातून जाण्यापूर्वी त्यांचा विवाह त्या वेळी महाराष्ट्र मंत्रिमंडळात राज्यमंत्री असलेले नामदार बी. जे. खताळ पाटील यांच्या कन्या प्रमिलाताई यांच्याशी २४ मार्च १९६८ रोजी झाला. २७ ऑक्टोबर १९६९ रोजी डॉ. विश्वासनाना आणि सौ. प्रमिलाताई हे दाम्पत्य लंडनला रवाना झाले. तेथे ७ वर्षे विविध प्रकारचा अनुभव घेऊन बालवैद्यक शास्त्रातील (पेडियाट्रिक्स) एम.आर.सी.पी. ही उच्च पदवी घेऊन १२ डिसेंबर १९७६ रोजी डॉ. विश्वासनाना सहकुटुंब भारतात परतले. इंग्लंडमधील वास्तव्यात त्यांना आशिष व उत्कर्ष हे दोन सुपुत्र लाभले.

चुडामणअण्णा पाटील यांच्या चारही मुलांच्या शैक्षणिक, व्यावसायिक व कौटुंबिक प्रगतीची ही  हकीकत. अण्णांचे पाचवे मानसपुत्र म्हणजे बहिणीचे चिरंजीव बंकटअप्पा यांचे शिक्षणही धुळ्याच्या जे. आर. सिटी हायस्कूलमध्ये शिकवले, मात्र त्यांची गाडी मॅट्रिकच्या पुढे सरकली नाही. त्यांनीही शिक्षणात रस नसल्याचे स्पष्टपणे सांगून टाकले. सरकारी खात्यातही त्यांचे मन रमले नाही. त्याऐवजी त्यांनी घरची शेती (मामांची) व इतर व्यवसाय यात लक्ष घातले. इतर भावंडे शिकायला बाहेरगावी असताना अनेक वर्षे चुडामणअण्णांचे घरचे सर्व व्यवहार व शेती गडी माणसांकरवी बंकटअप्पा सांभाळत. इतर भावंडे सुट्टीत घरी येत, तेव्हा तीही शेतात काम करीत असत. बंकटअप्पांचा विवाह कळंबू येथील पाटील घराण्यातील मुलीशी झाला. त्यांना चार भावांप्रमाणेच जमीन व मालमत्तेचा हिस्सा चुडामणअण्णांनी दिला आहे. तसेच पाटील कुटुंबाच्या सोलापूर येथील उद्योगाची शाखा त्यांनी सांभाळली आहे. त्यांची मुलेही शेती व इतर उद्योग सांभाळत आहेत. अशा प्रकारे चुडामणअण्णा यांच्या आदर्श पालकत्वाचा पुरावा समाजापुढे उभा आहे. त्यांनी पालक म्हणून केलेली कामगिरी व त्या मुलांचे यश आणि पुढील पिढ्यांचेही यश हे भल्याभल्यांना हेवा वाटावा, असे आहे.

❖❖❖

# अण्णांची सावली

सांग सांग धर्ती माता अशी कशी जादू झाली
झाड गेलं निंघीसनी मांघे सावली उरली
देव गेले देवाघरी आठी ठेवीसनी ठेवा
डोयापुढे दोन लाल रडू नको माझ्या जीवा

खान्देशकन्या कवयित्री बहिणाबाई चौधरी यांच्या या ओळी म्हणजे एकाच वेळी पतीनिधनाचे दुःख आणि त्याच वेळी मुलांकडे पाहून पुढे जगण्याची जबाबदारी यांचा संदेश आहे. १९९०ला चुडामणअण्णांचे निधन झाले, तेव्हा त्यांच्यासोबत सुमारे साठ वर्षे संसार करणाऱ्या सुंदरबाई ऊर्फ बायजाबाई यांनाही ज्या झाडाची आपण सावली होतो ते झाड निघून गेले आणि आपण म्हणजे सावली मागे उरलो, असेच वाटले असेल. चुडामणअण्णा हे तर एक वटवृक्ष होते आणि बायजाबाई याही खरोखरच सर्व परिवारासाठी आणि परिचितांसाठी सावली होत्या. अण्णांनंतर या माउलीने परिवाराला सावली दिली आणि अण्णांच्या हयातीतही अण्णा दिवसाचे अठरा तास बाहेर असत, तेव्हाही संसाराचा गाडा गृहलक्ष्मी म्हणून त्याच करारीपणे आणि सर्वांवर मायेची पाखर घालत चालवत असत.

राजकारणी माणसाची पत्नी ही जबाबदारी अवघड असते. एक पाय घरात व दुसरा तुरुंगात अशा पद्धतीने वावरणाऱ्या स्वातंत्र्यसैनिकाची पत्नी असणे, हे तर सतीचे वाणच होते. त्यांनी अण्णांच्या तुरुंगवासाच्या काळात, तसेच ते समाजसेवा आणि राजकारण यात व्यग्र असण्याच्या काळात आपला सर्व संसार उत्तमरीत्या सांभाळला. चुडामणअण्णांच्या मातुःश्री रेणूबाईसुद्धा अतिशय कडक शिस्तीच्या होत्या. त्यांनी चुडामणअण्णांना स्वाभिमानाचे आणि कष्टाचे धडे दिले. कोणापुढेही लाचार व्हायचे नाही, अशी कडक समज आणि शिकवण मातुःश्रींकडून मिळाली

असल्याने चुडामणअण्णा हे शेवटपर्यंत कोणापुढेही झुकले नाहीत. मातुःश्री रेणूबाई या अभोणे, ता. चाळीसगाव येथील रा. घो. पाटील यांच्या कन्या, तर अण्णांच्या पत्नी सुंदरबाई या हिरापूर, ता. चाळीसगाव येथील म्हसू पाटील यांच्या कन्या. दोघींच्या माहेरी समाजकार्य आणि आल्यागेल्याचा पाहुणचार यांची परंपरा होती. त्यामुळे चुडामणअण्णांच्या मोहाडीच्या घरीही आल्यागेल्यांचे स्वागत होई. अतिथी विन्मुख आणि उपाशी गेला असे कधी घडले नाही. सुरुवातीच्या काळात तर नावाला मोठे शेतकरी, पण घरात रोकड मात्र नाही अशी परिस्थिती असताना मातुःश्री रेणूबाई आणि नवविवाहित सुंदरबाई या गडीमाणसे आणि मजूर यांच्यामागे शेतात जात. गुराढोरांचे पाहत आणि या कष्टातून त्यांनी घराला ऊर्जितावस्था आणली. या काळात चुडामणअण्णा हे प्रताप मिलमध्ये नोकरी करीत होते. ते सुट्टीच्या दिवशी शेतावर येत असत. या सर्वांनीच सामूहिक कष्टाने घरात लक्ष्मी खेचून आणली. हळूहळू शेती वाढत गेली. बरड जमिनीच्या जोडीला विहिरीच्या जोरावर बागायतही आली.

सरकारच्या विविध योजना लक्षात घेऊन शेतकऱ्यांसाठी असलेल्या पशुपालन व दुग्धविकास कार्यक्रमातून गायी-म्हशी गोठ्यात आल्या. त्या काळातही चुडामणअण्णांच्या गोठ्यात संकरित गायी, म्हशी व गोऱ्हे होते. या सर्व बारदान्याकडे मातुःश्री रेणूबाई आणि सुंदरबाई यांचे बारीक लक्ष असायचे. पुढे काही वर्षांनी मुले मोठी झाली, तेव्हा सर्वजण सर्वच कामांकडे लक्ष देऊन अभ्यास सांभाळत होते. त्यांना वेळेवर सर्वकाही मिळाले पाहिजे, यावर अण्णांचा कटाक्ष असायचा. पण प्रत्यक्षात ती सर्व कामगिरी गृहलक्ष्मी सुंदरबाई यांनाच पार पाडायला लागायची. भास्करदादा, भाईदासअण्णा, रोहिदासदाजी आणि विश्वासनाना हे शिक्षणानिमित्त वेळोवेळी बाहेर राहत असत आणि सुट्टीत घरी असत. तेही सर्व कामे करायचे आणि सर्वांना शेतीकामापासून मार्केटमध्ये माल विकण्यापर्यंत सर्व कामे येत. त्यांच्या गैरहजेरीत बंकटअप्पा हे सर्व घराची जबाबदारी आणि शेतीवर देखरेख यात निपुण झाले होते. या काळात बंकटअप्पा यांनी घर सांभाळण्यात मामा-मामींना मदत केली. केवळ मदत केली असे म्हणणे चुकीचे ठरेल, कारण बंकटअप्पा हे घरातील पाचवे पुत्रच होते आणि त्यामुळे हा त्यांच्या कौटुंबिक जबाबदारीचा भाग होता. चुडामणअण्णांच्या आमदारकीच्या आणि खासदारकीच्या काळात त्यांना मुंबई किंवा दिल्ली येथे सरकारी निवासस्थाने मिळाली होती, तरी त्यांनी कायमस्वरूपी बिऱ्हाड असे कधी केलेच नाही. कारण

मोहाडी येथील मोठा बारदाना व जिल्ह्यातील लोकांशी सतत संपर्कात राहण्याची अण्णांना असलेली गोडी यांमुळे मोहाडी व धुळे येथेच ते जास्त असत. अशा घरातील पाहुण्यांची वर्दळ किती असू शकते, याचा अंदाज येऊ शकतो. त्यामुळे बायजाबाई आणि त्यांच्या सुनांना किती काम पडत असेल, हेही कळते. चुडामण अण्णांची कौटुंबिक आघाडी बायजाबाईंनी आणि त्यांच्या सुनांनी उत्तम प्रकारे सांभाळली. अण्णांच्या आदर्श व यशस्वी पालक या भूमिकेत त्यांच्या गृहलक्ष्मीचा असलेला वाटा दुर्लक्षित करता येणार नाही. संसारवृक्ष पूर्णपणे बहरून त्याच्या वेलीवर नातवंडांच्या रूपाने फुले उमलल्यानंतर तृप्त जीवन जगणाऱ्या बायजाबाईंना आपल्या सर्व सुनांचे सुखी संसार पाहण्याचा आनंद लाभला. सर्व मुले मातृभक्त होती. आईच्या आजारपणात सर्वजण वेळात वेळ काढून चौकशी करीत असत.

बायजाबाईंनी आयुष्यभर वादळी जीवन जगलेल्या एका माणसाचा संसार केला होता. अण्णांच्या निधनानंतर फार मोठ्या संसाराची जबाबदारी त्यांच्यावर पडलेली होती. त्या काळातील आठवण लिहिताना डॉ. विश्वासनाना यांच्या पत्नी प्रमिलाताई म्हणतात, की 'त्याच काळात माझ्या सासूबाई बायजाबाई यांची प्रकृती बिघडली. हे तर खूप अस्वस्थ झाले. त्यांना आईबद्दल नितांत प्रेम होते. कामाच्या व्यापातून वेळ काढून तिची चौकशी सर्व भावंडे आत्मीयतेने जाणीवपूर्वक करीत असत. वयोमानानुसार बायजाबाई खूप थकलेल्या होत्या. अण्णा देवाघरी गेल्यापासून त्यांच्या जीवनातील स्वारस्य कमी कमी झाल्यासारखे झाले होते. बायजाबाई मुले, सुना, नातवंडांच्या सहवासात होत्या. सर्वजण त्यांची काळजी घेत असत. त्यांच्या प्रकृतीत फारशी सुधारणा झाली नाही. त्या अधिकच आजारी होत गेल्या आणि शेवटी २ मार्च १९९७ रोजी त्यांची जीवनयात्रा संपली. बायजाबाईंचे भाचे हाजीसाहेब महारू म्हसू पाटील यांचे चिरंजीव प्रा. बी. एम. पाटील (तात्या) हे आपल्या आत्याची आठवण सांगताना म्हणतात, की 'अण्णासाहेब ऊर्फ चुडामण पाटील यांच्याप्रमाणेच बायजा यांची शिकवण आयुष्यभर शिदोरीसारखी पुरली आहे. माझ्या आई श्रीमती दुर्गाई आणि आत्या सुंदरबाई यांच्यात फारच घट्ट संबंध होते. हाजीसाहेब हे आपल्या बहिणीच्या संसाराकडे लक्ष देत असत.'

अशा प्रकारे चुडामणअण्णांची सावली बनून त्यांच्या पश्चात इतरांना सावली देणाऱ्या बायजाबाईंचे जीवन हे कृतार्थ झाले. सर्वच पुत्रांचे प्रेम त्यांना अखेरपर्यंत लाभले आणि आजही सर्व मुले, नातवंडे आणि नातेवाईक परिवार त्यांच्या शांत, प्रेमळ, सोज्वळ आणि कष्टाळू स्वभावाची आठवण काढत असतो.

❖❖❖

# अण्णांच्या कार्यावरचा कळस

लोकनेते कै. चुडामणअण्णा पाटील यांच्या जीवनचरित्राचा वेध घेत असताना, त्यांनी धुळे जिल्ह्यात समाजकार्याचा जो पाया घातला होता त्याचे पुढे काय झाले, याची नोंद घेणेही आवश्यक आहे. श्री. रोहिदास चुडामण पाटील ऊर्फ दाजीसाहेब यांनी राज्याच्या राजकारणात आणि विधिमंडळात आपल्या कार्यक्षमतेचा आणि कर्तृत्वाचा ठसा उमटवून चुडामणअण्णांचा राजकीय वारसा यशस्वीरीत्या पुढे चालवला. अनेक सहकारी व शैक्षणिक संस्थांचे ते जनक ठरले. धुळे जिल्ह्याला एक अद्ययावत सूतगिरणी आणि सुसज्ज असे प्रशस्त इस्पितळ व त्याला जोडून वैद्यकीय महाविद्यालय उभारण्याचे काम त्यांनी केले. या कामात सर्व पाटील बंधूंचा सहभाग आहे.

ज्याप्रमाणे रोहिदासदाजींनी पदवीधर झाल्या झाल्या राजकारणात व समाजकारणात चुडामणअण्णांच्या मार्गदर्शनाखाली काम सुरू केले होते, त्याचप्रमाणे दाजींचे चिरंजीव कुणालबाबा पाटील यांनीही दाजीसाहेबांना राजकारणात व समाजकारणात भरीव साहाय्य करून आपण त्यांचा राजकीय वारसा पुढे चालवण्यास उत्सुक आणि समर्थ असल्याचे दाखवून दिले. अण्णासाहेब ऊर्फ चुडामण पाटील यांच्या स्मरणार्थ स्थापन करण्यात आलेल्या वैद्यकीय आणि अभियांत्रिकी महाविद्यालयांचा, तसेच शिक्षण संस्थांचा कारभार कुणालबाबा पाटील हे तरुण वयातच सांभाळू लागले. धुळे जिल्ह्यात त्यांनी युवक काँग्रेसच्या माध्यमातून आपला कार्यकर्त्यांचा संच तयार केला आहे.

धुळे तालुक्याचे भूषण असलेल्या जवाहर सहकारी सूतगिरणी या नामांकित संस्थेचे चेअरमनपद ते यशस्वीरीत्या सांभाळत आहेत. युवक काँग्रेसच्या माध्यमातून त्यांनी मोठे समाजकार्य केले आहे. धुळे तालुका सुजलाम् सुफलाम् करण्याच्या दृष्टीने त्यांनी आपल्या संस्थांमार्फत प्रकल्प हाती घेतले आहेत.

अशा तरुण आणि विकासाभिमुख नेत्याकडून जनतेच्या अपेक्षा वाढल्या आणि कुणालबाबांनी राज्याच्या राजकारणात पुढे यावे, अशी अपेक्षा तालुक्यातील जनतेने आणि चाहत्यांनी व्यक्त केली.

आज धुळे ग्रामीण नावाने जो विधानसभा मतदारसंघ ओळखला जातो, तो पूर्वी कुसुंबे या नावानेही ओळखला जाई. त्या मतदारसंघाचे प्रतिनिधित्व १९५७ साली लोकनेते चुडामणअण्णा यांनी केले होते. १९७८ व त्यानंतर वेळोवेळी या मतदारसंघातून रोहिदासदाजी निवडून गेले व पाच वेळा राज्याचे मंत्री झाले. त्यांच्यानंतर पुन्हा कुणालबाबा पाटील यांनी या मतदारसंघाचे प्रतिनिधित्व करावे, अशी मागणी जनतेतून पुढे येऊ लागली व ऑक्टोबर २०१४मध्ये झालेल्या विधानसभा निवडणुकीत राज्यात भारतीय जनता पक्षाची लाट असूनही काँग्रेसतर्फे कुणालबाबा पाटील हे ४९,०००च्या मताधिक्याने निवडून आले. पहिल्याच निवडणुकीत त्यांनी हा विक्रम केला. कुणालबाबा पाटील यांना आजोबा आणि वडील यांचा राजकीय वारसा लाभला आहे, त्याचप्रमाणे लोकांचे उदंड प्रेमही लाभले आहे. आजोबांच्या काही आठवणी सांगाल का, असे या चरित्राच्या निमित्ताने कुणालबाबा यांना विचारले असता, त्यांनी पुढील आठवण सांगितली.

'आजोबा म्हणजे बाप्पाजी यांचे आमच्या सर्व भावंडांकडे बारीक लक्ष असायचे. ते शक्यतो मोहाडीचे घर सोडून दुसरीकडे राहायचे नाहीत. मग शनिवारी-रविवारी, तसेच सुट्टीच्या दिवशी ते आम्हाला तिकडे बोलावून घ्यायचे. अभ्यासाचे तसेच इतर विविध प्रश्न विचारायचे. 'तू मोठेपणी कोण होणार' हा प्रश्न ते विचारायचे. माझे मोठे बंधू विनयभैय्या यांनी इंजिनिअर होणार, असे सांगितले होते म्हणून मग मीही तेच उत्तर देत असे. इंजिनिअर होणार तर कोणत्या कॉलेजात शिकणार, असे विचारून बाप्पाजी स्वतःच पुढे सांगायचे, की तुमच्या वडिलांनी स्थापन केलेल्या कॉलेजात जाऊ नका. ती कॉलेजे चांगली आहेत, पण संस्थाचालकांची मुले म्हणून तेथील प्राचार्य व प्राध्यापक तुम्हाला शिस्त लावणार नाहीत, तेव्हा शिस्त लागण्याच्या दृष्टीने तुम्ही दुसऱ्या चांगल्या कॉलेजात जा. शिक्षण संपल्यानंतर पुढे काय, असा विषय निघायचा, तेव्हा ते म्हणायचे, की मी धुळे जिल्ह्यात समाजकार्याचा आणि लोकसेवेचा पाया रचला आहे, तुमच्या वडिलांनी आणि काकांनी त्यावर सुंदर इमारत बांधली आहे आणि तुम्ही तिसऱ्या पिढीने त्या इमारतीवर कळस चढवला पाहिजे. बाप्पाजींचे हे मार्गदर्शन मी लहानपणापासून मनात ठेवले आहे', असे कुणालबाबा पाटील यांनी सांगितले.

२०१४ साली विधानसभेची निवडणूक लढवताना या इमारतीवर कळस चढवण्याची गोष्ट त्यांनी प्रसारमाध्यमांना सांगितली होती व तिला खूप प्रसिद्धी मिळाली होती. कुणालबाबा जेव्हा तालुक्यात निवडणूक प्रचाराला जात, तेव्हा मतदार त्यांना या गोष्टीची आठवण करून देत व चुडामणअण्णांना हवा असलेला कळस आपण उभारलाच पाहिजे, असे मतदारच बाबांना सांगत. नुसते सांगतच नव्हते, तर त्यांनी मतपेटीद्वारे आपला भरघोस कौल देऊन चुडामणअण्णांच्या तिसऱ्या पिढीकडे धुळे जिल्ह्याच्या प्रतिनिधित्वाचा वारसा सोपवला, असे या विजयाचे विश्लेषण करताना कुणालबाबा यांनी सांगितले. दिवसापैकी जास्तीत जास्त तास जनतेच्या प्रश्नासाठी देणे, हाच आजोबांच्या जीवनकार्यातून आपल्याला मिळालेला संदेश आहे, असे ते म्हणतात.

❖❖❖

# परिशिष्ट

## अण्णांची कार्यपद्धती

कै. चुडामणअण्णा पाटील हे जसे मिल कामगारांतून वर आले, तसाच मी १९४२मध्ये मिल कामगार होतो. १९४२च्या स्वातंत्र्यलढ्यात मिलची नोकरी सोडून राजकारणात प्रवेश केला, तेव्हा काँग्रेस पक्षात अण्णांचा सहवास मला लाभला.

कै. चुडामणअण्णा, कै. माळी गुरुजी, श्री. भ. रा. पांडे, भ. रं. महाले व मी भ. ना. लोकरे असे आम्ही वरिष्ठ म्हणून काँग्रेस पक्षात प्रमुख कार्यकर्ते म्हणून धुळे जिल्ह्यात व प्रामुख्याने धुळे शहरात काम करीत होतो आणि जनतेच्या शेकडो तक्रारी सोडवून जनतेस मदत करीत होतो.

कै. चुडामणअण्णा पाटील अनेक वर्षे काँग्रेसचे जिल्हा अध्यक्ष असल्याने अण्णा स्वतः सकाळी ८ वाजेपासून रात्री ८ वाजेपर्यंत जनतेच्या तक्रारी सोडवीत असत. त्यांच्याबरोबर आम्हीही जिल्हा परिषद, पंचायत समिती, नगरपालिका, मामलेदार कचेरी, कलेक्टर कचेरी व इतर संबंधित कार्यालयांत जाऊन अधिकाऱ्यांना व इतर संबंधित व्यक्तींना भेटून तक्रारींना न्याय मिळवून देत असू. त्याचप्रमाणे काँग्रेस पक्षाच्या बळावर जिल्हा परिषद, पंचायत समिती, नगरपालिका यांचे अध्यक्षपद संघटनेतील तळागाळातील कार्यकर्त्यांना देत असू व त्या कार्यकर्त्यांना मोठे करीत असू. तसेच आमदार, खासदार निवडतानासुद्धा महाराष्ट्रातील पार्लमेंटरी बोर्ड, अखिल भारतीय काँग्रेस कमिटी, पार्लमेंटरी बोर्ड निवडताना कै. अण्णांचा सिंहाचा वाटा असे.

मला १९६२ साली धुळे नगरपरिषदेचा अध्यक्ष बनवण्यात कै. चुडामणअण्णांच्या सिंहाचा वाटा होता. मी धुळे नगरपालिकेचा अध्यक्ष असताना अण्णांच्या शब्दाला मान देऊन श्री शिवाजी विद्या प्रसारक संस्थेस नगरपालिकेतर्फे १,००,००० रुपयांची देणगी प्रथमतः देण्यात आली. आज जो काँग्रेस पक्ष धुळे

जिल्ह्यात बलवान आहे, त्याचे खरे श्रेय कै. अण्णांनाच आहे. आज जे मोठ्या पदावर जुने कार्यकर्ते अनेक संस्थेत दिसत आहेत, त्यांना घडवण्याचे काम कै. अण्णांनी केले.

गेल्या २० ते २५ वर्षांपासून आमदार, खासदार, जिल्हा परिषद, पंचायत समिती, नगरपालिका, ग्रामपंचायत इ. क्षेत्रांत दर निवडणुकीत काँग्रेस पक्षाच्या लहान-मोठ्या कार्यकर्त्यांचे मतभेद मिटवून धुळे जिल्ह्यात काँग्रेस पक्षालाच बहुमत मिळवून देत असत.

– **भगवाननाना लोकरे,** माजी नगराध्यक्ष, धुळे

## आधुनिक कर्मयोगी

कै. चुडामण आनंदा पाटील हे चुडारत्न म्हणजे अग्रभागी असणारे रत्न होते. ज्ञानेश्वरीमध्ये (अ.१४, आ ४००) चुडारत्नाचा उल्लेख आला आहे, तो असा

'तैसा ज्ञानाचिया दिठी जो माते सेवे किरिटी
तो होय ब्रह्मतेचा मुकुटी चुडारत्न ॥'

भक्तामध्ये व परमेश्वरात आनंदी जे ऐक्य आहे ते विशद करताना श्री भगवान म्हणतात, जो भक्त ज्ञानाच्या दृष्टीने माझे सेवन करतो तो ब्रह्मस्थितीच्या मुकुटात अग्रभागी असणारे रत्न (मुकुटमणी) होतो. त्याप्रमाणे अण्णांनी काया-वाचा-मने देशसेवेचे व्रत घेऊन समर्पण बुद्धीने व मोठ्या चिकाटीने प्रतिकूल परिस्थितीला सामोरे जाऊन आपले कार्य सतत सुरू ठेवले व शेवटी ते यशाचे शिखरावर पोहोचू शकले. ते एक थोर समाजसेवक व श्रेष्ठ दर्जाचे देशभक्त होते. त्यांची कार्य तडीस नेण्याची जिद्द व चिकाटी वाखणण्यासारखी होती. ते ध्येयवादी होते.

कै. चुडामण (अण्णा) आनंदा पाटील यांच्या नावातच त्यांच्या जीवनाचे सार साठवलेले आहे. एका सामान्य शेतकरी कुटुंबात व एका लहानशा खेड्यात त्यांचा जन्म झाला, मात्र त्यांचे आई-वडील दूरदर्शी असावेत. त्यांनी ठेवलेल्या अण्णांच्या नावातच खरी जादू भरली आहे. ती अण्णांनी आपल्या अचाट कर्तव्याने तंतोतंत खरी करून दाखवली व आई-वडिलांनी ठेवलेले नाव राजकीय, सामाजिक व शैक्षणिक क्षेत्रातील भरीव कामगिरीने सार्थ करून दाखविले.

एक साधा मिल कामगार म्हणून काम करीत असताना त्यांना राष्ट्रपिता महात्मा गांधी यांच्या मिठाचा असहकार सत्याग्रह (दांडी मार्च), वैयक्तिक सत्याग्रह व चले जावची चळवळ, करेंगे या मरेंगे या राष्ट्रीय स्वातंत्र्याच्या चळवळीने आकर्षित केल्यामुळे

ते त्या चळवळीकडे खेचले गेले. १९४२च्या स्वातंत्र्यसंग्रामात त्यांना दीर्घ कारावास भोगावे लागले. त्यांचा माझा परिचय खऱ्या अर्थाने सन १९४२च्या स्वातंत्र्यलढ्यापासून वाढला. त्यापूर्वी ते आमच्या हिरापूरचे जावई व सार्वजनिक व राजकीय कार्यकर्ते व माझे एकेकाळचे निकट स्नेही महारू पाटील तथा हाजी यांचे मेव्हणे (भगिनीचे यजमान) म्हणूनही परिचय झाला होता व मधून मधून त्यांच्या माझ्या भेटी होत असत.

कै. अण्णा हे खऱ्या अर्थाने गोरगरिबांचे व सामान्य माणसांचे वडीलभाऊ होते व त्यांना सर्व क्षेत्रांत योग्य स्थान मिळवून देण्यात त्यांचा सिंहाचा वाटा आहे.

गांधीजींच्या विधायक कार्याकडे अनेक कार्यकर्त्यांना वळवून त्यांना मार्गदर्शन करून त्यांची योग्य ती जडणघडण अण्णांनी केली. गांधी तत्त्वज्ञानावर यांची अटल श्रद्धा होती व ते तसे जीवन जगलेही. म्हणूनच त्यांचे पुढारीपण टिकाऊ राहिले. साधी राहणी व उच्च विचारसरणी हे व्रत त्यांनी शेवटपर्यंत कृतीत उतरवले. ते कडक, सडेतोड व निर्भीड स्वभावाचे होते. त्यांना खोटे सहन होत नव्हते. ते निर्भय होते व मोठमोठ्या तथाकथित पदवीधर व श्रीमंत लोकांचा मुलाहिजा ठेवत नसत. त्यामुळे त्यांना पुष्कळदा अनेकांना नाखूष करण्याचे प्रसंग आलेले मी पाहिले आहेत. सत्याच्या व अहिंसेच्या मार्गावर त्यांची भक्ती होती व त्यांनी स्वातंत्र्याच्या चळवळीत कार्यकर्त्यांना हिंसाचाराकडे वळू दिले नाही. अनेक सामान्य कार्यकर्त्यांना त्यांनी प्रतिष्ठा मिळवून दिली. मुस्लिम समाजातील व आदिवासी समाजातील अनेक कार्यकर्ते त्यांनी जोडले. समाजासमाजांत दुही पडू दिली नाही. त्यांचा सामाजिक दृष्टिकोन संकुचित नव्हता. त्यांचा लोकसंग्रह दांडगा होता. त्यांनी कर्मद्वारा लोकसंग्रह धर्म मानून आपले अनेक क्षेत्रांतील कार्य सिद्धीस नेले, त्यामुळे ते खरे कर्मयोगी ठरले. स्वातंत्र्यप्राप्तीनंतर ते बरेच दिवस विधानसभा व विधान परिषदेपासून लांब राहिले, परंतु त्या वेळच्या कॉँग्रेस आमदार, खासदार व जिल्हा लोकल बोर्ड सभासदांना विजयी करून कॉँग्रेसला संघटनात्मक व राजकीय सत्ताधारी पक्ष म्हणून पुढे आणले.

त्यांचा ओढा सार्वजनिक कामात विशेष होता. धुळ्यासारख्या मागासलेल्या जिल्ह्यात विकासाची गंगा कशी आणता येईल, यात त्यांना रस होता. त्यामुळे विधान परिषद व विधानसभेत आणि नंतर लोकसभेत जरी ते अनेक वर्षे राहिले, तरी त्यांचा ओढा धुळे जिल्ह्याच्या कामकाजात विशेष राहिला.

ते स्वतः यशवंतरावांचे विश्वासू मित्र होते व अण्णांच्या शब्दाला यशवंरातराव विशेष महत्त्व देत होते. कै. भाऊसाहेब हिरे यांच्याशी त्यांचा प्रमुख कार्यकर्ते व जिल्हाध्यक्ष म्हणून संबंध आला, परंतु तो अल्पकालीन ठरला.

अण्णांचे वैशिष्ट्य म्हणजे सार्वजनिक कार्यात सतत मग्न असतानादेखील त्यांनी आपल्या कुटुंबाची आबाळ होऊ दिली नाही व आपल्या सर्व मुलांना उत्तम दर्जाचे शिक्षण दिले. ती मुले डॉक्टर, इंजिनिअर झाली व त्यांनी अण्णांचा सामाजिक, राजकीय व शैक्षणिक वारसा नुसताच सांभाळला नाही, तर त्यात मोठी भर घातली. हे त्यांनाही भूषणावह आहे.

सन १९७१ सालात मी धुळे मतदारसंघात त्यांच्याविरुद्ध लोकसभा निवडणूक लढवली. त्यात मी मोठ्या फरकाने हरलो. तथापि, प्रचाराच्या धामधुमीत त्यांनी माझ्यावर वैयक्तिक चिखलफेक कधीही केली नाही.

**– सोनूसिंह पाटील,** चाळीसगाव, माजी गृहराज्यमंत्री, भारत सरकार

## धुळे जिल्ह्याचे लोकमान्य नेतृत्व

लागोपाठ तीन वेळा लोकसभेत निवडून येण्याचा आणि आपल्या मतदारसंघात विक्रमी मते मिळवण्याचा विक्रम कै. चुडामणअण्णांनी केला. त्या वेळी मी सर्वार्थाने 'बच्चा' होतो. परंतु त्यांच्या या विक्रमामुळेच त्याही काळात मला त्यांचे सामाजिक व राजकीय मोठेपण जाणवले. माझ्या मनात त्यांच्याबद्दलची जवळीक आपसूक निर्माण झाली. शिरपूर नगरपरिषदेवर मी स्वीकृत सभासद म्हणून आल्यावर कै. अण्णांच्या सहवासात येण्याचे भाग्य मला लाभले. त्यानंतर गेल्या दहा वर्षांत त्यांच्याशी माझ्या अनेक वेळा गाठीभेटी झाल्यात. कै. अण्णांकडे मी एक थोर तत्त्वज्ञ व अचूक मार्गदर्शक म्हणून बघत होतो. माझ्या राजकीय बाल्यावस्थेत मी त्यांच्याकडून मार्गदर्शन घेत होतो.

एका शेतकरी कुटुंबात अण्णा जन्मले. पण उच्च शिक्षणाचा लाभ त्यांना मिळाला नाही. गिरणी कामगार म्हणून आयुष्याला सुरुवात केली व स्वकर्तृत्वाने दीर्घकाळपर्यंत धुळे जिल्ह्याचे लोकमान्य नेतृत्व केले. १९४२ची गांधीजींची 'करेंगे या मरेंगे' ही हाक ऐकून स्वातंत्र्यलढ्यात त्यांनी स्वतःला झोकून दिले व तेथेच त्यांनी समाजकार्याचे धडे गिरवले. स्वातंत्र्योत्तर काळात आपल्या असामान्य कामाने राजकीय क्षेत्रात स्वतःचा ठसा उमटवला. याच गुणांचा उपयोग त्यांनी काँग्रेस पक्षाच्या बांधणीसाठी करून घेतला. गावपातळीवरील नेतृत्व हुडकून त्यांना पुढे आणले. आपल्या संघटनकौशल्याने खेड्यापाड्यांत काँग्रेस पक्षाची पाळेमुळे खोलवर रुजवण्याचे बरेचसे श्रेय अण्णांना द्यावे लागेल.

सामाजिक, राजकीय व शैक्षणिकदृष्ट्या कै. अण्णांचे मूल्यमापन करताना त्यांच्या एका पैलूवर प्रकाश टाकणे हे मी माझे कर्तव्य समजतो. सामाजिक व राजकीय क्षेत्रात काम करणाऱ्या नेत्यांना स्वतः साठी व कुटुंबीयांसाठी फारच थोडा वेळ देता येतो, हे सत्य नाकारता येणार नाही. त्यामुळे त्यांना आपल्या मुलांवर संस्कार करता येत नाहीत, किंवा त्यांना मनाप्रमाणे घडवता येत नाही. म्हणून अनेक नामवंत नेत्यांची मुले प्रवाहपतितासारखी भरकटत जाणारी आढळतात. कै. अण्णा त्या दृष्टीने भाग्यवान होते. अण्णांची सर्व मुले स्वयंप्रकाशी निघाली आहेत. प्रशासनात समाजाची बांधिलकी मानणारे कलेक्टर भास्करराव असोत, सामाजिक क्षेत्रात कर्तृत्व गाजवणारे डॉ. भाईदास पाटील असोत, किंवा को-ऑपरेटिव्ह सेक्टरमध्ये उद्योगधंद्याचा आदर्श घालून देणारे माजी गृहराज्यमंत्री आमदार रोहिदासदाजी असोत, प्रत्येकाने समाजऋण फेडण्याचा वडिलांचा वसा उचलला आहे. अर्थात, त्यांच्याही जडणघडणीत कै. अण्णांनी केलेल्या संस्कारांचा सिंहाचा वाटा आहे, हे नाकबूल करता येणार नाही. परंतु वडिलांच्या पुण्याईच्या बँकेतून केवळ चेक वटवत राहण्याचे नाकर्तेपण कै. अण्णांच्या सुपुत्रांजवळ नाही, म्हणून मी कै. अण्णांना भाग्यवान म्हटले.

– **अमरीशभाई पटेल,** माजी मंत्री व आमदार

## धुळे जिल्ह्याचा चुडामणी

अण्णांना प्रथम पाहिले, तेव्हा मी सात-आठ वर्षांचा असेन. धुळ्याचे 'अण्णा' हे नाव मी नेहमी ऐकून होतो. जेथे विनोबाजी व साने गुरुजींना ब्रिटिशांनी तुरुंगात ठेवले होते ते धुळे. अण्णा हे गांधींचे मोठे भक्त आहेत. ही तिन्ही नावे जेव्हा मला भाऊसाहेबांनी सांगितली ते ऐकून मी मनापासून सुखावलो. अण्णा धुळ्याचे म्हणजे साने गुरुजींच्या गावचे अशा समजुतीने मी अण्णांकडे वेगळ्याच भावनेने पाहू लागलो. काही दिवसांत अण्णा चक्क आमचे जवळचे नातेवाईक झाले. माझी लाडकी आत्या पुष्पाताई ही अण्णांची सून झाली होती. गांधी, विनोबाजी व साने गुरुजींच्या प्रभावळीतील अण्णा आपले नातेवाईक झाले, याचे मला खूप अप्रूप वाटले.

पुढे अण्णांशी माझे घनिष्ठ संबंध आले. त्यांची काँग्रेसनिष्ठा बावनकशी होती. गांधी विचारांचे ते उपासक होते. आयुष्याच्या अखेरीस भाऊसाहेबांचे (माझे आजोबा भाऊसाहेब हिरे) स्मारक करण्याचे त्यांच्या मनाने घेतले. समाजाच्या उपयोगी पडावे असे स्मारक त्यांना करावयाचे होते. मंगल कार्यालय बांधण्याचा

त्यांनी निर्णय घेतला व भाऊसाहेबांच्या नावाने मंगल कार्यालय बांधून अण्णांनी संकल्प तडीस नेला.

अण्णांनी धैर्याने पावले टाकली. खेड्यापाड्यांत जाऊन लोकांचे मनोबल वाढवले. 'तिरंग्याला झुकू देऊ नका. हा तिरंगा काँग्रेसचा आहे. बापूजींचा आहे. याचा विसर पडू देऊ नका' असा मंत्र जागवत अण्णांनी काँग्रेसला पुन्हा स्थिर केले. लोकप्रिय केले. एवढेच काय, कम्युनिस्ट पक्षातील अनेक 'रावांना' काँग्रेसमध्ये आणले. तत्कालीन मुख्यमंत्री यशवंतरावजी चव्हाण यांचेही लक्ष अण्णांच्या कार्याकडे वेधले गेले व त्यांनी अण्णांची पुरेपूर कदर केली.

अण्णांच्या नेतृत्वाचा सूर्य तळपत होता, तेव्हा क्षुद्र मनाच्या माणसांनी हीन पातळीवरून अण्णांवर टीका केल्या. अर्धशिक्षित म्हणून खिल्ली उडवली. अण्णा कमी शिकलेले होते हे खरे, परंतु त्यांचे वाचन अफाट होते. व्यासंग दांडगा होता व समज प्रचंड होती. या तपश्चर्येमुळे त्यांचे वक्तृत्व विचारबद्ध बनले होते. भरपूर ज्ञानसंपदा त्यांनी कमावली होती.

अण्णा जन्मले तेव्हा उज्ज्वल भूतकाळ नव्हता. वर्तमानकाळही काळाकुट्ट होता. मात्र अंधारलेल्या भविष्यकाळात अण्णांनी कर्तृत्वाची लेणी खोदली. हे करताना त्यांनी घाम गाळला, रक्त आटवले आणि अश्रूही ढाळले. यातून त्यांचे कर्तृत्व साकारले. मोहाडीचा चुडामण लोकांचा नेता आणि अण्णा झाला. लोकांच्या अंतःकरणात स्वतःची मूर्ती कोरून गेला. मुलांचे सुखी संसार पाहण्याचेही सुख अण्णांना लाभले व धवल कीर्तीचे मानकरी होऊन अण्णा निघून गेले. कर्मयोगी अण्णांचे विस्मरण होणे कसे शक्य आहे. त्यांच्या स्मृतींना प्रणाम!

**– प्रशांत हिरे,** माजी मंत्री व भाऊसाहेब हिरे यांचे नातू

## खान्देशचे भूषण

१९६७च्या नोव्हेंबर महिना. मला अचानक दिल्ली येथे खात्यामार्फत प्रशिक्षणासाठी पाठवण्याचा आदेश आला. अण्णांच्या स्वभावाबद्दल खूप ऐकून होतो. कडक शिस्तीचे व तापट स्वभावाचे म्हणून त्यांची ख्याती ऐकली होती. मी त्यांना तसा फारसा परिचित नव्हतो. त्यामुळे नाईलाज असूनही मन धजेना. शेवटी टॅक्सी करून त्यांच्या निवासस्थानी पोहोचलो. अण्णांच्या आदेशावरून तेथील शिपायाने आमची खूप आग्रहपूर्वक काळजी घेतली. इतक्या कडक शिस्तीचा व कठोर वाटणारा माणूस इतका प्रेमळ असू शकतो, याची जाणीव मला झाली.

तेव्हा अण्णांविषयी माझ्या मनातील भीती गेली. परंतु भीतीयुक्त आदर वाढला. अण्णांच्या निवासस्थानी मी एक महिना थांबलो. त्यांच्याशी विविध विषयांवर चर्चा झाली. त्यांनी जीवनातील कडू-गोड जे काही अनुभव सांगितले, त्यावरून त्यांच्या त्यागाची, कष्टाची, बुद्धिमतेची, दूरदृष्टीची, सर्वसमावेशक वृत्तीची व खऱ्या कार्यकर्त्याची जाणीव झाली. त्यांना इंग्रजी वाचता येत नव्हते, हा माझा गैरसमजही दूर झाला. मनुष्य हा विचाराने पारखला जातो व त्या दृष्टीने अण्णा हे काही विचारांची मूल्ये घेऊनच जीवन जगले व त्या दृष्टीने ते श्रीमंत होते.

'हिरे मंगल कार्यालय' ही त्यांच्या उतारवयातील विधायक कार्याची पावती होय. राजकारणाची दिशाच बदलली आणि त्यांनी सामाजिक कार्यात झोकून घेतले होते. आज सामाजिक कार्य करणाऱ्या व्यक्तीची उणीव भासत आहे व आज धुळे शहरात भव्यदिव्य त्यांच्या नावाला साजेल अशी वास्तू उभी आहे.

ज्या दिवशी त्यांचा मृत्यू झाला, त्या दिवशी मी औरंगाबाद विमानतळावर महाराष्ट्र राज्य सहकारी बँकेचे अध्यक्ष प्रल्हादराव पाटील यांच्या समवेत होतो. त्या वेळी व्ही.आय.पी. रूममध्ये थोर स्वातंत्र्यसैनिक तुळशीदास जाधव हेही होते. त्यांना ते वृत्त देताच त्यांनी खूपच हळहळ व्यक्त केली व आमच्यातला 'एक चांगला कार्यकर्ता गेला' असे उद्‌गार काढले.

– **श्रीराम पाटील,** निवृत्त उपसंचालक, माहिती व जनसंपर्क विभाग

## मतभिन्नता म्हणजे मनभिन्नता नाही

श्री. चुडामणअण्णा पाटील चिकाटी आणि निर्धारी व्यक्तिमत्त्व. माझे त्यांचे प्रसंगोपात मतभेद होत. या मतभिन्नतेचे रूपांतर मनभिन्नतेत कधी झाले नाही.

ते गिरणी कामगार होते. मोहाडी भागातील काँग्रेसप्रेमी युवकापैकी तेही एक होते. गिरणी कामगारांची संघटना पूर्णतः लाल बावट्याकडे जाऊ न देणाऱ्यात ते एक प्रमुख होते. त्यांच्यासारख्यांनी मिळून पुढे काँग्रेसप्रणीत राष्ट्रीय गिरणी कामगार संघटना निर्माण केली. या संघटनेत असताना त्यांना मारहाण झाली. संशयितांची नावे ऐकिवात येत. त्या गटाला धडा शिकवण्याचा काही राष्ट्रीय विचारप्रेमींचा बेत होता. अण्णा सरकारी दवाखान्यात अंथरुणावर होते. जिल्हा काँग्रेसचे अध्यक्ष बाळुभाई मेहतांसह काही मंडळी त्यांच्या भेटीस गेली. विचारपूस झाली. नंतर कोणी मंडळी बदला घेणार म्हणतात, त्याचे काय, असे विचारताच अण्णा म्हणाले होते, 'मारामारीने बदला घेण्यात फायदा नाही. संघटना मजबूत करूनच उत्तर

देऊ.' बाळुभाई म्हणाले, 'गांधीजींच्या अहिंसा, सहिष्णुता विचाराला शोभेसेच हे धोरण आहे.'

त्यांनी भुईमूग शेंगा, कापूस वगैरेचे एक आडत दुकानही चालवले होते. त्या वेळीही व्यापारी मंडळींत ते खादीधारी होते व राष्ट्रीय विचारांकडे नेहमी त्यांचे लक्ष असे. काही दिवस आम्ही दोघे जिल्हा काँग्रेसचे चिटणीस, तर पुढे ते अध्यक्ष व कै. मुरलीधर भावसार आणि मी चिटणीस होतो. मतभेदांतून मार्ग काढीत कार्य पुढे रेटले जात असे.

काँग्रेस भवनची जागा शहर काँग्रेसच्या प्रयत्नाने मिळाली. काँग्रेस भवन इमारत बांधण्यासाठी घरोघरी जाऊन एकेक रुपया गोळा केला. मासिक ध्वजवंदन नियमाने होत असे. त्या त्या वेळी काँग्रेस कार्यकर्त्यांनी यथाइच्छा ध्वजदक्षिणा द्यायची असे व त्या त्या भागातील नागरिकांचा सहभाग मिळावा म्हणून निरनिराळ्या ठिकाणी ध्वजवंदन केले जाई. त्यातूनही थोडाफार निधी जमत असे आणि त्या दिवशी अधिक रक्कम स्वयंफूर्तीने देणाऱ्या दात्याच्या हस्ते ध्वजवंदन होई. पण अण्णांनी, भावसारांनी इमारतीच्या छोट्या आराखड्याचे स्वरूप बदलले. त्या दृष्टीने मोठ्या रकमांचे दाते मिळवले. काही दात्यांनी आपापले नाव अज्ञात राहावे म्हणून जणू गुप्त दान दिले. आणि या प्रयत्नांचे दृश्यफल आज भव्य काँग्रेस भवनात दिसत आहे. त्या काळात तरी पुण्याला महाराष्ट्र काँग्रेसने उभारलेल्या काँग्रेस भवनानंतर महाराष्ट्रात धुळ्याला प्रथम काँग्रेस भवन उभे राहिले.

वेळोवेळी असे निधी जमवण्यात अण्णांचा हातखंडा होता. कोणते काम पैशाविना त्यांनी अडू दिले नाही. त्या सर्व कामातूनच आजचे अतिभव्य हिरे भवन मोठ्या दिमाखाने उभे आहे.

एक प्रसंग आठवतो. भूदान प्रचारात अण्णांचे सहकार्य मागितले, ते लगेच तयार झाले. बाभुळवाडी सौदाणे भागात गेलो. अण्णांना पाहून यजमान विशेष जेवणाच्या तयारीस लागले. ती लगबग अण्णांनी ओळखली. चटकन घरात गेले. म्हणाले, 'आम्ही गांधी, विनोबांच्या कामासाठी आलो आहोत. साधेच जेवण करा.' या दक्षतेमुळे परत येताना मला म्हणाले, 'आज एका प्राण्याचा जीव आपण वाचवला.'

अलीकडे ते मोहाडीहून रिक्षाने निघायचे. रस्त्यात दिसलो, तर रिक्षा थांबवायचे. हिरे भवनात पोहोचल्यावर उतरायचे. रिक्षाचालकाला सांगायचे, 'ह्यांना पोहोचवून ये.'

मतभिन्नता म्हणजे मनभिन्नता नव्हे, याचेच हे प्रतीक म्हटले पाहिजे!

– **कांतिलाल गुजराथी,** पत्रकार, धुळे

## जातिधर्माच्या पलीकडचे अण्णा

१९५०च्या सुमारास माझ्या राजकीय कार्यक्रमाला थोडी सुरुवात झाली होती. १९४२ साली मी प्रत्यक्ष स्वातंत्र्याच्या लढ्यामध्ये भाग घेऊन तुरुंगवास भोगला होता. या चळवळीत पडण्यासाठी जी अनेक माणसे कारणीभूत झाली, त्यात वडजाईचे फकीराअप्पा देवरे, दलवाड्याचे देवमन परशराम पाटील, चिरण्याचे भाईदास बोणीराम भावसार ही जवळची व अनेक लांबचीही मंडळी होती. तुरुंगातून सुटून आल्यानंतर मी सरळ बोराडीला आलो होतो. गरिबीमुळे कोणत्याही प्रकारची अर्थसाहाय्याची साधने उपलब्ध नसल्यामुळे आपण काँग्रेसचे काम करायचे म्हणजे काय करायचे, याचीसुद्धा कल्पना येत नव्हती. पहिल्यांदाच ग्रामीण विकास मंडळाची स्थापना तत्कालीन सरकारने जिल्ह्या-जिल्ह्यासाठी केली. जिल्ह्यासाठी दारूबंदी जिल्हा कमिट्या नेमल्या. या सर्व कमिटीच्या कामासाठी बोराडी ते शिरपूर असा प्रवास सुरू झाला आणि प्रामुख्याने त्यामुळे जिल्ह्यातील वरिष्ठ राजकीय नेत्यांच्या बरोबर ओळख झाली, बैठका वाढल्या आणि कारणपरत्वे मैत्रीही वाढली. त्यामध्ये सर्व राजकीय कार्यकर्त्यांचा स्वभाव अलग अलग असला तरी ब्राह्मण-ब्राह्मणेतर चळवळीचे निमित्त करून सत्यशोधक समाजाचा बहुजन समाजावर निरंकुश प्रभाव होता व त्या प्रभावातील काँग्रेस आणि बिगर काँग्रेसपक्षामध्ये काम करणारे जे मराठे कार्यकर्ते होते ते जोतिबा फुलेंचा विचार मनात ठेवून वागत होते. त्यामध्ये होते सर्वश्रेष्ठ समाजसेवक माधवराव पाटील, गांधीवादी यशवंतराव जिभाऊ, शंकरराव बेडसे, कम्युनिस्टांपैकी नथुभाऊ लोहार, शंकरराव सापे, नांदेडकर. बहुजनांच्या व्यतिरिक्त काँग्रेसच्या जडणघडणीमध्ये अल्पसंख्य पण सधन वर्गातील ज्या काँग्रेसच्या कार्यकर्त्यांनी भाग घेतला त्यामध्ये शालिग्राम भारतीया, गिंदोडीया, उपासनी, टोणगावकर, नव्याने काँग्रेसमध्ये आलेले दोंडाईचाचे राऊळ या सर्व कार्यकर्त्यांमध्ये आपल्या स्वतःच्या स्वभाववैशिष्ट्याने चमकून उठणारे, कमीत कमी बोलून आपला प्रभाव आणि छाप टाकणारे देशभक्त चुडामणअण्णा पाटीलही होते. त्यांच्या राजकीय कथनी व करणीने मी भारावलो आणि त्यांच्याबरोबरच राहिलो होतो.

चुडामणअण्णांच्या वरील कथनी आणि करणीचा भाग विचारात घेता, धुळे जिल्हा काँग्रेस कमिटीचे प्रचंड प्रासादतुल्य घर म्हणजे त्यांचीच देणगी आहे. आणि त्यामुळे धोतराचा सोगा ओढून पान-तंबाखू चघळणारे विश्रामबुवांचा सत्यशोधकी कीर्तनाचा एक धागा सांगणारे किती जरी कार्यकर्ते असले, तरी अल्पसंख्याकांसाठी झटणारा चुडामणअण्णा पाटलांइतका जवळचा माणूस पाहिलेला नाही. कामगारांच्या

चळवळीतून गरिबीची झालर लावलेल्या राजकारणात आलेल्या माणसाला थोडासा कडवटपणाचा वास येतोच, तो असणे आवश्यक असते, असे मी मानतो. बहुजनातील देखील जे पांढरपेशे लोक होते ते चुडामणअण्णांबद्दल जुजबी सहानुभूती व्यक्त करीत. अर्थात, पहिल्या दोन दशकांत मी आणि चुडमणअण्णा दोन शिरे, चार हात अशी दत्तात्रेयांच्या कवितेसारखी कल्पना होती. चुडामणअण्णांच्या वेगवेगळ्या आर्थिक परिस्थितीमुळे त्यांनी राजकारणाशी कोणतीही तडजोड केली नाही. कल्पनेच्या गरीवर (गंजीवर) बसून जे लोक त्या काळात राजकारण करीत ते चुडामण पाटलांच्या पासंगाला पुरले नाहीत. सुरुवातीच्या काळात महाराष्ट्राच्या राजकारणात देवकीनंदन यांचा प्रभाव होता. त्यांचा पदर धरून चालणाऱ्या मराठा समाजातील नेत्यांशी सुद्धा त्यांचे फारसे जुळले नाही. मी तथाकथित पण प्रस्थापित नेतृत्वाविरुद्ध लढ्याच्या मनःस्थितीत त्यांच्याबरोबर टिकलो, ही गोष्ट खरी आहे.

एक दशक जिल्हा काँग्रेस कमिटीच्या निवडणुकीत त्या काळातील चांगले नीतिवान, शालीन लोकांशीसुद्धा लढा करावा लागला आणि त्यांचा प्रभाव टाकून जिल्ह्यामध्ये काँग्रेसच्या राजकारणाच्या पताका गावागावांत फडकाविण्याची पूर्ण भूमिका त्यांनी स्वीकारली. त्यांना माणसे आवडत. सात-आठ वर्षांच्या त्यांच्या सहवासाने धुळे जिल्ह्यातील माझे राजकीय अस्तित्व लोकांच्या लक्षात आले. जातीजमातीचा त्यांच्यावर फारसा शेवटच्या क्षणापर्यंत काही प्रभाव दिसला नाही म्हणून शिरपूरचे माळी गुरुजी, मी, शहाद्याचे शंकरभाई व रामदासभाई, तळोद्याचे कन्हैयाभाई व नथुसिंग परदेशी, नंदुरबारचे कालूसिंग, भैय्या, गोविंदराव मराठे, नव्याने आलेले जयवंतराव नटावदकर, साक्रीचे माधवराव देवरे बंधू, नवापूरचे शांतिलाल शहा, धुळ्याचे अनेक मित्र कोणा मराठ्यांना त्यांनी ढकलेले नाही आणि कोणा अल्पसंख्याकाला मुद्दाम जवळ केले नाही. त्यांचे राजकारण हे समाजातील समतेची देणगी होती. त्यांचे सारे राजकारण काँग्रेस हाऊस व काँग्रेस या शब्दाच्या आजूबाजूला चालत असे.

ते संकुचित नव्हते व लाचारीचा वास त्यांच्या स्वभावाला कधी आला नव्हता. त्यामुळे एकदा माणसाशी मैत्री जुळली, की त्याप्रमाणे ते करीत. मला जिल्हा काँग्रेस कमिटीचा अध्यक्ष करण्याची त्यांची फार मनापासून इच्छा होती. यशवंतरावांच्या माझ्यावरील प्रेमामुळे त्यांनी तसा मला शब्दही दिला होता, परंतु न जाणे काय झाले, तोरणमाळला यशवंतराव विश्रांतीसाठी आले असताना त्यांनी यशवंतरावांना शब्द दिला, पण अल्पसंख्याकांमधल्या मोठ्या जातीच्या ओढ्याकडे व निवडणुकीचा सौदा जिंकावयाचा असल्यामुळे इच्छा असूनही व माझीच संधी

असतानासुद्धा त्यांच्यावरील नव्या मंडळींच्या प्रभावामुळे मी अध्यक्ष होऊ शकलो नाही, ही गोष्ट यशवंतरावांनाही खटकली होती. परंतु राजकारणामध्ये कधीकधी जोधाबाईदेखील प्रभाव टाकून जाते आणि मानसिंग त्याचा फायदा घेत असतो. म्हणून त्यांची संकल्पना पूर्ण करण्यासाठी १९७३-७४ मध्ये दीड वर्षाकरिता मला त्यांनी आग्रहपूर्वक जिल्हा काँग्रेस कमिटीचे पद स्वीकारायला भाग पाडले आणि काँग्रेस सर्वांच्या पुढे राहायला हवी हा ध्यास त्यांनी त्याही वेळी पूर्ण केलेला आठवतो.

चुडामणअण्णा बोराडीला आले होते. स्वातंत्र्याच्या पहिल्यावहिल्या काळात अत्यंत दूरच्या निबीड अरण्यामध्ये काँग्रेसचा संदेश द्यायला देशभक्त चुडामणअण्णा पाटील हे बोराडीला आले होते. त्यांच्या हस्ते बसवलेल्या अनेक शिला आजही बोराडीच्या निरनिराळ्या सार्वजनिक इमारतींवर दिसतील. त्यांच्या तडजोडीमध्ये माणूस आला नाही तर त्यांना ते आवडत नसे. म्हणून माळी गुरुजी आणि माझ्यामध्ये अंतर पडू नये यासाठी ते सतत प्रयत्नशील असत. कामगारांच्या वस्तीत राहणारा, कर्तव्याच्या कठोर लढाईत हार न जाता आपल्या समाजाची जपणूक करणारा, काँग्रेसच्या प्रश्नावर जातीचे पाठबळ घेऊन लढणाऱ्या माणसांच्या विरुद्ध काँग्रेस जगवण्यासाठी शेलारमामाच्या तोडीस शोभतील असे शब्द सांगणारा, कितीही प्रतिष्ठित राजकीय मोठेपण पाठीशी असलेल्या काँग्रेस कार्यकर्त्यांसाठी लढाई करण्याचा प्रश्न आला तर ते डगमगले नाहीत. 'मी मराठा आहे, तुमचे माझे नाते आहे', असल्या गचाळ, फुसक्या गोष्टी सांगून जातिबांधवांच्या पलीकडे वागणारा माणूस म्हणजे चुडामणअण्णा. म्हणून ते टेलिफोनवरून बोलताना मी चुडामण बोलतो आहे, असे आयुष्यभर सांगत होते. त्यांच्या जाण्याने अल्पसंख्याकांचे चुडामणी नावाचे अस्त्र गेले. चुडामणी नावाचे रत्न हरवले. ढगाआड चंद्र चुडामणी मावळला. काँग्रेससाठी जगणारा निर्भीड चुडामण एखादाच असू शकतो.

**– व्यंकटराव रणधीर**

स्वातंत्र्य सैनिक, माजी आमदार, शिरपूर

## नियमांचे पालन करणारा आदर्श नेता

मी राज्य परिवहन महामंडळात धुळे विभागात धुळे डेपोत सुरुवातीस वाहक म्हणून सेवेत होतो. १९५९ सालची गोष्ट असावी. त्या वेळी मोहाडीला जाण्यासाठी एस.टी. शिवाय अन्य वाहनांची सोय नव्हती. अण्णासाहेबांना मोहाडीला जावयाचे होते. ते बस स्थानकावर आले असता माझ्या दृष्टीस आले. त्या वेळी त्यांना

सामोरे जाऊन नम्रपणे आदराने नमस्कार केला. ते मला परिचित होते, परंतु माझा परिचय केवळ एसटी कर्मचारी म्हणूनच. असो, या वेळी अण्णासाहेब उद्गारले, 'मोहाडीला जाण्यासाठी एखादी बस आहे काय?' मी त्वरित सांगितले, की बस उभी आहे. त्या वेळी त्यांनी प्रश्न केला. 'मोहाडीला थांबते काय?' मी म्हणालो, 'जलद बस आहे वाहकाला सांगतो तो आपणास उतरवून देईल.' अण्णांनी चक्क नकार दिला. 'नियमांचा भंग नको व इतर प्रवाशांना कशाला त्रास द्यायचा. नंतरच्या बसची चौकशी करून मला जाणीव द्या' असे त्यांनी सांगितले. त्यानंतर अर्ध्या तासाने बस होती. मी ऑफिसमध्ये बसण्यास सांगत असताना 'आपल्या कामात व्यत्यय होईल व इतर सहकारी आहेत, त्यामुळे मी इथे थांबतो, मला सांगा', असं म्हणाले. मी अर्ध्या तासानंतर अण्णासाहेबांना साधारण बसमध्ये व्यवस्था करून दिली.

चाळीसगाव डेपोस माझी बदली झाली होती. साधारणतः १९६३ सालची गोष्ट आहे. अण्णासाहेब दिल्लीहून परतले होते. बस स्थानकावर आले असता योगायोगाने भेट झाली. त्यांची बॅग कंट्रोल रूममध्ये ठेवली. धुळे बसची चौकशी केली. अर्धा तास वेळ होता. मी कंट्रोल केबिनमधली खुर्ची साफ केली आणि तेथे बसण्यास सांगितले असता 'नाही' म्हणाले. 'येथे आपल्या कामात निष्कारण गोंधळ नको, माझ्याबरोबर सहकारी मित्र मंडळी आहेत. मी बाहेर जाऊन त्यांच्या समवेत चर्चा करतो. मला बस लागली म्हणजे सूचना करा', असं सांगून बसस्थानकाच्या एका कोपऱ्यात मोकळ्या हिरवळीच्या जागेत सहकाऱ्यांसमवेत खाली बसून गप्पागोष्टी करीत होते. बस लागल्यावर मी त्यांना जाणीव दिली. त्यांची बॅग आतमध्ये ठेवून जागेवर स्थानपन्न केले. मला परिचय विचारला. मी माहिती दिली. या विभागात श्री. तिवारीसाहेब यांचा सहकारी असून, इंटक युनियनचा कार्यकर्ता आहे. त्यांनी शाबासकी दिली. बस आपल्या मार्गाला लागली. असे आदर्श, आपल्या कार्यकर्त्यांबाबत आपुलकी, शिस्तबद्ध, नियमांचे पालन काटेकोर पद्धतीने करणारे इ. बाबतीत आदर्श निर्माण करणारे असे होते अण्णासाहेब.

– **बी. बी. शुक्ल,** सेवानिवृत्त वाहतूक निरीक्षक, चाळीसगाव

## सेवाव्रती अण्णा

काँग्रेसचा कार्यकर्ता शिस्तबद्ध असावा, तो प्रामाणिक असावा, असे ते म्हणत. खादी व्रताचे पालन ते कटाक्षाने करीत. यासंबंधी बोलताना ते म्हणत, की खादीचे गादीशी कधीही पटत नाही. परंतु आजचा कार्यकर्ता हा डनलॉपच्या गादीवर लोळून

बोलतो. असा कार्यकर्ता पक्ष कसा वाचवेल व सर्वसामान्यांची सेवा कशी करेल, ही त्यांना खंत होती.

ते स्वतः पक्षसंघटना प्रमुख बनले. पक्षासाठी इमारत पाहिजे म्हणून काँग्रेस भवन त्यांनी एक रुपया फंडावर, बांधणीची जिद्द करून उत्तर महाराष्ट्रात काँग्रेस भवन बांधून शान वाढवली.

त्यांची पक्षाचे काम करणाऱ्या कार्यकर्त्यांविषयी धारणा होती, की जिल्हा परिषद, सहकारी बँका इत्यादी क्षेत्रांत जाताना हा विचार प्रथम केला पाहिजे, की सहजप्रवृत्तीवर आत्मप्रवृत्तीचा ताबा पाहिजे. तसे अलीकडील काळात त्यांना कार्यकर्त्यांकडून दिसून येत नव्हते. म्हणून ते सतत खंत बाळगत होते. भ्रष्ट पुढारी, कार्यकर्ता याविषयी त्यांच्या मनात कायम घृणा होती. रस्त्यातून चालणाऱ्या भिकाऱ्याला जर मत देण्याचा अधिकार दिला आहे, त्यास राष्ट्रपती होण्याचा अधिकार घटनेने प्राप्त करून दिला आहे. तज्ज्ञाचे काम करण्याला ते कृतार्थ मानीत असत. कै. अण्णा हे अत्यंत सर्वसामान्यांना जवळचे वाटले. साधी राहणी, उच्च विचारसरणी होती. सामान्य माणसाचे कितीही कठीण काम असेल, त्यासाठी ते न्याय मिळवून देत असत. अशा या कामामुळे धुळे जिल्हा त्यांनी काँग्रेसचा बालेकिल्ला ठेवला.

मी एकदा अण्णांना सहज म्हटले, की तुमचा गौरव करावयाचा आहे. ते हसले. म्हणाले, 'जनतेची कामे करणे हाच माझा गौरव आहे.' मी म्हणालो, 'आजकालचे राजकीय लीडर असे बोलतील का?' त्यावर ते म्हणाले, की तसे कशाला बोलतील. लुच्चे हे नेहमी निगरगट्ट असतात. अखेरच्या क्षणापोवतो त्यांनी गौरव करून घेतला नाही.

१९६२ साली चौथी पंचवार्षिक योजना सुरू होऊन लोकशाहीचे विकेंद्रीकरण सुरू झाले. त्या वेळी अण्णा मजजवळ म्हणाले, 'ही औद्योगिक क्रांतीच बनली पाहिजे.' याची संकल्पसिद्धी म्हणजे कै. अण्णांच्या मार्गदर्शनाखाली माजी नामदार रोहिदासदाजींनी उभारलेली जवाहर सूतगिरणी होय.

१९६२ साली धुळे जिल्ह्याने महाराष्ट्रात काँग्रेसच्या विधानसभेच्या यशाची ध्वजा फडकावली. मात्र त्या वेळी साक्री तालुक्याची काँग्रेसची जागा हरली. ते मनाला बोचत असे. भाऊसाहेब हिरे यांना भेटलो. कोकणा कोकणीच्या निकालाविरुद्धचे अपील ट्रिब्युनलकडे दिले, त्यामुळे बाय-इलेक्शन घडून आले. अण्णांच्या हातात सूत्रे दिली. अण्णा हे पंधरा दिवस साक्रीलाच होते. निवडणुकीच्या प्रचारार्थ कार्यकर्ता रसाडा (स्वयंपाक) प्रश्न अण्णांनी गाजवला, तो असा की मोठमोठ्या कार्यकर्त्यांचे जेवण अलग, जे कार्यकर्ते सायकलीवर व टांग्याने खेड्यात

काँग्रेसचा प्रचार करायचे, त्यांना जेवण साधी भाजी-भाकर असायची. स्वयंपाकातील फरक त्यांना जाणवला. त्यांनी त्याच दिवशी निवडणूक प्रमुखाला सांगितले, की काँग्रेसचा प्रचारकार्य करणारा कितीही मोठा पुढारी येवो अगर छोटा कार्यकर्ता असो, त्यांना सारखेच भोजन दिले पाहिजे. या एका प्रश्नानेच तळगाळातील कार्यकर्त्यांचा उत्साह द्विगुणित झाला. प्रचाराचे वारे जोरात वाहू लागले. काँग्रेसचे उमेदवार श्री. यशवंतराव चव्हाण जिभाऊ व श्री. बाळाराम सुकाराम कोकणी यांना निवडून आणून कै. अण्णांच्या सामर्थ्याने कलंक धुऊन काढला.

मी मुंबईहून धुळे प्रवासात होतो. भिवंडीचा मुस्लिम प्रवासी जवळ होता. तो प्रवासी म्हणाला, की कहाँ जा रहे हो? मी म्हटले, की धुळे. 'हां भाई, तुम चुडामणअण्णा के मुलूख के है, आपको क्या काम है?' मैने बोला यह कैसे बोल रहे हो। तेव्हा त्यांनी सांगितले, की पॉवर लूमचा प्रश्न चुडामणअण्णा यांनी दिल्ली सरकारशी भेटून सोडवून दिला. त्यामुळे आम्हाला भूषणावह वाटतात. ही तितकीच बाब खरी, की धुळे शहरातील मुस्लिम बांधवांचे प्रेम त्यांनी संपादित केले होते. मुस्लिमांची मते अण्णांचा शब्द मानून काँग्रेसला हमेशा मिळत राहिली. सर्व जातींमध्ये त्यांना आदराचे स्थान होते. एकदा तर एक ब्राह्मण गृहस्थ- जनसंघाच्या विचाराचे अण्णांना भेटण्यासाठी काँग्रेस भवनात आले. त्यांचे नाव मला आठवत नाही. परंतु त्यांचे काम समजून घेऊन अण्णांनी दिल्लीला जाऊन त्यांचे काम करून दिले. सहा महिन्यांनंतर खासदारकीच्या निवडणुकीच्या वेळी त्या जनसंघी विचाराच्या गृहस्थांनी अण्णांना मते दिली.

**– बाळासाहेब देवरे,** अध्यक्ष, ग्रामीण विकास प्रतिष्ठान, धुळे

## अविचल काँग्रेसनिष्ठा

काँग्रेस पक्षाच्या मध्यंतरीच्या पडत्या काळात भारतीय राजकारणात अनेकांनी विविध कारणांमुळे पक्षांतर केले. तथापि, अण्णासाहेबांसारखी ध्येयवादाने झपाटलेली ताठ कण्याची माणसे मात्र अत्यंत खंबीरपणे काँग्रेसच्या पाठीशी उभी राहिली. त्यांनी गोंधळलेल्यांना दिशा दाखवली व पक्ष एकसंध राखला, अधिक मजबूत केला. पक्षबांधणीचे कार्य करीत असताना त्यांनी प्रचंड लोकसंग्रह केला. त्यांच्या लोकप्रियतेच्या जोरावरच त्यांना जनतेतून प्रत्येक वेळी त्यांच्या प्रतिस्पर्ध्यापेक्षा प्रचंड मताधिक्याने विजयी मिळवून जवळ जवळ पाच शतकांपर्यंत धुळे जिल्ह्याचे नेतृत्व केले. आपल्या समर्थ नेतृत्वामुळे ते या जिल्ह्याच्या जनतेचे हृदयसम्राट बनले.

आपल्या अल्प शिक्षणाची उणीव त्यांनी बुद्धिचातुर्याच्या जोरावर भरून काढली. त्यांचे ग्रामीण जीवनातील वास्तव्य खेड्यातील जनतेशी त्यांच्याच भाषेत सुसंवाद साधण्यास अत्यंत उपयुक्त ठरले. त्यांच्या बेताच्याच शरीरयष्टीत दडलेली चिकाटी व जिद्द त्यांच्या निवडणूक प्रचारासाठी उपयुक्त ठरली. त्यांच्या परिस्थितीमुळे त्यांच्या झुंजार वृत्तीला अधिकच स्फुरण चढले.

कै. पद्मश्री डॉ. दादासाहेब घोगरे हे कित्येक वर्षांपासून श्री शिवाजी विद्या प्रसारक संस्थेचे अध्यक्ष होते. मागासलेल्या जिल्ह्यात कला, वाणिज्य व विज्ञान महाविद्यालयाची मुहूर्तमेढ रोवली जावी, हे स्वप्न त्यांनी उराशी बाळगले होते. हे स्वप्न साकार करण्यासाठी त्यांनी धुळे जिल्ह्याच्या राजकारणात दबदबा असलेल्या अण्णासाहेबांना भेटून भावी शैक्षणिक कार्याची रूपरेषा त्यांच्यापुढे मांडली. तेव्हा अण्णासाहेबांनी क्षणाचाही विलंब न लावता अंतःकरणापासून त्यांना सहकार्य देण्याचे आश्वासन दिले. ते नंतर पूर्णही करून दाखवले. अशा रितीने धुळे जिल्ह्यात महाविद्यालयाची मुहूर्तमेढ रोवण्यात अण्णासाहेबांचा सिंहाचा वाटा होता.

अण्णासाहेब संस्थेत येण्यापूर्वी आणि त्यांच्या कारकिर्दीतही निवृत्त होणारे शिक्षक, कारकून, शिपाई यांचा निरोप समारंभ शाखाप्रमुख आपापल्या सहकाऱ्यांच्या सहकार्याने साजरा करीत असत. तथापि, असे निरोप समारंभ संस्थेच्या वतीने होणे अधिक उचित ठरेल, असा उदात्त विचार अण्णासाहेबांच्या मनात येताच त्यांनी केवळ त्यांच्या कारकिर्दीत सेवानिवृत्त झालेल्यांनाच नव्हे, तर त्याहीपूर्वी निवृत्त झालेल्या हयात शिक्षक-शिक्षकेतरांचा एकत्र सत्कार घडवून आणला, हे विशेष. आपल्या जीवनाचा फार मोठा कालखंड संस्थेच्या सेवेत व्यतीत करणाऱ्या सेवाभावी निवृत्त झालेल्या व्यक्तीबद्दल आदर व्यक्त करणे व त्यांच्या उर्वरित जीवनासाठी शुभेच्छा व्यक्त करणे, हे आपले कर्तव्यच आहे, अशी अण्णासाहेबांची सद्भावना त्या पाठीमागे होती.

संस्थेच्या विविध शाखांतील ज्या माध्यमिक शिक्षकांचे, एसएससी परीक्षेला बसलेल्या विद्यार्थ्यांचे ते शिकवित असलेल्या विषयांचे निकाल सातत्याने उत्तम लागले असतील, अशा तळमळीच्या व कष्टाळू वृत्तीच्या शिक्षकांचा सत्कार अण्णासाहेबांनी संस्थेतर्फे घडवून आणून त्यांचे कौतुक करण्याचा व पर्यायाने इतरांनाही त्यांचे अनुकरण करण्यासाठी प्रोत्साहित करण्याचा एक नवा पायंडा पाडला. हेतू हा की या बाबतीत शिक्षकांमध्ये एक प्रकारची निरोगी स्पर्धा निर्माण होऊन परीक्षेचे निकाल उत्तमोत्तम लागावेत.

शाखाप्रमुखापासून ते चतुर्थ श्रेणीच्या कर्मचाऱ्यांपर्यंत कोणीही शाळेच्या वा स्वतःच्या खासगी कामासाठी अण्णासाहेबांकडे मोहाडीला गेल्यास ते त्याची आस्थेवाईकपणे चौकशी करीत व ज्या कामासाठी ते आले असतील त्यावर चर्चा करून योग्य तो निर्णय त्वरित देत. कोणालाही चहा घेतल्याशिवाय घरातून जाऊ देत नसत, हे विशेष. माणसाची प्रतवारी लावून त्यांचे स्वागत करण्याची कल्पना त्यांच्या मनाला कदापि शिवली नाही. शिक्षक काय, कारकून काय, आणि शिपाई काय, ही सारी आपल्यासारखी माणसे आहेत. एवढेच नव्हे, तर ते आपल्या कुटुंबाचे घटक आहेत, अशी त्यांच्याबद्दल जिव्हाळ्याची भावना त्यांच्या मनात वसत असे. यातून त्यांच्या अकृत्रिम शिष्टाचाराचे, स्वागतशीलतेचे व सुसंस्कृतपणाचे तर दर्शनच घडते. त्याहीपेक्षा माणसाने माणसाशी माणसासारखे कसे वागावे, हा आदर्श आपल्यापुढे त्यांच्या रूपाने उभा राहतो.

काँग्रेस भवन हे केवळ त्यांच्या राजकीय कर्तृत्वाचे प्रतीक न राहता समाजसेवेचेही प्रतीक बनले होते. पक्ष कार्यातील समस्यांप्रमाणेच व्यक्ती व सामूहिक जीवनातील समस्यांची सोडवणूक करण्याकरिता कितीतरी गरजवंतांची गर्दी रोज तेथे उसळत असे. त्या सोडवताना ते काहींना मार्गदर्शन करीत, काहींसाठी सरकारी-निमसरकारी कार्यालयाशी दूरध्वनीवरून संपर्क साधत. जनतेच्या समस्या या आपल्याच आहेत, असे मानून त्या सोडविण्यासाठी जिवाचे रान करीत व त्या सुटेपर्यंत ते अस्वस्थ असत. आज अशी दुसऱ्यांसाठी अस्वस्थ होणारी माणसे विरळाच. दुसऱ्यांसाठी शारीरिक, मानसिक कष्टाची पर्वा न करता ते सदैव लोकहितरत असत. त्यांच्या सामाजिक कार्याचे वैशिष्ट्य हे की ते जाती, धर्म, पंथ, पक्ष निरपेक्ष असे, त्यामुळे ते 'बहुजन हिताय बहुजन सुखाय'पुरतेच मर्यादित न राहता, 'सर्वजन हिताय सर्वजन सुखाय' पर्यंत व्यापक बनले. ते तळागाळातील लोकांचे श्रद्धास्थान होते आणि शोषित, पीडितांचे आशास्थान होते. त्यांनी गिरणी कामगारांचे व विणकरांचे प्रश्नही अत्यंत सहानुभूतीने सोडवण्याचा प्रयत्न केला होता. अशा त्यांच्या सामाजिक कार्यातूनच त्यांचे राजकीय जीवन प्रगत होत गेले. त्यांच्या उत्तर आयुष्यातील कै. कर्मवीर भाऊसाहेब हिरे भवन हा प्रचंड प्रकल्प म्हणजे त्यांनी सामाजिक, सांस्कृतिक कार्यक्रमांसाठी जिल्ह्याला उपलब्ध करून दिलेले विशाल व्यासपीठच होय.

**– प्रा. आर. जी. पाटील**, धुळे

❖❖❖

# सय्यदनगर बंधाऱ्याची योजना
## (७ फेब्रुवारी १९५३च्या 'सा. वार्ता'मधील लेख)

साक्री तालुक्यातील सय्यदनगर येथे बंधारा व कालवा बांधण्यासाठी सरकारने २० लक्ष रुपये मंजूर केले आहेत. सदर योजनेची माहिती सय्यदनगरला प्रत्यक्ष जाऊन मिळाली ती अशी. सदर योजनेनुसार २९,००० एकर क्षेत्र पाण्याखाली येईल. त्यापैकी हल्ली २५,००० एकर क्षेत्र भिजले जात आहे. हे वजा जाता ४,००० एकर क्षेत्र या योजनेच्या कक्षेत येईल, असे सांगण्यात आले. यापैकी पेरणीस लायक २३,२०० एकर जमिनीचे क्षेत्र राहिले, यापैकी भाताखाली २,००० एकर व भुसार धान्याखाली ९,१०० एकर क्षेत्र येईल. भाताखाली येणाऱ्या जमिनीपासून रु. १३ दर एकरीप्रमाणे रु. २,६०,००० व भुसार धान्यापासून एकरास ५ रु. याप्रमाणे रु. ४५,५०० याप्रमाणे एकूण ३,०५,५०० रु. पाणीपट्टी म्हणून सरकारला उत्पन्न मिळेल. या योजनेसाठी सरकारला रु. ११,६०० दरवर्षी खर्च येईल. तो वजा जाता रु. ६६,४०० नफा सरकारला राहील. या योजनेसाठी सरकारला एकूण सर्व खर्च रु. ३५,५८००० येईल.

याप्रमाणे हिशेब करता १०.८ व्याजाचा दर पडेल. सर्वच योजना पूर्ण करावयाची म्हटले, तर संपूर्ण खर्च खालीलप्रमाणे येईल. मूळ बंधाऱ्यासाठी रु.१,१४,०००, कालवा (पूल, मोऱ्या, बाऱ्या व पोटखोदाई मिळून) रु. ३१,२६,००० व पाणीवाटप (सारंगी व चाऱ्या) रु. ३,१८,००० याप्रमाणे खर्च येईल. गेल्या ७ आठवड्यांत सुमारे ७ मैल पोटखोदाई पूर्ण झाली असून, मधल्या भरावाच्या जागा व पुलाच्या दोन्ही अप्रोचेस अपुरे राहिले आहेत. भरावाचे काम सुरू आहे. बंधाऱ्याकरिता दगड गोळा करणे सुरू आहे. खुद्द बंधाऱ्याची खडकामधील पायाखोदाई सुरुंग लावणाऱ्या लोकांची कमतरता असल्यामुळे हळू चालली आहे. आज कामावर ५,१०० मजूर असून, आतापावेतो ९०,००० रु. मजुरी वाटली गेली. सय्यदनगर

दुष्काळी कामावर ३,४०० कुटुंबप्रमुखांनी रेशनकार्ड काढली असून, त्यांचेवर १४,००० लोक अवलंबून आहेत.

## आर्ट्स अॅंड सायन्स कॉलेजच्या नवीन इमारतीचे उद्‌घाटन

मुंबई राज्याचे राज्यपाल ना. डॉ. श्रीप्रकाश हे दि. ९ एप्रिल १९५८ रोजी धुळे येथे आले. राज्यपालांच्या जाण्याच्या रस्त्यावर दुतर्फा जनसमुदाय स्वागतासाठी उपस्थित होता. राज्यपालांनी सुहास्य वदनाने जनतेने केलेल्या स्वागताचा स्वीकार केला. यानंतर ते आर्ट्स अॅन्ड सायन्स कॉलेजच्या नवीन इमारतीचे उद्‌घाटन करण्याकरिता कॉलेजकडे रवाना झाले.

आर्ट्स अॅन्ड सायन्स कॉलेजचे आवार जनसमुदायाने फुलून गेले होते. राज्यपालांचे स्वागत करण्याकरिता एक मोठा मंडप सुशोभित करण्यात आला होता. शहरातील प्रतिष्ठित मंडळी व्यासपीठावर स्थानापन्न झाली होती. राज्यपाल कॉलेजमध्ये आल्यावर प्रवेशद्वारावर संस्थेचे अध्यक्ष कर्मवीर डॉ. दादासाहेब घोगरे यांनी त्यांचे स्वागत केले आणि कॉलेजच्या कार्यकारिणीच्या सभासदांची ओळख करून दिली. यानंतर समारंभपूर्वक राज्यपाल व्यासपीठावर स्थानापन्न झाले. नंतर कार्यक्रमास सुरुवात झाली.

प्रथम ईशस्तवन व स्वागतगीत झाले. यानंतर डॉ. दादासाहेब घोगरे यांनी संस्थेची साद्यंत माहिती व हे कॉलेज काढण्यासाठी करण्यात आलेले परिश्रमपूर्वक प्रयत्न निवेदिले. आपल्या भाषणाचे शेवटी डॉ. दादासाहेब घोगरे यांनी कॉलेजला देणगी देणाऱ्या दात्यांचे आभार मानले व त्याचवेळी नवीन देणग्या जाहीर केल्या. कॉलेजातील अर्धमागधी विषय घेऊन प्रथम येणाऱ्या विद्यार्थ्यांसाठी ५,००१ रुपयांची देणगी श्री. भिकचंद गणेश धान्य व्यापारी यांनी दिली आहे. अक्कलकुवा तालुक्यातील काठी संस्थानचे महाराणा व युवराज रघुवीरसिंग यांनीही ५,००१ रु. देणगी दाखल दिले आहेत.

यानंतर श्री. ना. स. पाटील यांनी समारंभास आलेले संदेश वाचून दाखविले. समारंभास माजी अर्थमंत्री श्री. चिंतामणराव देशमुख, मुंबईचे पुरवठामंत्री ना. काझी, उपमंत्री ना. चौधरी, शिक्षणतज्ज्ञ वि. द. घाटे, आचार्य अत्रे, प्राचार्य महाजन व कोगेकर आदींचे संदेश आले होते.

प्राचार्य मा. य. वैद्य यांनी आपल्या अहवालात कॉलेजने अवघ्या दोन वर्षांच्या अवधीत केलेल्या भरघोस प्रगतीचा आढावा घेतला. व ना. श्रीप्रकाश हे

पुणे विद्यापीठाचे कुलपती असल्याने त्यांनी या कॉलेजच्या छात्रांना उपदेशपर शब्द सांगावे, अशी विनंती केली.

कॉलेजच्या कार्यकारिणीचे उपाध्यक्ष श्री. चुडामणअण्णा पाटील यांनी राज्यपालांना नवीन भवनाचे उद्‌घाटन करण्याची विनंती केली. राज्यपालांनी विजेचे बटण दाबताच कॉलेजची नवीन इमारत विद्युतदीपांनी उजळून निघाली व कॉलेजच्या नावाची अक्षरे विद्युत प्रकाशात चमकली. सर्वांनी टाळ्या वाजवून या घटनेचे स्वागत केले. यानंतर केलेल्या भाषणात राज्यपाल ना. डॉ. श्रीप्रकाश म्हणाले, 'आजच्या या समारंभास मुख्य पाहुणे म्हणून मला निमंत्रित केले, याबद्दल मी संस्थेचा आभारी आहे. संस्थेच्या अहवालावरून असे मानावयास हरकत नाही, की संस्थेच्या उन्नतीचा हा समय आहे. आजचे विद्यार्थी आपल्या विद्यालयांना विसरून जातात, परंतु मला आशा आहे, की या संस्थेचे छात्रगण संस्थेशी प्रेमाचे व निकट संबंध ठेवतील व स्वतः पुढे येऊन आपल्या मातेचे ऋण फेडतील.

यानंतर डॉ. कीर्तने यांनी राज्यपाल व उपस्थितांचे आभार मानले व राष्ट्रगीत होऊन समारंभ संपला. या प्रसंगी कॉन्ट्रॅक्टर श्री. मेहता, श्री. तात्यासाहेब साठे यांचा राज्यपालांच्या हस्ते सत्कार करण्यात आला.

या समारंभात श्री. ज. दौ. राऊळ यांनी ५०१ रुपये व श्री. न. या. पाटील, इंजिनिअर धुळे भाग व संस्थेचे माजी विद्यार्थी यांनी १,००१ रुपयांच्या देणग्या जाहीर केल्या.

❖❖❖

# विधानमंडळात व मंत्रालयात मांडलेले प्रश्न

१. धुळे जिल्ह्यातील सिंचनाचा प्रश्न :
   अ. पूरमेपाडा धरण मंजूर करून बांधून घेतले.
   ब. सय्यदनगर धरण मंजूर करून बांधून घेतले.

२. जिल्ह्याच्या सर्व भागातील दुष्काळी परिस्थितीचा प्रश्न सभागृहासमोर मांडून मुख्यमंत्री व महसूलमंत्री यांना धुळे जिल्ह्यात पाहणीसाठी आणले.

३. जिल्ह्यातील आदिवासी मुलांच्या शिक्षणासाठी शिष्यवृत्ती योजना, तसेच संस्थात्मक संरचनेची निर्मिती होईल अशा प्रकारे नियोजन केले.

४. जिल्ह्याच्या एकूण विकासासाठी नव्या संस्था राज्यात जशा निर्माण होत होत्या, तशा त्या धुळे जिल्ह्यातही झाल्या पाहिजेत, असा आग्रह धरून सहकारी नेत्यांच्या व कार्यकर्त्यांच्या मदतीने त्यांची धुळे जिल्ह्यात उभारणी केली.
   अ. पश्चिम खान्देश जिल्हा मध्यवर्ती सहकारी बँक.
   ब. स्थानिक संस्थेने चालवलेले धुळे पॉलिटेक्निक (हे पुढे शासनाने चालवावयास घेतले.)
   क. आदिवासी मुलांसाठी वसतिगृहे.
   ड. तालुकावार दूध संघाची स्थापना धुळे येथून सुरुवात.
   इ. धुळे शहरात उच्च शिक्षणासाठी नवीन कॉलेजची स्थापना.
   ई. हरिजन-गिरिजनांसाठी शैक्षणिक व सामाजिक सवलती.
   फ. जिल्ह्यात विविध ठिकाणी संस्कार केंद्रे व मनोरंजन केंद्रे स्थापन.

## संसदेत व केंद्र सरकारकडे मांडलेले प्रश्न

१. धुळे, मालेगाव, भिवंडी येथील हातमाग आणि यंत्रमाग कामगारांचे विविध प्रश्न सोडविले.

अ. त्यांना दोन्ही शासनाकडून अनुदाने मिळवून दिली.

ब. त्यांच्या उत्पादनाला मंदीमुळे जो कमी उठाव मिळू लागला होता त्यात शासनाला हस्तक्षेप करायला लावून विणकरांच्या समस्या सोडवल्या.

क. त्यांच्या मालाच्या वाहतुकीचे प्रश्न सोडवले.

२. मुंबई ते धुळे थेट प्रवासी रेल्वे बोगी अमृतसर एक्स्प्रेसला मुंबईपासूनच जोडण्याची व्यवस्था करून घेतली. त्यामुळे प्रवाशांचा चाळीसगावला गाडी बदलण्याचा त्रास वाचला.

अ. या मार्गावर जवळपास सर्व महत्त्वाच्या गावी रेल्वे स्थानके उभारून घेतली.

ब. त्यामुळे रोजगारनिर्मिती होऊन विविध प्रकारे उद्योगवाढीस चालना मिळाली.

३. धुळे येथील टपाल व तार खात्याची यंत्रणा अत्याधुनिक बनवण्यासाठी केंद्र सरकारकडे यशस्वी पाठपुरावा केला.

४) महत्त्वाच्या ठिकाणी राष्ट्रीयीकृत बँकांच्या शाखा उघडण्यासाठी पाठपुरावा केला.

५) महाराष्ट्र व गुजरात विभाजनाच्या वेळी नवापूर, नंदुरबार, शहादा, अक्राणी व अक्कलकुवा या तालुक्यांतील अनेक खेडी गुजरातमध्ये समाविष्ट करण्याचे चालले होते. तालुकावार मेळावे घेऊन ही गावे धुळे जिल्ह्यात ठेवण्यासाठी दिल्लीपर्यंत शिष्टमंडळे नेऊन निर्णय फिरवण्यास लावला.

६) धुळे, चाळीसगाव व अमळनेर येथील कापड गिरणी कामगारांचे प्रश्न विशेषतः धुळ्याच्या प्रताप मिल कामगारांचे प्रश्न दिल्लीत थेट पंतप्रधानांपर्यंत नेऊन सोडवून घेतले.

७) भारत-चीन आणि भारत-पाकिस्तान युद्धाच्या वेळी नागरी संरक्षण समित्या आणि संरक्षण निधी याबाबत जिल्ह्यातील नागरिकांचे सहकार्य केंद्र शासनाला चांगल्या प्रकारे मिळवून दिले.

८) केंद्र सरकारच्या विविध शैक्षणिक, औद्योगिक व सामाजिक अनुदान योजनांचा लाभ जिल्ह्यातील पात्र गटांना मिळवून दिला.

❖❖❖

# मधु लिमये - आत्मकथा

पण तरीही हिंमत न सोडता आम्ही काँग्रेसमध्ये, विद्यार्थ्यांत, कामगारांत व सामान्य पण नागरिकांत ओळखी वाढ वाढवायला सुरुवात केली. धुळ्याच्या जवळ मोहाडी नावाचे एक खेडे आहे. त्या खेड्यात तीनएकशे गिरणी कामगार राहत असत. तेथील चुडामण पाटील नावाच्या तरुणाशी माझा चांगला परिचय झाला. मोहाडीला अभ्यास मंडळ घेण्यासाठी आम्ही पायी अथवा सायकलवरून त्या गावात अनेक वेळा जात असू. चुडामणप्रभृतींना कम्युनिस्ट प्रभावापासून राष्ट्रवादी कॅम्पमध्ये खेचण्याचा मी यशस्वीपणे प्रयत्न केला. १९४८मध्ये आम्ही काँग्रेस सोडली. तथापि, चुडामण काँग्रेसमध्येच राहिले. ते काँग्रेसचे उमेदवार म्हणून पाचव्या लोकसभेत निवडून आले होते. लॉबीमध्ये आमच्या भेटी होत. त्यांचा स्वभाव शांत, गाजावाजा न करता आपल्या जिल्ह्यात विधायक स्वरूपाच्या कामांत स्वतःला गुंतवून घेण्याचा होता.

(आत्मकथा, पृष्ठ क्रमांक २०३)

पश्चिम व पूर्व खान्देश या दोन्ही जिल्ह्यांचा खान्देश या समान नावाने उल्लेख होई. खान्देशात धुळे, अमळनेर, जळगाव व चाळीसगाव ही कापड गिरण्यांची चार केंद्रे आणि भुसावळला रेल्वेचे केंद्र अशी पाच औद्योगिक केंद्रे होती. धुळे, अमळनेरच्या गिरण्या प्रतापशेठच्या मालकीच्या होत्या. कम्युनिस्ट तत्त्वज्ञानात 'कामगारच भांडवलशाहीचा अंत घडवून आणतील' हा मुख्य सिद्धांत असल्यामुळे भारतीय कम्युनिस्ट औद्योगिक क्षेत्रातील संघटनेला प्राधान्य देत असत. महाराष्ट्रातही ते सर्वत्र औद्योगिक भागात घुसू पाहत होते. नथुभाऊ पारोळेकर हे धुळ्याचे लोकप्रिय कामगार पुढारी सुरुवातीला काँग्रेस समाजवादी पक्षात होते. प्राध्यापक मोहनलाल दांतवालाही मूळचे धुळ्याचेच. पण १९३६ नंतर त्यांनी धुळे सोडले व अहमदाबादला

प्राध्यापकाची नोकरी धरली. दांतवाला यांच्या प्रभावामुळे म्हणा किंवा त्या वेळच्या वातावरणामुळे म्हणा, नथुभाऊप्रभृती लोक काँग्रेस सोशालिस्ट पार्टीत होते. १९३६च्या मुंबई असेंब्लीच्या निवडणुकीत नथुभाऊ काँग्रेसचे उमेदवार होते. या लोहाराच्या मुलाला, जेमतेम सही करायला शिकलेल्या तरुणाला त्या काळात काँग्रेसचे तिकीट मिळाले, हा एक चमत्कारच मानला जाई. पण अच्युत पटवर्धन त्या वेळी महाराष्ट्र काँग्रसच्या पार्लमेंटरी कमेटीवर होते. त्यांच्याच पुढाकारामुळे नथुभाऊ उमेदवार बनले. परंतु त्या वेळी एकत्र मतदानपद्धती अस्तित्वात होती. चार सभासदांच्या मतदारसंघात एका उमेदवाराला सर्व मते देता येत. मर्यादित मतदार प्रणालीमध्ये मागासलेल्या वर्गाचे मतदार अत्यल्प असत. परिणामी शेठ शालीग्राम भारतीया व मराठा नवलभाऊ जिंकले. पण बिचारे नथुभाऊ मात्र हरले. संयुक्त मोर्चाच्या काळात कम्युनिस्ट व काँग्रेस समाजवादी यांमधील सहकार्य वाढीला लागले होते. मुंबईतील गिरणी कामगार युनियन या प्रसिद्ध कम्युनिस्ट ट्रेड युनियनमुळे सोलापूर-खान्देश भागातील ट्रेड युनियन कार्यकर्त्यांना मुंबईच्या कम्युनिस्टांकडून मार्गदर्शन होई व सर्व प्रकारची मदत मिळे. ते पुण्याला येत तेव्हा खान्देश व विशेषतः अमळनेर कसे कम्युनिस्टमय होते. काँग्रेस समाजवादी सदस्य कसे फोडले जात आहेत, आपल्या सरळ व भोळ्या स्वभावामुळे साने गुरुजी कसे संपूर्णपणे कम्युनिस्टांच्या आहारी गेले आहेत इत्यादी गोष्टी एस.एम.ना ते सांगत. मी अशा चर्चेच्या वेळी उपस्थित असे. त्यामुळे खान्देशच्या राजकारणाविषयी माझ्या मनात हळूहळू औत्सुक्य निर्माण होऊ लागले. नथुभाऊ पारोळेकरांनाही कम्युनिझमची पक्की 'लागण' झाली असावी, असे नरवण्यांच्या बोलण्यावरून वाटे. पण एस. एम. ना आशा वाटत असे, की दांतवाल्यांच्या प्रभावामुळे नथुभाऊ समाजवादी पक्षापासून दूर जाणार नाहीत. वस्तुतः तो प्रभाव आता शून्यवत् झाला होता.

(आत्मकथा, पृष्ठ क्रमांक १५७-१५८)

## फैजपूर काँग्रेस

स्वतंत्र भारताची पहिली घटना तयार करावी, ही मागणी या अधिवेशनात करण्यात आली होती. तथापि, कायद्यास विरोध करूनही या कायद्याखाली होणाऱ्या निवडणुकांत काँग्रेसने भाग घ्यावयाचे ठरवले होते. १९३६ सालची फैजपूर काँग्रेस महाराष्ट्रातील एका खेड्यात भरणार ही तिची अपूर्वाई होती. तिची पूर्वतयारी आता तरी झाली होती. मी सुटून आलेला असल्याने रावसाहेब पटवर्धन फैजपूर

काँग्रेसाठी माझा योग्य रितीने उपयोग करून घेऊ इच्छित होते. फैजपूर काँग्रेसच्या वेळी काँग्रेस सेवा दलाचा प्रमुख मला करावे, असे त्यांच्या मनात होते. त्याप्रमाणे स्वागत समितीची पहिली सभा जेव्हा पाचोऱ्यास झाली, तेव्हा माझ्याबद्दलची सूचना झाली.

अनेक अडचणींतून फैजपूर काँग्रेस यशस्वी झाली. खेड्यातील जनतेशी संपर्क आल्याने काँग्रेसला एक नवा आयाम डायमेन्शन मिळाला, हा फैजपूर काँग्रेसमुळे झालेला लाभ होय. कारण ब्राह्मणेतर समाज अजून काही पूर्णपणे काँग्रेसमध्ये आलेला नव्हता. केशवराव जेधे, अण्णासाहेब लठ्ठे काँग्रेसमध्ये आलेले होते, तरी अण्णासाहेब शिंदे, बरेचसे अन्य ब्राह्मणेतर चळवळीचे पुढारी अजून काँग्रेसच्या बाहेरच होते. फैजपूरच्या काँग्रेसचा उपयोग काँग्रेसची खेड्यापाड्यांत लोकप्रियता वाढवण्यासाठी झाला. व्यक्तिगतदृष्ट्या मी एवढी मोठी काँग्रेस व तीही खेड्यात भरलेली अशी प्रथमच पाहत होतो. मध्यप्रांत, संयुक्त प्रांत, बंगाल कोठून कोठून लोक आले होते. माझ्या भाषणातून पं. नेहरूंचा गौरवपूर्ण उल्लेख करून मी समाजवादी आहे, असे पुन्हा पुन्हा सांगत असे. मी प्रचारसभेत असताना साने गुरुजीही खान्देशाच्या खेड्याखेड्यांतून सभा घेत हिंडत होते. त्या वेळी त्यांची माझी भेट झाली नव्हती. त्यांच्या वक्तृत्वपूर्ण, भावनाप्रधान भाषणास श्रोत्यांच्या झुंडी लोटत असत. देव, दास्ताने, विनोबा, सानेगुरुजी, अप्पा पटवर्धन, शंकरराव देव, देवकीनंदन, अण्णासाहेब सहस्त्रबुध्दे, तात्यासाहेब देशपांडे या सर्वांच्या अपरंपार मेहनतीमुळे काँग्रेसच्या इतिहासात फैजपूर हे एक तेजस्वी प्रकरण लिहिले गेले. आमच्या विचारांना जो एकांगीपणा आला तो फैजपूरमुळे टळला. नाहीतर आम्ही केवळ कामगार संघटित करण्यावरच भर देत राहिलो असतो.

❖❖❖

# Chudaman Ananda Patil

Dhulia North, West khandesh BORN on 1-7-1913 at Abhone, English IVth standard. Owing to poverty he had to serve in the New Pratap Mills for 16 years during the prime of his youth. Was a Secretary for twelve years and the President for ten years. Courted jail in 1940 for nine months in Individual Satayagraha. In 1942 was a detenue for years. He was elected on Bombay Legisiative Council from Ahmednagar-Khandesh Local Authorities Constituency in 1952 and as a member till his elections to the Assembly in 1957 Chudaman Ananda Patil Member of Legislative Council: 1952-1957

1952-MLC- Local self Govt const Dhule & A'nagar dists VOTES

INC Chuadaman A Patil Vs kriashnarao Shikare

244. DHULIA NORTH RAUNDALE

CHUDAMAN ANANDA PARTY CANDIDATE RAUNDALE

CHUDAMAN ANANDA INC

VII. RESULT 1957 19520 Winner

SCF LALINGKAR PUNAJI LINGAJI 13810Runner up

MARGIN: 5710 (17.13% of Total Valid Votes)

NUMBER OF SEATS: 1

Member of Parliament: 1962-1977 1962

Constituency: 25. DHULIA

1. CHUDAMAN ANANDA RAVANDALE M INC 148452 55.87%

2. UTTAMRAO LAXMAN PATIL M JS 53597 20.17%

3. ASHOK BAPURAO NILAY M REP 37613 14.16%

4. SHANKAR GORAKH

PATIL M PSP 22876 8.61%
5. SHAMRAO BABAJI CHAVAN M IND 3153 1.19%
ELECTORS: 467691 VOTERS: 282407 POLL PERCENTAGE: 60.38% VALID VOTES: 265691
Constituency: 56. PHULPUR
1. JAWAHAR LAL NEHRU M INC 118931 61.62%
2. RAM MANOHAR LOHIA M SOC 54360 28.17%
3. RAM NARAIN URF CHIRAN M RRP 9116 4.72%
4. INDU DEV M IND 6693 3.47%
5. HARI SHANKER RAI M IND 3894 2.02%
ELECTORS: 409292 VOTERS: 201823POLLPERCENTAGE: 49.31% VALID VOTES: 192994 1967
14 Dhulia
1C. A. Patil INC 164349 Won 81383
2. Z. B. Patil PWP 82966 Runner-up
: 1971 Constituency: Dhulia Type: GEN
Candidate Name: Chudaman Ananda Patil Year: 1971 Sex: M
Sonusingh D Patil Syndicate Cong Runner up
Party: INDIAN NATIONAL CONGRESS
Total Votes: 204461 Winner: YES
Position: 1 1957 genaral election as above
1962 Lok Sahba election Dhule dist part and Jalgaon dist part consti as above
1967 Lok Sabha election as above
1971 Lok Sabha Election (Garibi Hatao) Cow and calf.
1977 - Retirement from election politics,
1978 - Shri Rohidas Dajee Patil enters state politics by winning Assembly election. Later become minister of state and Cabinet minister also.

❖❖❖

# संदर्भ : प्रकाशित/अप्रकाशित/मौखिक


१. पथिक : भाग १,२,३, काकासाहेब गाडगीळ आत्मवृत्त

२. यशवंतराव चव्हाण व्यक्तित्व व कर्तृत्व (जन्मशताब्दीनिमित्त ग्रंथ) गोविंद तळवलकर

३. शेतकरी सत्याग्रही - शंकरराव कोल्हे आत्मवृत्त

४. कै. चुडामणअण्णा यांची डायरी (अपूर्ण-अप्रकाशित)

५. १९२७च्या सुमाराची धुळे जिल्ह्यातील साप्ताहिके
प्रबोधन, युगसंदेश, नवहिंद, भारत-स्वतंत्र भारत, क्रांती, भारत क्रांती, सा. सुदर्शन, सा. वार्ता-दैनिक वार्ता, दै. स्वातंत्र भारत, आपला महाराष्ट्र

६. सप्तसिंधु व समर्पित मंदाकिनी टोणगावकर

७. क्रांती पर्व डॉ. उत्तमराव पाटील

८. पुरुषोत्तमनामा (पी. के. पाटील चरित्र) शिवाजी सावंत

९. धुळे जिल्ह्यातील स्वातंत्र्यलढ्याचा इतिहास प्राचार्य डॉ. जी. बी. शहा, धुळे

१०. सहवासातील विश्वास (डॉ. प्रमिलाताई पाटील)

११. धुळे जिल्हा काँग्रेस शताब्दी महोत्सव स्मरणिका (१९८५)

१२. श्री शिवाजी विद्या प्रसारक संस्थेच्या महाविद्यालयांचे वार्षिक आभीर

१३. कै. भाऊसाहेब हिरे यांची चरित्रे

१४. कामगार नेते देवरामअण्णा व काकडे गौरवांक - धुळे, अप्रकाशित

१५. संघर्षकथा - नारायण नागू पाटील यांच्या आठवणी

१६. अंतस्थ (इनसायडर)/ पी. व्ही. नरसिंह राव (अनुवाद अशोक जैन)

१७. प्राचार्य तात्यासाहेब बी. एम. पाटील संकलित अण्णासाहेब चुडामण पाटील स्मरणिकेसाठी संकलित कागदपत्रे.

१८. पत्रकार अशोक जैन यांचे अण्णासाहेब चुडामण पाटील यांच्या संबंधीचे लेख.

## व्यक्तिगत मुलाखती

मिल कामगार नेते देवरामअण्णा पाटील, हरिभाऊ आजळकर, माणिकतात्या काकडे, मच्छिंद्र येरडावकर, माजी मंत्री व अण्णासाहेबांचे व्याही ना. बी. जे. खताळ पाटील, डॉ. भाईदास अण्णा पाटील, श्री. रोहिदासदाजी पाटील, श्री. बंकटअप्पा पाटील, डॉ. प्रमिलाताई विश्वास पाटील, श्री. कुणालबाबा पाटील, श्री. सुभाषदादा देवरे, प्राचार्य जी. डी. (नानासाहेब) पाटील, श्री. मधुकर (भाऊसाहेब) गर्दे, श्री. बी. बी. हांडे (माजी नगराध्यक्ष), श्री. प्रतापसिंह दगडू गिरासे (माजी संचालक दूध संघ), श्री. लखनशेठ भतवाल, डॉ. हेमंत देशमुख (माजी जिल्हा काँग्रेस अध्यक्ष), श्री. अशोक पाटील (छायाचित्रकार), श्री. मुकंद कोळवले, श्री. मगन दालवाले, कॉम्रेड शरद पाटील.

## विशेष आभार

प्राचार्य तात्यासाहेब बी. एम. पाटील, प्रकाश न. पाटील, (मा. दाजीसाहेब ऊर्फ रोहिदास पाटील यांचे व श्री. कुणालबाबा पाटील यांचे विशेष कार्य अधिकारी), चुडामण जिभाऊ पाटील, जनसंपर्क अधिकारी, जवाहर ग्रुप चेअरमन कार्यालय, श्री. आशुतोष जोशी, संपादक वार्ता, व रामेश्वर पाटील, उपसंपादक. संचालक, अधिकारी व कर्मचारी राजवाडे संशोधन मंदिर ग्रंथालय, धुळे, जवाहर सहकारी सूतगिरणी रेस्ट हाऊस कर्मचारी, नंदू माळी, लोटन पाटील व शरद पाटील ड्रायव्हर्स. सुनीलभाऊ पाटील व सहकारी सुयश ऑफसेट, धुळे

संपादन साहाय्य - उदय जोशी, पुणे

लेखन व संशोधन साहाय्य श्री. दत्ता कुलकर्णी, ज्येष्ठ पत्रकार व लेखक, डोंबिवली. श्री. किरण जोगळेकर, कल्याण. प्रा. डॉ. के. पी. दुसाने, संगमनेर, श्रीमती इंदुमती पाटील, आकाश पंडित.

श्री. पाटील, छायाचित्रकार, धुळे.

महाराष्ट्र विधिमंडळ ग्रंथालय, मुंबई. ऑल इंडिया इन्स्टिट्यूट ऑफ लोकल सेल्फ गव्हर्नमेंटचे ग्रंथालय, मुंबई.

❖❖❖

# छायाचित्रे

अण्णासाहेबांचं मोहाडी येथील मूळ प्रेरणादायी निवास स्थान.

अण्णासाहेब,आपल्या मातापित्यांसह, पत्नी सुंदरबाई (बायजा), चिरंजीव भास्कर दादा,
भाईदास अण्णा, रोहिदास दाजी, विश्वास नाना आणि बंकट आपा, सुना आणि नातवंडं.

मुख्यमंत्री यशवंतराव चव्हाण साहेबांसोबत, मोहाडीच्या निवासस्थानी अण्णासाहेब, मातोश्री, पत्नी सुंदरबाई व कुटुंबीयांसमवेत.

**मोहाडीच्या निवासस्थानी मुख्यमंत्री यशवंतराव चव्हाण साहेबांसोबत स्नेह भोजन करताना अण्णासाहेब.**

अण्णासाहेबांच्या लोकसभा प्रचारार्थ यशवंतराव चव्हाण साहेब धुळ्यात आले असता, बैलगाडीवरचा तत्कालीन रोड शो.

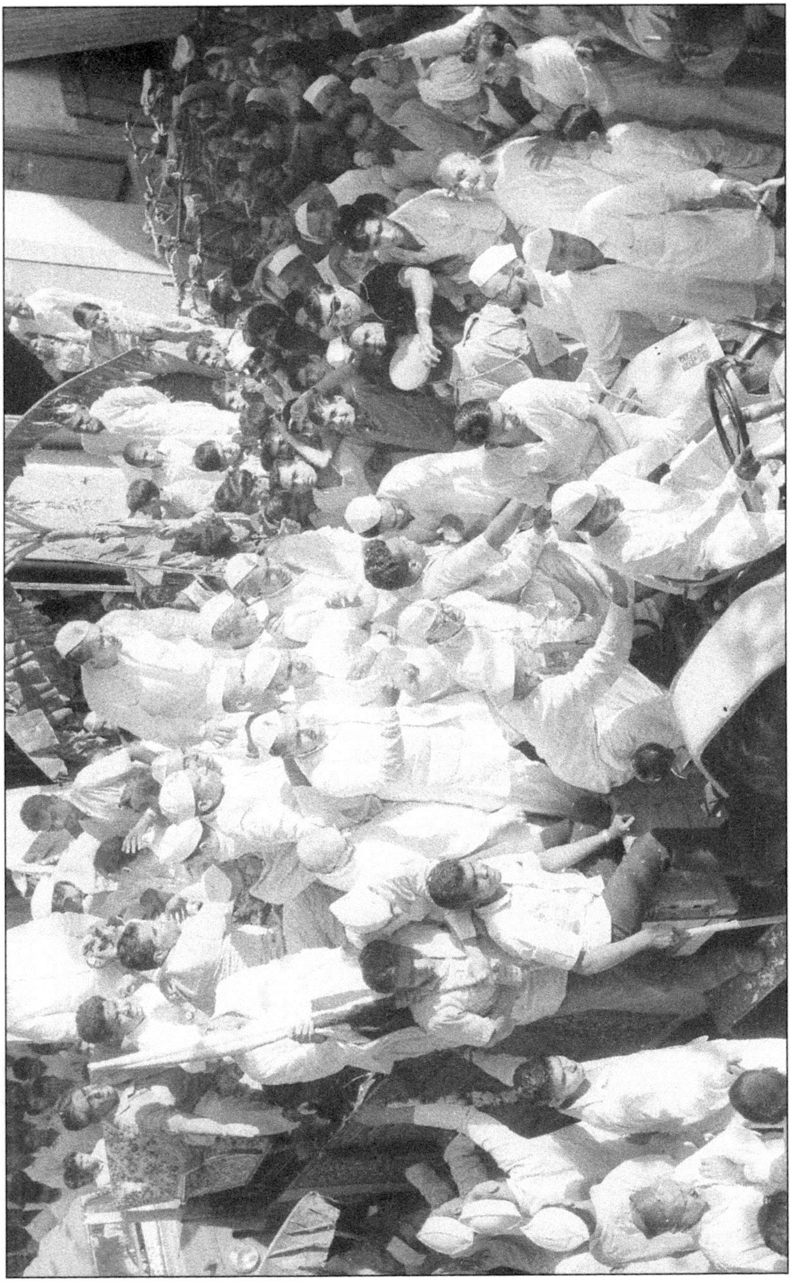

धुळे जिल्हा कॉंग्रेस कमिटीचे अध्यक्ष झाल्यानंतर, अण्णासाहेबांनी धुळ्यात उभारलेले कॉंग्रेस भवन

धुळे शहराच्या सांस्कृतिक क्षेत्राची गरज भागवणारे
भाऊसाहेब हिरे मंगल कार्यालयाची उभारणी अण्णा साहेबांनी केली.

अण्णासाहेब, तत्कालीन सहकारी, माजी मंत्री ना. स पाटील, अॅड. व्ही. के. पाटील,
अॅड. आर. पी. पाटील, बाळासाहेब हांडे, आदीं सह.

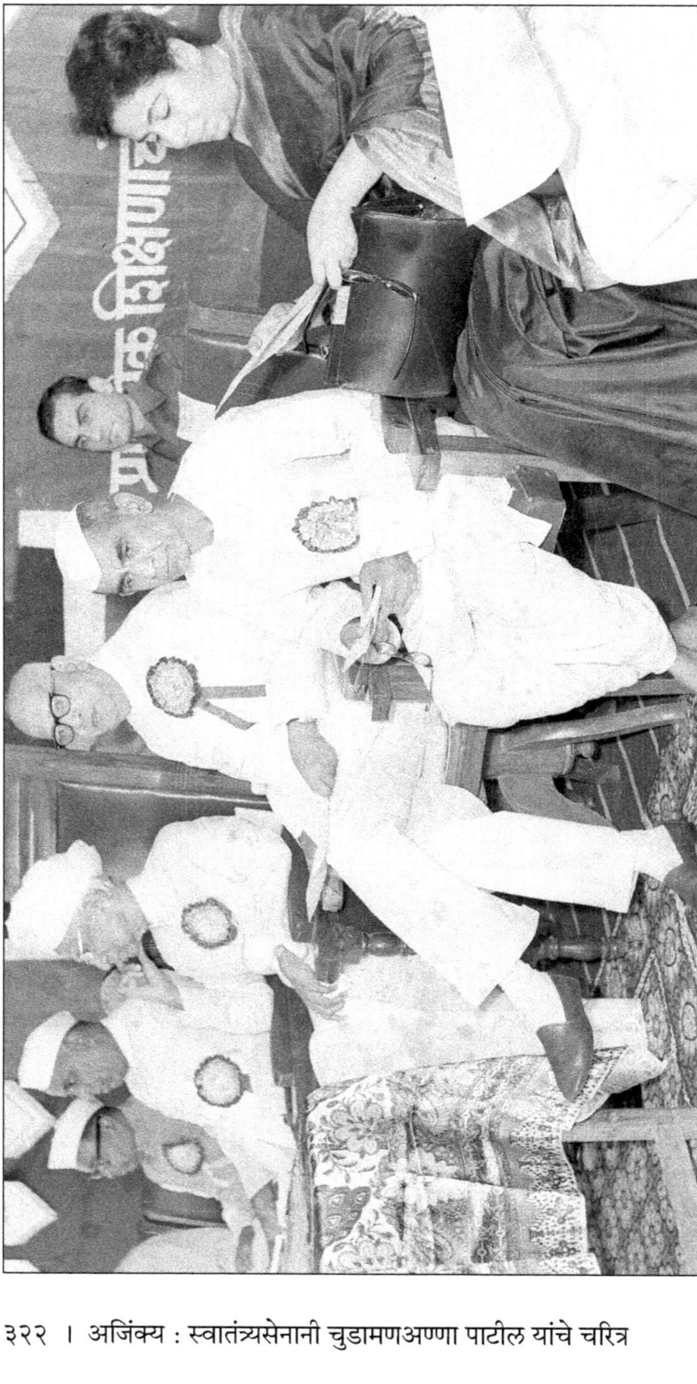

अण्णासाहेबांनी धुळ्यात आयोजित केलेल्या शैक्षणिक समारंभात, अण्णासाहेबांसोबत, तत्कालीन राष्ट्रपती सर्वपल्ली राधाकृष्णन, महाराष्ट्राचे मुख्यमंत्री यशवंतराव चव्हाण आदी मान्यवर.

पंतप्रधान इंदिरा गांधींसह, तत्कालीन केंद्रीय मंत्रिमंडळातील सदस्य व खासदार सहकाऱ्यांसह अण्णासाहेब.

**ग्रामीण भागातील काँग्रेस कार्यकर्त्यांनना**
**मार्गदर्शन करताना अण्णासाहेब.**

**अण्णासाहेबांसोबत, तत्कालीन सहकार मंत्री शिवाजीराव गिरिधर पाटील, तत्कालीन जि. प.चे अध्यक्ष, अण्णासाहेबांचे व्याही, बापूसाहेब शिवाजीराव रायमल देवरे आणि इतर कार्यकर्ते.**

**धुळे तालुक्यातील बिलाडी गावी शाळेच्या भूमी पूजन प्रसंगी, अण्णासाहेबांसमवेत तत्कालीन मंत्री शिवाजीराव पाटील, बी. जे. खताळ, बापूसाहेब शिवाजी रायमल देवरे, अण्णासाहेब द. वा. पाटील**

धुळे जिल्हा परिषदेचे तत्कालीन अध्यक्ष बापूसाहेब जी. टी. पाटील यांच्या जन्मदिनी समारंभ प्रसंगी अण्णासाहेबांसोबत, तत्कालीन , मंत्री शिवाजीराव पाटील, जि. काँग्रेस कमिटी अध्यक्ष व्यंकटराव रणधीर, आ. रंगराव पाटील. आदी.

धुळ्यातील एका कार्यक्रमात अण्णासाहेबांसोबत,
तत्कालीन गृहमंत्री बाळासाहेब देसाई, दिगंबर राव पाडवी.

धुळे जिल्हा काँग्रेस कमिटीद्वारे आयोजित कार्यक्रमात अण्णासाहेबांसोबत, तत्कालीन मुख्यमंत्री वसंत दादा पाटील, नरेंद्र तिडके, दादासाहेब राऊळ, शिवाजीराव पाटील, शिवाजी रायमल देवरे, रामराव सिताराम पाटील, पितांबरजीभाऊ, सदाशिवराव माळी आदी.

धुळे जिल्हा मध्यवर्ती सहकारी बँकेच्या इमारतीचे
उद्घाटन प्रसंगी अण्णासाहेबांसोबत, तत्कालीन मुख्यमंत्री सुधाकरराव नाईक,
विनायकराव पाटील, दादासाहेब राऊळ आणि ना. स.पाटील.

**काँग्रेस कमिटीतील बैठकीत, अण्णासाहेबांसोबत, व्यंकटराव रणधीर, शिवाजीराव देवरे, शिवाजीराव  पाटील आदी पदाधिकारी.**

**जि. काँग्रेस कमिटीतील एका कार्यक्रमात, अण्णासाहेबांसोबत तत्कालीन मंत्री बी. जे. खताळ, इंद्रसिंग भाऊसाहेब, नानासाहेब हेमंत देशमुख.**

**धुळे जिल्हा मध्यवर्ती सहकारी बँकेच्या साक्री शाखेच्या उद्‌घाटन प्रसंगी, अण्णासाहेबांसोबत, साक्रीचे बाळासाहेब देवरे, मा. चि. देवरे, जयसिंग अहिरराव आदी.**

**बोरीस येथील एका कार्यालयाचे उद्‌घाटन करताना अण्णासाहेबांसोबत बापूसाहेब शिवाजी रायमल देवरे**

**धुळे शहरात उभारण्यात आलेल्या महाराणा प्रताप पुतळ्याच्या अनावरण प्रसंगी अण्णासाहेबांसोबत, तत्कालीन मंत्री बी. एन. जगताप, पुंडलीकजीभाऊ, विठ्ठलराव राणा आदी मान्यवर.**

**धुळे तालुक्यातील विस्तार योजनेच्या**
**शुभारंभ प्रसंगी अण्णासाहेब चुडामण पाटील.**

धुळ्यातील स्वातंत्र्यसैनिकांसोबत अण्णासाहेब चुडामण आ. पाटील.

धुळ्यातील काँग्रेस भवनात काँग्रेस कार्यकर्त्यांसोबत, यशवंतराव चव्हाण,
बाळासाहेब चौधरी आणि अण्णासाहेब चुडामण पाटील

**धुळ्यातील महात्मा फुले पूर्णाकृती पुतळ्याचे अनावरण करताना**
**अण्णासाहेब चुडामण पाटील, सोबत, ग. द. माळी गुरुजी**

**धुळे नगरपालिका संचलित देवपूरातील दवाखान्याचा शुभारंभ करताना अण्णासाहेब चु.आ. पाटील. सोबत, माजी आमदार भाई. या. पांडे, संभाजीराव कालेवार, भगवान नाना लोकरे, आदी कार्यकर्ते.**

**साक्री येथे संपन्न झालेल्या सहकार सप्ताहात मार्गदर्शन करताना, अण्णासाहेब चु. आ. पाटील. व्यासपीठावर सर्वश्री माजी आमदार आप्पासाहेब शंकरराव बेडसे, माजी आमदार यशवंतराव देसले, पंचायत समितीचे सभापती भटुआण्णा पाटील, साखर कारखाना संचालक जयसिंगराव अहिरराव, केवळ राव अहिरराव, नवल अण्णा पाटील, माधवराव चिंधुजी देवरे, बाळासाहेब केदार देवरे, रामराव दादा पाटील, जयराम भाई सोनावणे दिसत आहेत.**

**सर्व धर्मियांशी जवळीक साधणारे अण्णासाहेब, जैन धर्मगुरूंसोबत**

**धुळ्यातील मालेगाव रोडवरील, गांधी तत्त्वज्ञान मंदिरातील सूत कताई शिबिराला भेट दिली असता अण्णासाहेब**

**शिवाजी विद्या प्रसारक संस्थेतील महाविद्यालयीन स्नेहसंमेलनात प्रमुख अतिथी यशवंतराव चव्हाण, शेजारी अण्णासाहेब.**

**आण्णासाहेबांच्या उपस्थितीत, काँग्रेस कार्यकर्त्यांशी हितगुज साधताना यशवंतराव चव्हाण.**

माजी मुख्यमंत्री वसंतराव नाईक, माजी गृहमंत्री बाळासाहेब देसाई यांच्या प्रमुख उपस्थितीत संपन्न झालेल्या काँग्रेस अधिवेशनात विचार मांडताना अण्णासाहेब.

धुळ्यातील घड्याळ मस्जिद परिसरातील मुस्लीम बांधवांनी हितगुज साधताना अण्णासाहेब. सोबत, हनिफ पहिलवान बागवान, बाळासाहेब बालकृष्ण मुंदडा, अर्जुन काकोबा गवळी, चंद्रकांत साळुंखे.

अण्णासाहेबांच्या प्रमुख उपस्थितीत महत्त्वपूर्ण विषयांवर दिलखुलास चर्चा करताना यशवंतराव चव्हाण, तत्कालीन मंत्री पी. के. सावंत, शिवाजीराव गिरिधर पाटील, दादासाहेब राऊळ, द.वा. पाटील, भगवान महाले, हटेसिंग बापू राजपूत, आदी.

दलपती आ. आनंदीराम कुमठभाई यांच्या प्रमुख उपस्थितीत कॉंग्रेस सेवादलद्वारे आयोजित कार्यक्रमात सत्कार स्वीकारताना अण्णासाहेब

**धुळे जिल्ह्यातील ग्रामीण भागातील महिलांद्वारे केले जाणारे असे आत्मिक औक्षण, अण्णासाहेबांना बळ देत असे.**

कै. आण्णासाहेब चुडामण आनंदा पाटील.
शैक्षणिक व सांस्कृतिक मंडळ धुळे तर्फे
मोफत शालेय वह्या वाटप कार्यक्रम
शनिवार
जुलै २०००.

# लेखक परिचय

**सोमनाथ पाटील**

- मूळ गाव गोताणे (ता. जि. धुळे)
- श्री. तानाजी भिका पाटील, आदर्श शिक्षक यांचे चिरंजीव
- बालपण व शालेय शिक्षण गोताणे येथे
- १९७१ - नाशिकच्या शासकीय विद्या निकेतनमधून शालांत परीक्षा उत्तीर्ण
- १९७६ - नाशिक येथील हं. प्रा. ठाकरसी महाविद्यालयातून बी. ए. (ऑनर्स) पदवी संपादन केली
- १९७७ - रशिया, पूर्व युरोप व इंग्लंडच्या दौऱ्यावरून परतल्यानंतर १९७८ पासून 'सकाळ'मध्ये पत्रकार म्हणून प्रवेश
- १९८७-८९ या काळात महाराष्ट्र सरकारच्या नगरविकास खात्यात नगरपालिका मुख्याधिकारी म्हणून काम.
- १९८९ - पुन्हा पत्रकारितेत प्रवेश.
- १९९३ - पाकिस्तानात 'विकास पत्रकारिता व लोकसंख्या' विषयावरील कार्यशाळेत सहभाग
- १९९७ - हाँगकाँग हस्तंतराच्या ऐतिहासिक सोहळ्यास उपस्थिती
- पत्रकारितेचे अध्यापन.
- **साहित्य**

| | |
|---|---|
| तिसरी मुंबई, भाग १ व २ | नोकरशाही: रूपरंग व अंतरंग |
| कागदी घोडे (कादंबरी) | पंचम जॉर्जचा मुलगा (ललित चरित्र) |
| तिसरी मुंबई (इंग्रजी) | देशांतर (कादंबरी) |

सोमनाथ पाटील यांचे दिनांक १६ नोव्हेंबर २०१७ रोजी दीर्घ आजाराने निधन झाले.

# सकाळ प्रकाशनाची इतर पुस्तके

- नांगरापासून सत्तेपर्यंत : सर धनजीशा कूपर काळ आणि कर्तृत्व
- दाही दिशा
- काकासाहेब चितळे - सहवेदनेतून समृद्धीकडे
- बखर एका प्राचार्यांची : प्रा. के. डी. पेडणेकर यांचे चरित्र
- अनुभवें आले
- क्रांतिसूर्य : महात्मा बसवेश्वर
- क्रांतिचंद्र चंद्रशेखर आझाद यांच्या जीवनावरील कादंबरी
- सर्वस्पर्शी डॉ. बाबासाहेब
- ज्ञानसूर्याचे आकाश : संत निवृत्तीनाथ
- शुभबुद्धीचे उपासक रवींद्रनाथ
- ए. पी. जे. अब्दुल कलाम : संपूर्ण जीवन
- वाटचाल : भाग १ व २
- यशवंतराव चव्हाण : नवमहाराष्ट्राचे शिल्पकार
- शारदाबाई गो. पवार
- गाथा संघर्षाची : एच.ए कामगारलढ्याची यशोगाथा

www.ingramcontent.com/pod-product-compliance
Ingram Content Group UK Ltd.
Pitfield, Milton Keynes, MK11 3LW, UK
UKHW020154290926
15471UKWH00005B/874

9 788169 355032